# सीविच

ॲलिस्टर मॅक्लीन

अनुवाद

अशोक पाध्ये



मेहता पब्लिशिंग हाऊस

**SEAWITCH** by Alistair MacLean

Originally published by HarperCollins Publishers Pvt. Ltd. London
Translated in Marathi language by Ashok Padhye

**सीविच / अनुवादित कादंबरी**

अनुवाद : अशोक पाध्ये – ४३, स्वप्ननगरी, २०, कर्वे रस्ता,
पुणे – ४११ ००४ फोन : ०२०-२५४४ ४०६५



प्रकाशक : सुनील अनिल मेहता, मेहता पब्लिशिंग हाऊस, १९४१ सदाशिव पेठ,
माडीवाले कॉलनी, पुणे – ४११ ०३०

अक्षरजुळणी : एच.एम. टाईपसेटर्स – ११२० सदाशिव पेठ, पुणे – ४११ ०३०

मुद्रक : रेप्रो प्रेस इंडिया लि., मराठे उद्योग भवन, अप्पासाहेब मराठे मार्ग,
प्रभादेवी, मुंबई – ४०० ०२५

मुखपृष्ठ : चंद्रमोहन कुलकर्णी

प्रथमावृत्ती : ऑक्टोबर, २०१०

किंमत : ₹ २४०/-

ISBN 978-81-8498-168-1

लॅक्लन यांना...

# प्रास्ताविक

'फिअर इज द की' या कादंबरीत समुद्रातील एका मोठ्या तेलविहिरीचा प्लॅटफॉर्म व खोल पाण्यात बुडी मारून तळावरचे अवशेष वर काढणारी छोटी पाणबुडी दाखवली होती. समुद्रातील तेलविहिरीचा प्लॅटफॉर्म कसा असतो, त्याची थोडीशी कल्पना त्यावरून येते. ज्यावेळी ॲलिस्टर मॅक्लीनने ही कादंबरी लिहिली, त्यावेळी यात वर्णन केलेली तेलविहीर जगात फक्त एकच होती. या कादंबरीत तशीच एक तेलविहीर असून, त्याभोवती सारे कथानक रचले आहे. त्यामुळे अशा तेलविहिरीची आधी जुजबी, तांत्रिक माहिती वाचण्याआधी वाचकाला होणे आवश्यक आहे. ॲलिस्टर मॅक्लीन ती माहिती येथे देतो :

समुद्रतळाखाली कुठे तेल लागेल याचा शोध घेणारे एक खास जहाज असते. या जहाजावरती उंच असे डेरिक मनोरे उभे असतात. जहाजाच्या तळातून तीन-चार पोलादी पाय खाली सोडून ते समुद्रतळावर टेकल्यावर सारे जहाज त्या पायाला धरून मग वरवर सरकते. साधारणपणे ३० फुटांवर जाऊन थांबते. त्यामुळे हवेत उचलल्या गेलेल्या या जहाजाला पाण्याच्या लाटा व खळखळाट यांचा उपसर्ग पोचत नाही. वादळी हवेतही यावरचे काम चालू रहाते. अशा रीतीने एक भलेमोठे टेबल समुद्रतळावरती आपले पाय रोवून उभे रहाते. या टेबलाचा पृष्ठभाग म्हणजे जहाजाचा विस्तीर्ण डेक होतो. ते एक हवेतले व्यासपीठ ठरते. आता त्याला जहाज न म्हणता 'प्लॅटफॉर्म' म्हणतात. या प्लॅटफॉर्मवरती खोदकामाची सारी यंत्रसामुग्री असते. मग वरून खाली पाईप सोडून ते समुद्रतळावर स्वत:भोवती फिरू लागून तळाला भोके पाडीत आत घुसत जातात. त्या भोकातील दगडांचे नमुने वर घेऊन ते प्रयोगशाळेत तपासतात, तसेच त्या भोकात स्फोट घडवून कृत्रिम भूकंपलहरी निर्माण करतात. सर्व परीक्षण केल्यावर तेल शोधणाऱ्या या जहाजाचे काम संपते. पुन्हा आपले पाय वर घेऊन ते पाण्यावर तरंगते. प्लॅटफॉर्मचे जहाज होऊन ते तिथून निघून जाते. हे सारे सांगायला सोपे असले तरी अत्यंत गुंतागुंतीची प्रक्रिया

त्यात सामावली आहे. अनेक अत्याधुनिक यंत्रे, संवेदनशील उपकरणे, प्रयोगशाळा व शेकडो कर्मचारी या तरंगत्या प्लॅटफॉर्मवरती काम करत असतात. हा प्लॅटफॉर्म जहाज असताना जसा पाण्यातून पुढे जाऊ शकतो तसाच तो मागेही सरकू शकतो. कारण जहाजाच्या दोन्ही टोकांना फिरणारे पंखे असतात.

अनेक जागांची पहाणी झाल्यावर तेल मिळण्याची संभाव्य जागा एकदा निश्चित झाली की, तिथे दुसरे तसलेच जहाज येते. मात्र तेल वर काढणारे हे जहाज खूप अवाढव्य व अवजड असते. त्याला त्या विशिष्ट जागी टग बोटींकडून ओढून आणावे लागते. या जहाजाचा डेक ऊर्फ प्लॅटफॉर्म हा अतिविस्तृत असतो. त्यावर समुद्रतळाला भोके पाडत जाणारी यंत्रे, उंच डेरिक मनोरे, यारी, हेलिकॉप्टरचा तळ, कर्मचाऱ्यांच्या रहाण्याच्या खोल्या वगैरे अनेक गोष्टींची गर्दी झालेली असते. याही जहाजाला पाय असतात. आकाशात उंच चढलेले पाय खाली सोडून समुद्रतळावर पक्के टेकवले जातात. ते पाय तरीही जहाजातून निघून उंच गेलेले असतात. त्या खांबांवर सारा प्लॅटफॉर्म वर चढत समुद्रपृष्ठापासून हवेत पन्नास फूट जातो. अशा रीतीने तो एक हवेतला प्लॅटफॉर्म बनतो. मग वरून समुद्रतळाला पोहोचणारे व खोदकाम करणारे पाईप सोडून भोके पाडण्याचे काम चालू होते. ती भोके पृथ्वीच्या पोटातील तेलाच्या थरापर्यंत पोहोचली की, आतील तेल उसळून पाईपमधून वर येऊ लागते. अशा रीतीने समुद्रावरती एक तेलविहीर काम करू लागते. या तेलविहिरीला 'जॅक-अप सिस्टिम' असेही म्हणतात. तेल बाहेर काढणाऱ्या या यंत्रसामुग्रीला ऑईल रिग (Oil rig) असेही म्हणतात. या तेलविहिरीचे पाय समुद्रतळाला पक्के जखडावे लागतात. मात्र वादळी हवामानात, खवळलेल्या समुद्रात तेल बाहेर काढण्याचे काम थांबवावे लागते. पृथ्वीवर पसरलेल्या खंडांची जमीन ही समुद्राकडून काही प्रमाणात आक्रमण केलेली आहे. त्यामुळे किनाऱ्यांचा उतार तसाच पाण्यात आत शंभरएक मैलांपर्यंत गेलेला असतो. त्याला 'सागरमग्न खंडभूमी' असे म्हणतात. या तेलविहिरी याच भागात, पण किनाऱ्यापासून फार दूर न जाता काम करू शकतात. हा भाग सुमारे ६०० फूट खोल असतो. सागरमग्न खंडभूमीचा उतार संपवून एकदम जो तीव्र उतार समुद्रात सुरू होतो, त्याला 'खंडान्त उतार' म्हणतात. त्या उतारावर तेलविहिरी सहसा उभ्या करता येत नाहीत. थोडक्यात, या तेलविहिरी सागरमग्न खंडभूमीच्या भागातील उथळ समुद्रातच शक्यतो तेल उत्खननाचे काम करत असतात. हा भाग संपून जिथे खोल समुद्र सुरू होतो, तेथवर भूमिखंडे पसरलेली आहेत, असे मानतात. इंग्लंड व स्वीडन यांच्यामध्ये असलेल्या 'नॉर्थ सी' नावाच्या समुद्रात विस्तृत अशी सागरमग्न खंडभूमी आहे. तिथे मोठ्या प्रमाणात अशा तेलविहिरींमधून तेल बाहेर काढले जाते. मात्र अन्यत्र असलेल्या ठिकाणांपेक्षा येथला समुद्र तसा बऱ्यापैकी खोल आहे. येथील

सरासरी खोली ही ४५० फूट आहे. पण यापेक्षा जास्त खोली असेल तर तेलविहिरीचा खर्च एवढा वाढतो की, मग येथे तेल बाहेर काढणे फायद्यात जात नाही. तरीही कॅलिफोर्नियाजवळील ८०० फूट खोलीच्या समुद्रात तेलविहिरी उभ्या करण्याची धडपड अजूनही अमेरिकेत चालू आहे. या तेलविहिरींच्या सुरक्षिततेचे सर्व घटक अद्याप ठाऊक झालेले नाहीत. 'नॉर्थ सी'मधील दोन तेलविहिरी काही अज्ञात कारणांमुळे नष्ट झाल्या होत्या. यासाठी तेलविहिरींची रचना, धातूचे सांगाडे, धातूच्या पायांमधले बारीकसारीक दोष हे फार काळजीपूर्वक ध्यानात घ्यावे लागतात.

आणखी एक तिसऱ्या प्रकारची तेलविहीर ऊर्फ प्लॅटफॉर्म आहे. त्याला Tension Leg Drilling/Production Platform ऊर्फ TLP असे म्हणतात. ह्या तेलविहिरीचा डेक किंवा वरचा पृष्ठभाग हा अत्यंत विस्तृत, म्हणजे एका फुटबॉल मैदानाएवढा असतो. त्याचा आकार समभुज त्रिकोणासारखा असतो. डेक हा पोलादी पृष्ठभागाचा नसून तो फेरो-काँक्रिटचा असतो. एका डच कंपनीने त्याची रचना केलेली आहे. हा त्रिकोणी फेरो-काँक्रिटचा पृष्ठभाग किंवा डेक तीन अवाढव्य पायांवर पाण्यात उभा असतो. जितके पाणी खोल तितकी त्या तीन पोलादी पायांची लांबी व वजन जास्त भरते. त्यामुळेही काही धोके निर्माण होऊ शकतात; परंतु हे तिन्ही पोलादी पाय एकमेकांना आडव्या व तिरप्या पोकळ पाईपांनी जोडलेले असतात. पोकळ पाईप हे अर्थातच पाण्यात तरंगू पहातात. अशा रीतीने पाण्यात बुडालेल्या संपूर्ण रचनेचे वजन कमी करता येते. ते एवढे कमी करतात की, ती सारी महाकाय रचना पाण्यात न बुडता वर येऊ पहाते. मग प्रत्येक पायापासून तीन-तीन पोलादी दोर निघून ते समुद्रतळाला पक्के जखडून टाकतात. वर जाऊन तरंगू पहाणारे ते तीनही राक्षसी पाय आता एकूण नऊ पोलादी दोरांमुळे आहे तिथेच थांबतात. शिवाय ते पोलादी दोरही यामुळे नेहमी ताणलेल्या अवस्थेत रहातात. परिणामी संपूर्ण रचनेला एक स्थैर्य लाभते. शिवाय समुद्रतळाखालच्या भूकंपाचा या तेलविहिरीवर अजिबात परिणाम होत नाही. पाण्यापासून तो प्लॅटफॉर्म एवढा उंच ठेवलेला असतो की, वादळी हवामानात कितीही उंच लाटा उसळल्या तरी त्या तेथवर पोहोचत नाहीत. स्थिर, पक्क्या केलेल्या पायावर अथवा खांबांवर उभ्या असलेल्या तेलविहिरींपेक्षा या तेलविहिरी दुप्पट-तिप्पट खोल पाण्यात आपले लांब पाय सोडून उभ्या राहू शकतात. कारण आता त्यांच्या वजनाचा प्रश्न निकालात काढला गेला. त्यामुळे जिथे अन्य तेलविहिरी काम करू शकत नाहीत अशा खंडान्त उतारावरही या तेलविहिरी आपले पाय सोडून उभ्या राहू शकतात. अन्य तेलविहिरींवर समुद्राच्या पाण्याच्या हालचालींचा परिणाम झाल्याने त्या हलू शकतात, डोलू शकतात. पण या TLP तेलविहिरीच्या बाबतीत मात्र तसे होत नसल्याने यावरील काम कधीच बंद पडत नाही. पृथ्वीच्या पोटातील तेल वर ओढून घेण्याचे

*काम अविरतपणे रात्रंदिवस चालू राहू शकते. अन्य विहिरी एखाद्या ठिकाणी पक्क्या केल्या की, नंतर उखडून दुसरीकडे नेता येत नाहीत. ही तेलविहीर मात्र प्रत्येक पायाच्या तीन-तीन पोलादी दोराच्या बेड्या सोडवल्या की, दुसरीकडे सहज हलवता येते. तसेच योग्य ठिकाणावर जाऊन आपले बस्तान बसवण्यासाठी इतर तेलविहिरींना जो मोठा खर्च येतो तो येथे अगदीच नगण्य असतो.*

*अशी ही अवाढव्य, राक्षसी व महाकाय आकाराची TLP तेलविहीर अत्यंत किफायतशीर असते.*

*या कादंबरीतील तेलविहीर अशीच आहे. तिचे नाव आहे 'सीविच'.*

***ॲलिस्टर मॅक्लीन, १९७७***

# १

'विच' (Witch) शब्दाचे अर्थ चेटकीण, चटकचांदणी वगैरे आहेत. त्या टीएलपी तेलविहिरीचे नाव Seawitch असे तिच्या मालकाने ठेवले होते. ते अर्थातच चांगल्या अर्थाने. ती अवाढव्य तेलविहीर ही रात्रीच्या अंधारात असंख्य दिव्यांनी अशी झगमगून उठे की, ते खरोखरीच समुद्रावर उतरलेले एक नक्षत्र वाटे. लांबून पहाणाऱ्यावर त्याची भुरळ पडे, मोहिनी पडे. खरे म्हणजे तिला समुद्रमोहिनी असे म्हणायला काय हरकत होती? परंतु 'सीविच' नावात जो दरारा होता, तो अन्य कोणत्याही नावात नव्हता. काही लोकांना तर ती एक खरोखरीच चेटकीण वाटे. ते त्या तेलविहिरीवर मनातून जळफळत असत. त्यांच्या तोंडून त्याबद्दल नेहमी विखारी बोलणेच बाहेर पडे. त्याला कारण त्या तेलविहिरीचा मालक 'लॉर्ड वर्थ'! तो त्यांचा स्पर्धक होता. त्या महाकाय तेलविहिरीसारखीच त्याची संपत्तीही मोजदाद करता येणार नाही एवढी अफाट होती. म्हणून त्याची स्पर्धक मंडळी त्याला अनेकदा 'मल्टि-मिलिओनेअर' असे न म्हणता 'बल्टि-मिलिओनेअर' असे म्हणत. 'वर्थ हडसन ऑईल कंपनी'चा मालक व चेअरमन लॉर्ड वर्थ हा त्या तेलविहिरीचा, समुद्रमोहिनीचा किंवा 'सीविच'चा एकमेव मालक होता.

टॅहो सरोवराच्या काठी वसलेल्या एका छोट्या गावातील एका बंगल्यात ती दहा माणसे जमली होती. तेही आपापल्या तेल कंपन्यांचे मालक होते. म्हणजेच लॉर्ड वर्थचे स्पर्धक होते, अन् शत्रूही होते. त्या नामवंत मंडळींची ही छोटी सभा त्या गावातील वृत्तपत्रात कोठेही छापून आली नव्हती. शिवाय त्या गावात पर्यटक मंडळी इतकी येत असत, की या प्रतिष्ठित माणसांच्या आगमनाची दखल कोण घेत बसणार. शिवाय आत्ताची त्यांची सभा किंवा बैठक ही अधिकृत नव्हती, अनौपचारिक होती, पण गंभीर होती. जेव्हा कोणी लॉर्ड वर्थ यांच्या नावाचा उल्लेख करे तेव्हा तिथे एकदम गंभीर शांतता पसरे. एवढा त्या नावात दबदबा भरलेला होता.

ते सर्वजण जगाच्या विविध ठिकाणच्या भागातील आपापल्या तेल साम्राज्याचे राजे-महाराजे होते. तर लॉर्ड वर्थ हा तेलसम्राट होता. त्यांची ही बैठक गुप्त राहिली

होती. त्याची दोन कारणे होती. कारण प्रत्येकजण वेगवेगळा आला होता. काही जणांनी आपापल्या बायका बरोबर आणल्या होत्या. त्यामुळे जनतेचे त्यांच्याकडे लक्ष वेधले गेले नव्हते. सध्या सरोवराच्या काठी उन्हाळी जत्रा भरत असल्याने जगाच्या निरनिराळ्या भागांतून पर्यटक तिथे येत. त्यात या तेल साम्राज्याच्या राजांचे आगमन छपून गेले होते. दुसरे कारण म्हणजे त्यांनीच आपले येणे हे कमालीचे गुप्त ठेवले होते. आजचा दिवस होता शुक्रवार! अन् तारीख होती १३. म्हणजे एक प्रकारचा अशुभ योग असलेला हा दिवस. निदान काही अंधश्रद्ध माणसांच्या दृष्टीने तरी!

ते नऊजण होते व त्यांचा यजमान हा दहावा होता. त्यातले चौघेजण अमेरिकी होते. पण त्यातले दोघेजणच लक्षात घेण्याजोगे होते. कोरल ह्याच्या अमेरिकेतील फ्लोरिडा राज्यात तेलविहिरी व खनिजांच्या खाणी होत्या. त्या त्याने लीजवर देऊन चालवल्या होत्या, तर बेन्सन याच्या दक्षिण कॅलिफोर्नियात तेलविहिरी होत्या.

बाकीच्या सहाजणातील दोघेजण असेच मातब्बर होते. एकजण व्हेनेझुएला या दक्षिण अमेरिकेतील देशातून आला होता आणि दुसरा रशियातून आला होता. या रशियन माणसाला अमेरिकेच्या तेल पुरवठ्यात फारसा रस नव्हता. त्याला फक्त आजच्या बैठकीत भाग घेऊन अमेरिकेतील तेलाच्या बाजारात जास्तीत जास्त गोंधळ कसा उडवून देता येईल, यातच जास्त रस होता, असे बाकीचे धरून चालत होते. अन् त्यांचा तर्क तसा फारसा चुकीचा नव्हता.

ते दहाहीजण कमी-अधिक प्रमाणात अमेरिकेला तेलपुरवठा करत होते. त्यांच्यात एकच सामाईक बाब होती. ती म्हणजे, आपल्या तेलाची किंमत घसरू नये म्हणून ते सर्वजण नेहमी जागरूक असायचे. जागतिक बाजारपेठेतील तेलाच्या किमतीच्या चढउतारावर त्यांच्या हृदयांची स्पंदने कमी-अधिक होत रहात.

आत्ता ते ज्या घरात जमले होते ते आलिशान घर बेन्सन याच्या मालकीचे होते. त्याची अनेक घरे व बंगले होते. फक्त विश्रांतीसाठी अधूनमधून तो इथल्या आलिशान बंगल्यात येऊन रहात असे. येथेच त्याने आपल्या व्यवसायबंधूंची बैठक बोलावली होती.

त्याने आता बैठकीला सुरुवात करण्यासाठी म्हटले, "जंटलमन, आपल्या चर्चेला सुरुवात करण्यापूर्वी मी आपणा सर्वांना असे विचारतो की, या चर्चेत भाग घेण्यासाठी मी एका नवीन व्यक्तीला हजर राहू देऊ का? ही व्यक्ती आपल्यासारखी या व्यवसायातली नाही की, ती लॉर्ड वर्थ यांचे प्रतिनिधित्व करत नाही. त्या व्यक्तीला येथे हजर राहू देण्यास कोणाची काही हरकत आहे काय?"

हरकत? अर्थातच होती! तिथे जमलेल्या प्रत्येकाची हरकत होती! नुसती हरकत नाही, तर तीव्र हरकत होती! थोडा वेळ सारेजण त्याबद्दल आपापसात

बोलत, आक्षेप घेत, निषेध व्यक्त करत गोंधळ करत राहिले.

तो रशियन, बोरोसॉफ त्याचे नाव, म्हणाला, "नाही! अजिबात नाही! अनोळखी व्यक्तीने येथे हजर रहाणे हे फार धोक्याचे आहे." मग आपली दृष्टी सर्वांवरून सावधपणे फिरवित तो पुढे म्हणाला, "खरे सांगायचे तर त्या विषयासाठी आपण जमलेले लोक मुळातच जरुरीपेक्षा जादा जमलो आहोत."

बेन्सन हा नुसताच एका ब्रिटिश तेल कंपनीचा प्रमुख नव्हता. त्याला आपली कंपनी कशी चालवायची याचे पूर्ण व्यावहारिक भान होते. म्हणून तर त्याची तेल कंपनी युरोपातील सर्वांत मोठी तेल कंपनी ठरली होती.

तो म्हणाला, "बोरोसॉफ, तुमच्या डोक्यात काहीतरी बारीकसा संशयाचा किडा वळवळतो आहे. तेव्हा कोणावर तुमचा संशय आहे त्याचे नाव सांगता का?" यावर बोरोसॉफ काहीही बोलला नाही. तो मुकाट्याने समोर पहात बसला. बेन्सन पुढे म्हणाला, "जंटलमन, एक गोष्ट लक्षात असू द्या की, आजच्या आपल्या बैठकीचे उद्दिष्ट हे 'सध्याच्या तेलाच्या किमती स्थिर कशा राखता येतील' हे आहे. तेल उत्पादक युरोपीय देशांनी, ओपेकने आता आपल्या तेलाच्या विक्रीच्या सर्व किमती वाढवायचा विचार चालवलेला आहे. त्यामुळे इथे अमेरिकेत फारसे नुकसान होणार नाही म्हणा. त्यांनी जर आपल्या किमती वाढवल्या तर आपणही आपल्या किमतीत तेवढीच वाढ करू. मग आपले वाढीव दर जनतेला स्वीकारावे लागतील."

यावर एकजण आपला सौम्य निषेध प्रगट करत म्हणाला, "मला वाटते की, तुमचे हे म्हणणे जरासे अनैतिक व कठोर आहे. एरवी असाच आरोप तुम्ही आमच्यावर करत असता."

"वास्तवता व कठोरता यात फरक असतो. जोपर्यंत वर्थ हडसन हे आपल्या किमतीमध्ये वाढ करत नाही तोपर्यंत कोणालाही तेलाच्या किमती वाढवता येणार नाही. आधीच त्यांनी आपले बरेच मार्केट खाऊन टाकले आहे. त्यामुळे आपल्या विक्रीत थोडीशी जरी घट झाली तरी त्याचा चिमटा आपल्याला बसतो. जर आपल्या तेलाच्या किमती आपण वाढवल्या आणि वर्थ यांनी त्यांच्या तेलाच्या किमती तशाच ठेवल्या तर हाच चिमटा आपल्याला आणखी जोरदार बसेल, अन् जर त्यांनी आणखी टीएलपी तेलविहिरी बसवल्या तर मग आपण चांगलेच मार खाऊ. आपल्याबरोबर ओपेक देशांनाही त्याचा फटका बसेल. कारण मग सारे जग फक्त वर्थ यांचेच तेल खरेदी करू लागेल." एवढे बोलून बेन्सन थोडेसे थांबले. आपण मांडलेल्या मुद्द्याचा काय परिणाम होतो आहे हे त्याने अजमावले व तो पुढे बोलू लागला, "आपण सर्व तेल उत्पादकांनी मिळून एक सभ्य संकेत पाळला आहे की, आपण आंतरराष्ट्रीय पाण्यात कधीही तेल उत्पादन करायचे नाही. आपापल्या

देशाच्या सरहद्दीत जेवढा समुद्र अंतर्भूत होतो तेवढ्याच क्षेत्रातील तेल आपण वर काढीत आलेलो आहोत. कायदेशीर व आंतरराष्ट्रीय मान्यता मिळालेल्या क्षेत्रातीलच तेलखाणींमधून आपण उत्खनन करत आलेलो आहोत. नीतिमत्ता, कायदा व संकेत यांचे आपल्याकडून पालन होते आहे; परंतु यांचे पालन केले नाही तर, राजनैतिक, राजकीय व आंतरराष्ट्रीय पातळीवर झगडे होणे हे चालते. यात राजकीय दडपण, दबाव व हिंसाचार यापासून सरळसरळ सशस्त्र हल्ले समाविष्ट आहेत. वास्तवता ही अशी आहे. असे समजा की, 'अ' नावाच्या एका राष्ट्राने – अनेक राष्ट्रांनी जसे केले आहे तसे – आपली सागरी मर्यादा बेधडक आपल्या किनाऱ्यापासून समुद्रात १०० मैल आत अशी एकतर्फीच जाहीर केली आहे. मग 'ब' या राष्ट्राने आपल्या सागरी हद्दीबाहेर तीस मैल समुद्रात जाऊन उत्खनन सुरू केले. त्यानंतर असे समजा की, पहिल्या 'अ' या राष्ट्राने आता आपली सागरी हद्द ही १५० मैलांपर्यंत जाहीर केली. पेरू या देशाने आपली सागरी हद्द ही २०० मैलांपर्यंत जाहीर केली आहे हे विसरू नका. आता 'अ' आणि 'ब 'राष्ट्रांत तेल उत्खननाची स्पर्धा सुरू झाली, तर काय होईल याची नुसती कल्पना करा. किती संघर्ष माजेल व केवढा हाहाकार उडेल याची नुसती कल्पनाच केलेली बरी.''

बेन्सन थोडासा थांबला. सर्वजण आपले भाषण लक्षपूर्वक ऐकत आहेत याची त्याने खात्री करून घेतली व तो पुढे बोलू लागला, ''तर सांगायचा मुद्दा असा की, सर्वजण काही सभ्य, सज्जन व सुसंस्कृत नसतात. 'वर्थ हडसन ऑईल कंपनी'चा चेअरमन, लॉर्ड वर्थ आणि त्याचे घातक असे संपूर्ण संचालक मंडळ हे पहिलेच असे संचालक मंडळ असेल की, जे आपण सुसंस्कृत नसल्याचे आपल्या कृतीने व निर्णयाने बेधडक सुचवित आलेले आहे, अन् ते तसे अजिबात सुसंस्कृत नाही, ही गोष्ट त्यांची सर्व स्पर्धक मंडळीही मान्य करतात. तसेच 'आपण कसलाही गुन्हा करत नसल्याने गुन्हेगार नाही,' असेही ते तेवढ्याच बेधडकपणे सांगतात. ही गोष्ट खरी असो वा नसो, पण आता मात्र ती खरी आहे असे वाटू लागले आहे.''

पुन्हा एकदा क्षणभर थांबून खोलवर श्वास घेऊन बेन्सन म्हणाला, ''थोडक्यात, लॉर्ड वर्थ यांनी दोन गंभीर गुन्हे केलेले आहेत. पहिला गुन्हा हा सिद्ध करता येण्याजोगा नाही, तर दुसरा गुन्हा नैतिकदृष्ट्या जरी केलेला असला तरी तो काटेकोरपणे कायद्यात बसणारा नाही. जो गुन्हा तसा कोणाला किरकोळ वाटेल, तो गुन्हा म्हणजे लॉर्ड वर्थ यांनी एक नवीन टीएलपी तेलविहीर ही खुल्या समुद्रात, आंतरराष्ट्रीय सीमेपार उभी करण्यास सुरुवात केली आहे. ह्या तेलविहिरीचे नकाशे हे प्रथम मोबिल ऑईल कंपनीने स्वत:साठी तयार केलेले होते. त्याचे आराखडे चोरले गेले, हे साऱ्या तेल उद्योगात केव्हाच ठाऊक झाले होते. ते आराखडे तेलविहिरीच्या प्लॅटफॉर्मचे होते, तर तेलविहिरीचे पाय आणि तळाच्या केबलने

जोडल्या जाणाऱ्या पक्क्या जोडणीचे आराखडे हे शेव्हरॉन ऑईलफिल्ड रिसर्च कंपनीमधून चोरले गेले होते. पण आपणा सर्वांना ठाऊक असलेल्या या दोन्ही चोऱ्या सिद्ध करणे अशक्य आहे. कारण एकच नवीन रचना अगर नवीन शोध हा एकाच वेळी दोन ठिकाणी किंवा अनेक ठिकाणी लागू शकतो, हे सर्वांना ठाऊक आहे. तेव्हा लॉर्ड वर्थ सहज म्हणू शकतील की, आम्ही आमचे संशोधन हे गुप्तपणे केलेले असून, इतरांच्या आधी ते प्रत्यक्षात उतरवून दाखवले आहे.''

बेन्सनचे हे म्हणणे अगदी योग्य होते. *सीविच* तेलविहिरीची रचना निर्माण करताना लॉर्ड वर्थने 'खास जवळचे मार्ग' अवलंबिले होते. त्याच्या मते, *आपले मार्ग हे जरी बेकायदेशीर असले तरी त्यात काय बिघडले? संकुचित दृष्टिकोनाची माणसे फार तर हे मार्ग तत्त्वहीन, अवैध, सदसद्विवेकबुद्धीची कास सोडणारे, असले काहीतरी ठरवतील. ठरवू देत! त्यामुळे माझे थोडेच काही बिघडते?* कर वाचवण्यासाठी त्याने जवळच्या जुन्या मित्रांना कमी पगारावर ठेवले होते. त्यामुळे एखाद्या बुद्धिमान संघाकडून होणारे काम त्यांना थोडेच जमणार होते! रचनात्मक कार्यासाठी असे कमी प्रतीचे लोक उपयोगाचे नसतात. मग त्यांचे सर्व मेंदू एकत्र जोडले तरी फारसे किती साध्य होईल? त्या सगळ्यांनी मिळून एखादी साधी वल्हे मारून चालवता येणारी नाव जरी निर्माण करून दाखवली तरी खूप झाले. त्यांना तेही जमणार नव्हते हे निश्चित! म्हणून तर ते कमी पगारावर काम करण्यास तयार झाले होते. त्यामुळे फार मोठा कर वाचत होता. पैसे वाचवणे हा उद्देश एकदा धरला की, मग काय वाटेल ते करून आपली कामे करून घेणे हे आलेच. 'काय वाटेल ते' यामध्ये दुसऱ्या कंपन्यांचे आराखडे चोरणे हेही आलेच. लॉर्ड वर्थची व्यावहारिक नीतिमत्ता अशी होती. त्यामुळेच तो प्रत्येक बाबतीत त्याच्या व्यावसायिक स्पर्धकांना मागे टाकीत होता.

व्यवसायासाठी 'वाटेल ते मार्ग' अवलंबण्याचे धोरण त्याने ठरवल्याने त्याला थोड्या कालावधीत भरपूर पैसा मिळवता आला. आता लॉर्ड वर्थ हा एक अति अतिश्रीमंत माणूस झाला होता. त्याचे सारे स्नेही हेही अत्यंत श्रीमंत होतेच, पण आपापल्या क्षेत्रात ते अत्यंत मातबर होते. अर्थातच ते सारे तेल व्यवसायातले नव्हते हे उघडच होते. त्याने त्यांच्याशी जाणीवपूर्वक मैत्री केली होती. शिवाय त्यांचे एक सामाईक वैशिष्ट्य म्हणजे औद्योगिक हेरगिरी करून माहिती काढण्यात ते निष्णात होते. मग भले त्या कृत्यांना कोणी 'चोरी' असे नाव दिले तरी हरकत नाही. अफाट संपत्ती लॉर्ड वर्थच्या पायाशी असल्याने कोणत्याही कंपनीमधील कोणतीही गुप्त माहिती तो सहज मिळवू शकत असे. 'गोपनीय' हा शब्द त्याच्या शब्दकोशात नव्हता. त्या दोन कंपन्यांच्या अवजड तेलविहिरीचे आराखडे, नकाशे, इत्यादी त्याने अगदी सहज हस्तगत केले होते. मग त्याने ती सारी कागदपत्रे

सागरविज्ञानातील रचना करण्यात निष्णात असणाऱ्या एका फर्मकडे सुपूर्द केली. त्यासाठी त्याने त्यांची भली मोठी फी त्यांना आगाऊ देऊन टाकली. त्या दोन तेलविहिरींचे आराखडे अभ्यासून त्या दोन्हीतील गुणधर्म व वैशिष्ट्ये असणाऱ्या एका तिसऱ्याच तेलविहिरीचे आराखडे बनवण्यास त्या फर्मला मग फारसा वेळ लागला नाही. शिवाय त्यांनी त्यात आणखी नवीन सुधारणा अशा काही केल्या की, त्याचे पेटंट, बौद्धिक स्वामित्व अधिकार हे त्या मूळच्या दोन्ही कंपन्यांना घेताच येऊ नयेत.

बेन्सन पुढे सांगत गेला, ''पण मला ज्या गोष्टीची चिंता वाटते त्याच गोष्टीची तुम्हालाही तशी चिंता वाटत असणार. ती चिंता म्हणजे आपणा सर्व व्यावसायिकांचा ठरलेला संकेत लॉर्ड वर्थ यांनी मोडला आहे. तो संकेत म्हणजे, 'आपण कोणीही, कधीही आंतरराष्ट्रीय पाण्यात जाऊन तिथे तेलविहिरी उभ्या करून तेलाचे उत्पादन करायचे नाही' हा तो संकेत! लॉर्ड वर्थ याने हा संकेत मोडला, भंग केला, पार पायदळी तुडवला.'' एवढे बोलून बेन्सन थांबला व प्रत्येकाच्या चेहऱ्यावरचे भाव निरखून पाहू लागला. सर्वांच्या चेहऱ्यावर पुरेसे गांभीर्य पसरलेले होते. मग तो बोलू लागला, ''कोणत्याही तेल उत्पादकाने आपल्या देशाची समुद्रसीमा ओलांडून आंतरराष्ट्रीय समुद्रात जाऊन तिथे तेल उत्पादन करू नये, याचा जो एक सर्व तेल उत्पादकांत अलिखित करार झाला होता, तो करार लॉर्ड वर्थ यांनी धुडकावून लावला आहे. जंटलमन, सर्व दृष्टीने पाहिले तर ही एक गंभीर गोष्ट आहे, दखलपात्र आहे व त्याकडे आपण नुसते हात चोळत स्वस्थ बसून पहात रहाणे योग्य नाही. लॉर्ड वर्थ हे जे अतिलोभापोटी मूर्खपणाचे कृत्य करत आहेत त्याचा परिणाम काहीही होऊ शकतो. अगदी तिसऱ्या महायुद्धाची ठिणगी पडण्यातही त्याचा परिणाम होऊ शकेल हे ध्यानात घ्या. आपणा सर्वांच्या हितसंबंधांची बाब एक वेळ बाजूला ठेवा; परंतु मानवजातीच्या हितासाठी तरी जगातील सर्व देशांच्या सरकारांनी यामध्ये हस्तक्षेप केला पाहिजे. त्यांनी जर तसे काही केले नाही, लॉर्ड वर्थ यांना थोपवले नाही, तर मग नाइलाजाने ते काम आपल्याला करावे लागेल. मी हे अत्यंत गंभीरपणे बोलतो आहे हे लक्षात घ्या. आपणा सर्वांच्या हितसंबंधांची जपणूक करण्यापेक्षाही केवळ आंतरराष्ट्रीय संघर्षाचा भडका उडू नये म्हणूनही लॉर्ड वर्थ यांना थोपवणे, त्यांचा तो आंतरराष्ट्रीय पाण्यातील तेल उपसण्याचा प्रकल्प बंद पाडणे हे आपले एक कर्तव्य आहे. अजूनही सरकारकडून त्या प्रकल्पाविरुद्ध कसलीही हालचाल होत नसल्याने शेवटी आपल्यालाच पुढाकार घ्यावा लागणार आहे. आपण आपली ही जबाबदारी, हे कर्तव्य टाळू शकत नाही. काय वाटेल ते करून त्या वेड्या माणसाचे कृत्य आपण थोपवले पाहिजे, त्याचा प्रकल्प बंद पाडला पाहिजे. आंतरराष्ट्रीय पाण्यात तेलाचे उत्खनन करण्यातील धोके फक्त

आपण ओळखले आहेत. तेव्हा आपण आपले सारे तांत्रिक कौशल्य वापरून लॉर्ड वर्थला थांबवले पाहिजे आणि तसे करण्यात तुम्ही सारेजण सहमत आहात, असे मी धरून चालतो.''

त्या खोलीत बसलेल्या प्रत्येकाने होकारार्थी आवाजात आपली संमती दिली. काही क्षण तिथे आपसात बोलणी सुरू होऊन थोडासा कोलाहल झाला. आपल्या हितसंबंधांचे रक्षण करण्यापेक्षा अखिल मानवजातीवर काही उपकार करायचे असतील तर त्यासाठी नैतिक समर्थन फार झटपट करता येते. व्हेनेझुएला देशातील त्या तेल उत्पादकाने बेन्सनकडे स्मितहास्य करत पाहिले. त्याच्या चेहऱ्यावर थोडासा उपहास प्रगट झाला होता. तो स्वत: एक कट्टर कॅथॉलिक होता. चर्चमध्ये शिरतानाही त्याच्या चेहऱ्यावर तेच स्मितहास्य नेहमी तरळत असे. तो म्हणाला, ''मिस्टर बेन्सन, आपण जे काही करणार आहोत त्याबद्दल तुमचा पक्का विचार झालेला दिसतो आहे.''

''मी यावर पूर्वीच खूप विचार करून ठेवला होता.'' बेन्सन म्हणाला.

मग रशियन बोरोसॉफ म्हणाला, ''अन् त्या वेड्या लॉर्ड वर्थला तुम्ही कोणत्या मार्गाने थोपवणार, मिस्टर बेन्सन?''

''ते मला ठाऊक नाही.''

''ते तुम्हाला ठाऊक नाही?'' टेबलाच्या कडेला बसलेल्या एकाने आपल्या भुवया काही मिलिमीटर उंचावत बेन्सनला विचारले. त्या भुवया किंचित उंचावणे म्हणजे त्याला एखादी गोष्ट नापसंत असल्याचे चिन्ह होते. तो पुढे म्हणाला, ''मग तुम्ही एक नोटीस काढून आम्हाला येथे एवढ्या लांबून येण्यास का फर्मावले?''

''मी कोणालाही फर्मावले नाही, की तसा हुकूम सोडला नाही,'' बेन्सन शांत आवाजात बोलू लागला, ''मी फक्त आपल्या सर्वांना येथे येण्याची विनंती केली होती. तशीच विनंती मी आपल्याला अशी करतो की, आपण आता विचारविनिमय करून कोणती कृती करायची ते ठरवू या.''

''कोणती कृती?''

''पुन्हा मी तेच सांगतो. ती कृती कोणती असेल हे मला ठाऊक नाही; तसेच तुम्हालाही ते ठाऊक नाही. म्हणून तर आपण त्यासाठी येथे जमून काय करायचे ते ठरविणार आहोत.''

यावर ज्यांच्या ज्यांच्या भुवया वर चढल्या होत्या, त्या आता खाली आल्या. एका व्यक्तीचे ओठ किंचित हलत होते. बहुतेक तो आता हसणार असावा. त्याने विचारले, ''आपण ती कृती करणार नसून कोण्या त्रयस्थ माणसाकडून करवून घेणार आहोत काय?''

''अंऽऽ होय!''

"त्या त्रयस्थाला काही नाव-गाव आहे की नाही?"

"क्रॉन्काईट! जॉन क्रॉन्काईट हे त्याचे नाव आहे."

बेन्सनने ते नाव उच्चारताच जमलेल्यांमध्ये आपसात हलक्या आवाजात चर्चा सुरू झाल्या. उघड हरकती घेणारे आता गंभीरपणे त्या मार्गाबद्दल चर्चा करू लागले. बहुतेकांच्या माना शेवटी शेवटी होकारार्थी हलू लागल्या होत्या. त्यांना त्रयस्थाकडून काम करवून घेण्याचा मार्ग पसंत पडू लागला होता. एक बेन्सन सोडला तर त्यांच्यापैकी कोणीही जॉन क्रॉन्काईट या व्यक्तीला भेटले नव्हते; परंतु त्याचे नाव तिथे जमलेल्या सर्वांना ठाऊक होते. त्यांना ते नाव अगदी स्वत:च्या घरचे वाटत होते. तेल उत्पादनाच्या व्यवसायात जॉन क्रॉन्काईट हे नाव म्हणजे एक दंतकथा होऊन बसले होते, एवढे ते महत्त्वाचे होते. आपल्याला कोणत्याही क्षणी या माणसाची सेवा घ्यावी लागेल याची प्रत्येक तेल उत्पादकाला खात्री पटलेली होती. क्रॉन्काईटच्या सेवेला पर्याय नव्हता, तुलना नव्हती, तोड नव्हती; परंतु त्याचबरोबर तशी सेवा घेण्याची आपल्यावर कधीही पाळी येऊ नये म्हणूनही तिथला प्रत्येकजण मनात नेहमी प्रार्थना करत असे.

जेव्हा तेलविहिरीला आग लागते, तेव्हा ती आग विझवणे हे केवळ अशक्य असते. त्या तेलविहिरीतून उसळणाऱ्या ज्वाळा या कित्येक महिने तशाच पेटलेल्या रहात. मग तेल उत्पादनाची सारी प्रक्रिया ठप्प होऊन बसे. त्या भयानक आगीजवळ जाण्याची कल्पनाही कोणी करू शकत नसे, एवढी त्या आगीची धग शेकडो फुटांवरही जाणवत असे. अशा वेळी सर्वांना परमेश्वरापेक्षा फक्त जॉन क्रॉन्काईटची आठवण येत असे. तेलविहिरीला आग लागली की, तेथून सर्वांनी दूर पळून जायचे आणि कोणीतरी जॉन क्रॉन्काईटला फोन करायचा, एवढीच गोष्ट त्यांच्या हातात होती. क्रॉन्काईटच्या कामाची तऱ्हा मात्र अजब होती. त्याला आपल्या आग विझवण्याच्या कामात कोणाचाही हस्तक्षेप चालत नसे किंवा सल्ला नको असे. त्याची आग विझविण्याची फीसुद्धा तेवढीच जबरदस्त असे. त्याचबरोबर त्याला आणण्यासाठी एक चार इंजीनचे बोईंग जेट विमान नेहमी तयार ठेवावे लागे. क्रॉन्काईटला तेलाच्या व्यवसायातील सारे बारकावेसुद्धा ठाऊक होते. त्याचे या उद्योगावर नेहमी लक्ष असे. जगात कुठेही तेलविहिरीला आग लागो, क्रॉन्काईटखेरीज ती आग कोणीही विझवू शकत नसे. शिवाय एका आगीमुळे कोट्यवधी डॉलर्सचे नुकसान होई. तेलविहिरीला लागलेली आग विझवून विहिरीचे तोंड पक्के बंद करणे याला कसलाही पर्याय नव्हता. शिवाय आग पसरल्यास आजूबाजूच्या तेल-विहिरींनाही आग लागण्याचा संभव असतो. क्रॉन्काईटचे महत्त्व यामुळेच वाढत गेलेले होते. तेलविहिरींची आग विझवण्यात त्याला हटकून यश मिळत गेल्याने त्याचा स्वभाव उद्दाम, कठोर व निर्दय बनल्यास नवल नव्हते.

होन्ड्युरास देशातील तेल उत्पादक म्हणाला, "क्रॉन्काईट यांच्याजवळचे असामान्य गुण, आगी विझविण्यात जगातील क्रमांक एकची व्यक्ती, असा तो असल्याने त्याला या भलत्याच कामात आपण का गुंतवायचे? मानवी प्रगतीला त्याचा हातभार लागत असल्याने त्याच्याकरवी लॉर्ड वर्थचा काटा काढण्याच्या कामाला मी तरी मान्यता देणार नाही."

"आपले आगी विझवायचे काम तो मनुष्यजातीवर उपकार करण्यासाठी म्हणून करत नसून केवळ पैसा, भरमसाठ पैसा मिळवण्यासाठी तो असली धाडसी कामे करत असतो. अन् मुख्य म्हणजे त्याची निवड आम्ही अशासाठी केली की, तो लॉर्ड वर्थचा द्वेष करतो." बेन्सनने खुलासा केला.

"पण केवळ एवढ्यासाठी त्याला आपण वर्थवर सोडायचे? का?"

"कारण लॉर्ड वर्थच्या एका तेलविहिरीला आग लागली असताना त्याने क्रॉन्काईटला बोलावून घेतले. त्याला आणण्यासाठी त्याने आपले खासगी बोईंग विमान पाठवले. लॉर्ड वर्थच्या मध्यपूर्वेतील एका तेलविहिरीला आग लागली होती. क्रॉन्काईटला घेऊन ते बोईंग विमान मध्यपूर्वेत गेले खरे, पण तोपर्यंत लॉर्ड वर्थच्या इंजिनियर्सनी ती आग विझवली होती आणि त्या तेलविहिरीचे तोंडही बुजवले होते. मग लॉर्ड वर्थने क्रॉन्काईटला परत पाठवून दिले. क्रॉन्काईटला मात्र हा आपला मोठा अपमान वाटला. तो खोलवर दुखावला गेला. मग त्याने एक चूक केली. त्याने आपली संपूर्ण फी मागितली. लॉर्ड वर्थने ती दिली नाही. जर आपण क्रॉन्काईटची सेवा घेतलीच नाही, तर त्याला फी का द्यायची अशी भूमिका त्याने घेतली. लॉर्ड वर्थपाशी स्कॉटिश माणसाचा कद्रूपणा होता. तो म्हणाला की, फार तर आपण क्रॉन्काईटचा जो वेळ घेतला त्या वेळेची किंमत चुकवू. पण एवढेच. अधिक काहीही देण्यास त्याने नकार दिला. क्रॉन्काईटने मग आणखी एक चूक केली. त्याने हे सारे प्रकरण कोर्टात नेले. पण लॉर्ड वर्थ ह्या माणसाच्या दिमतीला जगातील नामवंत वकिलांची फौज असताना क्रॉन्काईट कसा काय जिंकू शकत होता? खटला त्याच्याविरुद्ध तर गेलाच, शिवाय त्याला दाव्याचा खर्च लॉर्ड वर्थला देण्यास कोर्टाने भाग पाडले."

"अन् तो खर्च ही नक्कीच मोठी रक्कम असणार. हो ना?"

"किती ते मला ठाऊक नाही. पण तुम्ही म्हणता तसा अंदाज करण्यास हरकत नाही. परंतु तेव्हापासून क्रॉन्काईट हा लॉर्ड वर्थचा पक्का दुष्मन होऊन बसला आहे." बेन्सन म्हणाला.

"अन् अशा ह्या माणसाला तुम्ही काम दिल्यावर ते गुप्त कसे राहील? शिवाय सुडाने पेटलेला क्रॉन्काईट कशासाठी गुप्तता पाळेल? तो थोडीच गुप्तता पाळण्याची शपथ घेईल?"

"तसल्या वेगवेगळ्या शंभर शपथा एखादा माणूस घेईल व नंतर त्या मोडेल. तेव्हा क्रॉन्काईटला शपथ घ्यायला लावण्यात काहीही अर्थ नाही. शिवाय तो नेहमी जबरदस्त फी लावीत असल्याने एकदा त्याची फी आपण दिली की, मग त्याला आपणा सर्वांच्या इच्छेनुसार गुप्तता पाळावीच लागेल. तसेच लॉर्ड वर्थबरोबर झालेले त्याचे भांडण व तो कोर्टात त्यांच्याविरुद्ध हरल्याने त्याला जे काही करायचे असेल ते कायद्याच्या चौकटीत न सापडता गुपचूप करावे लागणार. त्याने जर गुप्तता पाळली नाही तर तोच मग धोक्यात येईल."

आता आणखी एकाने आपल्या भुवया उंचावित विचारले, "कायद्याच्या चौकटीच्या बाहेर? आपण तसले काही करण्याची जोखीम–"

"एक लक्षात घ्या. येथे आपल्याला कोणतीही जोखीम उचलावी लागत नाही." बेन्सनने सर्वांना आश्वासन दिले.

"त्या व्यक्तीची, म्हणजे तुमच्या त्या क्रॉन्काईट यांची व आमची भेट घडेल काय?" कोणीतरी विचारले.

यावर बेन्सनने आपली मान होकारार्थी हलवली. तो उठला व एका दारापाशी गेला. ते बंद दार त्याने उघडले व आतमध्ये कोणाला तरी बाहेर येण्याची खूण केली.

क्रॉन्काईट बाहेर आला व खोलीत येऊन उभा राहिला!

क्रॉन्काईट हा टेक्सास राज्यातला एक माणूस होता. अमेरिकेच्या टेक्सास राज्यातील प्रत्येक गोष्ट ही मोठी असते, भव्य असते. तिथली माणसे पण तशीच असतात. क्रॉन्काईट हा त्याला अपवाद नव्हता. सहा फुटांपेक्षा जास्त त्याची उंची होती. अंगाने तो धिप्पाड होता. त्याच्या चेहऱ्यावर अनेक रेषा व घड्या अशा काही पडल्या होत्या की, हॉलीवूडच्या चित्रपटांमधील जॉन वेन या नटाचा भास व्हावा. जॉन वेन जसा कधीही हसत नसे तसाच क्रॉन्काईटही कधी हसत नसे. मलेरियाच्या रुग्णाने जर मेपॅक्राईन गोळ्यांचा डोस जास्त घेतला तर जसा त्याचा चेहरा होतो, तसा क्रॉन्काईटचा चेहरा झाला होता. नुकताच तो इंडोनेशियाहून परतला होता. तिथल्या एका तेलविहिरीला लागलेली आग त्याने विझवली होती. आगी विझवण्यात आजवर त्याला कधीही अपयश आले नव्हते.

बेन्सन म्हणाला, "हे मिस्टर क्रॉन्काईट. अन् मिस्टर क्रॉन्काईट, हे आमचे–"

पण क्रॉन्काईटने बेन्सनला झटकून टाकीत गंभीर आवाजात म्हटले, "मला कोणाचीही नावे माहिती करून घ्यायची नाहीत."

त्याचे ते फटकन बोलणे ऐकून बऱ्याचजणांना मनात हायसे वाटले. *वा:! झकास! माणूस असावा तर असा असावा. किती आत्मविश्वास भरलेला आहे याच्यात. हाच आपले काम नक्की करणार.*

क्रॉन्काईट बोलू लागला, ''मला मिस्टर बेन्सन यांच्याकडून एवढेच कळले की, लॉर्ड वर्थ आणि *सीविच* यांच्या संदर्भातील एका बैठकीत मला भाग घ्यायचा आहे. या बैठकीचा उद्देश मिस्टर बेन्सन यांनी मला नीट समजावून सांगितला आहे. मला सारी पार्श्वभूमी कळली आहे. तेव्हा आता मला फक्त तुमच्याकडून होणाऱ्या सूचना, कल्पना व अपेक्षा हे ऐकायचे आहे.'' एवढे बोलून क्रॉन्काईट खाली बसला. त्याने खिशातून एक जाडजूड सिगार बाहेर काढला व तो पेटवून त्याचे झुरके तो मारू लागला. त्या सिगारच्या धुराला चमत्कारिक वास येत होता. पण आपल्या धूम्रपानाने इतरांना त्रास होतो आहे याची त्याला पर्वा नव्हती. येथे गरजू तो नव्हता, तर बाकीचे सारे गरजू होते. आता कोण काय बोलेल त्याची तो वाट पाहू लागला.

नंतरचा अर्धा तास क्रॉन्काईट हा शांतपणे बसून त्या सर्वांची चर्चा ऐकत होता. जगातील सर्वांत श्रीमंत वर्तुळातील तेल व्यवसायातील ती दहा माणसे आता चर्चा करू लागली. त्यांची ती बडबड ऐकून कोणालाही ती माणसे मूर्ख जरी वाटली नाही, तरी ती पोरकट व हास्यास्पद विचार करणारी माणसे आहेत, असे नक्की वाटेल. तेच तेच मुद्दे, परत फिरून आपल्या मूळच्या मतावर जाणे, दोन्ही विरोधी मते मानणे, वगैरे चमत्कारिक प्रकार त्यांच्या बोलण्यातून प्रगट होत होते.

एकजण म्हणत होता, ''प्रथम आपण हे ठरवू या की, लॉर्ड वर्थ यांचा नक्षा उतरवताना, त्यांना चांगली अद्दल घडवताना कोणताही हिंसाचार होता कामा नये. हे मान्य आहे सर्वांना?''

यावर सर्वांनी आपापल्या माना डोलवून आपली संमती दिली. प्रत्येकाला त्याच्या व्यवसायातून एक सामाजिक प्रतिष्ठा लाभली होती. ती प्रतिष्ठा व पत गमावणे हे त्यांना आवडण्याजोगे नव्हते. ते आपापसात चर्चा करण्यात, वादविवाद करण्यात, मते मांडण्यात गुंग होऊन गेले होते. प्रत्येकजण आपापल्या डोक्यातून काही ना काही कल्पना काढून पुढे मांडत होता. लगेच बाकीची माणसे ती कल्पना खोडून काढण्यात पुढाकार घेत होती; परंतु या वादविवादात क्रॉन्काईटकडे कोणाचेही लक्ष गेले नव्हते. कसलीही हालचाल न करता तो एखाद्या थडग्यासारखा स्तब्ध बसून राहिला होता. फक्त अधूनमधून तो आपली सिगार उचलून एक झुरका मारे व तोंडातून धुराचा एक मोठा लोट हवेत सोडून देई.

'कोणत्याही प्रकारचा हिंसाचार घडू द्यायचा नाही' हे सर्वांनी एकमताने मान्य केल्यानंतर मात्र त्यांच्यात कोणत्याच मुद्द्यावर एकमत होईना.

शेवटी व्हेनेझुएलाचा तेल उत्पादक तिथल्या चार अमेरिकी तेल उत्पादकांना उद्देशून म्हणाला, ''मला वाटते की, तुमच्यापैकी कोणा एकाने तुमच्या काँग्रेसला सांगून तिथे एक तातडीचा कायदा पास करून घ्यावा. त्या कायद्यानुसार कोणालाही

आंतरराष्ट्रीय समुद्रात तेल उत्पादनासाठी बंदी केली जावी.''

यावर बेन्सनने त्या तेल उत्पादकाकडे मोठ्या खेदाने पहात म्हटले, ''सर, मला वाटते की, अमेरिकी उद्योग व अमेरिकी काँग्रेस यांचे संबंध तुम्हाला ठाऊक नसावेत. आम्ही काही वेळा अमेरिकी काँग्रेसला भेटून त्यांच्यापाशी 'अतिरिक्त नफा व अत्यंत कमी कर' या विषयासंबंधी बोलणे काढले होते. आम्ही त्यावेळी त्यांना अशी काही सुरेख वागणूक... अं... म्हणजे त्यांची एवढी छान बडदास्त ठेवली होती की, त्यावेळी आम्ही केलेली कोणतीही विनंती ते नाकारणे शक्यच नव्हते. पण त्याचा काहीही उपयोग झाला नाही.''

यावर एक तेल उत्पादक बोलू लागला. त्याला नेहमी 'मिस्टर ए' अशा नावाने संबोधले जायचे. तो म्हणाला, ''मग आपण हेग येथल्या आंतरराष्ट्रीय कोर्टाच्या ओम्बुडसमन मंडळींकडे धाव घ्यायची का? शेवटी ही एक आंतरराष्ट्रीय समस्या आहे.''

यावर एकजण आपली मान नकारार्थी हलवित म्हणाला, ''त्याचा काहीही उपयोग होणार नाही. विसरा ते. त्या आंतरराष्ट्रीय कोर्टाकडून एवढा चेंगटपणा केला जातो की, त्यांचा निर्णय होईपर्यंत आपण येथे जमलेले सारेजण निवृत्त होऊन जाऊन त्यावर खूप काळ लोटेल किंवा कोणी सांगावे, तोपर्यंत आपले या जगातले अस्तित्वच संपून जाईल. थोडक्यात, त्यांच्याकडून दिला जाणारा निकाल हा आपल्याविरुद्ध गेलेल्या निकालासारखाच समजला जावा.''

''असं? मग आपण युनोमध्ये दाद मागितली तर?'' मिस्टर ए म्हणाला.

''ती नुसता काथ्याकूट करणारी सभा? ते 'टॉक-शॉप?'' बेन्सनचे युनोबद्दलचे मत हे इतरांप्रमाणेच होते. तो पुढे म्हणाला, ''त्या युनोला आपल्या न्यूयॉर्कमधल्या इमारतीबाहेरच्या फाटकापाशी जादा पार्किंग मीटर लावण्याचेही अधिकार नाहीत. तेव्हा ते आपल्याला कसली मदत करणार!''

तिथे जमलेल्यातील एका अमेरिकी तेल उत्पादकाने आता एक अफलातून कल्पना सभेपुढे मांडली. तो म्हणाला, ''असं पहा, आपण आपापल्या तेलाच्या किमती या वर्थ हडसन यांच्या तेलाच्या किमतीपेक्षाही थोड्या कमी केल्या तर? मग लॉर्ड वर्थ यांचे तेल कोणीही विकत घेणार नाही.''

ही कल्पना आत्तापर्यंत कोणालाही न सुचल्याने ती ऐकताच सारेजण सुन्न झाले. मग एक अमेरिकी तेल उत्पादक कोरल हा त्यावर आपली प्रतिक्रिया व्यक्त करीत शांतपणे व समजावण्याच्या सुरात बोलू लागला, ''तसे करण्याने काहीही साध्य होणार नाही. उलट आपलेच नुकसान होईल. सर्व मोठ्या तेल कंपन्यांचा तोटा होईल. कारण तसे काही आपण केलेच तर लॉर्ड वर्थ हा ताबडतोब आपल्या तेलाच्या किमती ह्या आपल्यापेक्षाही कमी करेल. किंचितच कमी करेल, तरीही त्या

किंचित फरकाचा चिमटा आपल्याला जाणवेल. लॉर्ड वर्थने त्याच्या तेलाच्या किमती कमी करून जरी स्वत:चा तोटा केला, तरी तो तोटा शंभर वर्षे तो सहज सहन करू शकेल. एवढे त्याचे आर्थिक सामर्थ्य आहे. त्याच्याकडे अमाप खेळते भांडवल आहे.''

यावर सर्वत्र शांतता पसरली. ती शांतता बराच वेळ होती. कोणालाच काहीही सुचत नव्हते. एका बोक्याला टक्कर देण्यासाठी जमलेल्या उंदरांच्या सभेसारखी त्यांच्या सभेची अवस्था झाली. ते सारे हताश होऊन बसले होते. एव्हाना क्रॉन्काईटची स्तब्धता संपली होती. तो अधूनमधून अस्वस्थपणे हालचाली करू लागला होता; परंतु त्याच्या निर्विकार चेहऱ्यावर मात्र कसलेही भाव उमटले नाहीत. ज्या हातात सिगार नव्हती त्या हाताची त्याची बोटे आता खुर्चीच्या हातावर ताल धरीत आपटू लागली. त्याचे लक्षण म्हणजे क्रॉन्काईटला आता हिस्टेरियाचा झटका येणेच बाकी आहे, असे कोणीही समजावे.

त्या शांततेमध्ये त्या सर्व दहा तेल उत्पादकांचे विचार जणू काही गोठून गेले होते. लॉर्ड वर्थचे आंतरराष्ट्रीय समुद्रातील तेल उत्खनन करणे कसे थोपवावे या विषयावर चर्चा करण्यासाठी आपण येथे जमलो आहोत, हेच सारेजण विसरून गेले होते.

मग मिस्टर ए म्हणाला, ''असे केले तर? आपण सारेजण मिळून लॉर्ड वर्थची तेल कंपनीच विकत घेऊ या.'' परंतु लॉर्ड वर्थची संपत्ती केवढी मोठी होती, अफाट होती. तो महाप्रचंड श्रीमंत होता. तो एवढा श्रीमंत होता की, तोच उलट सर्व दहाजणांच्या तेल कंपन्या, त्यांचे शेअर्स आणि तेलाचे साठे विकत घेऊ शकत होता. मिस्टर ए पुढे म्हणाला, ''म्हणजे मला असे म्हणायचे आहे की, *सीविच* प्लॅटफॉर्मच आपण विकत घेऊ. त्याची किंमत साधारणपणे १० कोटी डॉलर्स एवढी तरी सहज होईल. वाटल्यास आपण उदारपणे ती २० कोटी डॉलर्सला विकत घेऊ. आपल्याला जमेल हे. का नाही जमणार?''

'' 'का नाही जमणार?' याचे उत्तर फार सोपे आहे,'' एकजण यावर बोलू लागला, ''अलीकडे नुकतीच जी एक पहाणी केली आहे त्यानुसार लॉर्ड वर्थची गणना ही जगातील पहिल्या पाच श्रीमंत माणसांमध्ये होते. तेव्हा त्याच्या दृष्टीने २० कोटी डॉलर्स ही रक्कम अगदीच क्षुद्र आहे असे समजा.''

यावर मिस्टर ए यांच्या चेहऱ्यावर निराशेचे भाव उमटले.

बेन्सन म्हणाला, ''पण ते *सीविच* विकतील हे नक्की.''

मिस्टर ए याचा चेहरा उजळून निघाला.

बेन्सन पुढे म्हणाला, ''ते *सीविच* दोन कारणांसाठी विकतील. एक तर त्यामुळे त्यांना चटकन व मोठा नफा किंवा लाभ होईल. अन् दुसरे कारण असे की,

त्या विक्रीच्या मिळालेल्या निम्म्या पैशातून ते दुसरी *सीविच* निर्माण करतील. मग आत्ताच्या *सीविच*च्या जागेपासून दोन मैलांवर ते आपली नवीन *सीविच* उभी करून पुन्हा तेल उत्पादनास सुरुवात करतील. कारण त्या आंतरराष्ट्रीय समुद्राच्या पाण्यात लीज-होल्ड हक्कांचा कुठेही संबंध येत नाही. शेवटी काय, तर ते पुन्हा त्यांचे तेल उत्पादन सुरू करून ते सध्याच्याच भावाने विकू लागतील.''

बेन्सनचे ते बोलणे ऐकताच मिस्टर ए याच्यातील हवा निघून गेली व पंक्चर झालेल्या टायरसारखा तो खुर्चीत थिजून आणखी खाली बसला. पण तरीही त्याने आपली आणखी एक कल्पना पुढे रेटली. तो म्हणाला, ''मग आपण त्यांच्याशी *सीविच*मधून निघणाऱ्या तेल उत्पादनात भागीदारी करू या. तसा त्यांच्याशी करार करू.''

''ती गोष्टच सोडून द्या.'' आणखी एकजण मिस्टर ए याची कल्पना खोडत बोलू लागला, ''सर्व श्रीमंत माणसांप्रमाणे लॉर्ड वर्थ हे एकलकोंड्या स्वभावाचे आहेत. उद्या सौदी अरेबियाच्या राजाने जरी त्यांच्याशी भागीदारी करण्याची तयारी दर्शविली तरी ते करणार नाहीत.''

आता तिथे शांतता पसरली. त्या शांततेवर एक उदास सावट पडलेले होते. लॉर्ड वर्थ यांना कसा अटकाव करावा हे कोणालाही सुचेना. सर्वजण हतबद्ध होऊन बसले. पराभूत झालेल्या सैनिकांसारखी ती दहाही माणसे निराशेने खचून बसली होती.

क्रॉन्काईटला या साऱ्या चर्चेचा कंटाळा आला होता. इतका वेळ तो गप्प बसला होता. पण आता त्याला राहवेना. तो बोलू लागला. कसलीही प्रस्तावना न करता थेट मुद्द्याला हात घालीत तो म्हणाला, ''या असल्या कामासाठी माझी फी ही १० लाख डॉलर्स एवढी आहे. प्रत्यक्ष कामासाठी मला १ कोटी डॉलर्स लागतील. हे १ कोटी डॉलर्स कामाच्या खर्चापोटी आहेत. माझी १० लाख डॉलर्स फी ही वेगळी आहे. मी मुद्दाम पुन्हा हे तुम्हाला बजावून सांगतो आहे. खर्चापोटी दिलेल्या १ कोटी डॉलर्सचा सारा हिशेब मी चोख ठेवून तुमच्यापुढे ठेवेन. कमी खर्च झाला तर उरलेले पैसे तुम्हाला परत करेन. मात्र माझ्या कामात मला स्वातंत्र्य हवे! पूर्ण स्वातंत्र्य हवे! त्यात जर कोणी तुमच्यापैकी ढवळाढवळ करू लागले तर मी ताबडतोब काम थांबवेन आणि जे पैसे खर्च झाले नसतील ते मी जप्त करून टाकेन. माझी १० लाख डॉलर्स ही फी आणि खर्चापोटी १ कोटी डॉलर्स अशी एकूण १ कोटी १० लाख एवढी रक्कम तुम्ही मला आगाऊ द्याल. यात कसलीही तडजोड नाही. तसेच, मी नेमके काय करेन, माझ्या काय योजना असतील ते मी तुम्हाला कधीही सांगणार नाही. पैसे हातात पडल्यापासून काम पुरे होईपर्यंत कोणीही माझ्याशी संपर्क साधू नये. मीही तुमच्याशी संपर्क साधणार नाही.''

क्रॉन्काईट इतके स्पष्ट, नि:संदिग्ध व परखड बोलेल असे कोणालाही वाटले नव्हते. पण त्याच्या ठासून सांगण्यामुळे, या माणसात आत्मविश्वास असून तो आपल्यावर सोपवलेली कामगिरी नक्की पार पाडेल, अशी खात्री त्या सर्व तेल उत्पादकांना वाटू लागली. त्यांना एकदम हायसे वाटले. लॉर्ड वर्थला कसे वठणीवर आणावे यावर त्यांना आता विचार करण्याची जरुरी पडणार नव्हती. डोक्याला त्रास होणार नव्हता की, क्रॉन्काईटने जरी काही हिंसक कृत्ये केली तरी त्याच्याशी त्यांचा थेट संबंध येणार नव्हता. त्यांची सुरक्षितता अबाधित रहाणार होती. त्यामुळे ते एकदम निर्धास्त झाले. शिवाय जरी या कामगिरीसाठी एकूण खर्च हा १ कोटी १० लाख डॉलर्स येणार असला तरी ती रक्कम दहाजणांत वाटली जाणार असल्याने प्रत्येकाला फक्त ११ लाख डॉलर्सच मोजावे लागणार होते. एवढी रक्कम तर प्रत्येकजण दर महिन्याला विविध सरकारी पातळ्यांवर वाटत होता. ते त्या लाचेला 'भ्रष्टाचार फी' म्हणून संबोधायचे. सर्व रक्कम ही एका खात्यामधून दिली जाणार होती. त्या खात्याच्या मालकाला नाव नव्हते, फक्त एक नंबर होता. फक्त नंबरावर बँकेत खाते उघडण्याची सोय अमेरिकेतील मियामी राज्यात होती. तिथे एका क्युबन व्यक्तीचे नंबरावर असलेले खाते उघडलेले होते. स्वित्झर्लंडमधल्यासारखाच हा नंबरावर खाती उघडण्याचा एकमेव प्रकार मियामीमधील त्या बँकेत होता. त्यामुळे बराचसा कर वाचवता येत होता. कारण कोणत्या व्यक्तीचे ते खाते आहे हे कधीच समजत नव्हते की, त्याचा माग लावत मूळ मालकापर्यंत त्याच्या देशात पोहोचता येत नव्हते. चोवीस तासांत, फार तर अठ्ठावीस तासांत ती रक्कम क्रॉन्काईटच्या हातात आता पडणार होती.

लॉर्ड वर्थवर आता एक संकटमालिका कोसळणार होती. कुठेतरी मानवी अहंकार, अस्मिता दुखावली गेली होती. त्यातून हा संघर्ष सुरू झाला. त्यामुळे हा संघर्ष नीती व अनीतीमधला नव्हता, तर मानवी प्रवृत्तींवर तो आधारला होता. जगाच्या इतिहासात आजवर नेहमीच असे घडत आले होते. लालसा, लोभ, ईर्षा, अहंकार आणि शिकारी वृत्ती यातूनच सारा संघर्ष छेडला जातो. नीतीचा यात कुठेच संबंध येत नाही. नीतिमूल्यांसाठी सहसा संघर्ष छेडला जात नाही!

# २

लॉर्ड वर्थ हा चांगला उंचापुरा होता, ताठ होता व सडपातळ होता. महोगनी लाकडासारखा त्याचा वर्ण होता. एखादा श्रीमंत खुशालचेंडू आयुष्यातील भरपूर काळ हा उबदार उन्हात पडून असतो व त्यामुळे त्याचा वर्ण जसा रापलेला होतो तसाच वर्ण लॉर्ड वर्थचा होता; परंतु तो खुशालचेंडूप्रमाणे उन्हात लोळत न पडता रोज कमीतकमी १६ तास काम करत असे. त्याचे डोक्यावरचे दाट केस व मिशांचे केस चंदेरी पांढऱ्या रंगाचे झाले होते. त्याच्याकडे पाहिल्यावर एखाद्या रोमन सिनेटरचा किंवा बायबलच्या काळातील वृद्ध व आदरणीय बिशपचा भास होई. काहीजणांना तो सतराव्या शतकातील सभ्य दिसणाऱ्या, पण चाचेगिरी करणाऱ्या व्यक्तीचा भास होई. मात्र त्याने जेव्हा पांढऱ्या रंगाचे कपडे परिधान केले की, त्याचे व्यक्तिमत्त्व पूर्णपणे वेगळे दिसायचे.

तो नेहमी एखाद्या उच्चकुलीन उमराव घराण्यातील असावा असे सर्वांना वाटत असे. अनेक अमेरिकन माणसे ही आपण तसे जुन्या काळातील उच्चकुलीन घराण्यातील आहोत असे दाखविण्यासाठी 'ड्यूक ऑफ अर्ल' अशी नावे धारण करत; परंतु तशा युक्त्या करण्याचे लॉर्ड वर्थला काहीच कारण नव्हते. तो दिसायलाही लॉर्डसारखाच दिसायचा, अन् प्रत्यक्षातही तो एक लॉर्ड होता. एका स्कॉटिश लॉर्डच्या घराण्यात त्याचा जन्म झाला होता. त्या वंशातील तो पंधराव्या पिढीतील एकमेव कुलदीपक होता. त्या काळात दोन लॉर्ड घराण्यांत नेहमी पिढीजात वैरभाव जोपासला जायचा. एकमेकांच्या राज्यांच्या हद्दीतील बायका पळवणे, गुरेढोरे पळवणे, मारेकरी घालून शत्रूंचे खून पाडणे यातच त्या लॉर्ड मंडळींची कारकीर्द खर्ची पडायची. त्यांनी आपापल्या घराण्यात कधीही सुसंस्कृतपणा जोपासायचा प्रयत्न केला नव्हता. कोणतीही सांस्कृतिक कृत्ये केली नाहीत. अशा लॉर्ड घराण्यातील ते खास उमराव-रक्त लॉर्ड वर्थच्या नसानसांमधून खेळत होते. त्याच्या पूर्वजांप्रमाणेच तोही कठोर होता, आपल्या सावजाचे सारे काही हिरावून घेणारा होता आणि धाडसी होता. पण हे सारे तो फक्त आपल्या व्यवसायात करे. तेही इतक्या सफाईने व कौशल्याने करे की, सर्व काही घडून गेल्यानंतर त्याची

कल्पना येण्यास कोणालाही कित्येक वर्षे लागतील.

पूर्वी कॅनडातील महत्त्वाकांक्षी मंडळी इंग्लंडला जाऊन आपले नशीब अजमावीत. अफाट कष्ट करून तुफान संपत्ती गोळा करत व समाजातले आपले स्थान उंचावीत. पण लॉर्ड वर्थने ही परंपरा मोडली. तो मुळातच अफाट श्रीमंत होता. सामाजिक प्रतिष्ठा त्याला लाभलेली होती. इंग्लंडहून तो कॅनडाला जाऊन स्थायिक झाला व अत्यंत दूरदर्शीपणे त्याने आपली श्रीमंती आपल्या एकट्याच्या कर्तृत्वाच्या जोरावर वाढवली. लंडनमध्ये त्याने स्थावर मालमत्तेच्या व्यवसायात अफाट नफा कमवला. इतका की, शेवटी इंग्लंडच्या महसूल खात्याचे त्याच्याकडे लक्ष जाऊन ते अस्वस्थ होऊ लागले; परंतु त्याच्यावरचे आरोप असे होते की, त्यामुळे त्याच्या कॅनेडियन नागरिकत्वाला धक्का पोहोचत नव्हता की, गुन्हेगार म्हणून कॅनडाच्या सरकारला त्याला पकडून इंग्लंडच्या स्वाधीन करता येत नव्हते.

त्याने कॅनडात खूप वर्षे व्यतीत केली. वर्थ हडसन ऑईल कंपनी काढून त्यात त्याने अफाट भांडवल गुंतवले. स्थावर मालमत्तेच्या धंद्यात त्याने जेवढा पैसा मिळवला त्यापेक्षा अनेकपटीने तेल उत्पादनाच्या धंद्यात पैसा मिळवून तिथेही आपली कर्तबगारी सिद्ध केली. ती कर्तबगारी त्याच्या आजवरच्या यशापेक्षा खूपच मोठी होती. त्याची तेलवाहू टँकर जहाजे आणि रिफायनरी जगभर पसरत गेल्या; परंतु उत्तर कॅनडातील अतिथंड हवामान लॉर्ड वर्थला मानवेना. म्हणून तो शेवटी कॅनडा सोडून अमेरिकेतील फ्लोरिडा राज्यात रहावयास गेला. त्याने तिथे एक आलिशान बंगला बांधला. तो बंगला एवढा देखणा व वैभवशाली होता की, त्यामुळे प्रत्येक लक्षाधीश माणसाचे डोळे दिपून जात. अर्थातच ती लक्षाधीश माणसे लॉर्ड वर्थपुढे एकदम गरीब वाटतील एवढीच श्रीमंत असत. मग त्या बंगल्यासभोवतालच्या परिसरात, फोर्ट लॉडरडेल क्षेत्रात, आपापले बंगले बांधण्यासाठी जागा घेण्यासाठी स्पर्धा सुरू झाल्या.

त्या बंगल्यातील भोजनगृह हे तर पहाणाऱ्याला थक्क करणारे होते. भिक्षू व साधू मंडळींना कोणत्याही ऐहिक सुखाची हाव नसते, असे आपण त्यांच्या पेशामुळे समजतो. पण जगातला कोणताही भिक्षू किंवा साधू तिथे येऊन त्याने ते दिव्य, झगमगीत व ओक लाकडाच्या फर्निचरने युक्त असलेले भोजनगृह पाहिले तर त्यांनाही त्याचा मोह पडून लॉर्ड वर्थचा हेवा वाटू लागावा. तिथल्या खुर्च्यांचे डिझाईन हे फ्रान्सचा राजा चौदावा लुई याच्या भोजनगृहातील खुर्च्यांचे होते. जमिनीवर अंथरलेल्या रेशमी गालिच्यावर अप्रतिम भरतकाम केलेले होते. तो गालिचा एवढा जाडजूड व मऊ होता की, त्यात आपले पाऊल बुडावे किंवा एखाद्या उंदराला त्यात आश्रय घेता यावा. त्या गालिच्याचे मोल ठरवण्यासाठी दमास्कसहूनच एखाद्या तज्ज्ञाला बोलवावे लागले असते. भिंतीवर असेच जाडजूड

पडदे टांगलेले होते व त्यावरील रेशमी कलाकुसर पहाणाऱ्याची नजर खिळवून टाकणारी होती. भिंतीवर जिथे पडदे नव्हते तिथे उत्कृष्ट चित्रे टांगलेली होती. चित्रकलेतल्या 'इंप्रेशनिस्ट' या प्रकाराचा त्यात आविष्कार झाला होता. जणू काही आपल्या पूर्वजांनी कलेकडे केलेले दुर्लक्ष आठवून लॉर्ड वर्थ त्याची सांस्कृतिक भरपाई करत होता.

अशा त्या दिव्य भोजनगृहातील राजेशाही वातावरणात लॉर्ड वर्थ बसला होता, विश्रांती घेत होता आणि चव घेत घेत ब्रॅन्डी पीत होता. हा त्याचा दुसरा पेग होता. त्याच्यासमवेत दोन व्यक्ती होत्या. पैशाखालोखाल त्या व्यक्तींवर त्याचे प्रेम होते. त्या व्यक्ती म्हणजे त्याच्या सुस्वरूप कन्या मरीना व मेलिंडा या होत्या. संपत्ती, मरीना व मेलिंडा याखेरीज त्याचे कशावरही प्रेम नव्हते. त्यांची मरीना व मेलिंडा ही नावे त्यांच्या स्पॅनिश आईने ठेवली होती. तिचा लॉर्ड वर्थशी घटस्फोट झाल्याने ती विभक्त होऊन निघून गेली होती. त्या दोन्ही कन्या विशीच्या आसपासच्या होत्या व अत्यंत सुंदर होत्या. त्यांच्यात एवढा सारखेपणा होता की, कोणीही त्यांना जुळ्या मुली म्हणून समजले असते; परंतु तशा त्या नव्हत्या. शिवाय त्या एकमेकांपासून वेगळ्या ओळखता येत होत्या. कारण मरीनाचे केस एखाद्या काजळीसारखे काळेभोर होते, तर मेलिंडाचे केस भुरे होते.

ते सर्वजण ज्या टेबलापाशी बसले होते तिथे आणखी दोन पाहुणे बसले होते. तिथे नुसते बसण्यासाठी स्थानिक लक्षाधीशांनी आपल्या गैरमार्गाने कमावलेल्या संपत्तीचा काही हिस्सा लॉर्ड वर्थला आनंदाने देऊ केला असता. अधूनमधून लॉर्ड वर्थ हा तसा बाहेरच्या व्यक्तींना निमंत्रण द्यायचा, पण क्वचितच द्यायचा. आता तिथे असलेले ते पाहुणे दोन तरुण होते, अन् लॉर्ड वर्थच्या तुलनेत ते अर्थातच दरिद्री होते; परंतु त्यांच्याजवळ असा काही गुण होता की, त्या जोरावर ते येथे केव्हाही येऊ शकत होते व जाऊ शकत होते. त्यासाठी त्यांना कोणाचीही परवानगी लागत नव्हती. तिशीच्या आसपास असलेल्या त्या तरुणांची नावेही मिशेल व रूमर अशी होती. प्रसन्न व्यक्तिमत्त्वाच्या या तरुणांवर लॉर्ड वर्थ हा बेहद्द खूष होता. पण आपली खुषी तो कधीही बाहेर दाखवायचा नाही. त्याला या व्यक्ती आवडण्याचे कारण त्यांच्याएवढी निखळ प्रामाणिक माणसे लॉर्ड वर्थला आजवर कधीही भेटली नव्हती. ते दोघे तरुण हे पोलीस सार्जंट होते. लॉर्ड वर्थने काही बेकायदेशीर असे केले म्हणून त्याला या प्रामाणिक व्यक्तींची गरज होती असे नव्हे, तर कायद्यापलीकडच्या जगात काय चालले आहे हे जाणून घेण्यासाठी त्याला त्यांची गरज भासत होती.

मिशेल आणि रूमर हे आपल्या कामात अत्यंत निष्णात होते, कार्यक्षम होते. दोषी व्यक्तींना ते न घाबरता, न कचरता बेधडक अटक करायचे. मग भले ती

व्यक्ती कितीही बडी असली तरी! राजकारणी व्यक्ती किंवा एखादा धनदांडगा असू दे, त्या व्यक्तीने जर कायदेभंग केला तर त्याची उचलबांगडी ते करत. अशा व्यक्ती बहुतेक वेळा स्वत:ला कायद्यापेक्षा वरच्या पातळीवरचे समजत असतात. त्यांना कधीही कायद्याचा, पोलिसांचा धाक वाटत नसतो. पण आपली ही समजूत कशी गैरसमजूत आहे हे त्यांना या दोघांकडून बेड्या घातल्यावर कळून येई. मग शेवटी जे व्हायचे तेच झाले. अशा व्यक्ती थोड्याच पोलीस खात्यात टिकणार? काहीतरी फालतू कारण दाखवून त्यांना पोलीस खात्यातून काढून टाकले गेले.

मायकेल मिशेल हा दुसऱ्यापेक्षा अधिक उंच होता, रुंद होता. पण रूमरएवढा तो देखणा मात्र नव्हता. त्याच्या चेहऱ्यावर थोड्याशा रेषा होत्या, किंचित सुरकुत्या होत्या. डोक्यावरचे केस गडद होते, पण विस्कटलेले होते. जॉन रूमरचे केस तपकिरी होते आणि त्याने आपल्या मिशा नीटनेटक्या कापल्या होत्या. तो अर्थातच देखणा होता. ते दोघेही परखड होते, बुद्धिमान होते आणि खूप अनुभवी होते. रूमरला अंत:प्रेरणेने बऱ्याच गोष्टी समजत, तर मिशेल हा साहसी कृत्ये करण्यात तयार होता. ते दोघे जरी देखणे दिसत असले तरी अत्यंत धूर्त होते आणि त्यांचे ज्ञान अफाट होते. विविध प्रकारची माहिती त्यांना ठाऊक असायची. त्या दोघांजवळ आणखी एक वादातीत कौशल्य होते. ते म्हणजे, ते दोघे उत्कृष्ट नेमबाज होते.

दोन वर्षांपूर्वी त्या दोघांनी नोकऱ्या सोडून आपली स्वत:ची खासगी डिटेक्टिव्ह एजन्सी काढली होती. मग थोड्या कालावधीत त्यांची कीर्ती एवढी पसरली की, जी माणसे खरोखर अडचणीत सापडलेली असत ती पोलिसांकडे न जाता सरळ त्या दोघांकडे जाऊ लागली. स्थानिक पोलीस खात्याला मात्र त्यांचा हा प्रभाव सहन होईनासा झाला. त्या दोघांची घरे आणि ऑफिस हे लॉर्ड वर्थच्या इस्टेटीपासून अवघ्या दोन मैलांवर होते. त्या भव्य इस्टेटीला त्यांच्या वारंवार भेटी व्हायच्या. ते केव्हाही गेले तरी त्यांचे तिथे स्वागत होई. लॉर्ड वर्थ याच्या सहवासाचा आनंद मिळविण्यासाठी ते त्याच्या इस्टेटीवर जात नव्हते. लॉर्ड वर्थलाही त्याची कल्पना होती, तसेच त्यांना लॉर्ड वर्थच्या संपत्तीमध्ये, पैशामध्ये कसलाही रस नव्हता. या गोष्टीचे लॉर्ड वर्थला खूप आश्चर्य वाटत होते. त्याच्यापाशी जी माणसे आजवर यायची त्या साऱ्यांचा डोळा त्याच्या संपत्तीवर, पैशांवर असे. त्या दोघांना लॉर्ड वर्थच्या दोनच गोष्टींत रस होता. तो म्हणजे लॉर्डच्या त्या दोन सुस्वरूप कन्या, मरीना आणि मेलिंडा!

बाजूचे एक दार उघडले गेले आणि आतून एक इंग्लिश बटलर बाहेर आला. नेहमीप्रमाणेच तो आपल्या पावलांचा बिलकूल आवाज न करता आला. त्याचे नाव जेन्किन्स होते. टेबलापाशी बसलेल्या लॉर्ड वर्थकडे, आपल्या मालकाकडे तो गेला आणि खाली वाकून त्याने त्याच्या कानात कुजबुजत्या स्वरात काहीतरी सांगितले.

त्यावर लॉर्ड वर्थने आपली मान हलवली व तो उठून उभा राहिला.

"एक्सक्यूज मी, जंटलमन. मला भेटायला कोणीतरी आलेले आहे. मी आता तिकडेच जातो. पण मी नसलो तरी तुम्हाला येथे काहीही अडचण येणार नाही." एवढे बोलून तो आपल्या अभ्यासिकेच्या दिशेने निघून गेला. जाताना त्याने आपल्या मागे दार लावून घेतले. ते दार तसे एक खास दार होते. त्याला ध्वनिरोधक पदार्थाने मढवलेले होते. त्यामुळे बाहेरचे आवाज आत येत नसत किंवा पलीकडून कोणी दाराला कान लावला तरी त्याला आतले आवाज अजिबात ऐकू येत नसत.

लॉर्ड वर्थची अभ्यासिका आलिशान होती; परंतु केवळ सुखलोलुप किंवा चैनी व्यक्ती जसा घरावर वारेमाप पैसा सजावटीसाठी खर्च करतात तसला प्रकार येथे नव्हता. पण तरीही ती अभ्यासिका आलिशान वाटत होती, पहाणाऱ्यावर छाप पाडत होती. डायनिंग रूममधल्याप्रमाणेच तिथे ओकच्या लाकडाचे फर्निचर होते. ते कातड्याने मढवलेले होते. जमिनीवर उंची गालिचा होता. कोपऱ्यात एक फायरप्लेस होती. तिथे आत्ता कोणीही नव्हते तरीही त्या फायरप्लेसमध्ये एक भलामोठा लाकडाचा ओंडका जळत ठेवला होता. एखाद्या इंग्लिश उमरावाच्या मॅन्शनमध्ये जसे दृश्य असते तसे तिथे सारे होते. प्रत्येक भिंतीला पुस्तकांच्या रांगा होत्या. ती सारी पुस्तके काही हजार तरी असावीत, अन् त्यातली काही पुस्तके तर लॉर्ड वर्थने खरोखरीच वाचलेली होती. लॉर्ड वर्थच्या निरक्षर पूर्वजांना ते कळल्यावर नक्कीच धक्का बसला असणार अन् आपली निकृष्ट स्थिती आठवून त्यांनी स्वत:ला तुच्छ लेखले असणार.

त्या अभ्यासिकेत एक माणूस लॉर्ड वर्थची वाट पहात बसला होता. लॉर्ड वर्थ आल्यावर तो उठून उभा राहिला. तो चांगला उंचापुरा होता. त्याचे केस पांढरे झाले होते. रापल्यामुळे त्याची गोरी कातडी लालसर झाली होती. टोकदार नाक, उठून दिसणारे ओठ, कान यामुळे कोणीही त्याचा चेहरा विसरणे शक्य नव्हते.

तो कोरल होता! तोच तो अमेरिकी तेल उत्पादक व फ्लोरिडात वास्तव्य करणारा!

त्या दोघांनी हसून एकमेकांशी हस्तांदोलन केले. मग लॉर्ड वर्थ त्याला म्हणाला, "माय डियर चॅप, कोरल! किती दिवसांनी भेटतो आहेस रे बाबा!"

कोरल आपले डोके अदबीने झुकवून म्हणाला, "माय प्लेझर, लॉर्ड वर्थ! सध्या तुम्ही नवीन गोष्टीत फारसा काही रस घेत नाही असे वाटते."

"सध्या?"

"होय. पुन्हा आता नवीन काहीतरी घडू लागले आहे."

कोरलने त्या दहा तेल उत्पादकांच्या सभेत दोन दिवसांपूर्वी भाग घेतला होता. काही वर्षांपूर्वी कोरल व लॉर्ड वर्थ यांच्यात एक परस्परसंमतीचा करार झाला होता.

त्या करारामुळे दोघेही समाधानी होते. कोरल हा लॉर्ड वर्थचा एक कट्टर शत्रू आहे असे उघडपणे समजले जात होते. कारण तो जाहीरपणे व न भीता लॉर्ड वर्थवर टीका करत असे. परंतु तशी टीका करणे ही बहुतेक त्या करारानुसार केलेली एक चाल असावी. बाहेरून शत्रू, तर आतून हातमिळवणी असा तो प्रकार होता. त्या करारानुसार कोरल हा सर्व तेल उत्पादन कंपन्यांच्या आर्थिक उलाढालींचा अंदाज घेत असे व त्याचे विश्लेषण करून ती माहिती लॉर्ड वर्थला सांगत असे. तेल उत्पादकांमध्ये काय काय नवीन घडामोडी घडत आहेत, कोणकोणत्या उत्पादकांचे काय मानस आहेत, त्यांचे भावी अंदाज व विशेषत: भावी योजना काय आहेत याचा वेध घेऊन हे सारे कोरल लॉर्ड वर्थला वेळोवेळी सांगत असे. कोरल हा स्वत: तेल उत्पादकांमधील एक प्रमुख उत्पादक असल्याने व त्यांच्या संघटनेत असल्याने त्याला आतील गोटातील वस्तुस्थिती सहज समजत असे. आजपर्यंत त्याने जी जी माहिती लॉर्ड वर्थला कळवली तिची फारशी दखल वर्थने घेतली नाही. कारण त्याच्या व्यवसायावर स्पर्धक तेल उत्पादक कंपन्यांच्या योजनांचा, घडामोडींचा फारसा परिणाम होत नव्हता. ती सारी माहिती काढून लॉर्ड वर्थला पुरविण्यासाठी कोरलला दरवर्षी वर्थकडून २,००,००० डॉलर्स दिले जात. ती एक 'रिटेनर फी' समजली जात असल्याने त्यावर कोणताही कर बसत नव्हता. थोडक्यात कोरलला वार्षिक दोन लाख डॉलर्सचे एक करमुक्त उत्पन्न करारानुसार चालू झाले होते. त्यामुळे तो अत्यंत समाधानी होता.

लॉर्ड वर्थने तिथल्या एका घंटेचे बटण दाबले आणि काही सेकंदांत जेन्किन्स तिथे हजर झाला. येताना त्याने आपल्याबरोबर एक चांदीचा ट्रे आणला होता. त्यात दोन ग्लास होते व प्रत्येक ग्लासात ब्रॅन्डीचा एकेक मोठा पेग घातला होता. पाहुण्यांना व मालकाला आत्ता ब्रॅन्डी पिण्याची इच्छा झाली आहे हे जेन्किन्सला अंतर्ज्ञानाने कळले नव्हते. अनेक वर्षांच्या अनुभवातून त्याला ते ठाऊक झाले होते. आपल्या धन्याला केव्हा काय लागते हे त्याला चांगले कळत होते. तो जेव्हा तिथे ट्रे ठेवून निघून गेला तेव्हा ते दोघे खाली आसनांमध्ये समोरासमोर बसले.

लॉर्ड वर्थने विचारले, "मग, पश्चिमेकडची काय खबरबात आहे?"

"मला सांगायला खेद होतो की, चेरोकी तुमच्या मागावर निघाला आहे," कोरल शांतपणे म्हणाला.

'चेरोकी' ही एक रेड-इंडियन लोकांची कडवी जमात होती. गोऱ्या लोकांच्या पश्चिमेकडे सरकण्याला त्या जमातीने कडवा विरोध केला होता. त्यामुळे अमेरिकेच्या इतिहासात आणि वाङ्मयात गोरी माणसे विरुद्ध चेरोकी जमात असे खूप संघर्ष वर्णन केलेले आहेत. 'चेरोकी' म्हणजे खतरनाक, 'चेरोकी' म्हणजे अत्यंत महत्त्वाचे, 'चेरोकी' म्हणजे अग्रक्रमाचे अशा अनेक अर्थांनी 'चेरोकी' शब्दांचा वापर अमेरिकेत

केला जातो. लॉर्ड वर्थच्या विरुद्ध क्रॉन्काईटने सुपारी घेतली असल्याने वर्थला सावध करण्यासाठी कोरल आला होता. ते ऐकल्यावर लॉर्ड वर्थने एक सुस्कारा सोडत म्हटले, ''कधीतरी तो येणारच होता. मला सारे काही सांगा बघू.''

मग कोरलने त्याला सारे काही सांगितले. कोरलची स्मृती ही दृश्यवेधी असल्याने त्याच्या स्मृतिपटलावर त्याने पाहिलेल्या प्रसंगांची, घटनांची दृश्ये स्पष्टपणे ठसली जात. मग त्या आधारे तो जे वर्णन करी ते अत्यंत बारीकसारीक तपशिलांनी भरलेले असे, अचूक असे. त्याने पाच मिनिटांत तेल उत्पादकांच्या बैठकीमधील सारा वृत्तांत लॉर्ड वर्थला सांगितला. शेवटी त्या गुप्त बैठकीचा अहवाल वर्थपासून लपून राहिला नाही. त्याच्यापुढे सारे काही उघड झाले.

आपल्यात आणि क्रॉन्काईटमध्ये गैरसमजाने निर्माण झालेल्या मतभेदांनी एके दिवशी कुठेतरी संघर्षाला सुरुवात होईल याची लॉर्ड वर्थला अटकळ होती. कोरलचे बोलणे ऐकून घेतल्यावर त्याने विचारले, ''त्या दहाजणांच्या सभेत कोणत्याही हिंसाचाराच्या मार्गाचा अवलंब करायचा नाही, असे जे ठरले ते क्रॉन्काईटला मान्य आहे?''

''नाही, मला नाही तसे वाटत,'' कोरल म्हणाला.

''तसे जर त्याने मान्य केले असते तर आश्चर्य ठरले असते. बिचाऱ्याला सत्य काय आहे ते ठाऊक नाही. ती कामगिरी पार पाडण्यासाठी त्याने एक कोटी डॉलर्स एवढी आपली फी लावली आहे, असे तुम्ही म्हणता. हो ना?''

''होय, तशी ती फी थोडीशी जास्तच आहे.''

''मग तो जी आता आपली योजना राबवणार आहे ती नक्कीच मोठी, भव्य अशी असणार. असल्या मोठ्या योजनेत सर्व काही येऊ शकते, फक्त हिंसाचार येत नाही. यावर विश्वास बसतो तुमचा?''

''बिलकूल नाही.''

''अन् तसे बाकीच्यांनाही वाटते? त्यांना या मोहिमेत हिंसाचार घडणार नाही असे खरोखरीच वाटते?'' लॉर्ड वर्थने सावकाश एकेक शब्द उच्चारित कोरलला विचारले.

''सर, मी ते सारे अशा शब्दात मांडतो– जेव्हा माणसांच्या एखाद्या गटाला तुमच्याविरुद्ध केली जाणारी कृती ही मानवतेला उपकारक ठरणार आहे याची खात्री वाटली असेल किंवा आपल्याला तसे भासत असेल, तर मग त्यांना 'क्रॉन्काईट' हा शब्द या पृथ्वीवर 'शांतता' या शब्दाला समानार्थी आहे याचीही खात्री पटेल.''

''म्हणजे या बाबतीत त्यांची सदसद्‌विवेकबुद्धी स्पष्ट झाली आहे. जर क्रॉन्काईटने पार टोकाला जाऊन हिंसाचार केला, हत्या घडवल्या, तर ते घाबरून आपले खांदे उडवून हवेत हात पसरून म्हणतील, 'गुड गॉड! बापरे! हा माणूस या थराला

जाईल असे आम्हाला कधीच वाटले नव्हते.' क्रॉन्काईट व ती मंडळी यांच्यात कोठे थेट संबंध आहेत हेही सिद्ध करणे अवघड जाईल. कमाल आहे त्या मंडळींची! किती दुष्ट, लोभी व ढोंगी माणसे आहेत!''

एवढे बोलून लॉर्ड वर्थ काही क्षण थांबला. मग त्याने विचारले, ''क्रॉन्काईटने आपल्या योजना उघड करण्यास त्यांना नकार दिला ना?''

''अर्थातच! पण या बाबतीत एक छोटासा तपशील मी तुम्हाला अद्याप सांगितला नाही. आम्ही जेव्हा बैठक संपवून उठलो व जाण्यासाठी निघालो, तेव्हा क्रॉन्काईटने आमच्यातल्या दोघांना एका बाजूला घेतले व त्यांच्याशी त्याने काहीतरी बातचीत केली. ते बोलणे जर आपल्याला कळले तर फार बरे पडेल.''

''मग, तशी काही माहिती काढून घेण्याची कितपत शक्यता आहे?''

''फारशी नाही. त्याची खात्री देता येत नाही. पण हे काम बेन्सनला चांगले जमू शकेल. त्याला ती खासगीतली बातचीत काढून घेता येईल. अगदी सहजपणे! कारण शेवटी त्यानेच ती बैठक बोलावली होती ना!''

''मग तुम्हाला बेन्सनचे मन वळवून ती बातमी काढण्यासाठी त्याला तयार करता येईल? जमेल तसे?''

''तशी बऱ्यापैकी शक्यता आहे. बाकी काही नाही.''

यावर लॉर्ड वर्थने आपल्या चेहऱ्यावर 'आलिया भोगासी असावे सादर' असे भाव आणून कोरलला विचारले, ''ठीक आहे. किती लागतील?''

त्याच्या विचारण्यातला आशय कोरलला समजला. त्याने म्हटले, ''काहीही नाही. कारण बेन्सनला पैशाने विकत घेता येत नाही. या बाबतीत तो नेहमीच ठाम असतो.'' आपली मान हलवीत तो अविश्वास दाखवित पुढे म्हणाला, ''या अशा सध्याच्या युगात आणि वयात बेन्सनचा हा स्वभाव अगदी असामान्य आहे असेच म्हटले पाहिजे. पण बेन्सन हा काही मारेकरी वापरणारा माणूस नाही. मी त्याच्यावर वेगळेच उपकार केले आहेत. त्यातला एक उपकार म्हणजे मी नसतो तर त्याच्या आताच्या तेल कंपनीचा अध्यक्ष तो बनू शकला नसता.'' मग थोडे थांबून कोरल म्हणाला, ''पण मला आश्चर्य असे वाटते की, क्रॉन्काईटने बातचीत करण्यासाठी बाजूला नेलेली ती दोन माणसे कोण होती, हे तुम्ही मला अजून कसे विचारले नाही?''

''मलाही त्याचे आश्चर्य वाटते आहे.''

''सोव्हिएत रशियाचा 'बोरोसॉफ' आणि व्हेनेझुएला देशाचा 'पॅटिनोज' ही ती दोन माणसे होती.''

यावर लॉर्ड वर्थ गप्प बसला. काही वेळ त्याची जणू काही समाधी लागली होती. मग कोरलने त्याला विचारले, ''यावरून तुम्ही काय तर्क करू शकता?''

लॉर्ड वर्थची तंद्री त्या प्रश्नाने भंग पावली. तो म्हणाला, ''होय. रशियन

आरमाराची जहाजे एक तथाकथित 'सदिच्छा दौरा' कॅरिबिअन समुद्रात करणार आहेत. त्यांना त्यासाठी अर्थातच क्यूबा देशाने निमंत्रण दिलेले आहे. दक्षिण अमेरिकेतील व्हेनेझुएला देश जवळच आहे. व्हेनेझुएलाचा पॅटिनोज व बोरोसॉफ हे दोघेही रशियन आरमाराला *सीविच*कडे पहायला लावतील." मग आपले डोके हलवित तो सावकाश म्हणाला, "वा:! काय चाल आहे! काहीतरी कुरापत काढून *सीविच* उद्ध्वस्त करण्याचा यात हेतू आहे! काय डाव टाकला आहे, अन् किती खतरनाक!"

"मलाही मनातून तसेच वाटते आहे. पण नक्की समजायला काही मार्ग नाही. पण तरीही मी ताबडतोब माहिती काढायचा प्रयत्न करतो. काहीतरी धागा हातात येईल अशी आशा आपण करू या."

ते दोघेही आता उठून उभे राहिले.

लॉर्ड वर्थ म्हणत होता, "मी आता ताबडतोब माझ्या बाजूने खबरदारी घेण्यास सुरुवात करतो. अन् कोरल, मी तुम्हाला जी रिटेनरची फी देतो आहे त्यातही वाढ करण्याबद्दल मला आता गंभीरतेने विचार करावासा लागणार आहे. असे दिसते."

"सर, माझ्याकडून मी अगदी शिकस्त करेन."

लॉर्ड वर्थची ती एक रेडिओ रूम किंवा वायरलेस रूम होती. ७०७ बोईंग विमानामधील कॉकपिटसारखी ती दिसत होती. तिथे अनेक प्रकारची बटणे होती, खटके होते, विविध प्रकारच्या तबकड्या होत्या. त्या साऱ्यांची तिथे नुसती गर्दी उसळली होती. त्यातच बारके-बारके इंडिकेटर दिवे अनेक ठिकाणी होते. त्यातले काही लुकलुकत होते, तर काही दिवे मधूनच आपले रंग बदले. तबकड्यांवरचे काटे मात्र सावकाश सरकून स्थिर झाले होते, तर काही थोडेसे काटे मात्र डोलत होते. ते सारे दृश्य पहाताच नवखा माणूस सहज चक्रावून जाईल. त्या वायरलेस यंत्रसामुग्रीसमोर बसून लॉर्ड वर्थ आता विविध ठिकाणी फोन लावीत होता. अर्थातच ते फोन वायरलेस लहरींद्वारे लावले जात होते. तसली ती वायरलेसची कामे करताना लॉर्ड वर्थला उत्साह येई.

त्याने आपले पहिले फोन हे त्याच्या चार वैमानिकांना केले. ते वैमानिक त्याची खासगी हेलिकॉप्टर्स चालवित असत. लॉर्ड वर्थकडे सहा अवाढव्य हेलिकॉप्टर्स होती. त्यातली दोन हेलिकॉप्टर्स ही पहाटेपर्यंत तयारीत ठेवावी असे हुकूम त्याने सोडले. ती हेलिकॉप्टर्स त्याच्या खासगी विमानतळावर तयारीत ठेवली जाणार होती. पुढचे चार निरोप हे जिथे जिथे लॉर्ड वर्थची खास माणसे कामे करत होती तिथे त्याने पाठवले. खास माणसे ही त्याच्यासाठी गुप्त स्वरूपात कामे करत होती. ती माणसे नेमकी कुठे नोकऱ्या करत होती हे लॉर्ड वर्थच्या संचालक मंडळालाही

ठाऊक नव्हते. त्यांच्यासाठी पहिले हेलिकॉप्टर हे क्यूबा देशाला पाठवले गेले, तर दुसरे हेलिकॉप्टर व्हेनेझुएला देशाला पाठवले गेले. मोक्याच्या विविध देशांत कामे करत असलेल्या माणसांशी लॉर्ड वर्थचे गुप्त संबंध होते. त्यांचे हे एक अदृश्य जाळे जगभर पसरलेले होते. क्यूबातील व व्हेनेझुएलामधील माणसाला दिलेल्या सूचना या सरळ, सोप्या व स्वच्छ शब्दांत दिलेल्या होत्या. त्यानुसार ती माणसे त्या देशातील नाविक तळांवर चोवीस तास नजर ठेवून रहाणार होती. तिथून कोणतेही जहाज, युद्धनौका ही अनपेक्षितरीत्या बाहेर पडली तर ताबडतोब आपल्याला कळवावे, अशी सूचना त्यांना दिली गेली. शिवाय ते जहाज अगर युद्धनौका कोणत्या वर्गातील आहे हेही कळवावे, असे त्याने सांगितले.

पुढचा फोन त्याने ज्याला केला ती व्यक्ती त्याच्यापासून फार दूरच्या अंतरावरची नव्हती. त्या व्यक्तीचे नाव होते माफिया पालेर्मो. या नावावरून कोणाला असे वाटेल की, ती व्यक्ती एखाद्या माफिया टोळीची सभासद असावी. पण तशी ती व्यक्ती नव्हती. त्या व्यक्तीचे नाव होते गिएस्पो पालेर्मो. माफिया पालेर्मो हे नाव त्याच्या कंपनीचे होते. या कंपनीकडून किंवा त्याच्या टोळीकडून आपल्याला हव्या त्या माणसाचे मन वळवण्याचे काम केले जाई. आपले हे काम ते एवढ्या सभ्यपणे व हळुवार रीतीने करत की, हळूहळू त्यांच्या टोळीला प्रतिष्ठितपणा लाभण्याचा धोका संभवू लागला होता.

त्यानंतरचा फोन लॉर्ड वर्थने लुईझियाना या राज्यातील एका व्यक्तीला केला. त्या व्यक्तीचे नाव होते 'कॉन्डी'. हा कॉन्डी एकेकाळी आरमारात मोठ्या अधिकारावर होता. त्याचा असा दावा होता की, आपल्यासारख्या अतिवरिष्ठ पदावरील व्यक्तीवर जसे कोर्ट मार्शल झाले, तसे कोर्ट मार्शल तशा समपदस्थ व्यक्तीवर दुसऱ्या महायुद्धापासून आजवर कधीही झाले नाही. कॉन्डीवर कोर्ट मार्शल करून त्याला आरमारातून अपमानास्पदरीत्या हाकलून लावण्यात आले होते. त्यालाही लॉर्ड वर्थने स्वच्छ शब्दांत सूचना पाठवल्या. लॉर्ड वर्थ हा एक अत्यंत कुशल संघटक तर होताच, पण तो जेवढ्या वेगाने आपली कार्यक्षमता वापरे तसे कोणालाच जमण्याजोगे नव्हते. शिवाय आपले काम तो कधीही अर्धवट करत नसे. शेवटपर्यंत ते तडीस नेत असे.

लॉर्ड वर्थला सारे जग 'एक उमद्या स्वभावाचा लॉर्ड' म्हणून ओळखत होते. लोकांची ही समजूत लॉर्ड वर्थनेही जोपासली होती. आपल्याकडे संशयाचे बोट करण्यासाठी कोणतेही बेकायदेशीर कृत्य तो कधी करत नव्हता. आपली प्रतिष्ठा व पत जपण्याची तो पुरेपूर काळजी घेत होता. पण आता मात्र तो चिडला होता. कायदेशीर व बेकायदेशीर यांचा कीस न पाडता तो बेधडक कृती करणार होता. शिवाय त्यासाठी त्याच्या बाजूने तीन घटक होते. पहिला घटक म्हणजे अमेरिकेच्या

राज्यघटनेने सर्वांना शस्त्र बाळगण्याचा हक्क मान्य केला होता. दुसरा घटक म्हणजे प्रत्येक व्यक्तीला आत्मरक्षणासाठी, आपल्या मालमत्तेच्या रक्षणासाठी आपल्यावर चालून आलेल्या गुन्हेगारांशी हातात येईल त्या शस्त्रानिशी, वस्तूनिशी लढा देण्याचा हक्क बहाल केला होता, अन् तिसरा घटक म्हणजे आगीशी आगीनेच सामना करावा लागतो ही वस्तुस्थिती होती.

लॉर्ड वर्थने शेवटचा संपर्क साधला तो अत्यंत आत्मविश्वासाने साधला. आपला विश्वासू उजवा हात कमांडर लार्सन याच्याशी त्याने तो संपर्क साधला.

कमांडर लार्सन हा *सीविच* प्लॅटफॉर्मचा कॅप्टन होता.

लार्सनला 'कमांडर' का संबोधले जाते हे कोणाला ठाऊक नव्हते. कारण तो कोणालाही तसा कधीच वाटला नाही. लॉर्ड वर्थच्या सेवेतील कर्मचाऱ्यांपैकी अगदीच वेगळा होता. 'आपण सज्जन नाही नि एक गुन्हेगार आहोत' असे त्याने न्यायालयात किंवा एखाद्या सरकारी अधिकाऱ्यासमोर बेधडक कबूल केले असते. तसेच एखाद्या मृत किंवा जिवंत उमरावाशी त्याचे कोणतेच साम्य नव्हते. तरीही लॉर्ड वर्थ आणि लार्सन यांच्यामध्ये एकमेकांबद्दल आदरभाव बाळगला जात असे व सुसंवाद साधला जात असे. ते दोघे एकमेकांचे सख्खे भाऊ असल्यासारखे वागत असत. एक घट्ट बंधुभाव व स्नेह त्या दोघांमध्ये निर्माण झाला होता.

लार्सनसारखे बरेचजण होते. त्याच्यासारख्याच मार्गाने वर येऊ पहात होते, पण शेवटी ते दुर्दैवी ठरले होते. गुन्हेगारी जगात अशा व्यक्तींना हाताशी धरून आपले अनेक हेतू व महत्त्वाकांक्षा साध्य करून घेण्याचे प्रयत्न दादा मंडळींकडून होतात; परंतु लार्सन तसले काहीही करत नव्हता. कदाचित त्यामुळेही असेल, त्या दुर्दैवी व आयुष्यात अयशस्वी ठरलेल्यांना लार्सन हा आपला वाटत असे. एखादा खतरनाक पहिलवान जसा दिसतो तसे लार्सनचे रूप होते. त्याचे काळे डोळे वरच्या जाडजूड भुवयांमधून बाहेर आल्यासारखे बटबटीत वाटत असत. त्याने दाढी राखली होती आणि त्याचे नाक हे गरुडाच्या चोचीसारखे होते. त्याचे डोळे नेहमी आपल्याला तुल्यबळ असलेल्या प्रतिस्पर्ध्यांच्या शोधात असल्यासारखे भासत असत. जेव्हा तो बोलू लागे तेव्हा त्याच्या त्या रानटी निअॅन्डर्थल माणसासारख्या चेहऱ्यातून येणाऱ्या आवाजाने ऐकणाऱ्याला सुरुवातीला धक्का बसत असे. याचे कारण त्याच्या तोंडून एका सुसंस्कृत व सुशिक्षित माणसाचे बोलणे उमटत असे. पण तशी फसगत करणाऱ्या अनेक व्यक्ती आपण एरवी पहात असतोच ना! छान, सज्जन, रुबाबदार व मुद्दाम नीटनेटके चेहरे राखलेल्या अनेक व्यक्ती जेव्हा बोलू लागतात तेव्हा त्या किती खालच्या दर्जाच्या व गावंढळ आहेत हे आपल्याला कळून धक्का बसतो. फक्त येथे लार्सनच्या बाबतीत उलटा प्रकार होता. लार्सन ही

व्यक्ती पूर्वी काय होती किंवा काय करत होती हे कोणालाच ठाऊक नव्हते. एकट्या लॉर्ड वर्थलाच ते ठाऊक होते.

लार्सन हा आत्ता त्याच्या वायरलेस रूममध्ये बसलेला होता. त्याने कानावर हेडफोन्स चढवले होते. बिनतारी यंत्रातून उमटणारे लॉर्ड वर्थचे बोलणे तो लक्षपूर्वक ऐकत होता. अधूनमधून तो आपली मान होकारार्थी हलवित असे. मग त्याने आपल्या कानावरचे हेडफोन्स उतरवून ठेवले आणि हात पुढे करून एक बटण दाबले. येणारा आवाज आता स्पीकर फोनमधून उमटू लागला.

आता लार्सन बोलू लागला, "सर, सारे काही मला नीट व्यवस्थित समजले. आम्ही ताबडतोब तयारी करायला लागू. पण सर, काही गोष्टी तुमच्या नजरेतून निसटलेल्या वाटतात."

"असं? त्या कोणत्या?" लॉर्ड वर्थ म्हणाला.

त्याच्या आवाजात अविश्वास होता. आपल्या ध्यानातून काहीच निसटले नाही असा ठाम विश्वास प्रगट होत होता.

लार्सन समजावून सांगू लागला, "त्याचे असे आहे, तुम्हाला वाटते की, सशस्त्र वाहनांकडून किंवा नौकांकडून तुमच्यावर हल्ला चढवला जाईल. जर ते अशी टोकाची भूमिका घेत असतील तर मग ते कोणत्याही थराला सहज जाऊ शकतील. हो ना?"

"मुद्यावर येऊन बोला," लॉर्ड वर्थ अधीर होत म्हणाला.

"तर तो मुद्दा असा आहे की, नाविक तळांवर पाळत ठेवणे हे तसे खूपच सोपे आहे; परंतु डझन दोन डझन विमानतळांवर लक्ष ठेवणे हे तसे कठीण आहे."

"गुड गॉड!" लॉर्ड वर्थ आश्चर्यचकित होत म्हणाला. हा मुद्दा आपल्या लक्षात कसा आला नाही? नंतर काही क्षण तो बोलला नाही. त्याच्या मेंदूतील विचारचक्रे फिरू लागली. त्या विचारचक्रांचे गिअर्स बदलले गेले. काही क्षणांनी तो म्हणाला, "म्हणजे तसे नक्की घडेल असे तुम्हाला–"

"साहेब, मी जर *सीविच*वर असतो तर मी हाच विचार केला असता. माझ्यावर डझनभर विमाने चालून आली असती. त्यांनी तुफानी बॉम्बफेक केली असती आणि मग ती गुन्ह्याच्या जागेपासून लगेच पळून गेली असती. शेवटी ती विमाने आहेत. जहाजांपेक्षा वेगाने पळ काढू शकतात, अन् तेही अत्यंत सुरक्षितपणे! पण त्याऐवजी जर सशस्त्र नौका चालून आल्या तर अमेरिकेच्या आरमाराला किंवा बॉम्बर विमानांना ताबडतोब त्या नौकांचा सहज पाठलाग करून अडवता येईल किंवा बुडवता येईल. आणखी एक गोष्ट लॉर्ड वर्थ."

यावर पलीकडून कसलेच उत्तर आले नाही. लॉर्ड वर्थ बहुतेक स्तिमित होऊन गप्प बसला असावा.

लार्सन पुढे बोलू लागला, "तुमच्यावर चालून येणाऱ्या जहाजाला शंभर मैलांवर सहज थोपवता येईल, पण चालून येणाऱ्या क्षेपणास्त्राला अजिबात थोपवता येणार नाही. आजकाल हजार मैलांवरूनही क्षेपणास्त्र सोडता येते, अन् जेव्हा ते आपल्या लक्ष्यापाशी वीस मैलांवर येते तेव्हा त्यातील उष्णता संवेदन यंत्रणा चालू होते. वीस मैलांवर असलेल्या लक्ष्यामधल्या उष्णतेचा, मग ती कितीही सूक्ष्म असली तरी, त्याचा वेध ते सहज घेऊ शकते. नंतर काही सेकंदांत ते त्या उष्णतेच्या उगमस्थानावर जाऊन कोसळते. *सीविच* प्लॅटफॉर्मच्या आजूबाजूला शंभर मैलांच्या परिसरात उष्णतेचे आणखी कोणतेही उगमस्थळ नाही, असे मला वाटते."

पलीकडे शांतता होती. लॉर्ड वर्थची यावर कोणतीच प्रतिक्रिया व्यक्त झाली नाही किंवा तो काहीतरी वेगळा विचार करत असावा. नंतर काही मिनिटांनी तो म्हणाला, "आणखी काही मुद्दे तुम्हाला सुचतात का?"

"होय, फक्त एकच मुद्दा. मी जर त्या शत्रूच्या जागी असतो– मी त्यांना शत्रू म्हटले तर चालेल ना तुम्हाला?"

"त्या राक्षसाला काय वाटेल ते म्हणा," लॉर्ड वर्थ वैतागून म्हणाला.

"तर मी त्या शत्रूच्या जागी असतो तर मी हल्ला करण्यासाठी पाणबुडी वापरली असती. पाणबुडीतून क्षेपणास्त्र सोडायचे असेल तर आता पाण्याच्या पृष्ठभागावर येण्याचे पाणबुडीला कारण नाही. ते क्षेपणास्त्र समुद्राच्या पोटात राहूनही सोडता येते. मग धुडूम्! *सीविच* ताबडतोब नकाशावरून पुसली जाईल. कुठेही पाणबुडीचा मागमूस राहणार नाही. कोण हल्लेखोर आहेत ते कळणारही नाही. एकाच प्रचंड धमाक्यात ती तेलविहीर नष्ट होईल. अशक्य वाटते ना हे सारे?"

"तुम्ही आता मला अणुबॉम्ब बसवलेले क्षेपणास्त्र चालून येण्याची शक्यताही बोलून दाखवाल, असे वाटते."

"नाही, तसे अजिबात केले जाणार नाही. कारण त्या अणुस्फोटाची दखल डझनभर भूकंपमापक यंत्रे घेतील. तसा काही विचार मनात येणे म्हणजे तो केवळ आपल्या मनातील कल्पनेचा खेळ ठरेल. त्या प्रकारात तेलविहीर पार वाफारून अदृश्य होऊन जाईल. माझ्या कल्पनेत चुकूनही तसा विचार उमटणार नाही."

"ठीक आहे! मी तुमची सकाळी गाठ घेईन." एवढे म्हणून लॉर्ड वर्थने फोन लाईन बंद करून टाकली.

ते ऐकल्यावर लार्सनने दात विचकून एक रुंद स्मित केले. त्याचे ते दात नक्कीच पिवळे असणार असेही कोणाला वाटेल. पण लार्सनचे दात हे शुभ्र पांढरे व चमकदार होते. मग त्याने स्कॉफिल्डकडे वळून पाहिले. स्कॉफिल्ड हा त्याचा

हेड ड्रिलर होता आणि उजवा हात होता.

स्कॉफिल्ड हा एक धिप्पाड माणूस होता. लालसर अंगकांतीचा होता आणि संथपणे वागणारा एक भला माणूस होता. जमिनीला खोलवर भोके पाडून तेलाचा शोध घेणारी माणसे ही कधीही तशी असत नाहीत. असंख्य टक्केटोणपे खाऊन ती निर्ढावलेली बनतात. अशा लोकांत राहूनही त्याचा स्वभाव व प्रवृत्ती बदलली नव्हती. तसा तोही एक टक्केटोणपे खाल्लेला होता; परंतु त्याच्या मूळच्या नम्र स्वभावामुळे तो एक अनुभवी, शांत व संयत वृत्तीचा माणूस बनला आहे, अशी जर कोणी अटकळ केली तर ती चुकीची ठरेल. त्याच्या दोन्ही गालांवर दोन-दोन उभे मोठे वळ उमटले होते. त्यामुळे कदाचित पहाणाराची तशी समजूत होत असावी. लार्सनसारखेच त्यानेही आपल्या चेहऱ्यावर प्लॅस्टिक शस्त्रक्रिया करून घेतली नाही. आपण जसे आहोत तसेच लोकांनी आपल्याला स्वीकारावे अशी त्याची वृत्ती होती. त्याने लार्सनकडे मोठ्या उत्सुकतेने खुलाशासाठी पाहिले.

स्कॉफिल्डने त्याला विचारले, "हा काय प्रकार आहे? कशासाठी एवढा आटापिटा चाललेला आहे?"

"आपले दिवस आता भरत आलेले आहेत. आता जो काही सर्वनाश होईल त्याला तोंड द्यायची आपण तयारी केली पाहिजे. थोडक्यात सांगायचे झाल्यास, लॉर्ड वर्थ यांच्याभोवती त्यांचे शत्रू गराडा घालीत आहेत." लॉर्ड वर्थच्या अडचणी त्याने एका वाक्यात अशा मांडल्या. तो पुढे म्हणाला, "ते बहुतेक उद्या सकाळी आपल्याकडे काही सशस्त्र व चिवट माणसे संरक्षणासाठी पाठवतील असे दिसते. त्यांच्याबरोबर पुरेसा दारूगोळाही असणार. मग उद्या दुपारी आपल्यावर हल्ला करण्यासाठी एखादी नौका चालून येईल. त्यामध्ये अवजड तोफा व तत्सम यंत्रसामुग्री असेल."

"पण एका रात्रीत लॉर्ड वर्थ यांना आपल्या बाजूने लढणारी माणसे, शस्त्रे व दारूगोळा कसा काय जमवता येईल?"

"ते एक आश्चर्य आहे आणि त्याबद्दल न बोललेलेच बरे!" लार्सनने गंभीर होत म्हटले.

"पण ते सगळे बोलणे– म्हणजे तुमचे बोलणे– बॉम्बर विमाने, पाणबुडी, क्षेपणास्त्रे याबद्दल मी म्हणतो आहे. असे काही खरोखरीच वापरले जाईल? तुमचा विश्वास आहे त्यावर?"

"नाही. हा आपला श्रीमंत माणसांचा वेळ घालवण्याचा एक प्रकार आहे. त्यांच्या मनातले विचार पार एकदम दुसऱ्या टोकाला जातात. एक प्रकारचा कल्पनाविलासच तो! मग त्यावेळी ते वास्तवता व व्यवहार यापासून दूर जातात." एवढे बोलून तो थोडे थांबला व विचार करू लागला. मग काही क्षणांनी त्याने

म्हटले, ''निदान मला तरी तसे वाटते. पण तरीही आपण आपल्याला जमेल तेवढी आपली संरक्षणाची फळी भक्कम केली पाहिजे. चला, लागूया आता त्या कामाला.''

''तुमच्याजवळ एक पिस्तूल आहे. माझ्याजवळही तसे एक पिस्तूल आहे. एवढ्यानेच आपले संरक्षण करायचे?''

''ते जेव्हा तोफाबिफा घेऊन येतील, तेव्हा त्या आपण मोक्याच्या जागी पक्क्या करू. मला वाटते की, त्या लार्ज बोअर गन्स आणतील.''

''जर ते हल्लेखोर आले तर त्याचा उपयोग होईल.''

''येऊ तर दे त्यांना. लॉर्ड वर्थ जो काही दारूगोळा आपल्याला पाठवेल त्याचा आपण त्यांच्यावर मारा करू.''

''तो दारूगोळा लॉर्ड वर्थ यांच्या खासगी कोठारातील असणार!''

''तसा तो नसेल तरच मला नवल वाटेल. आणीबाणीसाठी कोणीही अशी तरतूद करून ठेवेलच.''

''तुम्हाला नक्की काय वाटते, कमांडर. खरे सांगा मला.'' स्कॉफिल्ड अजीजीने म्हणाला.

''ते मलाही ठाऊक नाही. मला फक्त एवढेच ठाऊक आहे की, जर लॉर्ड वर्थ यांचा तर्क निम्मा जरी बरोबर ठरला तर आपले येथले तेलविहिरीवरचे जे एकसुरी व कंटाळवाणे आयुष्य आहे ते काही दिवस तरी धामधुमीचे जाईल.''

संध्याकाळचा काळोख हळूहळू *सीविच* वर जमा होत होता. वायरलेस रूममधून त्या दोघांनी बाहेरच्या संधीप्रकाशात पाय ठेवले. *सीविच* तेलविहिरीच्या प्लॅटफॉर्मचे पाय १५० फॅदम, म्हणजे ९०० फूट खोल समुद्रात शिरून तळावरती स्थिरावले होते. पाण्यात असल्याने हलके झालेले ते पाय ताणून ओढून धरणाऱ्या केबलनी पकडून धरले होते. ही तेलविहीर मेक्सिकोच्या आखातात अशा ठिकाणी उभी होती की, तिथल्या समुद्रतळाखाली तेलाचा अफाट साठा होता. हा मेक्सिकोच्या आखातातील सर्वांत मोठा साठा होता. ते दोघे चालत चालत प्लॅटफॉर्मवरील डेरिक मनोऱ्यापाशी आले. जरी तिथे समुद्रतळाला भोके पाडून तिथले तेल वर आणण्याचे काम चालले होते, तरी तिथे आणखी भोकेही पाडण्याचे काम सुरू केलेले होते. पण नवीन भोके ही सरळ समुद्राला काटकोनात न भिडता तिरपी व प्लॅटफॉर्मपासून दूर जाणारी अशी पाडली जात होती. आपल्या पायाखालील तेलाच्या साठ्याची व्याप्ती किती आहे त्याचा अंदाज घेण्यासाठी हा सारा खटाटोप चालला होता. तिथे कामे करणाऱ्या कर्मचाऱ्यांनी आपल्या या दोन्ही वरिष्ठांकडे फारशा आपुलकीने पाहिले नाही; परंतु शत्रुत्वानेही नजर टाकली नाही. त्यांच्या त्या थंड प्रतिसादामागे तसेच कारण होते.

लॉर्ड वर्थला सरकारने लायसेन्सवर समुद्रातील एक विशिष्ट जागा आखून

दिली होती. त्या जागेच्या सीमारेषेच्या आतच त्याला समुद्रतळावर खोदकाम करून तेल बाहेर काढायला परवानगी दिली होती. तिथल्या जागेखाली जमिनीच्या पोटात जणू काही एक मोठे तेलाचे सरोवर होते. लॉर्ड वर्थला ते सारे सरोवर बाहेर काढायचे होते; परंतु आखून दिलेल्या सीमारेषेबाहेर जाऊन समुद्रतळाला भोके पाडून ते तेल बाहेर काढता येणार नव्हते. कारण त्याला दिलेल्या क्षेत्रफळापेक्षाही जमिनीच्या पोटातील तेलाच्या सरोवराचे क्षेत्रफळ अधिक विस्तृत होते. म्हणून तो आपल्या जागेच्या सीमारेषेपाशी जाऊन समुद्रतळाला तिरपी भोके पाडीत होता. जमिनीच्या पोटात पुढे पुढे सरकणारे पाईप तिरप्या मार्गाने खाली जात होते आणि त्याच्या जागेची सीमारेषा ओलांडून पुढे पुढे सरकत होते. कायद्याच्या चौकटीत राहून तो हे साध्य करत होता; परंतु कुणी सांगावे, उद्या अशा गोष्टीला कायद्याने प्रतिबंध झाला तर? त्याच्या आत त्याला तिथल्या समुद्रतळाखालचे जास्तीत जास्त तेल बाहेर काढायचे होते. कोणी सांगावे, तिथे तेलाचा साठा कल्पनातीत प्रमाणात असू शकेल. नवीन कायदे तयार व्हायला सरकारी यंत्रणा खूप वेळ घेत असली तरी उद्या तसे कायदे नक्की होतील. मग नवीन पहाणीनुसार तिथल्या अफाट तेलाच्या साठ्याचा पत्ता लागल्यावर सरकार आणखी तेलाच्या उत्पादकांना तिथे तेलाचे उत्पादन करण्यास परवानगी देईल. म्हणून समुद्रतळाखालच्या तेलाच्या सरोवराचा विस्तार नक्की किती आहे हे शोधणे लॉर्ड वर्थला जरुरीचे वाटत होते.

हे काम लवकरात लवकर संपवण्यासाठी लार्सन व स्कॉफिल्ड हे दोघे आपल्या खोदकाम करणाऱ्या तुकडीला सतत त्या कामात गुंतवून ठेवत होते. ते दोघे आपल्या कामात अत्यंत कुशल होते. जणू काही तसली माणसे गेल्या शंभर वर्षांत जन्माला आली नसावी असे त्यांच्या कामाकडे पाहिले की वाटत होते. माणसांकडून कामे कशी करून घ्यावीत हे त्यांना चांगले ठाऊक होते. माणसाच्या स्वभावातील गुणदोष हेरून त्यांना न दुखावता ते त्यांच्याकडून रात्रंदिवस कामे करून घेत होते. अहोरात्र ड्रिलिंग रिग, खोदकाम करणारे यंत्र ते चालवित होते. सतत तेच ते काम करत गेल्याने ती माणसे नाराज झाली होती, पण बंड करून उठण्याइतपत ती नाराजी नव्हती. याचे कारण त्यांना गलेलठ्ठ पगार दिला जात होता. रहाण्यासाठी किनाऱ्यावर उत्तम घरे दिली होती. सर्व सुखसोयी पुरविल्या होत्या. त्यांची कामाची पाळी ही १२ तासांची होती. त्यानंतर ते किनाऱ्यावर जात होते. मग दमल्यामुळे ते चैन, मौज, मजा यात गुंग होऊन जात. मद्य व स्त्रिया यांच्या आश्रयाखाली ते स्वत:ला झोकून देत. त्यानंतर एक यथेच्छ जेवण व शेवटी एक प्रदीर्घ निद्रा! यातून बाहेर आले की, परत कामावर जाण्यासाठी ते तयार होत. उत्कृष्ट जेवण, मद्य व स्त्रिया यांच्या पाशात सापडल्यावर त्या गोष्टी सतत मिळत रहाण्यासाठी त्यांना पुन्हा काम करावे लागत होते. त्यांना लठ्ठ पगार, ओव्हरटाईम

व भत्ते हे तर दिले जात होतेच. पण त्याचबरोबर तेलविहिरीतून बाहेर पडणाऱ्या तेलाच्या दर हजार पिपांमागे त्यांना बोनस दिला जात होता. काम व चैन यांच्या रहाटगाडग्यात ते सापडले होते. ते चक्र अविरत फिरत होते. कधीही थांबत नव्हते. त्या चक्राचे ते गुलाम बनले होते.

लार्सन व स्कॉफिल्ड हे दोघेही प्लॅटफॉर्मच्या पश्चिमेकडच्या टोकाला चालत चालत गेले. तिथे त्यांनी दूरवर समुद्रात तरंगत असलेल्या तेलाच्या अवाढव्य टाकीकडे पाहिले. त्या टाकीत तेल साठविले जाई. त्या तरंगत्या टाकीवर उघडझाप करणारे लाल दिवे लुकलुकत होते. थोडा वेळ त्यांनी त्या टाकीचे निरीक्षण केले आणि ते तिथून चालत चालत आपल्या रहाण्याच्या जागेकडे गेले.

स्कॉफिल्ड म्हणाला, "जर आपल्याला काही तोफा, मशिनगन वगैरे मिळाल्या तर त्या कुठे कुठे बसवायच्या ते पाहिले का?"

लार्सन म्हणाला, "ती शस्त्रे येथे येतील खरी, पण त्यांचा वापर करायची पाळी येणार नाही." त्याच्या बोलण्यात आत्मविश्वास प्रगट होत होता.

"पण का?"

"त्यावर तुम्हीच विचार करून पहा. मी फक्त एवढेच सांगेन की, रात्रभरात ती शस्त्रास्त्रे येथे येतील. मी त्यावेळी गाढ झोपलेला असेल. पहाटे चार वाजता उठून मी तुम्हाला भेटेन."

त्यावेळी तेलविहिरीच्या प्लॅटफॉर्मवर तेलाचा साठा केला जात नव्हता. कायद्यानेच तसे करण्यास बंदी होती. त्या ज्वालाग्राही तेलाचा एवढा मोठा साठा प्लॅटफॉर्मवर करणे हे धोक्याचे होते. त्याऐवजी लार्सनच्या सूचनेनुसार लॉर्ड वर्थने पाण्यावर तरंगणारी तेलाची मोठी टाकी हजार फुटांवर ठेवली होती. ही टाकी समुद्रतळावर नांगर टाकून तिथे जखडून ठेवलेली होती. *सीविच* प्लॅटफॉर्मसारखीच तीही एक अवाढव्य रचना होती. समुद्रतळातून बाहेर काढलेले तेल गाळून मग त्या टाकीत साठवले जाई. तिथल्या समुद्रतळाखाली एक प्रवाळ खडकांची रांग होती. सूक्ष्म प्रवाळ जीवांच्या अवशेषांनी ती रांग कित्येक अब्ज वर्षांपूर्वी बनलेली होती. त्या उथळ समुद्रावर एकेकाळी सर्वत्र हे प्रवाळ खडक पसरलेले होते.

दिवसातून एकदा, कधीकधी दोनदाही, एक ५०,००० टनी तेलवाहू टँकर त्या तरंगत्या टाकीपाशी थांबे व त्यातील सारे तेल आपल्यामध्ये काढून घेऊन किनाऱ्याकडे जाई. तीन टँकर बोटी अशा रीतीने सतत किनाऱ्यापासून ये-जा करत असत. किनाऱ्यावरचे तेल मोठमोठ्या टाक्यांतून रिफायनरीकडे शुद्धीकरणासाठी अथवा विक्रीसाठी पुढे पाठवले जाई. यापेक्षाही जादा तेल किनाऱ्याकडे पाठवणे लॉर्ड वर्थला शक्य होते. त्यासाठी तो त्याच्याकडे असलेले सुपर टँकरही वापरू

शकत होता; परंतु एक सुपर टँकर पूर्ण भरण्यासाठी तशा पाच-सहा तरंगत्या टाक्या लागल्या असत्या. आताची एक टाकी सुपर टँकरमध्ये रिकामी करून किनाऱ्याकडे तेल पाठवणे हे सुपर टँकरच्या दृष्टीने तोट्यातले ठरले असते. असला वेडेपणा लॉर्ड वर्थ कधीच करणार नव्हता. शिवाय सुपर टँकरला किंवा ५० हजार टनांपेक्षा जास्त मोठ्या टँकरला खोल पाण्यातील मालधक्का लागतो. त्यामुळे उथळ समुद्रातील जी बंदरे एरवी नगण्य वाटतात त्या बंदरांना लॉर्ड वर्थच्या टँकर बोटी लागून आपल्यातील तेल गिऱ्हाइकांना द्यायच्या.

त्या छोट्या बंदरांना लागण्यासाठी ५० हजार टनी टँकर योग्य होते; परंतु एवढ्या छोट्या बंदरांची निवड लॉर्ड वर्थने केली हा काही योगायोग नव्हता. लॉर्ड वर्थने आंतरराष्ट्रीय सीमेपलीकडच्या खुल्या समुद्रात तेलासाठी उत्खनन करण्याचे ठरवल्यावर ज्या कंपन्या त्याच्या नावाने खडे फोडू लागल्या होत्या, 'लॉर्ड वर्थची ही कृती अत्यंत नीच व दुष्टपणाची आहे' अशी टीका करू लागल्या होत्या, त्याच कंपन्या या लॉर्ड वर्थची सर्वांत चांगली गिऱ्हाइके होती. याचे कारण त्या कंपन्या छोट्या होत्या. त्या जमेल तितका नफा कमवित होत्या. त्यांच्याकडे स्वत:च्या तेलविहिरी नव्हत्या. त्यासाठी जे संशोधन व पहाणी करावी लागली असती त्याला भरपूर पैसा लागणार होता. तो त्यांच्याकडे नव्हता. त्यामुळे तेल विकत घेऊन पुढे त्याचा व्यापार करणे एवढेच त्यांच्या हाती होते. म्हणून त्यांची बंदरेही लहान होती, उथळ पाण्यातली होती. त्यासाठी ५० हजार टनी तेलवाहू टँकर हा पुरेसा होता. लॉर्ड वर्थने म्हणूनच ते तीन लहान टँकर्स हे किनाऱ्यावर तेल पोहोचवण्यासाठी योजलेले होते. मोठ्या कंपन्या मात्र मोठमोठ्या योजनांमध्ये अधिक पैसा ओतून आणखी जादा नफा खेचायच्या, करवसुली खात्याच्या रोषात आणखी भर घालायच्या आणि अमेरिकी काँग्रेसकडे अधिक करमाफीसाठी अर्ज करायच्या.

त्या लहान कंपन्यांना स्वस्त दरातील तेलाचे जबरदस्त आकर्षण होते. ते तेल जास्त दराने विकून त्या चांगलाच नफा कमवित होत्या. सरकारकडून लायसन्स घेऊन तेल उत्पादन करणाऱ्या कंपन्यांमध्ये लॉर्ड वर्थची *सीविच* तेलविहीर ही सर्वाधिक उत्पादन करणारी होती. लहान कंपन्यांना स्वस्त तेलाचा तो एक अक्षय स्रोत सापडला होता. पण पुढच्या दहा वर्षांत कोणी सांगावे, परिस्थिती बदलू शकेल. अमेरिकी काँग्रेसच्या हास्यास्पद चौकशीला तोंड देण्याचे सामर्थ्य मोठ्या कंपन्यांमध्ये असल्याने त्यांना भविष्यकाळाची चिंता नव्हती. शिवाय जोपर्यंत ऊर्जेची टंचाई अस्तित्वात राहील तोपर्यंत कोणीही 'तेल कोठून आले? आणि काय दराने विकले जाते आहे?' असे प्रश्न विचारणार नव्हते. तेल निर्यातदार देशांची 'ओपेक' संघटना ही तेलाच्या किमती आपल्या लहरीनुसार खाली-वर करू शकते, तर मग आपण तसे काही केले तर कुठे बिघडले, अशी छोट्या कंपन्यांची भावना होती.

लॉर्ड वर्थच्या रहात्या जागेपासून दोन मैलांवर मिशेल आणि रूमर यांचे ऑफिस होते. दारावरची घंटी वाजली म्हणून मिशेलने पुढे होऊन दार उघडले.

दारात एकजण उभा होता. त्यांना भेटायला आलेला होता. मध्यम उंचीचा, थोडासा जाडगेला, पितळी फ्रेमचा चष्मा घातलेला तो माणूस पाहून ते दोघे चमकले. ती व्यक्ती त्यांना अदबीने विचारीत होती, ''मे आय कम इन?''

''जरूर. इतक्या उशिरा सहसा कोणी आमच्याकडे येत नसते,'' असे म्हणून मिशेल दारातून बाजूला झाला.

''थँक यू! मी नेहमीच्याच कामासाठी आलो आहे. मी जेम्स बेन्टले.'' असे म्हणून त्या व्यक्तीने आपले व्हिजिटिंग कार्ड पुढे केले. त्या कार्डावरची FBI ही अक्षरे ठळकपणे दिसत होती. FBI म्हणजे 'फेडरल ब्यूरो ऑफ इन्व्हेस्टिगेशन'. अमेरिकेची केंद्रीय गुप्तहेर संस्था!

मिशेलने म्हटले, ''अशी कार्डे दचकवण्यासाठी, चेष्टा करण्यासाठी कोणत्याही जोक-शॉपमध्ये मिळू शकतात. आपण कोठून आलात?''

''मियामी शहरामधून.''

''आपला फोन नंबर?''

यावर बेन्टलेने ते कार्ड उलटे करून मागची बाजू दाखविली. मग मिशेलने ते कार्ड रूमरला दिले आणि तो त्याला म्हणाला, ''बघ रे बाबा. हे कितपत खरे आहे ते बघ. माझी स्मृती तेवढी चांगली नाही.''

रूमरला मियामीच्या एफबीआयच्या ऑफिसातील सारी माणसे आठवत होती. पण त्याने ते कार्ड न वाचता मिशेलला म्हटले, ''ठीक आहे माईक. मी यांच्याकडे पहातो.'' मग त्या अनाहूत व्यक्तीकडे पाहून तो म्हणाला, ''हं, तर तुम्ही तिथल्या ऑफिसात एक साहेब आहात तर! हो ना?''

यावर त्या व्यक्तीने मान डोलावली.

''ठीक आहे. या, आत या आणि बसा.''

मिशेल बेन्टलेला म्हणाला, ''प्रथम एक गोष्ट आम्ही स्पष्ट विचारतो. आमची काही चौकशी तुम्हाला करायची आहे का?''

''नाही. उलट आमचे खाते तुम्ही आम्हाला मदत करावी अशी विनंती करते आहे. मी तेवढ्यासाठीच येथे आलो आहे.''

''वा:! झकास! शेवटी आमची पात्रता तुम्हाला मान्य झाली तर! परंतु तुमच्या खात्याला आमच्याविषयी फारशी माहिती नसणार,'' मिशेल म्हणाला.

''आहे. सारी काही माहिती आहे, अन् आम्हाला हेही ठाऊक आहे की, तुम्हा दोघांचे लॉर्ड वर्थ यांच्याशी स्नेहसंबंध आहेत,'' बेन्टले म्हणाला.

यावर रूमर सावधगिरीने म्हणाला, "अंऽऽ, तसे संबंध म्हटले तर किंचितच जास्त आहेत, अन् तेही सामाजिक पातळीवरचे आहेत. तुम्हाला आमच्याबद्दल जेवढी थोडीशी माहिती आहे तेवढीच थोडीशी माहिती आम्हाला लॉर्ड वर्थबद्दल आहे."

बेन्टले आता सावकाश बोलू लागला. "असे पहा. तुमच्याबद्दल मला खूपच ठाऊक आहे. पूर्वी तुम्ही पोलीस खात्यात होतात. तेथून स्वेच्छेने बाहेर पडलात. पण तुम्ही कधीही खात्याशी जुळवून घेतले नाहीत. त्यामुळे तुमच्या बढत्या रोखल्या गेल्या. सारे काही मला ठाऊक आहे. मी तुम्हाला एवढीच विनंती करायला आलो आहे की, कृपा करून तुम्ही लॉर्ड वर्थ यांच्याकडून थोडीशी माहिती काढून घ्या किंवा त्याचा शोध घ्या."

मिशेल म्हणाला, "अजिबात नाही. आम्हाला लॉर्ड वर्थ हे तसे थोडेसेच ठाऊक आहेत."

रूमर मिशेलला म्हणाला, "माईक, त्यांचे आधी पुरते ऐकून तर घे." रूमरच्या चेहऱ्यावर आठ्या पडल्या होत्या. तो कसल्या तरी विचारात पडला असावा.

बेन्टले सांगू लागला, "लॉर्ड वर्थ हे परराष्ट्र खात्याकडे सारखे फोनवरून तक्रारी करत आहेत. आपल्याला कोणीतरी सतावत आहेत अशी त्यांची भावना झाली असावी. आमच्या खात्याला आता या प्रकरणात रस वाटू लागला आहे. कारण इतके दिवस आम्ही लॉर्ड वर्थ यांना दुसऱ्यांना सतावणाऱ्या भूमिकेत पहात आलेलो होतो. पण आता त्यांनाच कोणीतरी सतावते आहे म्हटल्यावर आम्हाला आश्चर्य वाटू लागले आहे. त्यांना खरेच कोणी सतावते आहे, का तशी तक्रार करण्यामागे त्यांची काही चाल आहे, याचा आम्हाला शोध घ्यायचा आहे."

रूमर यावर म्हणाला, "असे एफबीआयला वाटते आहे. तुमच्याकडे लॉर्ड वर्थ यांच्याबद्दलची सारी माहिती असणार. त्यांच्यावर एखादी फाईल तुम्ही नक्की उघडलेली असून, वर्षानुवर्षे त्यात माहिती साठवली जात असणार, अन् लॉर्ड वर्थलाही हे ठाऊक असेल. तरीही 'आपली काळजी घ्यायला आपण पुरेपूर समर्थ आहोत,' अशी छाप इतकी वर्षे लॉर्ड वर्थ भासवित आले आहेत."

"म्हणून तर परराष्ट्र खात्याला या प्रकरणात कुतूहल वाटू लागले आहे. जर ते स्वत:ची काळजी घेऊ शकतात, असा त्यांचा जो गर्व आहे तो आता कोठे गेला? त्यांना मदतीची गरज का भासते आहे?" बेन्टले म्हणाला.

मिशेलने त्याला विचारले, "त्यांची तक्रार तरी काय आहे? कोणत्या मदतीची ते मागणी करत आहेत?"

"तक्रार? त्याला तक्रार म्हणता येणार नाही. ते उगाचच निरर्थक गाऱ्हाणे

सांगत आहेत, असे मला वाटते. तुम्हाला ठाऊकच असेल की, मेक्सिकोच्या आखातात त्यांची एक तेलविहीर आहे.''

''होय. *सीविच* तिचे नाव आहे.''

''तर त्यांना सारखे असे वाटते आहे की, त्या आपल्या तेलविहिरीवर हल्ला केला जाऊन ती नष्ट होईल. म्हणून त्यांना त्या तेलविहिरीसाठी संरक्षण हवे आहे. लॉर्ड वर्थ हे एक श्रीमंत व बडे प्रस्थ असल्याने त्यांनी आपल्या मागण्या अत्यंत अदबीने व सौम्य भाषेत मांडल्या. त्यांना क्षेपणास्त्रे सोडणारी फ्रिगेट युद्धनौका हवी आहे. हवेतल्या हवेत क्षेपणास्त्रे नष्ट करणारी यंत्रणा हवी आहे. ती युद्धनौका सतत आपल्या तेलविहिरीजवळ उभी असायला हवी, अशी त्यांची मागणी आहे. तशी आणीबाणीची वेळ कधीही येऊ शकते, असे ते सारखे म्हणत आहेत.

''तशी आणीबाणीची वेळ? म्हणजे कशी?''

''इथेच तर गोम आहे. या बाबतीत ते काहीही सांगत नाहीत. विचारले तरी सांगत नाहीत. ते फक्त एवढेच म्हणतात की, 'आपल्याला एका गुप्त ठिकाणाहून तशी माहिती मिळाली आहे.' आम्हाला याचे आश्चर्य वाटत नाही. या अफाट श्रीमंत माणसाकडे स्वत:ची गुप्तहेर यंत्रणा असल्यास नवल नाही.''

''तुम्ही आता नीट सारे काही आम्हाला सांगा. काहीही हातचे राखून ठेवू नका,'' मिशेल म्हणाला.

''आमच्याकडे जेवढी माहिती आहे तेवढी ती मी सर्व काही तुम्हाला दिली आहे. बाकी तुम्ही तर्क करू शकता. परराष्ट्र खात्याला त्यांनी फोन करणे म्हणजे या प्रकरणात कुठेतरी परकीय राष्ट्रे गोवलेली असणार. क्यूबाजवळच्या समुद्रात रशियन आरमाराचा तळ सध्या आहे. त्यामुळे परराष्ट्र खात्याला यामध्ये काहीतरी आंतरराष्ट्रीय प्रकरण शिजत असल्याचा वास येतो आहे किंवा कदाचित यापेक्षाही अधिक भयंकर असे त्यामागे असू शकेल.''

''मग तुमची आमच्याकडून काय अपेक्षा आहे? आम्ही काय केले पाहिजे?''

''तुम्हाला फारसे काही करावे लागणार नाही. तुम्ही फक्त लॉर्ड वर्थ यांच्या मनात असलेल्या पुढच्या एक-दोन दिवसातील हालचालींची बातमी काढा.''

यावर मिशेल म्हणाला, ''अन् जर आम्ही याला नकार दिला तर? तर आमचे डिटेक्टिव्ह लायसन्स तुम्ही रद्द करणार काय?''

''असे पहा. मी काही एक भ्रष्ट अधिकारी नाही. तुमचा नकार असेल तर मी तुम्हाला भेटलो ही घटनाच तुम्ही विसरून जा आणि निवांत राहा. पण तरीही मला वाटते की, लॉर्ड वर्थची जी काही भ्रामक अथवा चमत्कारिक समजूत झाली आहे त्यापासून त्यांचेच रक्षण तुमच्याकडून व्हावे, तसेच त्यांच्याकडून उगाच काही आततायी कृती होऊ नये म्हणून तुम्हीच त्यांना आवर घालू शकाल. मला असे

वाटते की, जर लॉर्ड वर्थ यांच्या जिवाला धोका झाला तर त्यांच्या मुली हादरून जातील, दु:खीकष्टी होतील. तसे काही त्या मुलींना होऊ नये म्हणून तरी तुम्ही या प्रकरणात लक्ष घालावे असे मला वाटते.''

ते ऐकताच मिशेल ताडकन उठला व रागाने बाहेरच्या दाराकडे बोट करत म्हणाला, ''पुढचे दार उघडे आहे. तुम्हाला नको तितके माहीत झालेले आहे.''

''खाली बसा,'' बेन्टले कडवटपणे म्हणाला, ''उगाच वेडेपणा करू नका. नको तितके माहीत करून घेणे हाच माझ्या नोकरीचा एक भाग आहे. पण लॉर्ड वर्थ आणि त्यांचे कुटुंबीय सोडले तर मला वाटते की, तुम्हाला निदान तुमच्या देशाबद्दल तरी थोडीशी आस्था असेल. त्यासाठी तरी तुम्ही काम कराल.''

रूमर म्हणाला, ''मला वाटते की, तुम्ही असे बोलून आमच्यात देशभावना नाही असे अध्याहृतपणे व्यक्त करत आहात. हे मात्र थोडेसे जास्तच होते आहे.''

''शक्य आहे; परंतु परराष्ट्र खाते आणि एफबीआय यांना यातून कोणतीही अप्रिय घटना घडू नये असे वाटते. त्यासाठी ते प्रयत्न करत आहेत. यात काय चुकले आहे?''

रूमर म्हणाला, ''तुम्ही आम्हाला एका अवघड प्रसंगात लोटता आहात.''

''मला त्याची कल्पना नाही का? मी तुमची बाजूही समजू शकतो. तुमची इकडे आड तिकडे विहीर अशी अवस्था होते आहे. निष्ठा कोठे ठेवावी, या संभ्रमात तुम्ही पडता आहात. मी तुमच्यापुढे असा प्रस्ताव ठेवून तुम्हाला पेचात टाकले आहे खरे. मला त्याचे खूप वाईट वाटते आहे. वाटल्यास मी तुमची त्याबद्दल माफीही मागतो. पण तरीही हा पेच तुमचा तुम्हालाच सोडवायचा आहे, हे लक्षात ठेवा.''

मिशेल म्हणाला, ''ठीक आहे. आमच्या पदरात ही एक समस्या टाकल्याबद्दल आपल्याला धन्यवाद! आम्ही आता काय करावे अशी तुमची अपेक्षा आहे? आम्ही सरळ उठून लॉर्ड वर्थकडे जाऊन त्यांना 'तुम्ही परराष्ट्र खात्याला उगाच का त्रास देत आहात? तुमच्या आता पुढच्या योजना काय आहेत?' असे आम्ही विचारायचे का?''

बेन्टले यावर हसून म्हणाला, ''इतक्या रांगड्या पद्धतीने तुम्ही ती गोष्ट कराल असे मला वाटत नाही. एक पोलीस खाते सोडता बाहेर तुमचा लौकिक खूप चांगला आहे. तेव्हा लॉर्ड वर्थ यांच्या मनातील गोष्ट त्यांना न दुखावता कशी काढून घ्यायची हे तुमचे तुम्हीच ठरवा.'' एवढे बोलून तो एफबीआयचा अधिकारी उठला व पुढे म्हणाला, ''माझे ते कार्ड तुमच्याजवळच ठेवा. तुम्हाला जर काही कळले तर माझ्याशी संपर्क साधून मला सांगा. त्यासाठी तुम्हाला किती वेळ लागेल?''

रूमर म्हणाला, ''एक-दोन तास.''

"एक-दोन तास?" बेन्टले आश्चर्याने म्हणाला. तो पुढे म्हणाला, "म्हणजे तुम्हाला लॉर्ड वर्थ यांच्या त्या राजवाड्यात निमंत्रणाशिवाय केव्हाही जाता येते?"

"नाही!"

"अनेक लक्षाधीशांनाही लॉर्ड वर्थ यांचे भेटीचे निमंत्रण मिळण्यासाठी ताटकळत बसावे लागत असते."

"आम्ही त्यांच्यापैकी नाही आहोत."

"तसे असेल तर तुम्ही खूपच वरच्या श्रेणीतील आहात असेच म्हटले पाहिजे. बरं ते असो. थँक यू व्हेरी मच जंटलमन अ‍ॅण्ड गुड नाईट!"

बेन्टले निघून गेल्यावर ते दोघे काही मिनिटे न बोलता तसेच बसून राहिले. मग मिशेल शांतताभंग करत म्हणाला, "आपल्याला दोन्ही बाजूंनी काम करावे लागणार असे दिसते आहे. लॉर्ड वर्थ यांच्यासाठी आणि एफबीआयसाठी! तुझे काय मत आहे?"

"आपण आपल्याला पाहिजे तशा पद्धतीनेच हा प्रश्न सोडवू." एवढे बोलून रूमर उठला व फोनपाशी गेला. फोनचा रिसिव्हर उचलून त्याने एक नंबर फिरवला आणि लॉर्ड वर्थ यांच्याशी बोलण्याची इच्छा प्रगट केली; परंतु त्या आधी त्याने आपण कोण बोलतो आहोत हे स्पष्टपणे सांगितले. कारण त्याखेरीज पलीकडची व्यक्ती लॉर्ड वर्थला फोन देणार नव्हती. लॉर्ड वर्थ आपल्या खासगी आयुष्याला खूप महत्त्व देत होता व जपत होता.

लॉर्ड वर्थ फोनवर आल्यावर रूमर म्हणाला, "लॉर्ड वर्थ? आम्ही मिशेल व रूमर फोनवर आहोत. सर, तुमच्याशी आम्हाला काही चर्चा करायची आहे. कदाचित ती चर्चा महत्त्वाची व तातडीची असेल किंवा नसेल. जे काही आहे ते आम्हाला फोनवर सांगता येत नाही." एवढे बोलून पलीकडचे बोलणे ऐकण्यासाठी तो थांबला. काही मिनिटे ऐकत राहिला आणि नंतर 'थँक्स' असे पुटपुटत त्याने फोन खाली ठेवला.

मग तो मिशेलकडे वळून म्हणाला, "ते आत्ता ताबडतोब आपल्याला भेटायला तयार आहेत. त्यांच्या मॅन्शनमधील बाजूच्या दरवाज्याने आत अभ्यासिकेत येण्यासाठी त्यांनी सांगितले आहे. त्यांच्या मुली वरच्या मजल्यावरील आपापल्या खोलीत निघून गेल्या असल्याने निवांतपणा आहे, असेही ते म्हणाले आहेत."

"मला वाटते की, त्या बेन्टले महाशयांनी आपला हा फोन टॅप करून ठेवला असणार. कुठेतरी त्याची माणसे आपले संभाषण चोरून ऐकत असणार. आत्ताचे बोलणे नक्की त्याला समजले असणार."

"शेवटी तो एफबीआयचा माणूस आहे. तो तसेच करणार. पण आत्ताचे बोलणे त्याला कळून त्याच्या हाती काहीच लागणार नाही."

पाच मिनिटांनी त्या दोघांनी आपली गाडी लॉर्ड वर्थच्या मॅन्शनमध्ये पार्क केली. मग बाहेर पडून झाडांच्या ओळीतून ते चालत चालत बाजूच्या दरवाज्याकडे गेले. वरच्या मजल्यावरच्या खिडकीतून मरीना ते दोघे काय करतात ते कुतूहलाने पहात होती. काही वेळ तिने विचार केला, मग ती खिडकीपासून सावकाश दूर झाली व आत कोठेतरी निघून गेली.

आपल्या अभ्यासिकेत लॉर्ड वर्थने त्या दोघांचे स्वागत केले आणि तिथले ते जाडजूड व ध्वनिरोधक दार लावून टाकले. तिथेच भिंतीत एक कपाट होते. त्याची दारे त्याने उघडली. आतमध्ये उंची मद्याच्या तऱ्हेतऱ्हेच्या बाटल्या होत्या. त्यातली ब्रॅन्डीची बाटली घेऊन त्याने तीन ग्लासांत तिघांचे पेय तयार केले. यावेळी ब्रॅन्डीचे पेग तयार करताना लॉर्ड वर्थने आपला बटलर जेन्किन्स याला बोलावले नाही. त्याला केव्हा बोलवावे, केव्हा बोलवू नये हे त्याला चांगले ठाऊक होते.

मग लॉर्ड वर्थने आपला ग्लास उंचावत त्या दोघांना विचारले, ‘‘टू युवर हेल्थ! तुम्ही मला अनपेक्षितपणे भेटीचा लाभ देत आहात.’’

‘‘खरे तर आम्ही तुम्हाला त्रास देतो आहोत,’’ रूमर गंभीरपणे म्हणाला.

‘‘तसे असेल तर तुम्ही नक्कीच आत्ता माझ्या मुलींना मागणी घालण्यासाठी आला नाहीत. हो ना?’’

मिशेल यावर म्हणाला, ‘‘तसे काही नाही, सर. इतके भाग्यवान आम्ही कुठले असणार! काय काम आहे ते रूमरच तुम्हाला नीट सांगेल. त्यालाच ते जमते.’’

‘‘कसले काम आहे?’’

‘‘आम्हाला आत्ताच एफबीआयचा एक वरिष्ठ अधिकारी भेटला,’’ रूमर म्हणाला व त्याने बेन्टलेने दिलेले व्हिजिटिंग कार्ड लॉर्ड वर्थपुढे धरले. रूमरने पुढे सांगितले, ‘‘त्या कार्डामागे त्याचा फोन नंबर आहे. तुमच्याकडून आम्हाला जी माहिती कळेल ती त्याने त्या नंबरवर आपल्याला सांगावी, असे आम्हाला सांगितले आहे.’’

‘‘हाऊ व्हेरी इंटरेस्टिंग!’’ एवढे बोलून लॉर्ड वर्थ थांबला. थोडा वेळ काहीही न बोलता तो विचार करत असावा. मग आळीपाळीने त्या दोघांकडे पाहून त्याने विचारले, ‘‘त्यांना कसली माहिती माझ्याकडून हवी आहे?’’

‘‘बेन्टलेच्या शब्दांत सांगायचे झाल्यास, ‘तुम्ही परराष्ट्र खात्याकडे आपले एक गाऱ्हाणे लावून धरले आहे. तुम्हाला आपल्या *सीविच*वर हल्ला होईल अशी भीती वाटते आहे. तशी तुम्हाला धमकीही मिळाली असावी. तुम्हाला ती धमकी कोणी दिली? किंवा तुम्हाला ती गुप्त माहिती कोठून कळली? हे त्यांना हवे आहे, अन् तुमच्या यापुढच्या हालचाली त्या संबंधात काय असतील, तेही त्यांना हवे आहे.’’

"पण मग एफबीआयचे लोक थेट माझ्याकडे का नाही येत?" लॉर्ड वर्थने विचारले.

"कारण तुम्ही परराष्ट्र खात्याला जे सांगितले त्याच्यापेक्षा अधिक काही एफबीआयला सांगणार नाही, असे त्यांना वाटते. म्हणून ते आमच्यामार्फत तसा प्रयत्न करत आहेत. इतकेच काय, पण तुम्ही त्यांना आपल्या घराचा उंबरठा ओलांडून आत येऊ देणार नाही, अशीही त्यांची खात्री आहे; परंतु बेन्टलेला आम्ही दोघे तुमच्याकडे नेहमी येतो हे ठाऊक आहे. त्यामुळे तुम्ही आमच्याशी बोलताना मनमोकळेपणाने बोलाल असे त्यांना वाटते.

"म्हणजे तुम्ही धूर्तपणे मला बेसावध ठेवून माझ्या मनात शिरून काही बातमी अलगद काढून घेऊ शकाल, असे त्या बेन्टलेला वाटते आहे," लॉर्ड वर्थ गंभीरपणे म्हणाला.

"होय, असेच काहीतरी त्याला वाटत असावे."

"परंतु तसे करण्याने तुम्हाला माझ्याविरुद्ध काहीतरी करायला भाग पाडले जात नाही का?"

"तेवढेसे नाही."

"अन् तुम्ही तर नेहमी कायद्याच्या बाजूने राहिले पाहिजे. असेच ना?"

"होय," आता मिशेल बोलू लागला, त्याच्या स्वरात जराशी भावविवशता होती. "पण याचा अर्थ कायद्याच्या व्यवस्थेच्या बाजूने आम्ही राहू असा नाही होत किंवा कदाचित तुम्ही विसरला असाल, पण याच मुद्यावरून आम्हा दोघांचे पोलीस खात्यात भांडण होऊन आम्ही त्या नोकऱ्या सोडल्या होत्या. आम्ही फक्त आमच्या अशिलाला जबाबदार असतो."

"पण मी तुमचा अशील नाही."

"हो."

"मी तुमचा अशील झालेलो तुम्हाला आवडेल?"

आता रूमर म्हणाला, "पण कशासाठी?"

"असे पहा, या जगात कोणीच निर्हेतुकपणे काम करत नाही. त्यामागे काही ना काही लाभ करून घेण्याचा हेतू असतो, अन् कोणाच्याही सेवेचे त्याला बक्षीस देऊन चीज केलेच पाहिजे."

मिशेल उठून उभा रहात म्हणाला, "जाऊ द्या, सर. आम्हाला जे कळले ते आम्ही तुमच्या कानावर घातले. आमचे स्वत:चे कोणतेच काम आपल्यापाशी नव्हते. आपण आमची भेट घेतलीत याबद्दल आपले मी आभार मानतो."

"माफ करा. मी आपल्याला दुखावले असेल तर क्षमा करा." लॉर्ड वर्थच्या स्वरात पश्चात्तापाची भावना प्रगट झाली होती. तो पुढे म्हणाला, "बोलताना माझा

थोडासा तोल गेला.'' थोडा वेळ थांबून त्याने काही विचार केला व नंतर चेहऱ्यावर हसू आणीत तो म्हणाला, ''मी आत्ता विचार करत होतो की, आपल्यावर याआधी माफी मागण्याची पाळी कधी आली होती? असे दिसते की, माझी स्मृती क्षीण झाली आहे. माझ्या गोड पोरींचे भले होवो! कारण त्यांचा येथे संदर्भ आहे. अंऽ, तर तुम्हाला तुमच्या त्या एफबीआयमधल्या मित्रासाठी काही माहिती माझ्याकडून हवी आहे ना? मला मिळालेली धमकी ही अनेक निनावी लोकांकडून आली. त्या धमक्या मला अर्थातच फोनवरून दिल्या गेल्या, अन् त्या धमक्या दुनळी बंदुकीसारख्या दुहेरी होत्या. जर मी तेलाचे उत्पादन बंद केले नाही तर माझ्या मुलींना गोळ्या घालून संपवले जाईल, अशी ती धमकी होती. माझ्या मुलींना मी कायमचे थोडेच लपवून ठेवू शकतो? अन् तरीही मी जर तेलाचे उत्पादन चालूच ठेवले तर माझी *सीविच* तेलविहीर उडवून दिली जाईल. आता मी पुढे काय करणार आहे असे विचाराल तर मी उद्या दुपारी *सीविच*वर पोहोचणार आहे. तिथे मी २४ तास रहाणार आहे. कदाचित ४८ तासही मी तिथे घालवेन.''

रूमर म्हणाला, ''धमकी आणि पुढची तुमची हालचाल यात कितपत खरे खोटे आहे?''

''असा हास्यास्पद व विसंगत प्रश्न विचारू नका. मी उद्या पहाटेच अंधारात हेलिकॉप्टरने *सीविच*कडे प्रयाण करणार आहे. माझ्यावर एफबीआयची पाळत असल्याने मी निघताना मला उगाच त्यांच्या एखाद्या हेराने लपून आपले बटबटीत डोळे माझ्यावर रोखून पाहिलेले मला आवडणार नाही.''

''तुम्ही हे एफबीआयबद्दलच बोलता आहात ना, सर?''

''होय. दुसऱ्या कोणाबद्दल मी बोलणार? आतापुरते तरी मी एवढेच ठरवले आहे. बाकीचे पुढचे पुढे पाहू.''

''छान!''

ते दोघे चालत चालत आपल्या गाडीपाशी आले. दार उघडून रूमर ड्रायव्हरच्या आसनावर बसला व मिशेल त्याच्या शेजारी जाऊन बसला.

रूमर म्हणाला, ''वेल, वेल, वेल!''

''वेल, तू म्हणतोस तसेच हे 'वेल, वेल, वेल' करण्याजोगे आहे. बिलंदर दुष्ट म्हातारा!''

त्या दोघांच्या मागून मरीनाचा आवाज आला. ती म्हणाली, ''बिलंदर असेल, पण–''

पण पुढचे शब्द तिच्या घशातच अडकून पडले. कारण मिशेलने आपल्या आसनात गर्रकन वळून मागे पाहिले व आपले पिस्तूल मागे रोखले, तर रूमरने

झटकन गाडीतला दिवा लावला.

मग मिशेल हळू आवाजात तिला म्हणाला, "पुन्हा माझी असली चेष्टा लपून करू नका. पुढच्या वेळी कदाचित मी लवकर पिस्तूल झाडेन."

मरीनाने आपल्या कोरड्या ओठांवरून जीभ फिरवली. एरवी ती एक अत्यंत उत्साहाने सळसळणारी गोड मुलगी होती. पण समोर अचानक उगवलेल्या पॉइंट ३८ पिस्तुलाच्या नळीत पहाताना ती घाबरली. आयुष्यात ती प्रथमच एका खरोखरीच्या पिस्तुलाकडे पहात होती. ती कशीबशी अडखळत म्हणाली, "म्हणजे मी... मला... मला असे म्हणायचे होते की, माझे वडील बिलंदर असतील, पण ते दुष्ट नक्कीच नाहीत, अन् ते म्हातारेही नाहीत. प्लीज, ते पिस्तूल दूर करा. ज्यांचे आपण चाहते आहोत त्यांच्यावर कोणी पिस्तूल रोखत नाही."

मिशेलने आपले पिस्तूल मागे घेतले व तो म्हणाला, "चक्रम पोरींचा मी चाहता नाही."

"किंवा हेरांचाही नाही," रूमर मेलिंडाकडे पहात म्हणाला. मरीना व मेलिंडा या दोघीही गुपचूप गाडीत येऊन लपून बसल्या होत्या. त्याने तिला विचारले, "तुम्ही दोघी येथे काय करत होता?"

मेलिंडा आपल्या बहिणीपेक्षा अधिक भानावर होती. शिवाय तिच्यावर पिस्तूल रोखलेले नव्हते. ती म्हणाली, "अन् मिस्टर रूमर, तुम्ही पण एक बिलंदर दुष्ट तरुण आहात. तुम्ही उगाच प्रश्न विचारून वेळ काढीत आहात." तिचे ते म्हणणे मात्र खरे होते.

त्याने विचारले, "असे म्हणून तुला काय सुचवायचे आहे?"

"मला असे म्हणायचे आहे की, तुम्ही उगाच रागावून माझ्या एका प्रश्नावर बोलत आहात."

"कोणता प्रश्न विचारायचा आहे?"

"जो प्रश्न मी विचारणार आहे तोच तुम्ही आम्हा दोघींना विचारला. तुम्ही दोघेही यावेळी येथे कशासाठी आलात?"

"त्याच्याशी तुमचा अजिबात संबंध नाही." रूमर म्हणाला. एरवी तो मृदुभाषी असे. पण आता मात्र तो रुक्षपणे त्यांना बोलला.

त्यानंतर तिथे काही क्षण शांतता पसरली. त्या दोघी गप्प बसल्या होत्या. आपल्या अपेक्षेपेक्षा काहीतरी वेगळेच व अधिक महत्त्वाचे चालले आहे हे त्या दोघींना कळून चुकले. सामाजिक आयुष्य आणि व्यावसायिक आयुष्य यामध्ये नेहमीच एक मोठी दरी असते.

एक नि:श्वास सोडत मिशेल रूमरला म्हणाला, "जाऊ दे रे. तू शांत हो. पोरवयातील माणसे अशीच वागत असतात."

रूमरने यावर फक्त आपले डोके हलवले. मिशेल असे का म्हणाला त्याचे कारण रूमरला अजिबात ठाऊक नव्हते.

मिशेल पुढे त्या दोघींना उद्देशून म्हणाला, "तुम्हाला ज्या प्रश्नाचे उत्तर हवे आहे तो प्रश्न तुम्ही तुमच्या वडिलांना का नाही विचारीत? ते तुम्हाला नक्की सारे काही सांगतील. मात्र त्यांच्या खासगी उद्योगात नाक खुपसल्याची किंमत तुम्हाला द्यावी लागेल." एवढे म्हणून तो खाली उतरला व मागे जाऊन त्याने दार उघडले. त्या दोघी बहिणी खाली उतरल्यावर त्याने मागचे दार लावून टाकले व त्यांना 'गुड नाईट' म्हणून तो परत आपल्या आसनावर जाऊन बसला. रूमरने गाडी चालू केली व ते दोघे निघून गेले. त्या दिशेने मरीना व मेलिंडा नुसत्या बघत राहिल्या.

गाडी चालवता चालवता रूमर म्हणाला, "छे! भलताच अधिकार गाजवायचा स्वभाव आहे. मला नाही आवडत असले काही. या पोरींमुळे आपल्यावर काही आफत न येवो म्हणजे झाले. पण तसे काही घडेल असे मला वाटत नाही. भविष्यातले संबंध ठीक राहावे म्हणजे झाले!"

"तसे ते रहातीलही, पण जर आपण ताबडतोब फोनपाशी पोचलो तर. पुढच्याच कोपऱ्यावर एक सार्वजनिक टेलिफोन बूथ आहे."

त्या बूथपाशी ते पंधरा सेकंदांत पोचले. मिशेल पटकन उतरून बूथमध्ये गेला आणि मिनिटभरात परत गाडीत येऊन बसला. रूमरने उत्सुकतेने त्याला विचारले, "कोणाला फोन केला?"

"सॉरी! ही एक खासगी बाब आहे." एवढे बोलून त्याने एक कागदाचा तुकडा रूमरच्या हातात ठेवला. रूमरने गाडीतला दिवा लावून त्या कागदावरील मजकूर वाचला. त्यावर मिशेलने एक वाक्य लिहिले होते : *गाडीत वायरलेस मायक्रोफोन लपवला आहे का?*

ते वाचून रूमर एवढेच म्हणाला, "ठीक आहे!"

नंतर ते काहीही न बोलता आपल्या ऑफिसात परतले. पोर्चमध्ये गाडीतून बाहेर पडल्यावर रूमरने विचारले, "मायक्रोफोन लपवला असेल असे का वाटते?"

"त्या बेन्टलेवर तुझा कितपत विश्वास आहे?"

"पण असे चोरून ऐकण्यासाठी मायक्रोफोन लपवण्याजोगे कृत्य करायला त्याला कुठे फारसा वेळ मिळाला होता?"

"असे पहा, त्या मायक्रोफोनला एक लोहचुंबक लावलेला असेल तर गाडीला तो चिकटवून ठेवण्यास अवघे पाच सेकंद लागतात."

मग त्या दोघांनी गाडीची कसून तपासणी केली; परंतु कोठेही तसा लपवून ठेवलेला मायक्रोफोन त्यांना मिळाला नाही.

आत गेल्यावर रूमरने मिशेलला विचारले, "कोणाला फोन केला होतास?"

"अर्थातच ओल्ड बॉय लॉर्ड वर्थला. त्याच्या पोरींनी त्याला आपल्याबद्दल उलटसुलट काही सांगायच्या आत आपण आधी सांगणे हे महत्त्वाचे होते. जे जे काही घडले ते मी सारे सांगितले. शिवाय मी हेही त्यांना सांगितले की, त्यांनी आपल्या मुलींना जपून रहाण्याची सूचना करावी. आपल्याला धमकी दिली गेल्याचेही त्याने त्यांना सांगावे. शिवाय धमकी नेमकी कुठून आली आहे ते कळले असून, या बाबतीत स्थानिक पोलिसांचा फारसा उपयोग होणार नसल्याने आपल्या दोघांना मुद्दाम पाचारण केले होते, असेही सांगावे. माझे हे बोलणे त्यांना एकदम पटले. आता तो म्हातारा आपल्या लाडक्या कन्यकांना फैलावर घेईल."

रूमर म्हणाला, "पण त्या पोरींना पटवून देता येईल तसे?"

"त्याहीपेक्षा, त्यांनी आपल्याला कुठे नीट सांगून पटवले आहे? आपल्यापासून हा पठ्ठ्या काहीतरी लपवून ठेवतो आहे असे दिसते."

"लॉर्ड वर्थ फार वेगाने विचार करतात आणि फार वेगाने थापही मारतात. त्यांच्यावर खरंच जर तशी आणीबाणीची वेळ आली असेल तर कितपत गंभीरपणे ते घेतील हे समजत नाही. एकदा त्यांनाही आपण ते आडवळणाने नीट सांगायला हवे. अन् मला वाटते की, बेन्टलेलाही आपण लॉर्ड वर्थ जे बोलले ते जसेच्या तसे सांगायला हवे; परंतु ते बोलले ते कितपत खरे आहे?"

"त्यांच्याकडे त्यांची स्वतःची हेर यंत्रणा असेल? मी त्याबद्दल त्यांना विचारले नाही. ते *सीविच*वर जातील यावर मात्र मी विश्वास ठेवतो. तिकडे जाण्याची वेळ मात्र ते लपवून ठेवत आहे हे नक्की; परंतु आपण बेन्टलेला ते दुपारी निघणार आहेत असेच सांगितले पाहिजे. नाहीतरी सुरुवातीला लॉर्ड वर्थ तसेच बोलले होते. प्रत्यक्षात ते पहाटे निघणार आहेत. जर बेन्टलेला खोटेच सांगण्यासाठी त्यांनी 'दुपारी निघणार' असे सांगितले असेल तर आपल्याला 'पहाटे निघणार' हे त्यांचे सांगणेही खोटेच असण्याची शक्यता आहे. पण आपल्याशी त्यांनी का खोटे बोलावे? कदाचित लॉर्ड वर्थचा तो दुसरा स्वभाव असावा. तेव्हा मला तर असे वाटते आहे की, ते पहाटेच्या आधीच बहुतेक निघतील."

"होय, मलाही तसेच वाटते आहे. मला उद्या लवकर उठायचे असेल तर आज लवकर निजले पाहिजे; परंतु लॉर्ड वर्थच्या बोलण्या-चालण्यात तशी लवकर निजायला जाण्याची चिन्हे मला दिसली नाहीत किंवा तसे त्यांनी मुद्दाम भासवलेही असेल. या बिलंदर लोकांचे काहीही सांगता येत नाही. कदाचित ते मुद्दाम दोन्ही तऱ्हांनी वागत असतील किंवा बोलत असतील."

"मलाही तसेच वाटते. लॉर्ड वर्थ यांच्या घरावर नजर ठेवली पाहिजे. तू हेलिपोर्टवर जाऊन तिथे नजर ठेव. खरे काय ते आपल्याला कळायलाच हवे."

"होय. दुसरे आपण काय करणार?"

मिशेलने रात्रभर लॉर्ड वर्थच्या आलिशान घरावर नजर ठेवायची कामगिरी पत्करली. त्याची नजर अंधारात तीक्ष्ण असे. अमावस्येची गडद काळोखी रात्र सोडली तर एरवी अंधारात तो गाडीचे दिवे न लावता सहज ड्रायव्हिंग करू शकत असे. दुसऱ्या महायुद्धात सैन्यातील बरीचशी जनरल मंडळी मुद्दाम अशा लोकांना आपल्या गाडीवर ड्रायव्हर म्हणून काम देत व रात्रीच्या अंधारात गुपचूप ये-जा करत. मिशेल म्हणाला, ''मी त्यांच्या घराच्या पश्चिमेला जी दाट राई आहे तिथे दडून राहून नजर ठेवतो. कोणती जागा ते तुझ्या लक्षात आले असेलच.''

''होय. आता मी एक थर्मास भरून कॉफी व काही सॅन्डविचेस तयार करतो. तोपर्यंत त्या बेन्टलेला फोन करून जे काही सांगायचे आहे ते सांग.''

मग रूमर फोनपाशी गेला. पण क्षणभर थबकून त्याने मिशेलला विचारले, ''मला एक सांग. आपण हे का करतो आहोत? एफबीआयचे आपण कसलेही देणे लागत नाही. ही धडपड करण्यासाठी आपल्याला कोणीही आज्ञा केली नाही की, विनंती केली नाही. तू म्हटल्याप्रमाणे ती कायदा-पद्धत आणि आपण असे दोघेही परस्परविरुद्ध दिशांना नेहमी जात असतो. तसेच जी धमकी अस्तित्वात नाही तिच्यामागे धावत देश वाचवण्यासाठी आपण काही करतो आहोत, असेही नाही. या प्रकरणात आपले कोणी अशील नाही. आपल्याला कमिशन, फी वगैरेही मिळणार नाही. जर लॉर्ड वर्थ आपण होऊन आपली मान एखाद्या फासात अडकवत असेल तर कशाला उगीच धडपड करायची?''

मिशेल पावाच्या स्लाईस कापत होता. कापता कापता थांबून तो म्हणाला, ''तुझ्या शेवटच्या प्रश्नाचे उत्तर हवे असेल तर मेलिंडाला फोन करून विचार तो प्रश्न.''

त्यावर रूमरने थोडा वेळ विचार केला व शेवटी एक दीर्घ निःश्वास सोडत त्याने फोन उचलला.

# ३

लॉर्ड वर्थकडे एखादे खासगी शस्त्रागार असेल असा स्कॉफिल्डचा अंदाज होता. तो अंदाज चुकीचा होता. त्याच्याकडे तसले काहीही नव्हते की, शस्त्रांचा साठा नव्हता; परंतु अमेरिकी सैन्याकडे मात्र तसा साठा होता, मोठमोठे शस्त्रागार होते.

त्या शस्त्रागारांवर दोन वेळा दरोडे पडले. ते दरोडे इतक्या सफाईने घातले गेले की, तसल्या कृतीमागे व्यावसायिक कौशल्य, प्रदीर्घ अनुभव आणि कोणतीही चूक घडू न देण्याची खबरदारी घेतलेली आहे, हे सहज कळून यावे. त्या दोन्ही ठिकाणांच्या सरकारी शस्त्रागारांवर स्वाभाविकपणे चोवीस तास कडक पहारा ठेवलेला होता. एक शस्त्रागार सैन्याचे होते, तर दुसरे आरमाराचे होते. त्यावर दरोडा टाकताना कोणाचीही हत्या केली गेली नाही की, कोणालाही जखमी केले नाही. जी काही थोडीफार मारहाण झाली त्याच्या कोणत्याही खुणा अगर वळ शरीरावर उमटणार नाही याची काळजी घेतली गेली होती. वाळूच्या पिशव्यांचे तडाखे देऊन विरोध करणाऱ्यांना नामोहरम केले गेले. कमीतकमी हिंसाचार करण्यावर लॉर्ड वर्थचा कटाक्ष होता.

गियुजेप्पे पालेर्मो हा पोषाखावरून एक सभ्य शेअर ब्रोकर वाटे. त्याच्या चमत्कारिक नावावरून तो इटालियन आहे हे कळून येत होते. तो शेअर बाजारात जशी उलाढाल करे तसाच तो एक टोळीही चालवे. सुपारी घेऊन कोणाचीही कामे तो बळाच्या जोरावर करत असे. त्याला जेव्हा त्या दरोड्यांची सुपारी मिळाली तेव्हा तो हसला. कारण त्याच्या मते ही असली कामे म्हणजे त्याच्या टोळीचा पोरखेळ होता. त्याने आपल्यासारखीच सभ्य दिसणारी नऊ माणसे निवडली. त्यातल्या तिघांनी अंगावर सैन्यातल्या मेजरचे गणवेश चढवले होते. रात्री पावणेबारा वाजता 'फ्लोरिडा आर्मरी' या सैन्याच्या शस्त्रागारापाशी ते पोचले. पहाऱ्यावर सहा तरुण सैनिक होते. बाहेरचे फाटक लावून घेतले होते. त्या सहाजणांतील चारजण पेंगुळलेले होते. रात्री बारा वाजता त्यांची कामाची पाळी संपणार होती. आता पंधरा मिनिटांत आपल्या जागी काम करणारे रात्रपाळीचे पहारेकरी येतील म्हणून ते वाट पहात होते. बाकीचे दोघेजण मात्र पेंगुळलेले नव्हते. पण तेही आपल्या जागी

येणाऱ्या माणसांची वाट पहात होते. आता बारा वाजायच्या आत ती माणसे येणार, एवढ्यात त्या भक्कम पोलादी दरवाज्यावर बाहेरून ठोठावण्याचा आवाज आला म्हणून त्यांनी जाळीतून पाहिले. सैन्याच्या गणवेशातील माणसे पहाताच त्यांनी एक नि:श्वास सोडला. पण हे दोन मेजर कशाकरता आलेत? या अधिकाऱ्यांचे एवढ्या रात्री काय काम आहे, हे त्यांना कळेना. बाहेर थांबलेल्या दोन मेजरपैकी एकाने ओरडून खुलासा केला की, "आम्हाला ताबडतोब एक तपासणी करायची आहे. धिस इज ए स्नॅप इन्स्पेक्शन. ओपन द डोअर!" बापरे, मोठे साहेब आले. मग झटपट दार उघडले गेले आणि ती पहाऱ्यावरची सारी माणसे पुढच्या अवघ्या एका मिनिटात जेरबंद झाली. जे पेंगुळत बसले होते त्यांच्यावर मात करणे फारच सोपे गेले. फक्त दोघांनी विरोध केल्यावर त्यांच्या मानेवर वाळूच्या पिशव्यांचे तडाखे सपासप बसून ते काही क्षण बेशुद्ध झाले. अवघ्या एका मिनिटाचा खेळ! पण तेवढ्या वेळात संपूर्ण आर्मरी, ते सरकारी शस्त्रागार सहज ताब्यात आले. एकही गोळी झाडावी लागली नाही की, रक्तपात घडवला गेला नाही. पालेर्मोच्या माणसांनी खरोखरीच कमाल केली असे म्हटले पाहिजे. सर्वांना त्या शस्त्रागाराच्या एका भक्कम खोलीत कोंडून टाकण्यात आले.

नंतरच्या वीस मिनिटांत पालेर्मोच्या एका माणसाने सर्वत्र नीट पहाणी केली. तो इलेक्ट्रॉनिक्स विषयातला तज्ज्ञ होता. त्याने धोक्याचा इशारा देणाऱ्या यंत्रणा शोधल्या. त्या यंत्रणांजवळचे पोलीस स्टेशन, सैन्याचे मुख्य ऑफिस यांच्याशी असलेला संबंध तोडून टाकला, तसेच बाहेर बसवलेल्या भोंग्यांशी असलेले संबंधही तोडले.

हे काम चालू असताना रात्रपाळीचे पहारेकरी उगवले. पण त्यांचे स्वागत तीन मशीनगन्सच्या रोखलेल्या नळ्यांनी केले. काही मिनिटांतच त्यांनाही जेरबंद केले गेले. या आधी जेरबंद केलेल्या पहारेकऱ्यांची तोंडे चिकटपट्टीने बंद केली होती. त्या पहारेकऱ्यांच्या खोलीत या नवीन पहारेकऱ्यांना डांबून टाकण्यात आले; परंतु त्यांची तोंडे मात्र बंद केली नव्हती. तसेच आधीच्या पहारेकऱ्यांच्या तोंडावरील चिकटपट्ट्या काढून घेण्यात आल्या. रात्रपाळीच्या पहारेकऱ्यांना त्यांनी सावध करू नये म्हणून त्या चिकटपट्ट्या तात्पुरत्या लावण्यात आल्या होत्या. आता सर्वजण खुशाल ओरडत बसू देत. कारण जवळची वस्ती ही एक मैलांवर होती. या शस्त्रागाराच्या आसपासचा भाग निर्मनुष्य होता. झाडेझुडपेही तिथे नव्हती. सारे उजाड माळरान तिथे पसरलेले होते.

ते शस्त्रागार फोडून चोरी केल्याचे आता आठ तासांनी कळणार होते. पालेर्मोला ते आठ तास मिळाले होते.

एवढे झाल्यानंतर पालेर्मोने आपला एक माणूस बाहेर पाठवून लांब उभी

असलेली एक मिनी बस आत आणण्यास त्याने सांगितले. त्याने ती पटकन आत आणून पुढच्या बाजूला उभी केली. त्यानंतर सर्वांनी आपापल्या अंगावरील सैन्यातील गणवेश उतरवून कामगारांचे कपडे चढवले. कपड्यात झालेल्या बदलांमुळे एकदम सर्वांचे रूप बदलले व ती साधी कष्टकरी माणसे वाटू लागली. मग एकजण गॅरेजमध्ये गेला. तिथले कुलूप त्याने लीलया उघडले. आत एक दोन टनी ट्रक होता. त्या ट्रकच्या वायरिंगमध्ये आवश्यक तो बदल करून त्याने इग्निशन किल्लीवाचून तो चालू केला. मग त्याने तो ट्रक पुढच्या बाजूला आणला. पालेर्मोच्या टोळीबरोबर एक खास माणूस होता. चांगल्या वर्तणुकीच्या हमीवर जेव्हा त्याला काही काळ तुरुंगातून सोडले जाई, तेव्हा तो नेहमी पालेर्मोच्या आश्रयाला यायचा. त्याच्याकडे रहायचा. पालेर्मो त्याला जवळ करण्याचे कारण वाटेल ते कुलूप सहज उघडण्याची हस्तकला त्या माणसाला अवगत होती. मग ते कुलूप किल्लीचे असू दे किंवा नंबरांचे असू दे; परंतु आत्ता त्याच्या त्या हस्तकौशल्याचा लाभ घेण्याची गरज पडली नाही. कारण आर्मरीमधील सर्व किल्ल्यांचा जुडगा मुख्य ऑफिसच्या भिंतीवर सहज दिसेल असा लटकावून ठेवलेला होता.

अर्ध्या तासात पालेर्मो आणि त्याच्या माणसांनी त्या ट्रकमध्ये लुटीचा माल भरला. तो एक उघडा ट्रक नव्हता. त्यावर ताडपत्रीचे आच्छादन होते. त्यामुळे आतील माल कोणाच्याही नजरेस पडणे शक्य नव्हते. त्या शस्त्रभांडारातील वेचक माल त्यांनी उचललेला होता. त्यात रणगाडाविरोधी बझूका तोफांपासून छोट्या मशीन-पिस्तुलापर्यंतची सर्व प्रकारची शस्त्रास्त्रे होती. एका बटालियनला पुरेल एवढा दारूगोळाही त्यांनी ट्रकमध्ये भरून ठेवला होता. शिवाय अतिउच्च स्फोटक द्रव्येही त्यांनी उचलून घेतली होती. एवढे झाल्यावर त्यांनी पुन्हा परत सर्व उघडलेल्या दारांना कुलपे घालून टाकली आणि सार्‍या किल्ल्या आपल्याबरोबर घेतल्या. त्या किल्ल्या तिथे परत जागेवर त्यांनी ठेवल्या नाहीत. सकाळी आठ वाजता जेव्हा दिवसपाळीचे पहारेकरी उगवतील तेव्हा किल्ल्यांवाचून दारे उघडण्यात त्यांचा भरपूर वेळ जाईल. मग ट्रक व ती मिनी बस घेऊन ते बाहेर पडले. जाताना पुन्हा बाहेरच्या फाटकाला कुलूप लावण्यास ते विसरले नाहीत.

त्या मिनी बसमध्ये सर्वांनी आपापल्या अंगावरील सैनिकी गणवेश उतरवून पहिले कपडे अंगावर चढवले. बसमध्ये मूळच्या लपवण्याच्या जागी ते गणवेश परत लपवले गेले. मग ती नऊ माणसे ट्रकमध्ये चढली. सामानाच्या अडचणीत जिथे जिथे म्हणून जागा मिळेल तिथे ते दाटीवाटीने व अवघडलेल्या स्थितीत बसले. त्यांना फार तर वीस मिनिटे तशा अवस्थेत बसावे लागणार होते. कारण लॉर्ड वर्थचा हेलिकॉप्टरसाठी असलेला खासगी विमानतळ फार दूर नव्हता. ट्रक

त्या दिशेने निघून गेला. मिनी बस मात्र मागे राहिली.

ट्रकने जाताना पुढचे दिवे लावले नव्हते. फक्त बाजूचे ते दोन बारके साईडलाईट्स लावले होते. शेवटी तो ट्रक लॉर्ड वर्थच्या खासगी विमानतळावर किंवा हेलिपोर्टवर पोहोचला. तिथे दोन मोठी हेलिकॉप्टर्स उडण्याच्या तयारीत होती. त्यापैकी एका हेलिकॉप्टरच्या शेजारी जाऊन तो ट्रक उभा राहिला. मग हेलिकॉप्टरमधले आवश्यक तेवढेच लोडिंग लाईट्स लावण्यात आले. ट्रकमधून भराभरा तो शस्त्रसाठा उतरवून हेलिकॉप्टरमध्ये ठेवण्यास सुरुवात झाली. त्या अपुऱ्या लोडिंग लाईट्समुळे तिथे एक अंधुक व मंद प्रकाश पसरला होता; परंतु तेवढ्या कमी प्रकाशातही काय चालले आहे ते अडीचशे फुटावरील एक लपून बसलेला माणूस सहज पाहू शकत होता. कारण त्याच्याजवळ रात्रीच्या अंधारातही दाखवेल अशी एक दुर्बीण होती. तो रूमर होता. तिथल्या दाट झुडपात तो वाकून बसला होता. त्याच्या लक्षात आले की, ती सैन्यातील सारी अवजड शस्त्रास्त्रे आहेत, दारूगोळ्याच्या पेट्या आहेत आणि त्यांच्यावर कसलीही आच्छादने घातली नाहीत की, ती लपविण्याचा प्रयत्न केलेला नाही. ट्रकमधले सारे सामान हेलिकॉप्टरमध्ये नेऊन ठेवण्यास वीस मिनिटे लागली. त्यावर हेलिकॉप्टरचा वैमानिक देखरेख ठेवत होता. त्या अवजड शस्त्रास्त्रांमुळे उड्डाणात हेलिकॉप्टरचा तोल जाणार यासाठी सर्व सामान विखरून व योग्य जागी राहील याची तो खबरदारी घेत होता.

पालेर्मो आणि त्याची माणसे मग दुसऱ्या हेलिकॉप्टरमध्ये जाऊन बसली आणि वाट पाहू लागली. कोणा तरी महत्त्वाच्या व्यक्तीची ते वाट पहात असावे. या हेलिकॉप्टरच्या वैमानिकाने आपल्या उड्डाणाचा मार्ग नेहमीप्रमाणे वायरलेसवरून जवळच्या विमानतळाला कळवून रजिस्टर केला होता. आपले पोहोचण्याचे ठिकाण त्याने *सीविच* तेलविहीर हे सांगितले होते. तसे जर त्याने केले नसते तर त्याचा मूर्खपणा झाला असता. कारण मेक्सिकोच्या आखातावर लक्ष ठेवण्यासाठी अमेरिकेच्या किनाऱ्यावर मोठमोठी अत्याधुनिक रडार स्टेशन्स उभी केली होती. आधी आपला हवाईमार्ग रजिस्टर न करता, न कळवता जर कोणी आखातावरून उड्डाण करू लागले तर ते चटकन रडारवरून समजून येई. मग अमेरिकी हवाई दलाची दोन फायटर विमाने तत्काळ ते अनाहूत विमान शोधण्यासाठी धावून गेली असती. हे टाळण्यासाठी त्या हेलिकॉप्टरच्या वैमानिकाला आपला उड्डाण मार्ग कळवून अधिकृतपणेच उडायला हवे होते.

पालेर्मोच्या एका माणसाने तो सैन्याचा रिकामा झालेला ट्रक पुन्हा मागे वळवून सैन्याच्या शस्त्रागारात नेला व तिथल्या गॅरेजमध्ये जिथे होता तिथे नेऊन उभा केला. ट्रकमध्ये ज्या वायर्स जोडून इग्निशन चालू केले होते ती जोडणी सोडवून मूळच्यासारखी केली. गॅरेजचे दार लावून त्याला कुलूप घातले. तिथे ठेवलेली

आपली मिनी बस घेतली आणि तिथून तो निघून गेला. सैन्यातल्या त्याच्या ज्या मित्रांकडून त्याने गणवेश आणले होते ते पहाटेच्या आत त्यांना नेऊन पोहोचवले जाणार होते. ती मिनी बसही चोरून आणलेली होती. ती शेवटी ज्या पार्किंग लॉटमधून चोरली तिथे ती परत नेऊन ठेवली जाणार होती. एका गुन्ह्याची नामोनिशाणी उजाडायच्या आत नाहीशी होणार होती.

रूमरने वाकून आपली हाताची कोपरे जमिनीवर टेकवली होती. ती कोपरे आता दुखू लागली. एवढ्यात लांबून एका गाडीच्या इंजिनचा आवाज त्याला ऐकू आला. फाटक ओलांडून ती गाडी आत आली. पुढचे दिवे विझवून फक्त साईडलाईटवर ती गाडी चालवली जात होती. ती गाडी एक मिनी बस होती व ती हेलिकॉप्टरपाशी जाऊन थांबली. आतून काही माणसे उतरून पटापट हेलिकॉप्टरमध्ये जाऊन बसली. रूमरने ती माणसे मोजली. ती एकूण १२ माणसे होती.

शेवटचा माणूस हेलिकॉप्टरमध्ये जाऊन बसत असताना लांबून आणखी एक गाडी येताना दिसली. त्या गाडीचे हेडलाईट बंद केलेले नव्हते. परंतु त्याच्या झोताचा रोख समोर नव्हता, तो खाली जमिनीवर झुकलेला होता. ती एक रोल्सराईस गाडी होती. नक्कीच तसल्या आलिशान व महागड्या गाडीत लॉर्ड वर्थ असणार. तेवढ्यात रूमरच्या कानावर आणखी एका गाडीचा आवाज आला. पण तो त्याच्या मागून आला. गाडीचे टायर्स गवताळ भागावरून जाताना जसा आवाज होतो तसा तो आवाज होता. त्या गाडीचे इंजीन बंद केलेले होते व सर्व दिवेही मालवले होते. याचा अर्थ मिशेल त्या गाडीतून येत होता. त्याने लॉर्ड वर्थच्या बंगल्यावर नजर ठेवली होती व त्या रोल्सराईसचा पाठलाग करत तो येथे आला होता. म्हणजे रोल्सराईसमध्ये लॉर्ड वर्थच आहे यात शंकाच नको. मिशेलची गाडी सावकाश थांबली. रूमर कुठे लपून पाळत ठेवणार आहे हे मिशेलला चांगले ठाऊक होते.

"ओव्हर हिअर. इकडे ये, इकडे!" रूमर त्याला उद्देशून हलक्या आवाजात म्हणाला. काही सेकंदात मिशेल त्याच्याशेजारी बसून समोर पाहू लागला. पांढऱ्या कपड्यातील लॉर्ड वर्थची आकृती रोल्सराईसमधून उतरत होती व चालत जाऊन हेलिकॉप्टरमध्ये चढत होती. "मला वाटते की, आता त्या हेलिकॉप्टरमध्ये नवीन कोणी चढणार नाही," रूमर म्हणाला.

"नवीन कोणी? म्हणजे?" मिशेलने विचारले.

"त्या हेलिकॉप्टरमध्ये आधीच एकवीस उतारू जाऊन बसले आहेत. ती कोण माणसे आहेत ते मला ठाऊक नाही. पण माझी मनोदेवता मला सांगत आहे की, ती नक्की चांगली माणसे नसावीत, प्रामाणिक नागरिक नसावेत, असे मला वाटते.

प्रत्येक कोट्यधीश माणसाजवळ त्याचे खासगी सैन्य असते, असे जे म्हणतात ते खोटे नाही. ती सर्व माणसे म्हणजे लॉर्ड वर्थच्या सैन्याची एक तुकडी असावी.''

''त्या दुसऱ्या हेलिकॉप्टरचे काय काम आहे?''

''ते ना? ते तर यापुढच्या साऱ्या नाटकात एखाद्या नायकाची भूमिका बजावेल, असे वाटते. त्यामध्ये जड शस्त्रास्त्रे व दारूगोळा टिच्चून भरलेला आहे.''

''त्यामध्ये तसा काही कायदेभंग होत नाही. कदाचित लॉर्ड वर्थच्या खासगी शस्त्रागारातील ते सारे सामान असू शकेल. अमेरिकेतील सर्वांत मोठा खासगी शस्त्रसाठा त्याच्याकडे आहे, असे म्हटले जाते.''

''पण कोणाही नागरिकाकडे बझूका तोफा, मशीनगन असत नाहीत. उच्च स्फोटके असत नाहीत.''

''मग त्यांनी त्या गोष्टी कोणाकडून उसन्या आणल्या असतील? का भाड्याने आणल्या असतील? तुला काय वाटते?''

''होय, तसाच प्रकार असणार. पण त्यासाठी पैसे मोजले नाहीत की, भाडे दिलेले नाही,'' तो सूचकपणे म्हणाला.

''हंऽऽ! म्हणजे सरळ कोणाच्या तरी उचलून आणल्या आहेत. येथून जवळच सैन्याचे शस्त्रागार आहे. तेव्हा कदाचित...''

''मलाही तसेच वाटते आहे.''

''ती हेलिकॉप्टर्स अजूनही तिथेच थांबलेली आहेत. कदाचित त्यांना आपली मोहीम ठराविक वेळेला चालू करायची असेल. मला वाटते की, आपण सरळ आपल्या गाडीतून वायरलेसने योग्य त्या सरकारी अधिकाऱ्यांना ही बातमी कळवावी.''

''येथून सात मैलांवर सैन्याचे एक 'कमांड पोस्ट' आहे. त्यांना कळवले तर ती माणसे येथे येऊन त्या हेलिकॉप्टर्सची तपासणी करतील.''

''होय!''

तसे करण्यासाठी ते दोघे उठून उभे राहिले. पण नेमक्या त्याच क्षणी दोन्ही हेलिकॉप्टर्सचे पंखे घरघराट करत फिरू लागले. काही सेकंदांत ती दोन्ही हेलिकॉप्टर्स हवेत उचलली जाऊन तिथून वेगाने निघून गेली.

मिशेल म्हणाला, ''जणू काही त्यांनी आपल्या मनातले विचार ओळखले. अन् त्यांनी नॅव्हिगेशनला सारे दिवे लावले आहेत. पहा, कसे राजरोस प्रामाणिक नागरिकांप्रमाणे आपले उड्डाण जाहीर करत चालले आहेत!''

''ते दिवे लावण्याचे कारण कोणी रात्रीच्या अंधारात चुकून आपल्या मार्गात येऊन धडक देऊ नये म्हणून लावले आहेत. मला वाटते की, आपण आता जवळच्या एअर फोर्स स्टेशनला फोन करून त्या हेलिकॉप्टर्सना खाली उतरवायला सांगितले पाहिजे.''

"पण त्यासाठी कोणते कारण देणार?"

"सरकारी मालमत्तेची चोरी करून ते पळून चालले आहेत, असे आपण सांगायचे."

"पण त्यांनी मागितला तर त्यासाठी कोणता पुरावा देणार? का फक्त आपला शब्द त्यांनी मानायला हवा? तसेच, त्या हेलिकॉप्टरमध्ये लॉर्ड वर्थ आहे हेही त्यांना सांगायला हवे. आपल्यासारख्या पोलीसदलातून बाहेर पडलेल्यांवर ते थोडाच विश्वास ठेवतील?"

"तेही खरे आहे. आपला शब्द कोणीच मानणार नाही. पण मला आपले वाटले की, आपण खरे काय ते कळवावे. छे! अशी परिस्थिती पूर्वी कधी आली नव्हती. पोलीसदलातून बाहेर पडल्यावर प्रथमच मला आपण अस्पृश्य वर्गातले झालो आहोत असे वाटू लागले आहे."

"खरंय! 'आपल्याला मदत करणारे कोणीही नाही' अशीही भावना मला होते आहे. ठीक आहे! चला, काही पुरावा किंवा धागादोरा मिळतो आहे का ते पाहू या. येथून जवळ एखादे सरकारी शस्त्रागार आहे काय? तिथे प्रथम चौकशी केली पाहिजे."

"सैन्याचे जे 'कमांड पोस्ट' ठाणे आहे, तेथून एक मैलांवर ते आहे."

"मला कळत नाही की, सैन्य आपले शस्त्रागार हे आपल्या ठाण्यातच सुरक्षित का ठेवीत नाही?"

"त्याचे कारण शस्त्रागारातील दारूगोळा. तो स्फोटक साठा चुकून जरी पेटला तर मग सारे ठाणेच उद्ध्वस्त होऊन जाईल."

शस्त्रागाराच्या मुख्य दरवाज्याला अंगचे कुलूप होते. त्या कुलपाच्या भोकातून रूमर आत पहाण्याचा प्रयत्न करत होता. थोड्या वेळाने तो उठून उभा राहिला व नाइलाजाने त्याने एक किल्ल्यांचा जुडगा आपल्या खिशात टाकला. त्या जुडग्यातील एकही किल्ली त्या कुलपाला लागत नव्हती. त्याचे ते किल्ली चालवून पहाण्याचे कृत्य एवढे बेकायदेशीर होते की, त्याबद्दल त्याला वॉरंटवाचून सहज अटक झाली असती.

तो म्हणत होता, "या जुडग्याच्या साहाय्याने मला कोणतेही कुलूप उघडता येईल अशी माझी इतके दिवस खात्री होती. पण हे कुलूप मात्र या किल्ल्यांना दाद देत नाही असे दिसते. इथल्या किल्ल्या कुठे असतील?"

"बहुतेक त्या आता हेलिकॉप्टरमधून उडत असतील."

"इथल्या मालाची चढउतार करण्याच्या जागेलाही तसलेच कुलूप आहे. आत प्रवेश करण्यासाठी फक्त खिडक्या आहेत आणि त्याला उभे-आडवे भक्कम गज

आहेत. तुझ्याकडे लोखंड कापायची हॅकसॉ आहे?"

"नाही. पुढच्या वेळी मला ती जवळ बाळगायला हवी," असे म्हणून माईकने आपल्या बॅटरीचा झोत एका खिडकीवर पाडला. पण त्याला आतले काहीही दिसले नाही. त्याऐवजी त्याला खिडकीच्या काचेत स्वत:चे प्रतिबिंब उमटलेले दिसले. त्याने मग आपले पिस्तूल बाहेर काढले व त्याची नळी हातात धरून जड दस्त्याचा एक जोरदार फटका त्याने काचेवर मारला. पण काचेवर कसलाही परिणाम झाला नाही. मग त्याने एकामागोमाग अनेक तडाखे काचेवर मारून पाहिले. तरीही त्या काचेला किंचितसाही तडा गेला नाही. ती खिडकीची काच ही बाहेरच्या गजांपासून काही इंच आत होती. त्यामुळेही कदाचित त्याला जोरदारपणे तडाखे मारता येत नसावेत.

रूमर म्हणाला, "तू काय करतो आहेस?"

मिशेल शांतपणे म्हणाला, "अर्थातच काच फोडतो आहे."

"पण काच जरी फुटली तरी आत जाता येणार नाही."

"निदान आत डोकावून तरी बघता येईल. आत काही आवाज होत असतील तर ते ऐकू येतील. मला कळत नाही की, हे साधे तावदान आहे का चिलखती काच आहे?"

"ते आपल्याला कसे कळणार?"

"बरोबर आहे. म्हणून मी आता या काचेवर एक गोळी झाडतो. ती काच जर चिलखती काच असेल तर फुटणार नाही. त्यावर आपटलेली गोळी परावर्तन पावून निघून जाईल. तू दूर हो व खाली वाक."

त्यानंतर ते दोघेही खाली वाकले आणि मिशेलने आपले पिस्तूल वर करून काचेवर झाडले; परंतु पिस्तुलाची गोळी काचेतून परावर्तन पावली नाही. ती काच फोडून पलीकडे गेली. काचेला एक भोक पडले व त्या भोकापासून सर्वत्र तडे पसरत गेले होते. मिशेल तिथले काचेचे तुकडे खरवडून काढू लागला. पण अर्ध्या मिनिटात रूमरने आजूबाजूला शोधून मोटारीचा एक जॅक आणला. त्या अवजड जॅकचे तडाखे बसताच काचेला एक फूट व्यासाचे भगदाड पडले. मग त्याने आतमध्ये आपल्या बॅटरीचा झोत सोडला व पाहिले– ते एक ऑफिस होते. ऑफिसात फायलींच्या कपाटांच्या रांगा होत्या. पलीकडेच एक दार होते व ते उघडे होते. त्याने आपला कान जितका त्या भगदाडाजवळ नेता येईल तितका नेला व तो आतील कानोसा घेऊ लागला. लवकरच त्याला काही आवाज ऐकू येऊ लागले. ते अगदी अस्पष्ट होते; पण खात्रीने ऐकू येत होते. धातूवर धातू आपटल्याचा आवाज आणि कोणीतरी घोगरट आवाजात ओरडत असल्याचा आवाज त्याला ऐकू येत होते. मिशेलने आपले डोके मागे घेतले. मग रूमरनेही कान देऊन ते आवाज ऐकले.

त्या आवाजांची खात्री करून घेण्यासाठी पाच सेकंद पुरेसे होते. रूमर ताठ होत म्हणाला, ''आतमध्ये अनेकांना कोंडलेले असावे.''

ते दोघे तेथून निघाले. सुमारे एक मैल अंतरावर एक टेलिफोन बूथ होतं. तेथून मिशेलने सैन्याच्या कमांड पोस्टच्या ठाण्याला फोन करून कळवले, ''तुमच्या जवळच्या शस्त्रागाराची ताबडतोब तपासणी होणे जरुरीचे आहे. तिथे काहीतरी घडले असावे. कृपा करून तिथे ताबडतोब जा. मात्र जाताना डुप्लिकेट किल्ल्या बरोबर नेण्यास विसरू नका.''

''हॅलो, कोण बोलते आहे?'' पलीकडून आवाज उमटला. पण त्या प्रश्नाला उत्तर न देता मिशेलने फोन खाली ठेवला.

गाडीत येऊन बसल्यावर तो रूमरला म्हणाला, ''आता विमानदलाला फोन करण्यात अर्थ नाही असे वाटते.''

''होय. त्यासाठी खूपच उशीर झाला आहे. कारण एव्हाना त्यांची हेलिकॉप्टर्स आंतरराष्ट्रीय समुद्राच्या हद्दीत गेली असणार. शिवाय ही काही युद्धस्थिती नाही. निदान अजून तरी नाही.'' असे म्हणून त्याने एक नि:श्वास सोडला व तो पुढे म्हणाला, ''आज माझ्याजवळ अंधारातलेही दृश्य टिपणारा इन्फ्रारेड सिनेकॅमेरा हवा होता.''

मिसिसिपी नदीच्या मुखाशी आरमाराचे एक शस्त्रागार होते. ते फोडून तिथली काही शस्त्रे व दारूगोळा पळवायचे काम कॉन्डे याच्याकडे सोपवलेले होते. त्याचे ते काम विश्वास बसू नये एवढ्या सहजतेने पार पडले गेले. त्याने आपल्याबरोबर अवघे सहा साथीदार घेतले होते. बाकीची १६ माणसे त्याने राखीव म्हणून ठेवली होती व ते सर्वजण एका बोटीवर होते. त्या बोटीचे नाव *रोमर* होते. तिची लांबी १२० फूट होती व ती शस्त्रागारापासून अवघ्या तीस फुटांवर गोदीमध्ये बांधून ठेवलेली होती. कामगिरीवर असलेल्या त्या सहा जणांनी शस्त्रागारावर पहारा देणाऱ्या दोन सशस्त्र पहारेकऱ्यांना त्या रात्री एका झटक्यात नि:शस्त्र करून टाकले होते.

आरमारामधील दोन निवृत्त पेटी ऑफिसर तिथे पहाऱ्यावर काम करत होते. त्यांना आपले काम हे फक्त दिखाऊपणासाठी व लुटुपुटुच्या स्वरूपाचे आहे असे वाटत होते. याचे कारण रात्री येथे येऊन पाणसुरुंग (डेप्थ चार्जेस) व आरमारी तोफा यांची चोरी कोणी करणे शक्य नाही, अशी त्यांची समजूत होती. पहारेकरी दिसला की कोणीही चोरी करण्यास धजावत नाही, म्हणून आपल्याला येथे करारावर नेमण्यात आलेले आहे, असेही त्यांना वाटत होते. त्यामुळे रात्री त्यांची ड्यूटी सुरू झाल्यावर ते थोड्याच वेळात झोपी जात. आजही तसेच झाले होते. ते दोघे गाढ

झोपल्यावर कॉन्डो व त्याचे साथीदार सरळ पुढचे दार उघडून आत आले. ते दार आतून पक्के बंद करण्याचे श्रम ते पहारेकरी कधीच घेत नव्हते. त्यांनी जड पाणसुरुंगांची चळत उचलण्यासाठी दोन फॉर्क लिफ्ट गाड्या वापरल्या. शिवाय हलक्या अशा विमानविरोधी तोफा आणि पुरेसे हातबॉम्ब हेही त्यांनी उचलून घेतले. डॉकवर एक क्रेन उभी होती. आता डॉकमधले सर्व कामकाज थंडावले असल्याने त्यांनी बेधडक ती क्रेन वापरून सर्व शस्त्रास्त्रे व दारूगोळा *रोमर* बोटीच्या गोदामात उतरवला. आता ही बोट जर समुद्रप्रवासाला निघाली तर कस्टम्समधून साऱ्या गोष्टी पार पाडणे हा केवळ औपचारिक भाग ठरणार होता. कारण कस्टम्सच्या अधिकाऱ्यांनी आजवर इतक्या वेळा या बोटीचे येणे-जाणे पाहिले होते की, शेवटी त्यांनी तिच्या खेपा मोजणे सोडून दिले होते. अन् इतकेही करून त्या बोटीची तपासणी करणे हे अविवेकी साहस ठरले असते. कारण ती *रोमर* बोट भूकंपशास्त्रीय पहाणी करणारी होती आणि ती जगातील एका श्रीमंत व्यक्तीच्या मालकीची होती. त्या व्यक्तीचे नाव होते 'लॉर्ड वर्थ'.

क्यूबा बेटातील हॅवाना बंदरापासून थोड्या अंतरावर एक छोटी पाणबुडी धक्क्याला लागलेली होती. एका दोरखंडाने ती धक्क्यावरील खुंटीला जखडून ठेवण्यात आली होती. त्या दोराची गाठ सैल होऊन हळूहळू ती सुटली व पाणबुडी मुक्त झाली. मग खुल्या समुद्रात ती वाटेल तशी भरकटत जाऊ लागली. ती पाणबुडी क्यूबाच्या नौदलातील होती आणि ती रशियाकडून खरेदी केलेली होती. मग पाणबुडीतील काही निवडक कर्मचाऱ्यांना गोळा करून सांगण्यात आले की, "आपल्या आरमाराची तत्परता किती आहे ते पहाण्यासाठी असे मुद्दाम करण्यात आलेले असून, पाणबुडी आता प्रशिक्षणासाठी बाहेर पडलेली आहे." परंतु पाणबुडीमधील एकाही व्यक्तीचा या सांगण्यावर विश्वास बसला नाही.

दरम्यान, क्रॉन्काईट स्वस्थ बसला नव्हता. स्फोटक साहित्य मिळविण्यासाठी त्याला इतरांसारख्या चोऱ्यामाऱ्या अगर घरफोड्या करण्याची जरुरी नव्हती. त्याच्याजवळ त्याचा स्वत:चा स्फोटकांचा भलामोठा साठा होता. कारण आग लागलेल्या तेलविहिरींची तोंडे बुजविणाऱ्यांपैकी जगातील सर्वोच्च तज्ज्ञांपैकी तो एक होता. तेलविहिरींची आग विझविण्यासाठी त्याला फार मोठ्या प्रमाणात स्फोटके लागत. ती स्फोटके विहिरीतून वर उसळणाऱ्या राक्षसी ज्वालेत धरून स्फोट पावली की, ती राक्षसी ज्वाला मोठी फुंकर मारल्यासारखी विझून जात असे. त्यामुळे त्याच्याजवळ मोठा स्फोटकांचा साठा असणे हे कायद्याला धरून होते. आता तो तीच स्फोटके लॉर्ड वर्थविरुद्ध वापरणार होता. ह्यूस्टन शहरात त्याने त्या स्फोटकांचा साठा करून

ठेवला होता. त्याच शहरात तो रहात होता. तिथेच त्याचे मुख्य ठाणे होते. ह्यूस्टन शहरापाशी दक्षिण अमेरिकेतील मोठमोठ्या तेलविहिरींचे जाळे होते. तिथेच त्याला जास्त धंदा मिळत होता, तसेच तिथला विमानतळ हा आंतरराष्ट्रीय असल्याने तेथून त्याला जगभरातील कोणत्याही तेलविहीरीची आग विझवण्यासाठी झटकन आपल्या विमानाने धाव घेता यायची. त्याने काही निवडक स्फोटके घेतली व ट्रकमध्ये भरून तो ट्रक गॅल्व्हस्टन बंदराला पाठवून दिला.

तो ट्रक मार्गस्थ झाला असताना दुसरी एक बोट गॅल्व्हस्टनकडे पोहोचत होती. त्या बोटीचे नाव *क्यूस्टार* होते. पूर्वीच्या कोस्टगार्ड कटर या जातीतल्या त्या बोटीचे रूपांतर आता एका भूकंपशास्त्रीय बोटीत केले होते. क्रॉन्काईटने ही बोट ड्युरान्ट याच्याकडून घेतली होती. गॅल्व्हस्टन भागातील सर्व तेल कंपन्यांचे तो प्रतिनिधित्व करत होता, अन् म्हणून त्या दहा तेल उत्पादकांच्या सभेला तो हजर राहिला होता. *क्यूस्टार* बोटीचे मुक्कामाचे ठिकाण फ्रीपोर्ट बंदर होते. क्रॉन्काईटला ही बोट तेथून घेता आली असती, पण पुढच्या कामगिरीचे उद्दिष्ट साध्य करण्यासाठी तसे करणे उपयुक्त नव्हते.

*क्रुसेडर* नावाची तेलवाहू बोट गॅल्व्हस्टनला येऊन आपल्याजवळील तेल बंदरातील टाक्यांत भरत होती. ही तेलवाहू बोट लॉर्ड वर्थच्या तीन तेलवाहू बोटींपैकी एक होती. *सीविच* प्लॅटफॉर्मपासून बंदरापर्यंत तेल आणण्याच्या कामगिरीवर त्या बोटी होत्या. गॅल्व्हस्टनला *क्यूस्टार* बोट व क्रॉन्काईट दोघे एकदमच उगवले. *क्यूस्टार* बोटीचा कप्तान 'मलहूनी' याने आपली बोट अलगदपणे *क्रुसेडर* जहाजाच्या जवळ धक्क्याला लावली. मलहूनी हा *क्यूस्टार*चा नेहमीचा कप्तान नव्हता. नेहमीचा कप्तान आजारी पडला म्हणून त्याच्या जागी तो आला होता, नव्हे त्याची क्रॉन्काईटने शिफारस केली म्हणून तो आला होता. क्रॉन्काईटचा तो मित्र होता; परंतु क्रॉन्काईट आपल्या मित्राला भेटण्यासाठी एकदम *क्यूस्टार* बोटीवर गेला नाही. त्याऐवजी तो चीफ कस्टम्स इन्स्पेक्टर याच्याकडे गेला व त्याच्याशी तो गप्पा मारीत बसला. तो चीफ इन्स्पेक्टर आपल्या थंड नजरेने ट्रकमधील पेट्या *क्यूस्टार*वर कशा चढविल्या जात आहेत ते बघत होता. त्या पेट्यांमध्ये दारूगोळा आहे हे त्याला ठाऊक नव्हते. क्रॉन्काईट व हा इन्स्पेक्टर हे गेली अनेक वर्षे एकमेकांना ओळखत होते. समोरच्या मेक्सिकोच्या आखातात नेमके कसले शह-प्रतिशह दिले जात आहेत, कोणते डावपेच खेळले जात आहेत याच्याशी त्या इन्स्पेक्टरला काहीही कर्तव्य नव्हते, की त्याला त्यात रस नव्हता.

त्याच्याशी बोलताना सहजपणे क्रॉन्काईटला कळले की, क्रुसेडर जहाजाने नुकतेच आपल्याजवळील सारे तेल व माल बंदरात उतरवला असून, आता ते जहाज पुन्हा दुसरी खेप करण्यासाठी एका तासात निघणार आहे.

मग क्रॉन्काईट तेथून उठला व *क्यूस्टार* बोटीवर गेला. आपला मित्र मलहूनी याला भेटला आणि सरळ कर्मचाऱ्यांच्या मेसमध्ये गेला. तिथे तिघाजणांनी पाण्यात बुडी मारण्याचे स्क्युबा डायव्हर्सचे पोषाख अंगात चढवले होते व ते क्रॉन्काईटची वाट पहात बसले होते. क्रॉन्काईटने त्यांना पटापटा सूचना दिल्या. मग ते तिघेही तिथून चटकन डेकवर निघून गेले. शेजारी उभ्या असलेल्या *क्रुसेडर* जहाजावरील लोकांना दिसू नये म्हणून ते तिघे पाणबुडे वाकून, लपतछपत कठड्यापाशी गेले. तो भाग डॉकपासून दूर होता. मग हळूच त्यांनी एक दोरीची शिडी खाली पाण्यात सोडली व त्यावरून झपाझपा उतरून ते पाण्यात शांतपणे शिरले. मग वरून त्यांच्या दिशेने सहा वस्तू एका दोराला बांधून सोडण्यात आल्या. त्यामध्ये एक सुरुंगाची पेटी होती. तिला लोहचुंबक असल्याने ती बोटीच्या पत्र्याला चिकटवता येई. तसेच लोखंडाखेरीज अन्य काही भाग असल्यास त्याला पक्के धरून ठेवण्यासाठी दोन धातूंच्या क्लिपही त्या पेटीला होत्या. शिवाय त्या पेटीतील सुरुंग योग्य वेळी उडण्यासाठी आतमध्ये एक बिनतारी यंत्रणाही होती. मग दुरून कुठूनही जवळच्या एका यंत्राचे बटण दाबताच तो सुरुंग जिथे कुठे असेल तिथे स्फोट पावू शकत असे. त्या पेटीचे वजन ध्यानात घेता त्याचा असा काही आकार ठेवला होता किंवा त्यात एवढी पोकळी ठेवली होती की, पाण्यात गेल्यावर पाण्याच्या उद्धरण शक्तीमुळे ती वजनरहित अवस्थेत जाई. त्यामुळे पाण्यातही त्या जड पेटीची हलवाहलव सहजासहजी करता येई.

पहाटेपूर्वीच्या काळोखात दिसण्यासाठी किनाऱ्यावर मोठमोठे फ्लडलाईट्स लावलेले होते. त्यामुळे बोटींकडून पाण्यावर गडद छाया पसरल्या होत्या. त्या छायेत त्या तीन पाणबुड्यांच्या हालचाली कोणालाही दिसणार नव्हत्या. *क्रुसेडर* जहाजाच्या तळाला मागच्या बाजूला पाण्यात दहा फूट खाली त्या पाणबुड्यांनी दोन सुरुंग लावले होते. त्या दोन्हींत ३० फुटांचे अंतर होते. ते काम त्या पाणबुड्यांनी अवघ्या पाच मिनिटांत उरकले व ते ताबडतोब पाण्याबाहेर उगवले. ती दोरांची शिडी चढून वर आले. नंतर पाच मिनिटांनी *क्यूस्टार* बोट तिथून हलली व खुल्या समुद्रात शिरली.

एकदा ठरवले की, ते काम क्रॉन्काईट अत्यंत निष्ठुरतेने पार पाडण्यात प्रसिद्ध होता. त्यावेळी तो कठोरतेचा पुतळा बने; परंतु तरीही त्याच्यात माणुसकीचा काही अंश शिल्लक राही. त्याच्यात एक प्रकारचा उपजत दयाळूपणा होता. आता या विधानावर कोणी विश्वास ठेवणार नाही. कारण व्यवहार पाळताना तो कसलीही तडजोड करीत नसे, कठोर वास्तववादी बने. एखाद्याचा जीव घेणे अथवा त्याला संपवणे, अशी त्याची मूलप्रवृत्ती नव्हती. तथापि, आता अशा दोन गोष्टी घडल्या की, त्यामुळे तो खूष झाला होता.

पहिली गोष्ट ही की, कोणत्याही परिस्थितीत *क्रुसेडर* बोट बंदराबाहेर पडून खुल्या समुद्रात जायला हवी होती, अन् तसेच घडले होते. आपल्या हातातील रिमोट कंट्रोलचे बटण दाबून तो त्या बोटीला लावलेले सुरुंग उडवून देणार होता. जर ती बोट बंदरात थांबून राहिली असती तर ती उडाल्यावर बंदरातील असंख्य निष्पाप जिवांचा बळी घेतला गेला असता. ती बोट बंदरात थांबो वा खुल्या समुद्रात जावो, क्रॉन्काईटने ती बोट बुडवण्याच्या निश्चयानेच तिला सुरुंग लावले होते. पण आता ती तेथून हलल्याने त्याने एक निःश्वास सोडला. ते सुरुंग हे 'लिम्पेट माईन्स' या प्रकारात मोडत होते. बोटीच्या पत्र्याला ते पाण्याखाली लोहचुंबकामुळे घट्ट चिकटून बसत. खडकाला चिकटून रहाणारे जे शिंपले असतात त्यांना 'लिम्पेट' म्हणतात. त्यावरून या सुरुंगांना ते नाव प्राप्त झाले होते. दुसऱ्या महायुद्धात अलेक्झांड्रिया बंदरात ब्रिटनच्या रॉयल नेव्हीला या सुरुंगांची धडकी भरली होती. बंदरात उभ्या असणाऱ्या बोटींच्या बाबतीत हे सुरुंग अत्यंत परिणामकारकरीत्या विनाशकारी ठरत; परंतु जे लिम्पेट सुरुंग हलके असत, तरंगू शकणारे असत, ते सुरुंग वेगाने जाणाऱ्या बोटींच्या बाबतीत परिणामकारक ठरतीलच असे नव्हते. वेगामुळे व पाण्याच्या खळबळाटामुळे ते सुरुंग बोटींपासून विलग होऊ शकत. कारण प्रवास करणाऱ्या बोटीभोवतालचा पाण्याचा दाब हा सुरुंगाच्या चुंबकीय क्षेत्रावर मात करू शकत असे.

*क्यूस्टार* बोटीच्या हेलिपॅडवर सरळ हेलिकॉप्टरने उतरण्याचा क्रॉन्काईटला मोह झाला होता. अशा अनेक बोटींवर त्या त्या कंपन्यांची स्वतःची हेलिकॉप्टर्स उतरत असत. त्यासाठी बोटीच्या डेकवरील मागच्या भागात हेलिकॉप्टर उतरण्यासाठी हेलिपॅड तयार केलेले असे. समुद्रतळाखालील तेलाच्या क्षेत्राचा शोध घेण्यासाठी तळावर अनेक छोटे स्फोट करावे लागत. त्या स्फोटांच्या जागांची ठराविक रचना असे. तसे करण्यासाठी हेलिकॉप्टर उपयुक्त असे. शिवाय लॉर्ड वर्थ याच्या बोटीचा जो काही विनाश क्रॉन्काईट घडवणार होता, तो विनाश जवळ जाऊन पहाण्यासाठीही हेलिकॉप्टर उपयुक्त ठरणार होते; परंतु तो मोह त्याने वेळीच आवरून धरला होता.

क्रॉन्काईटने आपल्या डोक्यातील सर्व विचार बाजूला सारले. त्याची *क्यूस्टार* बोट बंदरापासून आठ मैल दूर गेल्यावर *क्रुसेडर* बोटीला लावलेले सुरुंग उडवून देणारे रिमोट कंट्रोलचे बटण त्याने हातात घेतले. त्याच्यावरचे टोपण काढून टाकले. आता बटण दाबताच *क्रुसेडर* बोटीचा विनाश अटळ होता. रिमोट कंट्रोलमधून बिनतारी लहरी बाहेर पडणार व त्यामुळे ते सुरुंग उडणार होते. मग त्याने त्या बटणावर आपला सारा भार टाकून ते दाबले. स्फोटाचे दृश्य हे नेत्रदीपक असेल, अशी जी त्याने कल्पना केली होती, तसे मात्र घडले. क्षणभर त्याला ती बोट आपल्या रिमोट कंट्रोलच्या टप्प्याच्या बाहेर तर गेली नाही ना, अशी शंका

वाटली; परंतु त्या सहा सुरुंगांचा स्फोट झालाच. एकाच वेळी झाला. वीस सेकंदांत त्या बोटीच्या पुढच्या भागाचे फाटून दोन तुकडे झाले. तिच्या उजव्या बाजूला पडलेल्या भगदाडांमधून हजारो टन पाणी एकदम आत घुसले. आणखी वीस सेकंदांनी, म्हणजे एकूण चाळीस सेकंदांनी त्या स्फोटाचा गडगडाटी आवाज *क्यूस्टार* बोटीवरील क्रॉन्काईटच्या कानावर पडला. ब्रिजमध्ये कॅप्टन मलहूनी आणि क्रॉन्काईट उभे होते. ऑटोमॅटिक पायलट लावून बोट चालू करून दिली होती. त्या स्फोटाचा आवाज ऐकताच त्या दोघांनी एकमेकांकडे समाधानाने पाहिले. मलहूनी हा मूळचा आयर्लंडमधील होता. त्याला प्रसंगाचे महत्त्व कळत होते. म्हणून त्याने एक शॅम्पेनची बाटली उघडली व त्यातली शॅम्पेन दोन ग्लासांत ओतली, पार ग्लासच्या कडेपर्यंत भरून ओतली. एरवी क्रॉन्काईटला शॅम्पेन आवडत नसे, पण तरीही त्याने आपला ग्लास उचलून तोंडाला लावला. चार-पाच घुटके घेतले आणि तो खाली ठेवला. त्या स्फोटानंतर आता *क्रुसेडर* बोटीला आग लागली होती. बघता बघता त्या आगीने उग्र स्वरूप धारण केले.

त्या तेलवाहू जहाजाच्या तेलाच्या टाक्या रिकाम्या होत्या. आपल्याजवळील सारे तेल बंदरातल्या टाक्यांत रिकामे करून पुन्हा नवीन तेल आणण्यास ते जहाज *सीविच*कडे निघाले होते; परंतु जहाजाच्या इंजीनसाठी लागणारे डिझेल तेल इंधनाच्या टाकीत होते. ती टाकी मात्र काठोकाठ भरलेली होती. पेटलेल्या डिझेल तेलाची टाकी सहसा स्फोट पावत नसते. पण ती आग मात्र भयानक उग्रपणे व वेगाने जळत असते. काही सेकंदांत धुराच्या लोटांचे पट्टे असलेले आगीचे लोळ आकाशात २०० फूट उंच झेपावले. प्रत्येक क्षणी त्या लोळांची उंची वाढत गेली. शेवटी एक वेळ अशी आली की, त्या आगीमुळे सारे बंदर व गाव प्रखर लाल प्रकाशात न्हाऊन निघाले. असा प्रकार त्या गावातील लोकांनी आजवर कधी पाहिला नव्हता व पुढे कधी पहायला मिळणार नव्हता. क्रॉन्काईट ज्या बोटीवर होता त्या बोटीवरील सर्वजण भयचकित नजरेने ती आग डोळे फाडून बघत होते. काही वेळाने ती आग जशी अचानक लागली तशीच अचानकपणे विझली. पण आता ती *क्रुसेडर* बोट आपल्या एका अंगावर वळू लागली. कारण बोटीच्या त्या बाजूला पडलेल्या भगदाडांमधून समुद्राचे पाणी वेगाने आत घुसू लागले होते. जळणाऱ्या बोटीचे गरम भाग पाण्यात बुडू लागले. हिस्स आवाज करत ती आग शांत होत गेली. संपूर्ण बोट एका अंगावर वळून सावकाश बुडत होती. अजूनही बोटीवर छोट्या छोट्या ज्वाळा होत्या. त्यांच्या प्रकाशात पाण्यावरील तेलाचे तवंग लांबूनही स्पष्ट दिसत होते. मग बघता बघता सारे काही संपले. त्या *क्रुसेडर* बोटीला अखेर संपूर्ण जलसमाधी मिळाली. ती बुडाली व तिचे पाण्यावरचे अस्तित्व पार पुसून टाकले गेले.

ते तेलवाहू जहाज नष्ट झाल्याने लॉर्ड वर्थच्या संपत्तीला किंचितही धक्का बसणार नव्हता. पण तरीही त्याच्यापुढे एक समस्या उभी रहाणार होती. या तेलक्षेत्रात तेल वाहून नेणारे एखादे सुपरटँकर जहाज मिळवणे तसे अवघड नव्हते. नुसते टेलिफोन उचलण्याचे कष्ट घेतले तरी पाहिजे तेवढे सुपरटँकर हजर केले जाऊ शकत होते; परंतु नष्ट झालेले तेलवाहू जहाज हे ५० हजार टनी होते. त्याची तेल वाहून नेण्याची क्षमता अफाट होती. अन् जगातील एकूणएक जहाज-बांधणी उद्योगाने तसली जहाजे बांधण्याचे आता थांबवले होते. तेवढे मोठे जहाज आता बांधायचे असेल तर त्याचा कणा (Keel) आधी तयार करावा लागेल. एक वेळ तोही घाईघाईने बनवता येईल. पण नंतरचे काम हे नक्कीच दीड ते दोन वर्षे चालणार होते. याचे कारण असे होते, लांब कण्याची अवाढव्य तेलवाहू जहाजे ही अरब आखातामधून युरोपकडे नेता येत नव्हती. कारण तेवढ्या मोठ्या लांबीच्या सुपरटँकरना सुवेझ कालवा अडचणीचा ठरत होता. त्या कालव्यात नाही म्हटले तरी थोडी वळणे होती. ती वळणे पार करणे हे जास्त लांबीच्या तेलवाहू जहाजांना शक्य नव्हते. त्यासाठी त्यांना सबंध आफ्रिकेला वळसा घालून, केप ऑफ गुड होप ओलांडून, मग युरोपला जाता येत होते. म्हणून लहान टँकर जहाजांद्वारे अरबस्तानातील तेल युरोपात पोहोचवले जायचे. साहजिकच मोठ्या लांबीच्या सुपरटँकरचे उत्पादन जहाजबांधणी उद्योगातून कमी कमी होत बंद झाले होते. याचा फायदा ग्रीसच्या जहाजबांधणी उद्योगांना मिळून त्यांनी सुवेझ कालव्यातून ये-जा करू शकणाऱ्या लहान तेलवाहू जहाजांचे उत्पादन जोरात करून आपला धंदा वाढवला होता. त्या धंद्यात त्यांनी आपली एक प्रकारची एकाधिकारशाही प्रस्थापित केली होती. जास्त मोठी तेलवाहू जहाजे बांधली जाऊ नयेत असे ते कटाक्षाने पहात. क्रॉन्काईटने विचारपूर्वक एक खेळी खेळली होती व लॉर्ड वर्थपुढे अडचण निर्माण केली होती. पहिला डाव त्याने जिंकला होता. सूडसत्र सुरू झाले होते. नवीन येणारा दिवस कसा असेल?

आकाशात पहाटेचा प्रकाश फाकू लागला.

अगदी त्याच क्षणी *सीविच* प्लॅटफॉर्मवर आणि त्याच्या आजूबाजूला काही हालचाली घडत होत्या. *टॉबेर्लो* नावाचे एक पनामात रजिस्टर केलेले तेलवाहू जहाज प्लॅटफॉर्मला लागून होते. पाण्यावर तरंगणाऱ्या व शंकूच्या आकाराच्या भव्य तेलटाकीतून त्या जहाजाने नुकतेच तेल भरून घेतले होते व ते तिथून निघण्याच्या बेतात होते. अचानक ईशान्येच्या क्षितिजावर दोन काळे डाग उमटले व ते पहाता पहाता मोठे मोठे होत गेले. ती दोन हेलिकॉप्टर्स होती. अवजड, दणकट व युद्धात भाग घेण्यासाठीच त्यांची रचना बनवलेली होती. सिकार्स्कि

कंपनीने खास अमेरिकी सैन्याच्या वापरासाठी बनवलेली ती हेलिकॉप्टर्स लॉर्ड वर्थच्या मालकीची होती. सैन्यात आता यापेक्षाही अधिक दणकट व ताकदवान अशी नवीन हेलिकॉप्टर्स वापरली जात असल्याने ती जुनी हेलिकॉप्टर्स चांगली असली तरी सैन्याने ती व्हिएतनाम युद्धानंतर काढून टाकली होती. त्यातलीच दोन हेलिकॉप्टर्स लॉर्ड वर्थने विकत घेतली होती. त्याला ती अत्यंत स्वस्तात मिळाली होती. कारण तसल्या अवजड हेलिकॉप्टर्सना कोणी गिऱ्हाईक नव्हते.

पहिले हेलिकॉप्टर *सीविच* प्लॅटफॉर्मवर उतरले व त्यातून २२ माणसे बाहेर पडली. त्यामध्ये लॉर्ड वर्थ आणि पालेर्मो होते. बाकीच्या वीस जणांचे चेहरे क्रूर होते. विधवा स्त्रिया व लहान मुले यांच्या बाबतीतही ते दया दाखवणार नाहीत, असे त्यांच्याकडे पाहिले की वाटत होते. तेल उद्योगातील तज्ज्ञ माणसे म्हणून ते येथे अवतरले होते; परंतु प्रत्यक्षात ते एखाद्या तेलाच्या पिंपात जरी पडले असते तरी त्यांना ते तेलाचे पिंप ओळखता आले असते की नाही याची शंकाच होती. ते सर्वजण तज्ज्ञ होते, पण वेगळ्याच विषयातील तज्ज्ञ होते. ती गुन्हेगार मंडळी पाण्यात बुड्या मारण्यात तज्ज्ञ होती, पाण्याखाली संचार करून तिथे घातपाती कृत्ये घडवून आणण्यात कुशल होती, उच्च स्फोटके हाताळण्यात वाकबगार होती आणि अनेक संहारक शस्त्रे अचूकरीत्या वापरण्यात निष्णात होती.

पहिल्या हेलिकॉप्टरमधील माणसे उतरल्यानंतर ते उडाले. नंतर लगेच दुसरे हेलिकॉप्टर अवतरले. मग त्यातून तो संहारक माल बाहेर काढला गेला. शस्त्रास्त्रे व दारूगोळा यांच्या पेट्या बाहेर आल्या. सैन्याच्या शस्त्रागारातून लुटलेला तो माल होता, अन् अजूनही त्या लुटीची बातमी वृत्तपत्रांपर्यंत पोहोचलेली नव्हती.

*सीविच* प्लॅटफॉर्मवरील कर्मचारी हे सारे दृश्य डोळे फाडून पहात राहिले होते. पण त्यांना त्याबद्दल काहीही आश्चर्य वाटत नव्हते. कारण त्यांच्या कामात अनपेक्षित, चमत्कारिक व क्वचित घडणाऱ्या घटना या नेहमीच्याच झाल्या होत्या. समुद्रातील तेलविहिरीवर कामे करणाऱ्यांचे नेहमीच्या जगापासून वेगळे असलेले एक विश्व तयार झालेले असते. त्यामुळे त्या कर्मचाऱ्यांची एक वेगळीच जात तयार होते. पण लॉर्ड वर्थने त्या जातीतही आणखी एक खास वेगळी पोटजात तयार केली होती.

लॉर्ड वर्थने सर्व कर्मचाऱ्यांना एकत्र बोलावून सांगितले की, *सीविच* तेलविहिरीला एक गंभीर धमकी मिळालेली असल्याने आपल्याला त्याविरुद्ध प्रतिबंधात्मक उपाययोजना करावी लागत आहे. सर्व सांगून झाल्यावर त्याने शेवटी 'ही सारी योजना गुप्त राखावी' असेही म्हटले. त्याची ही विनंती सर्वांनी अर्थातच मानली. याचे कारण त्या कर्मचाऱ्यांना जगातील कोणत्याही गोष्टीपेक्षा आपला जीव प्रथम प्यारा होता, अन् ही गोष्ट ओळखूनच लॉर्ड वर्थने त्यांना आपल्या तेलविहिरीवर

कामावर घेतले होते. जरी ते सर्व कर्मचारी तेल उत्खननाच्या कामात निष्णात होते तरी पूर्वी प्रत्येकाचा पोलीस खात्याशी अप्रिय प्रकारे संबंध आलेला होता. तुरुंगात शिक्षा भोगत असताना पळून गेलेले, पॅरोलवर सुटका झाल्यानंतर परत तुरुंगाकडे वेळेत न फिरकलेले, गुन्हे करून फरार झालेले, अशा सर्व प्रकारच्या गुन्हेगारांना पोलिसांच्या ससेमिऱ्यापासून बचावण्यासाठी समुद्रावरील कोणतीही तेलविहीर हे एक सुरक्षित आश्रयस्थान बनते. कारण तेलविहिरीचे जग हे पूर्णपणे एकाकी व मनुष्यवस्तीपासून दूर पडलेले असते. तेथवर पोलिसांचे लक्ष जात नाही. तसेच गुन्हेगारांच्या स्पर्धकांना, शत्रूंनाही तेथवर पोहोचता येत नाही. त्यामुळे अनेक खुनी तेलविहिरीवरचे काम आनंदाने पत्करतात. सुरक्षिततेबरोबरच त्यांना भरपूर पगार मिळत असल्यानेही ते खूष असतात. एक भयमुक्त जग व भरपूर पैशांची प्राप्ती असल्याने जगातील बहुतेक सर्व समुद्रातील तेलविहिरींवर अशा गुन्हेगारांचेच राज्य असते. लॉर्ड वर्थने याचाच फायदा उठवला होता. त्या कर्मचाऱ्यांच्या सुट्टीच्या दिवशी ते किनाऱ्यावर जात. तेथे त्यांच्यासाठी लॉर्ड वर्थने एक आलिशान मोटेल बांधले होते. तिथे उत्कृष्ट अन्न, उत्कृष्ट मद्य, मदिराक्षी व जुगाराची साधने ठेवलेली होती. सुट्टीच्या दिवशी एवढे सारे मिळत असेल तर गुन्हेगारांना आणखी वेगळे काय हवे असते? जगण्याची हमी, काम करताना सुरक्षितता, पोलिसांपासून अभय आणि हातात भरपूर खेळता पैसा असल्यावर 'कशाला उद्याची बात?' ही प्रवृत्ती त्यांच्यात भिनली होती. फक्त लॉर्ड वर्थशी आपले इमान ठेवले की पुरे! लॉर्ड वर्थचे समाजात व राजकीय वर्तुळात एवढे प्रचंड महत्त्व होते की, त्याच्याकडे अशी काही गुंडांची सेना असेल असे कोणी स्वप्नातसुद्धा मानू शकणार नव्हते. *सीविच* तेलविहिरीवरील कर्मचाऱ्यांना हेही ठाऊक होते. लॉर्ड वर्थने तेलविहिरीचा कमांडर लार्सन याच्याकरवी अगदी योग्य असे गुन्हेगार काळजीपूर्वक निवडून ते कामाला लावले होते. त्यांच्यातील कोणीही लॉर्ड वर्थला दगा देणार नव्हता.

नवीन उगवलेल्या वीस माणसांसाठी आणि त्यांनी आणलेल्या अवजड शस्त्रास्त्रे ठेवण्यासाठी जागेचा फारसा प्रश्न नव्हता. कारण समुद्रतळावर खोदाई करणारी जहाजे (drill-ships), जॅक-अप जहाजे, समुद्राच्या पोटात कामे करणारी जहाजे आणि तेलविहिरींचे प्लॅटफॉर्म या ठिकाणी जादा रहाण्याच्या खोल्या व भोजनगृह असते. एक संच हा पाश्चिमात्य पद्धतीचा, तर दुसरा संच हा पौर्वात्य पद्धतीचा असतो. सध्या *सीविच* प्लॅटफॉर्मवर फक्त पाश्चिमात्य संच वापरला जात होता. पौर्वात्य कर्मचारी कोणीच नसल्याने त्या संचातील खोल्या रिकाम्या होत्या. नवीन भाडोत्री माणसांना त्या देण्यात आल्या.

आपल्या आलिशान अशा खोलीत लॉर्ड वर्थने आपली युद्ध-मंडळाची सभा आता भरवली होती. तो स्वत:, कमांडर लार्सन व पालेर्मो एवढे तिघेजणच या

सभेसाठी उपस्थित होते. लॉर्ड वर्थच्या ह्या खास खोलीत एरवी कोणालाही जाता येत नसे. तिला त्यावेळी कुलूप घातलेले असे. त्यांच्या चर्चेत सर्व योजना ह्या तपशीलवार ठरल्या, एकमताने ठरल्या. क्रॉन्काईटच्या आपल्याविरुद्धच्या योजनेत परिपूर्णता नाही, हुशारी नाही. कुठेतरी तो कमी पडतो आहे, अन् ती गोष्ट अगदी स्पष्टपणे समजून येते. *क्रॉन्काईटपुढे फक्त हिंसाचाराचा मार्ग उरला आहे,* हीच ती एकमेव व स्पष्टपणे जाणवणारी गोष्ट. एकदा तेलविहिरीतून बाहेर काढलेले तेल ऑईल-टँकर बोटीत भरले की, क्रॉन्काईट काही करू शकत नव्हता. ती तेलवाहू जहाजे निर्धोकपणे किनाऱ्याकडे जाऊन तिथल्या टाक्यांत ते तेल टाकू शकत होत्या. त्यावेळी त्या तेलवाहू जहाजावर हल्ला केला तर त्यातील सारा तेलाचा साठा समुद्रावर सांडून शेकडो एकर क्षेत्रफळ व्यापणारा तवंग पाण्यावर पसरला असता. त्यामुळे तेथील समुद्रातील जीवांची हानी झाली असती व त्या तवंगातून वाहतूक करणे जड गेले असते. मग ही बातमी जागतिक स्वरूपात प्रसिद्ध होऊन त्याकडे अमेरिकी सरकारला फार गंभीरपणे बघावे लागले असते व झाल्या प्रकाराचा संपूर्ण छडा लावावा लागला असता. क्रॉन्काईटला याची जाणीव होती. म्हणून तो तेलाने भरलेल्या जहाजावर हल्ला करू शकत नव्हता, तसेच तेलविहिरीच्या जवळ तरंगत असलेल्या शंकूच्या आकाराच्या टाकीवरही तो याच कारणामुळे हल्ला करू शकत नव्हता. इंग्लंडच्या नैर्ऋत्य दिशेला समुद्रात टोरी कॅनन भागात अशीच एक मोठी तेलगळती काही वर्षांपूर्वी झालेली होती. त्या वेळी उडालेला हाहाकार अजून कोणीही विसरले नव्हते. त्यावेळी फार मोठी आंतरराष्ट्रीय खळबळ उडाली होती व युनोच्या व्यासपीठावर याची दखल घेतली गेली होती. तसे जर आता परत झाले तर या घटनेमागचा क्रॉन्काईट सहज उघडा झाला असता. 'निसर्ग परिसर' व 'पर्यावरण' हे दोन शब्द आता नवीन युगात खास महत्त्व मिळवून राहिले होते.

तेलविहिरीच्या प्लॅटफॉर्मवर आलेले तेल हे जवळच तरंगत असलेल्या त्या शंकूच्या आकाराच्या अवाढव्य टाकीत एका पाईपने पाठवले जात होते. तो पाईप लवचिक होता. त्यावरही क्रॉन्काईट हल्ला करण्याची शक्यता होती. पण तशा हल्ल्याला समर्थपणे तोंड देता येईल असे तिथे जमलेल्यांचे मत पडले. *रोमर* जहाज उगवले की, ते जहाज त्या पाईपजवळ थांबून दिवसरात्र पहारा देणार होते. तेलविहीर व ती राक्षसी टाकी यांच्यावर सक्त नजर ठेवणार होते.

*सीविच*वर अनेक गोष्टींचा वेध घेणारी उपकरणे होती. प्लॅटफॉर्मवरील डेरिक मनोऱ्याच्या वरच्या टोकाला एक रडारची थाळी सर्व दिशांना सारखी फिरून पहात होती. समुद्र व आकाश या मार्गे कोणतीही वस्तू, विमान, जहाज जवळ येत चालले की, ते आधी समजणार होते. फुटबॉलच्या मैदानाएवढ्या प्लॅटफॉर्मचे तीन

पाय खाली समुद्रात तळावर जाऊन टेकले होते. त्या पायांनाही काही उपकरणे लावलेली होती. शत्रू कोठूनही येऊ दे, त्याचा वेध घेतला जाऊन त्याच्यावर ताबडतोब मारा केला जाणार होता. विमानविरोधी तोफा तेवढ्यासाठी आत्ता बसवल्या गेल्या होत्या. समुद्रमार्गे चालून आलेल्या जहाजावरसुद्धा त्याच तोफा चालवल्या जाणार होत्या. जर पाणबुडीमार्फत पाण्याखालून कोणी आले तर त्याचाही ध्वनी टिपणारी उपकरणे बसवलेली होती. मग *रोमर* बोटीवरून त्या पाणबुडीवर वरून डेप्थ चार्जेसचे बॉम्ब टाकले जाऊ शकत होते.

ज्या *क्यूस्टार* बोटीवर लॉर्ड वर्थ होता, त्या बोटीला जाऊन मिळण्यासाठी आणखी एक बोट किंवा जलयान त्याच वेळी वेगाने जात होते. त्या जलयानाचा 'पुश-पूल' असा उल्लेख बोलताना केला जायचा. त्या जलयानाला नेहमीचे डिझेल अथवा पेट्रोलवर चालणारे इंजीन नव्हते. कोणत्याही बोटीच्या इंजिनाचा आवाज पाण्यातून जाताना उपकरणांमुळे सहज टिपता येतो आणि त्या आवाजाचे उगमस्थान हे अचूक समजते. मग त्या जागी डेप्थ चार्जेसचे बॉम्ब टाकले की पुरे; परंतु हे 'पुश-पूल' जलयान मात्र इंजिनावर चालत नसल्याने त्यातून पाण्यात बाहेर आवाज येण्याचा प्रश्नच नव्हता. त्या जलयानाची रचना वेगळीच होती. एक पाईप पुढच्या बाजूने पाण्यात गेला होता व जलयान पुढे सरकताना त्यात पाणी शिरे. या पाण्यावर एका कॉम्प्रेसरने मोठा दाब दिला जाऊन ते पाणी दुसऱ्या एका पाईपातून जलयानाच्या मागच्या बाजूला सोडलं जाई. परिणामी जलयान वेगाने पुढे सरके. तो कॉम्प्रेसर एका विजेच्या मोटरवर चाले नि ती मोटर बॅटऱ्यांवर चाले. अशा बॅटऱ्यांच्या रांगाच्या रांगा जलयानाच्या तळाशी होत्या. इंजीन नसल्याने सारे काही सुरळीतपणे व कसलाही आवाज न करता चाले. त्यामुळे अशा जलयानाचा वेध घेणे शक्य नसते. तर असे एक जलयान क्रॉन्काईटच्या *क्यूस्टार* बोटीला भेटण्यासाठी आत्ता वेगाने चालले होते. इकडे लॉर्ड वर्थला त्याचा अजिबात पत्ता नव्हता. त्या जलयानाचे नाव *स्टारलाईट* होते. क्रॉन्काईटच्या सूडयोजनेत त्याचा अंतर्भाव केलेला होता.

*सीविच*वर थेट व उघडउघड हल्ला होण्याची शक्यताही लॉर्ड वर्थने चर्चा करताना ध्यानात घेतली होती; परंतु *सीविच*चा पाण्यात बुडालेला भाग हा अनेक पाणबंद कप्प्यांनी रचलेला होता. त्यामुळे एका भागात पाणी शिरले तरी अन्य भाग व्यवस्थित तरंगत रहातात. असाच प्रकार पाणबुडीतही असतो. पाणबुडी पाण्याखाली बुडी मारताच तिच्या सर्व खोल्यांची दारे बंद केली जातात. त्यामुळे प्रत्येक खोली ही पाणबंद होते. मग युद्धात पाणबुडीचे दोन तुकडे जरी झाले तरी ते दोन्ही तुकडे स्वतंत्रपणे तरंगत रहातात. *सीविच*च्या बाबतीत तशीच रचना केलेली होती. त्यामुळे तिची उद्धरणशक्ती, पाण्यात तरंगत रहाण्याची शक्ती खूप मोठी होती.

त्यामुळे त्या फुटबॉलच्या मैदानाएवढ्या अवाढव्य तेलविहिरीवर बॉम्ब जरी टाकला तरी त्याचा परिणाम त्या एखाद्या भागापुरताच होऊ शकतो. *सीविच*वर हल्ला चढवताना पहिले लक्ष्य हा तिचा डेरिक मनोरा होणार होता. कारण तो उंच असल्याने त्याकडेच प्रथम लक्ष जाऊन तो पाडण्याचा मोह होणार होता. कोणाचेही लक्ष न वेधता तसे कोणते काम क्रॉन्काईट करू शकणार होता ते समजायला मार्ग नव्हता; परंतु एका गोष्टीची लॉर्ड वर्थला पक्की खात्री होती. ती म्हणजे जेव्हा केव्हा हल्ला चढवला जाईल तेव्हा त्या हल्ल्याला चोख प्रत्युत्तर त्याच्याकडून दिले जाणार होते.

पुढच्या अर्ध्या तासातच लॉर्ड वर्थ कसा चुकला हे दोनदा सिद्ध केले जाणार होते.

*टॉर्बेलो* तेलवाहू जहाज आपल्या पोटात भरपूर तेल घेऊन तेथून निघाले होते. त्याचे प्रस्थान लॉर्ड वर्थ पहात होता. हळूहळू ते जहाज उत्तरेच्या क्षितिजाकडे जाऊन अदृश्य झाले. आता *क्रुसेडर* हे तेलवाहू जहाज तेल भरून घ्यायला येणार होते. लॉर्ड वर्थपाशी लार्सन आला. त्याच्या चेहऱ्यावर संताप पसरला होता. कपाळावर आठ्या पसरल्या होत्या. त्याने काहीही न बोलता लॉर्ड वर्थच्या हातात एक कागद ठेवला. ती एक वायरलेसने आलेली बातमी होती. लॉर्ड वर्थने ती बातमी वाचली आणि तो नुसता पेटून उठला. त्याच्या तोंडून शिव्यांची लाखोली वाहिली जाऊ लागली. तसल्या शिव्या जर लॉर्ड लोकांच्या सुसंस्कृत जगात कोणी ऐकल्या असत्या तर लॉर्ड वर्थचे लॉर्डसभेचे सभासदत्व तत्काळ रद्द केले गेले असते. त्या कागदावरची बातमी ही अत्यंत कठोरपणे लॉर्ड वर्थला सांगत होती की, गॅल्व्हस्टन बंदराजवळ *क्रुसेडर* या लॉर्ड वर्थच्या तेलवाहू जहाजाचा समुद्रात बुडून अंत झाला होता.

लॉर्ड वर्थ आणि लार्सन हे दोघेही मग वायरलेसरूमकडे धावत गेले. लार्सनने ताबडतोब *ज्युपिटर* या तिसऱ्या तेलवाहू जहाजाशी वायरलेसने संपर्क साधला. आता ते जहाज आपल्या पोटातील तेल हे लुझियानाच्या बंदरातील तेलटाकीत भरत होते. त्याच्या कॅप्टनला लार्सनने काय घडले ते सांगितले आणि असाच प्रकार हा *ज्युपिटर*च्या बाबतीत होण्याची शक्यता आहे, हेही सांगितले. जहाजावरील प्रत्येकाने डोळ्यांत तेल घालून जहाजाभोवती लक्ष ठेवावे, अशी सावधगिरीची सूचना त्याने दिली. बंदरातच घातपात होण्याची व पाणसुरुंग लावले जाण्याची शक्यता असल्याने ती सूचना दिली गेली होती.

लॉर्ड वर्थने स्वत: गॅल्व्हस्टन बंदराच्या पोलीसप्रमुखाशी वायरलेसने संपर्क साधला. आपण कोण आहोत ते प्रथम सांगून त्याने *क्रुसेडर*च्या बुडण्यामागची कारणे शोधण्यास सांगितले. त्या घटनेच्या साऱ्या तपशिलाची त्याने मागणी केली.

लॉर्ड वर्थचे बोलणे पोलीसप्रमुखाने शांतपणे ऐकून घेतले आणि त्याने आपली सहानुभूती व्यक्त केली. मग एकदम लॉर्ड वर्थने उत्स्फूर्तपणे 'तिथे आमच्या जहाजाच्या जवळपास क्रॉन्काईट नावाचा कोणी माणूस फिरकला होता का?' म्हणून प्रश्न केला. यावर त्या पोलीसप्रमुखाने थोडासा वेळ मागून घेतला. त्याने कस्टम्स विभागाकडे चौकशी केली व मग परत वायरलेसवर येऊन लॉर्ड वर्थला सांगितले, "तुमच्या *क्रुसेडर* जहाजामागेच एक *क्यूस्टार* नावाचे जहाज नांगर टाकून उभे होते. जॉन क्रॉन्काईट हे त्या जहाजावर गेल्याचे समजते. ते त्या जहाजाचे मालक आहेत का नाहीत हे आता या क्षणाला सांगता येत नाही; परंतु तुमचे जहाज स्फोटाने बुडण्यापूर्वी अर्धा तास आधीच ते जहाज निघून गेले होते."

यावर लॉर्ड वर्थ एकच मागणी त्या पोलीसप्रमुखाकडे करीत राहिला. ती म्हणजे, काय वाटेल ते झाले तरी ताबडतोब क्रॉन्काईटचे जहाज जबरदस्तीने मागे वळवून गॅल्व्हस्टन बंदराला आणावे आणि क्रॉन्काईटला अटक करावी.

त्यावर त्या पोलीसप्रमुखाने 'हे अशक्य आहे,' असे लॉर्ड वर्थला सुनावले. त्यासाठी त्याने कायद्याचे कारण पुढे केले. एक तर ते *क्यूस्टार* जहाज आंतरराष्ट्रीय सागरी पाण्यात असून, तिथे सरकारची हुकूमत चालत नाही. जर काही युद्ध किंवा तसली गंभीर परिस्थिती उद्‌भवली तरच सरकार आपले बळ अशा वेळी वापरेल. अन् शिवाय जहाज स्फोटाने बुडविण्याच्या प्रकाराशी क्रॉन्काईटचा संबंध आहे असे दर्शविणारा एकही पुरावा नाही.

यावर लॉर्ड वर्थने अशी विनंती केली की, 'कृपा करून त्या *क्यूस्टार* जहाजाचा मालक कोण आहे, ते तरी शोधून काढावे.' पोलीसप्रमुखाने ही विनंती मान्य केली, पण जाता जाता यात बराच वेळ खर्च होईल हेही सांगितले. कारण त्यासाठी त्याला अनेक रजिस्टरे चाळावी लागणार होती.

त्याचवेळी क्यूबा देशाची एक पाणबुडी 'कीवेस्ट' या भागात समुद्रावर प्रगट झाली. ती आता वेगाने *सीविच* तेलविहिरीकडे जाऊ लागली.

त्याचवेळी आणखीही एक घटना घडली. क्षेपणास्त्रे बाळगलेली एक रशियन *डिस्ट्रॉयर* बोट ही क्यूबा देशाच्या हॅवाना बंदरात उभी होती. तिने आता नांगर उचलला व ती क्यूबाच्या पाणबुडीचा मागोवा घेण्यासाठी निघाली. दोन्ही देश हे कम्युनिस्ट असल्याने ही एखादी संयुक्त योजना असावी, असेही वाटत होते.

अन् त्यानंतर काही वेळात दक्षिण अमेरिकेच्या उत्तर किनाऱ्यावरील व्हेनेझुएला देशातून एका डिस्ट्रॉयर बोटीने आपला नांगर उचलला व ती बंदरातून बाहेर पडली.

या तिन्ही घटना नक्कीच पूर्वनियोजित होत्या. पण कशासाठी? या प्रश्नाचे उत्तर खूप गूढ होते.

*रोमर* नावाचे समुद्रतळाखालची पहाणी करणारे जहाज लॉर्ड वर्थच्या मालकीचे होते. कॅ. कौन्डी याच्या अधिपत्याखाली ते आता प्रवास करत होते व एव्हाना जिथे पोचायचे त्या दिशेने निम्मे अंतर कापले होते. त्याच वेळी *स्टारलाईट* हे जलयान *क्यूस्टार*पासून विलग होऊन वेगाने प्रवास करू लागले. *क्यूस्टार* मात्र आहे तिथेच पाण्यात उभे राहिलेले होते. त्यातल्या काही माणसांनी डेकवरून झोपाळे खाली सोडले होते आणि त्यावर बसून *क्यूस्टार* हे जहाजावर रंगवलेले नाव पुसण्याचे काम त्यांनी सुरू केले होते. ते पुसल्यावर त्या जागी स्टेन्सिल लावून एक नवीन नाव रंगवले गेले. ते नाव होते *जॉर्जिया.* आपल्या *क्यूस्टार* नावाच्या जहाजाचे येथले अस्तित्व अन्य कोणत्याही जहाजाला कळू नये अशी क्रॉन्काईटची इच्छा होती.

आता जहाजाच्या डेकच्या मागच्या बाजूवर एक हेलिकॉप्टर उभे होते. त्याचे इंजीन सुरू झाले. बघता बघता त्याच्या पंख्याच्या फिरणाऱ्या पात्यांनी गती घेतली व ते वर उडाले. त्याने जहाजाभोवती एक-दोन चकरा मारल्या व ते आग्नेय दिशेकडे उडत गेले. त्या हेलिकॉप्टरला *टॉर्बेलो* जहाजाचा शोध घ्यायचा होता व त्याचे स्थान क्रॉन्काईटला कळवायचे होते, अन् काही मिनिटांतच त्याला ती गोष्ट साध्य झाली.

*टॉर्बेलो*चे स्थान कळताच क्रॉन्काईट आपली *क्यूस्टार* ऊर्फ *जॉर्जिया* बोट त्या दिशेने हाकारली. मार्ग दाखविण्यासाठी त्यापुढे हेलिकॉप्टर उडत होते.

एका भीषण संघर्षाच्या दिशेने काळ व वस्तुस्थिती पुढे सरकू लागली. त्यात किती संपत्ती खर्च होणार होती, किती साधनसामुग्रीचा विनाश होणार होता आणि किती जीवांचा बळी जाणार होता? नियतीच्या पोटात काय दडले आहे हे केवळ भविष्यकाळातच ठाऊक होणार होते!

# ४

*सीविच* प्लॅटफॉर्मवर असलेल्या आपल्या आलिशान बैठकीच्या खोलीत लॉर्ड वर्थ चहा पीत बसला होता. तिथेच त्या तेलविहिरीचा प्रमुख लार्सन आणि तो गुन्हेगार टोळीचा दादा पालेर्मो हे बसले होते. एकदम वायरलेस ऑपरेटर तिथे धावत धावत उगवला. दारावर टकटक करून तो सरळ आत शिरला होता. आपल्या हातातला एक कागद त्याने लॉर्ड वर्थ यांच्यापुढे केला व म्हटले, ''हा एक आपल्यासाठी निरोप आला आहे. तो सांकेतिक स्वरूपात पाठवला गेला आहे. त्याचा उलगडा करण्यासाठी आपल्याकडे ते 'कोड बुक' आहे?''

''त्याची मला गरज नाही,'' लॉर्ड वर्थ हसून म्हणत होता. त्याच्या हास्यात थोडीशी प्रौढी व समाधान होते. तो पुढे म्हणाला, ''कारण मीच तो गुप्त संकेत शोधून काढला आहे. माझे कोड बुक इथे आहे,'' असे म्हणून त्याने आपल्या डोक्याकडे बोट केले.

तो वायरलेस ऑपरेटर निघून गेला. लॉर्ड वर्थ हातातल्या कागदावरच्या संदेशाचा अर्थ लावू लागला. बाकीचे दोघे 'आता आणखी नवीन कोणती बातमी असेल?' अशा भावनेने लॉर्ड वर्थकडे पाहू लागले. हळूहळू त्याच्या चेहऱ्यावरचे हास्य लुप्त होत गेले. तसे ते दोघे थोडेसे चिंताक्रांत झाले. हळूहळू लॉर्ड वर्थचा चेहरा रागाने लाल होत गेला. ते पाहून त्या दोघांना भीती वाटू लागली. लॉर्ड वर्थने हातातला कागद खाली ठेवला व एक खोल श्वास घेतला. मग तो वारंवार असे करत गेला. त्याच्या तोंडून पुन्हा शिव्या प्रगट होऊ लागल्या. *क्रुसेडर* बोट बुडाल्याचे कळल्यावर ज्या शिव्या त्याच्या तोंडून येत गेल्या होत्या त्याच आता पुन्हा बाहेर पडत होत्या. पण आताचा त्याचा रागाचा आवेश फार मोठा होता. काही वेळाने त्याचे रागीट शब्द कमी कमी होत गेले. कारण तेच तेच बोलून तो थकला होता, त्याला धाप लागली होती.

अशा वेळी कसे बोलावे हे लार्सनला चांगले ठाऊक होते. तो म्हणाला, ''सर, मला वाटते की, काय झाले ते तुम्ही सांगितलेत तर तुम्हाला अधिक बरे वाटेल. खरे ना?''

मग लॉर्ड वर्थने कसेबसे आपले अवसान गोळा करत म्हटले, ''असे दिसते की कोर-'' एवढे बोलून तो एकदम थांबला. कोरलचे नाव उघड करणे योग्य नाही हे त्याला समजल्याने तो थांबला. गुप्तता पाळण्यात तो वाकबगार होता. डाव्या हाताने केलेले काम उजव्या हाताला कळू द्यायचे नाही, एवढी खबरदारी तो घेत असे. तो पुढे म्हणाला, ''मला असे कळवण्यात आले आहे की, अन् ते एका खात्रीशीर मार्गाने कळवले गेले आहे की, म्हणजे तसे आता नक्कीच झाले आहे की, एक-दोन शत्रू राष्ट्रे ही आपल्याविरुद्ध आपले आरमारी सामर्थ्य उभे करीत आहेत. नव्हे, त्यांनी तशी सुरुवातही केलेली आहे. व्हेनेझुएलामधून एक डिस्ट्रॉयर बोट आताच निघाली असून, तिने आपला सर्वसाधारण रोख आपल्या दिशेने धरला आहे.''

''असे करायला ते धजावले कसे?'' पालेर्मो म्हणाला.

''जेव्हा माणसाला सत्तेचा कैफ चढतो, जेव्हा ते पैशासाठी वेडे बनतात तेव्हा ते कुठेही थांबायला तयार नसतात,'' लॉर्ड वर्थ म्हणाला. त्याचे विधान बरोबर होते, पण ते विधान खुद्द त्यालाही लागू पडत होते.

''अन् तो दुसरा देश कोणता आहे?'' लार्सनने विचारले.

''सोव्हिएत युनियन!''

''रशियन्स? माझा त्यावर विश्वासच बसत नाही,'' लार्सन आश्चर्यचकित होत म्हणाला.

''पण बाकीच्या शत्रूंना आपण तोंड देऊ शकतो,'' लॉर्ड वर्थ आता भानावर येत बोलू लागला. त्याने खिशातून एक छोटी डायरी काढली व तिच्यात लिहिलेल्या टेलिफोन नंबरांमधून एक हवा तो नंबर शोधू लागला. तो पुढे म्हणाला, ''मला वाटते की, आता सरळ वॉशिंग्टनचीच दारे ठोठावयास हवीत.'' असे म्हणून त्याचा हात फोनकडे जात असताना फोनची घंटी वाजली. त्याने पटकन फोन उचलला व त्याचवेळी सर्वांना फोनवरील बोलणे ऐकू यावे म्हणून जो स्पीकर होता त्याचे बटण त्याने दाबले.

''वर्थ?'' एक अस्पष्ट आवाज होऊन विचारणा झाली.

लॉर्ड वर्थ त्यावर काहीच बोलला नाही. मग पलीकडून पुन्हा त्या अशरीरी आवाजात विचारणा झाली, ''मी कोण आहे ते समजले ना आपल्याला?''

वर्थला तो आवाज कोरलचा आहे हे समजले. तेल उत्पादकांच्या संघटनेमधील बातम्या पुरवणारा तोच तो कोरल! ''होय!'' वर्थ म्हणाला.

''सर, मी माझ्या खबऱ्यांकडून खात्री करून घेतली आहे, अन् माझी भीती खरी ठरली आहे. बातमी पक्की आहे, अचूक आहे. आपला तर्क खरा ठरला आहे. त्या 'क्ष' आणि 'य' राष्ट्रांनी आपल्याकडून नाविक पाठिंबा देण्यासाठी अनुकूलता

दर्शविली आहे.''

''मला ठाऊक आहे ते. त्यांच्यापैकी एकजण बाहेर पडला असून, आता या क्षणी तो आपल्याच दिशेने येतो आहे.''

''त्यातला कोण?''

''तोच तो दक्षिणेकडे असलेला देश. या प्रकरणात काही हवाई वाहतुकीचे पाठबळ घेतले जाणार आहे काय?''

''नाही. तसे काही माझ्या कानावर आले नाही. पण आपल्याकडून ती शक्यताही विचारात घेतली गेली पाहिजे.''

''आणखी काही खबरबात?'' वर्थ विचारत होता, ''एखादी तरी आपल्याला अनुकूल बातमी मिळाली तर कळवा.''

''जरूर कळवेन, सर. गुडबाय!''

लॉर्ड वर्थने फोन खाली ठेवला व काही सेकंदाने परत उचलून ऑपरेटरला फोनमध्ये सांगितले, ''मला एक वॉशिंग्टनमधला नंबर हवा आहे.''

''प्लीज एक मिनिट थांबा, सर.'' ऑपरेटर म्हणाला.

''का बरं?''

''कारण आणखी एक निरोप येतो आहे आणि तो सांकेतिक शब्दांमध्ये आहे. मघाच्याच सांकेतिक भाषेत तो असावा.''

''ठीक आहे, माझ्याकडे तो ताबडतोब पाठवून द्या,'' एवढे बोलून वर्थने फोन खाली ठेवला; पण लगेच तो उचलून त्याने समोरच्या कन्सोलवरचे एक बटण दाबले व फोनमध्ये म्हटले, ''चेम्बर्स?''

लॉर्ड वर्थच्या सेवेत असलेला चेम्बर्स हा एक सर्वांत अनुभवी वैमानिक होता. तो पलीकडून म्हणाला, ''येस, सर?''

''तुम्ही हेलिकॉप्टरमध्ये पेट्रोल भरून घेतले?''

''होय, सर. तुम्हाला हवे तेव्हा आपल्याला निघता येईल. सर्व काही तयारीत आहे.''

''आपल्याला कोणत्याही क्षणी निघावे लागेल. तेव्हा फोनपाशीच रहा,'' एवढे बोलून वर्थने फोन बंद केला.

लार्सनने विचारले, ''सर, वॉशिंग्टनकडून काही बोलावणे येते आहे का?''

''तिकडे जावे असे मला राहून राहून वाटते आहे. काही कामे अशी असतात की, ती आपण स्वत: केली तरच होतात. फोनवरून ती होत नाहीत. पुढचा निरोप काय येतो आहे त्यावर बरेच अवलंबून आहे.''

''जर तुम्ही गेलात तर इकडे आम्ही काय काय करायचे ते सांगून ठेवा.''

''आपल्याला विमानविरोधी तोफा आहेत त्यांचा दुहेरी उपयोग करता येईल.

हल्लेखोर विमानावर गोळ्या झाडता येतील, अन् चालून येणाऱ्या बोटीवरही झाडता येतील. दुपारी *रोमर* बोटीवरून त्या तोफा इकडे येतील. त्या योग्य ठिकाणी प्लॅटफॉर्मला पक्क्या करून ठेवा.''

''एक पश्चिम दिशा सोडून बाकीच्या तिन्ही दिशांना मी त्या ठेवतो.''

''जे योग्य वाटेल ते करा.''

''कारण पश्चिमेला आपली ती अवाढव्य तरंगती टाकी आहे. या धामधुमीत तिला गोळ्या लागून भोके पडायला नकोत.''

''अगदी बरोबर. या प्लॅटफॉर्मचे तीन पाय खाली पाण्यात आहेत. दोन पायांच्या मध्ये एकेक पाणसुरुंग लावले गेले तर?''

''तरीही प्लॅटफॉर्मच्या तिन्ही पायांना काहीही होणार नाही,'' लार्सनने ठामपणे सांगितले. त्याच्या बोलण्यात आत्मविश्वास होता.

''मला तसे वाटत नाही, अन् काहीही असले तरी आपण त्यांना पाण्याखालून तिथे येऊ देता कामा नये. दर अर्ध्या तासाने *टॉर्बेलो* आणि *ज्यूपिटर* या जहाजांशी संपर्क साधत चला. सर्व रडार उपकरणे व ध्वनीचा वेध घेणारी उपकरणे यावर सतत लक्ष ठेवा. कुठेही खुट्ट झाले तरी आपणाला ते समजले पाहिजे. कमांडर लार्सन आता तुमच्यावर माझी सारी भिस्त आहे.'' मग कागदावर काहीतरी आकडे लिहून वर्थने पुढे म्हटले, ''मला जर येथून जावेच लागले तर वॉशिंग्टनला या नंबरवर फोन करा आणि मी त्यांना भेटायला निघालो आहे हे त्यांना कळवा. मी तिकडे पाच तासांत पोहोचेन.''

''हा नंबर परराष्ट्र खात्याचा आहे?''

''होय. त्यांना सांगा की, निदान एखाद्या अंडर सेक्रेटरीने तरी माझी गाठ घेतलीच पाहिजे. त्यांच्याशी युक्तीने बोलून त्यांना भावी योजनांमधील माझ्या सहकार्याची जाणीव करून द्या. त्यानंतर माझ्या विमानाचा वैमानिक डॉसन याला फोन करा. त्याला सांगा की, वॉशिंग्टनला जाण्याचा विमानाचा प्लॅन ताबडतोब विमानतळ अधिकाऱ्यांकडे नोंदवा. म्हणजे मी विमानापाशी पोहोचायच्या आत बरेच सोपस्कार आधीच पार पाडलेले असतील व वेळ न गमावता मला वॉशिंग्टनकडे निघता येईल.''

एवढ्यात दारावर वायरलेस ऑपरेटरने टकटक केली व तो आत आला. लॉर्ड वर्थला त्याने एक कागद दिला व तो तेथून लगेच निघून गेला. तो कागद हातात घेऊन लॉर्ड वर्थने निर्विकार चेहरा केला व तो त्या सांकेतिक भाषेत लपलेला मजकूर समजावून घेऊ लागला. थोड्या वेळाने त्याने हात लांब करून फोन उचलला व आपल्या हेलिकॉप्टरच्या वैमानिकाला उड्डाणासाठी ताबडतोब तयार होण्यास सांगितले.

मग तो आपल्या दोन्ही माणसांकडे वळून म्हणाला, ''हॅवाना बंदरातून एक

रशियन बनावटीची क्यूबन पाणबुडी नुकतीच निघाली आहे. त्या मागोमाग एक रशियन *डिस्ट्रॉयर* क्षेपणास्त्रांनी सज्ज होऊन निघाले आहे. ते दोन्ही इकडेच येत आहेत.''

लार्सन यावर म्हणाला, ''म्हणजे आता परराष्ट्र खाते किंवा पेन्टॅगॉन यांच्याकडे धाव घेणे भाग आहे. कारण क्षेपणास्त्राचा बंदोबस्त आपण करू शकणार नाही. असे दिसते की, या भागातील पाण्यातील हालचाली वाढत चालल्या आहेत. पाच बोटी आपल्या दिशेने एकवटत आहेत. तीन नौदलातील बोटी आणि आपली *ज्युपिटर* व *रोमर* बोट अशा पाच बोटी इकडे येत आहेत.'' परंतु त्या बोटी एकूण पाच नसून सात आहेत हे जर लार्सनला कळले असते तर तो खऱ्या अर्थाने गंभीर झाला असता. कारण क्रॉन्काईटची *क्यूस्टार* बोट व ते जलयानही इकडेच चालून येत होते; परंतु ही गोष्ट त्याला समजणे शक्य नव्हते.

लॉर्ड वर्थ उठून उभा राहिला व म्हणाला, ''ठीक आहे, मी निघतो आता. तुम्ही आता हा किल्ला लढवीत रहा. मी संध्याकाळपर्यंत परत येईन. तोपर्यंत मी सारखा तुमच्याशी वायरलेसने संपर्कात राहीन.''

त्या दिवशी लॉर्ड वर्थला चार टप्प्यांत आपला प्रवास करावा लागला. हेलिकॉप्टरमधून तो अमेरिकी भूमीवर उतरला. मग आपल्या खासगी बोईंग विमानाने तो वॉशिंग्टनला गेला. तिथले काम आटोपून तो परत दक्षिणेला फ्लोरिडा राज्यात आला आणि शेवटी परत आपल्या हेलिकॉप्टरने *सीविच* तेलविहिरीच्या प्लॅटफॉर्मवर उतरला. त्या प्रत्येक टप्प्याच्या काळात काही ना काहीतरी घटना घडत गेल्या. लॉर्ड वर्थच्या दृष्टीने त्या घटना अप्रिय होत्या. जरी तो एक मूळचा स्कॉटिश माणूस असला तरी स्कॉटिश माणसांजवळची भविष्यकाळात डोकावून पहाण्याची क्षमता सुदैवाने त्याच्याजवळ नव्हती. नाहीतर तो चक्रावून गेला असता.

जेव्हा लॉर्ड वर्थ हेलिकॉप्टरने समुद्रावरून अमेरिकेच्या भूमीकडे चालला होता, तेव्हा पहिली अप्रिय घटना घडली. लॉर्ड वर्थच्या मॅन्शनच्या दारात एक स्टेशन वॅगन एकदम ब्रेक दाबून थांबली व त्यातून पाच जाडजूड माणसे पटापटा खाली उतरली. त्या माणसांचे चेहरे नंतर लक्षात ठेवता आले नसते. कारण त्यांनी आपल्या चेहऱ्यांवर जाळीदार व तंग होजिअरी कापडाची आच्छादने चढवली होती. त्या आच्छादनाच्या जाळीतून त्यांना दिसत होते, पण इतरांना त्यांचे चेहरे समजून येऊ शकत नव्हते. त्यांच्यापैकी एकाच्या हातात एक मोठे दोरीचे वेटोळे होते, तर दुसऱ्याच्या हातात कापडी चिकटपट्टीची एक गुंडाळी होती. सर्वांच्या हातात पिस्तुले सज्ज होती.

लॉर्ड वर्थच्या मॅन्शनमधील वृद्ध व प्रमुख माळी पहाटेपासून कामाला सुरुवात करी. पण त्या आधी आजची काय कामे करायची आहेत याचा आढावा घेण्यासाठी तो मॅन्शनभोवती एक फेरफटका मारे. आजही तो फेरफटका मारत चालला होता. रात्रभरात कोणकोणत्या भटक्या कुत्र्यामांजरांनी, निशाचर प्राण्यांनी बागेचे किती नुकसान केले आहे याची पहाणी करत तो चालला होता. अचानक मॅन्शनच्या फाटकासमोर एक व्हॅन ब्रेक मारून थांबली व त्यातून पिस्तूलधारी पाचजण वेगाने बाहेर पडलेले त्याने पाहिले. त्या दृश्याचा अर्थ लावण्यात त्याने काही सेकंद घालवले असतील. पण तेवढ्या कालावधीत दोघेजण त्याच्याकडे वेगाने धावले होते. पहाता पहाता त्यांनी त्या माळ्याचे हातपाय बांधून टाकले व त्याच्या तोंडाला चिकटपट्टी चिकटवून टाकली, अन् मग एखादे पोते जसे लोटून द्यावे तसे त्याचे शरीर त्यांनी एका झुडपात टाकून दिले.

त्या टोळीचा जो प्रमुख होता, दादा होता त्याने तोपर्यंत मॅन्शनच्या पुढच्या दारावरील घंटेचे बटण दाबले. त्या माणसाला गुन्हेगारीची पार्श्वभूमी होती. त्याला बँकांचे जबरदस्त आकर्षण होते. त्यामुळे त्याने तीन वेळा तुरुंगाची वारी केली होती, तसेच त्याचे व्यक्तिमत्त्व बेभरवशाचे होते. गेली अनेक वर्षे तो क्रॉन्काईटशी संबंध ठेवून होता. त्याने घंटेचे बटण दाबल्यावर सुमारे अर्धा मिनिट गेले. मग त्याने परत एकदा बटण दाबले. काही सेकंदांतच डोक्याचे केस अस्ताव्यस्त झालेला, अंगावर निजायचा पायघोळ झगा असलेला आणि डोळ्यांची सारखी उघडझाप करणारा जेन्किन्स दारात प्रगट झाला. जेन्किन्सच्या डोळ्यांतील झोप अजून उतरलेली नव्हती. पण जेव्हा त्याला समोरच्या माणसाच्या हातातील पिस्तूल दिसले तेव्हा मात्र त्याला खाडकन जाग आली.

जणू काही तो पूर्ण जागा व्हावा म्हणून दारातल्या माणसाने खिशातून एक छोटे नळकांडे काढले व तो ते पिस्तुलाच्या नळीला फिरवून बसवू लागला. ते सायलेन्सर होते. आता मात्र जेन्किन्सच्या डोळ्यांतील झोप तर उतरलीच, पण त्याचे डोळे पांढरे होण्याची वेळ आली.

''हे काय आहे ते समजले का?'' तो समोरचा माणूस जेन्किन्सला विचारीत होता.

यावर जेन्किन्सच्या तोंडून भीतीने शब्द फुटेना. त्याने उत्तरादाखल आपली मान कशीबशी हलवली.

''हे पहा, आम्हाला या घरातील कोणालाही दुखापत करण्याची इच्छा नाही. तेव्हा मी काय विचारेन त्याचे खरे उत्तर तुम्ही दिलेत तर तुम्हाला कसलीही इजा होणार नाही. लक्षात आले?''

जेन्किन्सच्या ते चटकन लक्षात आले.

''इथे किती नोकरमंडळी रहात आहेत?''

यावर जेन्किन्स बोलू लागला. पण त्याच्या आवाजात कंप भरून राहिला होता. तो थरथरत म्हणाला, ''वेल... अं... एक मी... येथे आहे. मी बटलर... म्हणून... काम करतो.''

तो समोरचा माणूस शांतपणे त्याला म्हणाला, ''होय. तुम्ही बटलर आहात ते तर दिसतेच आहे. आणखी कोण कोण आहे?''

''दोन वाढपी, एक शोफर... एक वायरलेस ऑपरेटर... एक सेक्रेटरी... आचारी... आणि... आणि मोलकरणी... त्या दोन आहेत ...आणखी एक बाई आहे... ती सफाईकाम करते... पण ती... सकाळी आठ वाजेपर्यंत येणार नाही.''

''त्याचे तोंड बंद करा,'' त्या दादाने आपल्या माणसाला हुकूम दिला. त्याला हवी होती ती माहिती मिळाली असावी. ताबडतोब जेन्किन्सचे तोंड चिकटपट्टीने बंद करण्यात आले. तो दादा त्याला म्हणाला, ''हे असे काही करावे लागते आहे याबद्दल माफ करा. पण कुणी सांगावे? ऐन वेळी माणसे मूर्खासारखी वागत असतात. तेव्हा आता मिस्टर जेन्किन्स, आम्हाला त्या आठही नोकरांच्या खोल्यांकडे घेऊन चला.''

बिचारा म्हातारा जेन्किन्स. थरथरत नाइलाजाने त्यांना मार्ग दाखवू लागला. दहा मिनिटांनी लॉर्ड वर्थच्या घरातील एकूण एक नोकरांचे हातपाय जखडून टाकण्यात आले. सर्वांच्या तोंडांना चिकटपट्ट्या लावून त्यांना गप्प करण्यात आले. एवढे झाल्यावर तो गुंडांचा म्होरक्या जेन्किन्सला म्हणाला, ''चला, आता त्या दोन्ही पोरींकडे आपण जाऊ.''

जेन्किन्सने नाइलाजाने त्यांना वाट दाखविली व एका खोलीच्या दारापाशी आणून सोडले. मग हळू आवाजात त्या दादाने आपल्या तीन माणसांना म्हटले, ''या बटलरबरोबर जा व त्या दुसऱ्या पोरीकडे तुम्ही बघा. ती बरोबर काय घेते आहे ते तपासा. विशेषत: तिची पर्स नीट तपासा.''

मग तो गुंडांचा दादा आपल्या एका माणसासह त्या खोलीत शिरला. आतमध्ये लॉर्ड वर्थची एक कन्या पलंगावर निजली होती. ती मरीना होती. परंतु आतल्या अंधुक प्रकाशात बिछान्यावर कोणीच दिसत नव्हते. फक्त मरीनाने मोकळे सोडलेले तिचे काळे केस उशीवर आहेत असा भास होत होता. तो तिच्याजवळ जाऊन उभा राहिला व अत्यंत हळुवारपणे म्हणाला, ''मॅडम, प्लीज उठून बसा. चला, जागे व्हा बरे.'' इतक्या सभ्य भाषेत तो आजवर कधी बोलला नव्हता. त्यातून कामगिरीवर असताना तर बिलकूलच नाही. दरडावून बोलले तर समोरची ती तरुण पोरगी घाबरून किंचाळेल, उन्माद झाल्यासारखी सतत किंचाळत राहील. त्याला ते टाळायचे होते. पण कुणी सांगावे, तरीही ही समोरची तरुण पोरगी किंचाळत रहाण्याची शक्यता होती.

पण तसे काहीही घडले नाही. मरीना आपल्या बिछान्यात सावकाश वळली आणि तिने पेंगुळलेल्या डोळ्यांनी समोर पाहिले. तिच्या डोळ्यांत फार वेळ पेंगुळलेपणा राहिला नाही. समोर एक अपरिचित पुरुष व्यक्ती उभी आहे हे तिच्या चटकन ध्यानात आले. मग तिचे डोळे हळूहळू विस्फारित होत गेले. तिला भीती वाटली असावी किंवा धक्का बसला असावा. पण लवकरच ते डोळे नेहमीसारखे झाले. तिने तिथला एक झगा हात लांब करून पांघरुणाखाली घेतला व घाईघाईने अंगावर चढवला. मग ती एकदम उठून बसली. आपल्या अंगाभोवती दोन्ही हात तिने लपेटून धरले.

मग तिने किंचित चाचरत विचारले, "तुम्ही कोण आहात? इथे माझ्या बेडरूममध्ये कसे काय घुसलात?"

यावर तो म्होरक्या हसत हसत म्हणाला, "आम्ही कोण असावेत? तुम्हाला काय वाटते? तुमचे अपहरण करायला आम्ही आलो आहोत."

"हे अपहरण आहे?"

"मग दुसरे काय असणार? अपहरण म्हणा किंवा पळवून नेण्याचे कोणतेही नाव त्याला द्या." तो अत्यंत अदबीने तिला म्हणाला.

"तुम्ही मला कोठे नेणार?" तिने विचारले.

"जरासे सुट्टीवर नेणार. एका छानशा बेटावर ठेवणार. तिथे स्वच्छ सूर्यप्रकाश असतो. तिथली हवा छान असते. तेव्हा आता उठा आणि नीटनीटके कपडे करा. आपल्याबरोबर काही दिवसांसाठी कपड्यांची बॅग घ्या. मात्र पोहण्याचा पोषाख बरोबर घेण्याची गरज नाही."

"अन् जर मी नकार दिला तर?"

"तर आम्ही जबरदस्तीने तुम्हाला कपडे चढवू."

"तुम्ही दोघे येथे उभे असताना मला कसे कपडे बदलता येतील?"

"अगदी बरोबर! मी माझ्या या माणसाला दाराबाहेर उभा करतो. तुमच्या बाथरूममध्ये जाऊन मी उभा रहातो. दार किंचित किलकिले करून त्यातून मी नजर ठेवीन. पण तुमच्यावर ती नजर नसणार. मी त्या समोरच्या खिडकीकडे पहीन. कदाचित त्यातून निघून जाण्याचे तुमच्या मनात आले तर! त्याची ती खबरदारी असेल." तो अत्यंत समजूतदारपणे, पण ठामपणे म्हणाला. त्याने व त्याच्या माणसाने म्हटल्याप्रमाणे केले.

मग तिने वेळ न घालवता आपले कपडे बदलले. निळा ब्लाऊज, निळी स्लॅक तिने अंगात चढवली. केस विंचरले.

त्याने आतून म्हटले, "चला, झटपट आवरा. कपड्याची बॅग काही दिवसांसाठी भरून घ्या. ते झाल्यावर मला तसे सांगा."

बॅग भरण्याचा आवाज ऐकू येऊ लागताच तो बाथरूममधून बाहेर आला व तिला म्हणाला, "झाली तयारी?"

तिने काहीही न बोलता आपली पर्स व बॅग हातात घेतली. त्याने पुढे होऊन तिच्या हातातली पर्स खसकन हिसकावून घेतली, उघडली आणि उलटी करून तिच्यातील साऱ्या गोष्टी पलंगावर पाडल्या. त्यात अनेक छोट्या छोट्या विविध गोष्टींची गर्दी होती आणि त्या गर्दीतच एक छोटेसे पिस्तूलही होते. त्याने ते पटकन उचलून घेतले व स्वतःच्या खिशात घातले.

"चला, परत या साऱ्या वस्तू पर्समध्ये भरा," त्याने तिला म्हटले.

तिने तसे केले. तिच्या चेहऱ्यावर अपमान झाल्याची भावना पसरली होती.

मेलिंडाच्या खोलीतही थोड्याफार फरकाने असेच नाट्य घडले होते.

त्या ठगांचे तिथे आगमन झाल्यापासून आतापर्यंत अवघी २५ मिनिटे झाली होती. मग मात्र तिथे सेकंदभरही न थांबता ती टोळी तिथून पसार झाली. जाता जाता त्यांनी आपल्याबरोबर लॉर्ड वर्थच्या दोन्ही कन्यांना बरोबर घेतले होते. एक अपहरण पार पाडले गेले होते. पण दरम्यान कोणालाही इजा झाली नव्हती, दुखापत झाली नव्हती. दुखावली गेली असतील तर त्या मॅन्शनमधील माणसांची मने! अपहरणकर्ते, विशेषतः त्यांचा म्होरक्या, गुंडांचा दादा, टोळीचा प्रमुख ठग हा सर्वांशी अत्यंत दयाळूपणे वागत होता. त्याने वृद्ध जेन्किन्सला हॉलमध्ये एका आरामखुर्चीत बसायची परवानगी दिली होती. पण त्याचे हातपाय मात्र पक्के बांधून ठेवले होते.

लॉर्ड वर्थ *सीविच*वरून निघाल्यावर दहा मिनिटांनी त्याचे हेलिकॉप्टर हे शहरातील विमानतळावर एका बोईंग विमानाशेजारी उतरले. ते त्याचे स्वतःचे खासगी विमान होते. कोणताही कस्टम्सचा अडथळा नाही, कसलीही तपासणी नाही, की काही नाही. काही वर्षांपूर्वी त्याने सुरुवातीलाच विमानतळ अधिकाऱ्यांना असल्या तपासणीबद्दल आपली नाराजी व निषेध व्यक्त केला होता. लॉर्ड वर्थचा वरिष्ठ वर्तुळातील दबदबा एवढा मोठा होता की, त्यानंतर आजवर कोणत्याही अधिकाऱ्याने त्यांच्या तपासणीचा आग्रह धरला नव्हता. ही प्रथा वर्षानुवर्षे चालत आली होती. हेलिकॉप्टरमधल्या प्रवासाच्या काळात त्याच्या दोन्ही कन्यांचे अपहरण करण्यात आले होते. एक अप्रिय घटना घडली होती.

आता लॉर्ड वर्थ बोईंग विमानाने प्रवासाचा पुढचा टप्पा पार करत होता. त्या काळात आणखी एक अप्रिय घटना घडणार होती, अन् त्याची बातमी लॉर्ड वर्थच्या प्रवासकाळात त्याच्यापर्यंत पोहोचणार नव्हती.

*क्यूस्टार* बोटीवरचे, म्हणजे आता *जॉर्जिया* बोटीवरचे हेलिकॉप्टर उडाले व

पुढे जाऊन त्याने *टॉर्बेलो* जहाजाला शोधून काढले. मग त्या वैमानिकाने *टॉर्बेलो*चे अक्षांश व रेखांश जितके अचूक ठरवता येतील तितके अचूक ठरवून क्रॉन्काईटला कळवले. *जॉर्जिया* बोटीचा मार्ग ३१५ डिग्री म्हणजे असा काही ठरवून दिला की, त्या दोन्ही बोटी आता एकमेकांना टक्कर देण्यासाठीच निघाल्या. त्या दोघींमध्ये सुमारे ४५ मैलांचे अंतर होते. क्रॉन्काईटने त्या वैमानिकाचे कौतुक केले व त्याला परत फिरण्यास सांगितले. काही वेळातच ते हेलिकॉप्टर मागे येऊन पुन्हा *जॉर्जिया* बोटीवर उतरले.

बोटीच्या ब्रिजवर क्रॉन्काईट व मलहूनी या दोघांनी एकमेकांकडे आता समाधानाने पाहिले. त्यांच्या योजनेनुसार सारे घडत होते. कारण योजना रचणे व त्याची कार्यवाही करणे यात जमीनअस्मानाचे अंतर असते. त्यामुळे ठरवल्याप्रमाणे सारे सुरळीत पार पडते आहे हे पाहून क्रॉन्काईट खूष झाला होता.

तो मलहूनी याला म्हणाला, "मला वाटते की, आता अधिक सभ्य पोषाख आपण केला पाहिजे, अन् तुमच्या त्या लाल झालेल्या नाकाच्या शेंड्याला जरा पावडर लावा. म्हणजे तुमचे अतिमद्यपान कोणाच्याही लक्षात येणार नाही."

मलहूनी हसला व ब्रिजमधून निघून गेला. क्रॉन्काईट तिथे थोडा वेळ रेंगाळला. मग त्याने सुकाणूच्या चाकावर नियंत्रण करणाऱ्याला काही सूचना दिल्या व तोही ब्रिज सोडून गेला.

एका तासाच्या आधीच *टॉर्बेलो* जहाज हे क्षितिजावर उगवले. मग सरळ त्या दिशेने *जॉर्जिया* बोट बेधडक निघाली. त्या जहाजापासून तीन मैलांवर येताच तिने ३० अंशातून वळण घेऊन आपला मार्ग 'स्टारबोर्ड' बाजूला, म्हणजे आपल्या उजव्या बाजूला बदलला. मग अंदाज घेत घेत *जॉर्जिया* बोटीने आपला मार्ग असा काही वळवत वळवत नेला की, शेवटी ती बोट एका मोठ्या वळणातून वळत *टॉर्बेलो* जहाजाच्या पुढे जाऊन मागे येत त्या जहाजाच्या 'पोर्ट' बाजूला, म्हणजे डाव्या बाजूला आली. आता ती समांतर रितीने *टॉर्बेलो*बरोबर जाऊ लागली. *टॉर्बेलो* जहाजाचा ब्रिज हा मागच्या बाजूला पार टोकाशी होता. तेथून सुमारे १०० फूट अंतरावरून तिच्या शेजारून *जॉर्जिया* बोट चालली होती. एवढे झाल्यावर क्रॉन्काईट ब्रिजमधून बाहेर आला. त्याच्या हातात बॅटरीवर चालणारा एक कर्णा होता. त्याने तो उचलून आपल्या तोंडापाशी नेला.

"आम्ही कोस्टगार्ड आहोत," क्रॉन्काईट कर्ण्यातून ओरडून बोलू लागला, "थांबा, कृपा करून थांबा. आम्ही तुम्हाला हुकूम देत नाही, पण थांबण्याची विनंती करतो आहोत. तुमचे जहाज कदाचित मोठ्या धोक्यात सापडलेले असेल. तुम्ही परवानगी दिलीत तर आम्ही आमची माणसे तुमच्या जहाजावर पाठवू. ती माणसे

तो धोका शोधून काढतील. प्लीज थांबा. तुमचे जहाज व माणसे ही धोक्यात सापडल्याचा आम्हाला संशय येतो आहे. कृपा करून वायरलेसवर काहीही बोलू नका. शांतता पाळा!''

*टॉर्बेलो* जहाजाचा कप्तान हा एक सच्चा नाविक होता. त्याच्याविरुद्ध कोणतीही गुन्हेगारीची नोंद नव्हती. तो एक समुद्रावरचा सज्जन दर्यावर्दी होता. त्याने आपला कर्णा उचलून त्यात म्हटले, ''असे काय घडले आहे? काय गडबड आहे? तुम्हाला कशासाठी आमच्या जहाजावर यायचे आहे?''

''आम्ही जे सांगतो आहोत ते तुमच्याच हिताचे आहे, अन् त्यासाठी आम्ही तुम्हाला नम्रतापूर्वक विनंती करतो आहोत. नाही तर आम्ही तुमच्या आजूबाजूला फिरकलो नसतो. कृपया आमच्या सांगण्यावर विश्वास ठेवा. आम्ही जे सांगतो आहोत ते अत्यंत महत्त्वाचे आहे. मी आणि माझा लेफ्टनंट आपल्या जहाजावर येऊन आपल्याला खुलासा करू. तुमचे दुसरे जहाज *क्रुसेडर* याला काल रात्री काय झाले ते ठाऊक आहे ना?''

*क्रुसेडर* जहाज स्फोट पावून बुडाल्याचे त्या कप्तानाला ठाऊक होते. पण त्यामागे क्रॉन्काईट होता हे मात्र त्याला ठाऊक नव्हते. काही सेकंदांतच ब्रिजमध्ये एक घंटा वाजू लागली. ती एक धोक्याची सूचना होती. जहाजावरील सर्वांना सावध करणारी होती. तीन मिनिटांनी टॉर्बेलो पाण्यात थांबली. तिथले पाणी खळबळाटी नव्हते, शांत होते. *जॉर्जिया* बोट सावकाश त्या तेलवाहू जहाजाच्या शेजारी जाऊन उभी राहिली; परंतु ती अशी उभी केली गेली की, जहाजाच्या पुढे जाण्याच्या मार्गात तिचा बराचसा भाग आला होता. *टॉर्बेलो* जहाजाने आपल्या पोटात काठोकाठ तेल भरून घेतलेले असल्याने ती पाण्यात खूप बुडालेली होती. तिचा डेक खूप खाली आला होता. मग क्रॉन्काईट व मलहूनी हे आपल्या डेकवरून सहज *टॉर्बेलो* जहाजाच्या डेकवर चढले. त्यांनी प्रथम आपली *जॉर्जिया* बोट पुढून व मागून *टॉर्बेलो* जहाजाला व्यवस्थित जखडून बांधली गेली आहे याची खात्री करून घेतली. नंतर ते दोघे अनेक जिने व शिड्या चढतचढत उंचावरच्या ब्रिजकडे, कॅप्टनच्या खोलीकडे गेले.

ते दोघेही सहज ओळखले जाण्याची शक्यता नव्हती. कारण क्रॉन्काईटने एक नकली दाढी व नकली मिशा आपल्या चेहऱ्यावर चढवल्या होत्या. डोळ्यांवर काळा चष्मा चढवला होता. खास आपल्या मापाचा शिवून घेतलेला कोस्टगार्डच्या गणवेश त्याने अंगात घातला होता. डोक्यावर ती उंच टोकदार टोपीही चढवली होती. कोस्टगार्डच बोटीचा तो एक खरोखरीच धाडसी कप्तान असावा असे भासत होते. मलहूनीनेही तसाच आपल्याला साजेसा गणवेश धारण केला होता.

ब्रिजमध्ये फक्त *टॉर्बेलो*चा कप्तान आणि करारावर काम करणारा एकजण,

असे दोघेजणच होते. क्रॉन्काईटने पुढे होऊन कप्तानाशी हस्तांदोलन केले व म्हटले, ''गुड मॉर्निंग! तुम्ही तुमचा कायदेशीर उद्योग करत असताना तुम्हाला थोपवावे लागत आहे याबद्दल मला माफ करा, पण खरे म्हणजे थोपवल्याबद्दल तुम्ही आमचे आभारच मानले पाहिजेत. प्रथम मला एक सांगा की, तुमच्या जहाजावरची वायरलेस रूम कुठे आहे?''

यावर त्या कॅप्टनने ब्रिजच्या मागच्या बाजूला एक दार होते तिकडे बोट केले. ''वायरलेसवरून काहीही कळवले जात नाही, शांतता पाळली जात आहे याची खात्री माझा हा लेफ्टनंट करून घेईल. ही गोष्ट अत्यंत आवश्यक आहे.''

यावर कॅप्टन काहीही बोलला नाही. त्याने नुसतीच मान हलवून आपली संमती दिली; परंतु तो आता खूपच अस्वस्थ झालेला दिसत होता. मग क्रॉन्काईटने मलहूनीकडे बघत म्हटले, ''डिक्सन, आत जाऊन ती तपासणी करून घे बरं!''

मलहूनी शांतपणे वायरलेस रूमचे दार उघडून आत गेला. आपल्या मागे त्याने दार बंद करून घेतले. तो वायरलेस ऑपरेटर एका ट्रान्सरिसिव्हरसमोर बसला होता. आश्चर्य वाटून त्याने आपली मान वर करून पाहिले.

''सॉरी टू डिस्टर्ब यू!'' मलहूनी त्याला अत्यंत नम्रतेने म्हणाला. ती नम्रता त्याच्या स्वभावात बसणारी नव्हती, त्याला विसंगत अशी ती होती. तो पुढे म्हणाला, ''मी त्या कोस्टगार्ड बोटीतून आलो आहे. तुमच्या कॅप्टनने तुम्हाला 'रेडिओ सायलेन्स' पाळायला सांगितले का?''

''ते तर मी करतोच आहे.''

''*सीविच* सोडल्यापासून तुम्ही वायरलेसवरून कुणाशी काही बोललात का?''

''फक्त नेहमीप्रमाणे दर अर्ध्या तासाने त्यांना कळवत गेलो.''

''त्यावर त्यांनी 'निरोप कळला' अशा अर्थी काही बोलणे केले? मी हे विचारतो आहे त्यामागे काही कारणे आहेत.'' कोणती कारणे आहेत हे सांगायचे मात्र त्याने काळजीपूर्वक टाळले.

तो वायरलेस ऑपरेटर म्हणाला, ''नाही बुवा. ते आमचे नेहमीचे कळवणे असल्याने 'रॉजर-ॲण्ड-आऊट' एवढेच बोलणे तिकडून केले जाते.''

''कोणत्या फ्रिक्वेन्सीवर तुम्ही त्यांना कळवत असता?''

त्यावर त्या ऑपरेटरने समोरच्या वायरलेस यंत्राकडे बोट दाखवीत म्हटले, ''त्यात ती फ्रिक्वेन्सी आधीच पक्की जुळवून ठेवलेली आहे. प्री-सेट आहे.''

मलहूनीने यावर आपली मान हलवली आणि तो अगदी सहज चालत चालत त्या ऑपरेटरच्या मागे गेला. त्या ऑपरेटरने वायरलेसवर शांतताच पाळावी यासाठी त्याने आपले पिस्तूल बाहेर काढले व त्याच्या दस्त्याचा एक जोरदार फटका त्या ऑपरेटरच्या कानशिलावर मारला. एवढे झाल्यावर तो शांतपणे तेथून बाहेर पडला

व ब्रिजमध्ये आला. *टॉर्बेलो* जहाजाचा कॅप्टन हा खूपच बेचैन झालेला त्याला दिसला.

तो कॅप्टन गोंधळून म्हणत होता, ''तुमच्या बोलण्यावरून असे दिसते की, हे संपूर्ण जहाज म्हणजे आता एक तरंगता टाइम-बॉम्ब झाला आहे.''

''होय. या जहाजावर एक किंवा अनेक बॉम्ब कुठेतरी पेरून ठेवलेले आहेत, अशी आमची खबर आहे. ती खबर कुठून मिळाली ते आम्हाला सांगता येणार नाही.''

''कमाल आहे. हे आमचे जहाज उडवून दिले तर याच्या पोटातील अफाट तेलाचा साठा समुद्रावर पसरेल. मग ती एक जागतिक घटना ठरेल. मीडिया व सरकार स्वस्थ बसणार नाही. म्हणून तसे घडू देण्यास कोणीही, अगदी वेडा माणूससुद्धा धजावणार नाही. असे असताना आमच्या जहाजावर का बॉम्ब पेरले गेले?''

क्रॉन्काईट यावर थंडपणे म्हणाला, ''असा तुमचा तर्क आहे, माझा नाही; परंतु माझे विचार आणि मत हे तुमच्या विचारासारखेच आहे. तुमचे ते दुसरे तेलवाहू जहाज हे बंदरातून निघताना का उडवले गेले? ज्याने कोणी त्या जहाजावर बॉम्ब पेरले असतील त्याचा विचार आपल्या विचारांशी थोडाच जुळणार?''

यावर तो कॅप्टन विचारात पडला. भावी परिणामांचे अंदाज गंभीरपणे अजमावून पाहू लागला.

क्रॉन्काईट पुढे सांगत गेला, ''पण ते काहीही असो, मला या गोष्टीचा छडा लावायचा असल्याने तुमच्या जहाजाची तपासणी करायची आहे. लपवलेल्या स्फोटकांचा शोध घ्यायचा आहे. अर्थातच तुमची परवानगी असेल तरच मी तसा शोध घेईन. इंजीन रूम, रहाण्याच्या खोल्या आणि जिथे जिथे सामानसुमान ठेवलेले आहे त्या सर्व जागा मला तपासायच्या आहेत. संपूर्ण जहाज तपासण्यासाठी मला फार वेळ लागणार नाही. कारण अशा कामात निष्णात असलेली माणसे माझ्याबरोबर आहेत. आम्हाला फार फार तर फक्त अर्धा तास लागेल.''

''तुम्ही ते जे बॉम्ब पेरलेले आहेत असे म्हणता आहात, ते कोणत्या प्रकारचे बॉम्ब आहेत? टाईम-बॉम्बच असणार ना?''

''मला तसे काही वाटत नाही. घड्याळातील गजरासारखी आधी वेळ लावून ठेवून टाईम-बॉम्ब हव्या त्यावेळी आपोआप उडतो. असला काही प्रकार नसावा. त्या बॉम्बला डिटोनेटर लावलेले असतील व त्याला जोडलेली एक छोटीशी यंत्रणा आधी त्या डिटोनेटरचा स्फोट घडवेल. ती यंत्रणा वायरलेसवर चालणारी असेल, तर लांबून एखाद्या जहाजावरून किंवा छोट्या बोटीवरून एक वायरलेस खटका दाबताच तो डिटोनेटर व पर्यायाने त्या बॉम्बचा धमाका उडेल. तुम्ही एकदा

अमेरिकेच्या किनाऱ्याजवळ पोहोचलात की, मग मात्र तसा स्फोट घडवण्यास कोणी धजावणार नाही.''

''का बरे?''

''कारण तसे झाले तर सबंध किनाऱ्याला लागून समुद्रावर तेलाचे तवंग शेकडो मैल पसरतील. प्रचंड प्रदूषण होईल व सर्वत्र खळबळ माजेल. सर्व देशभर याविरुद्ध आरडाओरडा होईल. लॉर्ड वर्थ यांच्याविरुद्ध असंतोष माजेल. त्यांच्या जहाजावर सुरक्षिततेची पुरेशी खबरदारी घेतली जात नाही किंवा सुरक्षिततेचे मापदंड कमी दर्जाचे असावेत अशी टीका केली जाईल. असा हा गदारोळ उठल्यावर *सीविच*वरचे तेल उत्पादन सरकार बंद करेल. लॉर्ड वर्थसाठी कामे करणारी सर्व तेलवाहू जहाजे अमेरिकेच्या सागरी हद्दीत येताच जप्त केली जातील.'' क्रॉन्काईटच्या अंगात अनेक कला होत्या. अनेक विद्यांमध्ये तो पारंगत होता. विश्वास बसेल अशा थापा सफाईने मारणे, खोटे बोलणे यात तो निष्णात होता. तो शेवटी म्हणाला, ''मग? काय ठरवता आहात तुम्ही? शोध घेण्यासाठी माझ्या माणसांना बोलवू?''

यावर त्या कॅप्टनने मलूलपणे आपली मान संमतीदर्शक रीतीने हलवली.

मग क्रॉन्काईटने हातातला बॅटरीवरचा कर्णा उचलला व तो आपल्या बोटीकडे रोखून त्यातून त्याने आपल्या शोध-पथकाला जहाजावर येण्याची आज्ञा दिली.

क्रॉन्काईटची माणसे त्या जहाजावर चढून आली, ताबडतोब आली. ती एकूण चौदा माणसे होती. सर्वांनी आपापल्या चेहऱ्यावर होजिअरीच्या कापडाचे मोजे किंवा मुखवटे चढवलेले होते आणि प्रत्येकाच्या हातात एकेक ऑटोमॅटिक पिस्तूल होते. तोंडावरील त्या मोज्यांमधून त्या माणसांचे चेहरे कळत नव्हते. पण त्यांना मात्र बाहेरचे नीट दिसत होते. ती अजब माणसे बघताच कॅप्टन बुचकळ्यात पडला, आश्चर्यचकित झाला आणि चक्रावून गेला. एव्हाना तिथे मलहूनी उगवला होता. क्रॉन्काईटने व त्याने आपापली पिस्तुले एकदम कॅप्टनवर रोखली. क्षणार्धात सारे पारडे फिरले होते व परिस्थिती कॅप्टनच्या हातातून निसटली. त्याच्या जहाजावर आता क्रॉन्काईटचा ताबा होता. क्रॉन्काईटच्या चेहऱ्यावर समाधान पसरले. पण त्याच्या चेहऱ्यावरील दाढी व वळ्या यामधून ती समाधानाची भावना पहाणाऱ्याला नीट समजली नसती.

*टॉर्बेलो*चा कॅप्टन आता धक्क्यातून सावरत गेला. त्याच्या चेहऱ्यावर रागाची छटा उमटत गेली. त्याने चिडून विचारले, ''हा काय प्रकार चालला आहे?''

''जे तुम्हाला दिसते आहे तेच चालले आहे. हे जहाज आम्ही पळवून नेतो आहोत. अपहरण हा सध्याच्या काळातील एक अत्यंत लोकप्रिय उद्योग आहे. आजवर कोणीही तेलवाहू जहाजाचे अपहरण केले नाही. पण कधीतरी कोणीतरी अशी वेगळी वाट चोखाळतो त्यावेळी ते पहिलेच कृत्य ठरत असते. हो ना? तसे

म्हटले तर हे काही नवीन कृत्य नाही. प्राचीन काळापासून समुद्रावर अशी चाचेगिरी चालत आलेली आहे. म्हणजे हा गेल्या हजारो वर्षांपूर्वीचा जुना धंदा आहे. तेव्हा आता तुम्ही स्वस्थ रहा. उगाच काहीतरी धोकादायक हालचाल करू नका. उगाच हिरो बनण्याचा प्रयत्न करू नका. तुम्ही सगळेजण नीट वागलात, आम्ही सांगू तसे वागलात, तर तुम्हाला कसलीही इजा होणार नाही. चौदा शस्त्रधारी माणसांसमोर तुमचे काहीही चालणार नाही.''

पाच मिनिटांत त्या जहाजावरचे सर्व कर्मचारी, अधिकारी आदींना डेकवर आणून उभे करण्यात आले. अर्थातच याला एका माणसाचा अपवाद होता. तो म्हणजे वायरलेस ऑपरेटरचा. मग त्या सर्वांना सशस्त्र पहाऱ्यात मेसमध्ये, भोजनगृहात हलविण्यात आले. त्यांच्यापैकी कोणीही फारसा विरोध केला नाही. फक्त इंजीन-रूममधल्या ड्यूटी इंजिनियरने तसा विरोध करून पाहिला होता. आता त्याच्या चेहऱ्यावर दुःखीकष्टी भाव प्रगटले होते; परंतु बहुतेकांनी पिस्तुलाच्या नळ्या समोर आल्यावर शरणागती पत्करली होती.

ब्रिजमध्ये क्रॉन्काईट हा मलहूनी याला शेवटच्या सूचना देत होता.

तो सांगत होता, ''दर अर्ध्या तासाने *सीविच*कडे ठरल्याप्रमाणे ते वायरलेस संकेत पाठवत जा. म्हणजे त्यांना अजूनही सारे काही सुरळीत चालले आहे, असे वाटेल. नंतर दोन किंवा तीन तासांनी एक किरकोळ बिघाड झाल्याचे त्यांना कळव. 'फ्युएल लाईनला भेग गेली' किंवा तसलेच काहीतरी घडल्याचे कळवून *टॉर्बेलो* जहाज आता काही तास पाण्यातच थांबणार आहे असे त्यांना कळव. रात्री उशिरा बंदरात पोहोचण्याची शक्यताही त्यांना सूचित कर. कारण पुढची कृती करण्यासाठी आपल्याला पुरेसा वेळ पाहिजे. जेव्हा रात्र पडेल तेव्हा सर्व नेव्हिगेशनल दिवे बंद करून टाका. बाकीचे दिवेही बंद करा. बाहेरून कोणालाही पाण्यात एक जहाज उभे आहे हे कळता कामा नये. तो लॉर्ड वर्थ महाबिलंदर आहे. त्याच्या हुषारीला कमी लेखू नका.'' शेवटचे वाक्य बोलताना क्रॉन्काईटचा स्वर नकळत अधिक कडवट झाला होता. ज्या दिवशी लॉर्ड वर्थने त्याला स्वच्छ शब्दात पैसे देण्यास नकार दिला होता तो प्रसंग आत्ता त्याच्या डोळ्यांसमोरून जात असला पाहिजे. तो पुढे म्हणाला, ''ती एक जबरदस्त ताकदवान असामी आहे. त्याच्या ओळखी वरपर्यंत आहेत. आपले एक तेलवाहू जहाज गायब झाले आहे हे त्याला समजताच तो अमेरिकेच्या नौदलाला व विमानदलाला शोध घेण्याच्या कामास लावू शकतो. तेव्हा जपून असा. सावधगिरी बाळगा.''

त्यानंतर क्रॉन्काईटने ते *टॉर्बेलो* जहाज सोडले व तो *जॉर्जिया* बोटीवर गेला. काही मिनिटांतच ती बोट तिथून पसार झाली.

मलहूनीसुद्धा आता कामाला लागला. तो भराभर आपल्या माणसांना हुकूम

सोडू लागला. त्याने *टॉर्बेलो* जहाजाला डावीकडे वळवले. आता पूर्वीच्या वायव्य दिशेऐवजी ते जहाज ईशान्य दिशेने जाऊ लागले. त्यानंतर अर्ध्या तासाने त्याने *सीविच*कडे नेहमीचा वायरलेस निरोप पाठवला, "नेहमीप्रमाणे. आहे त्या मार्गावर. अन् वेळेमध्ये!"

क्रॉन्काईट तेथून गेल्यावर काही वेळाने *स्टारलाईट* बोट त्याला येऊन मिळाली. मग दोन्ही बोटी एकत्रितपणे आपली पाण्यातील वाटचाल आग्नेय दिशेने करू लागल्या. *सीविच*पासून ३५ सागरी मैलांवर आल्यावर त्या दोन्ही बोटी थांबल्या. ते आता *सीविच*च्या क्षितिजावर उगवले होते; परंतु *सीविच*च्या रडारच्या आणि ध्वनिलहरी टिपण्याच्या यंत्राच्या कक्षेबाहेर ते जेमतेम होते. आपापली इंजिने थांबवून त्या दोन्ही बोटी तिथेच थांबल्या. क्रॉन्काईट आता वाट पहात होता. योग्य वेळ येताच तो पुढे सरकणार होता.

त्या अवाढव्य बोईंग विमानाने वॉशिंग्टनच्या दिशेने निम्मे अंतर एव्हाना कापले होते. त्या खासगी विमानातील आलिशान स्टेटरूममध्ये लॉर्ड वर्थ शांतपणे निजला होता. ती स्टेटरूम ही वैमानिकाच्या केबिनच्या मागेच होती. लॉर्ड वर्थच्या दिशेने अनेक हल्ले क्रॉन्काईटने सोडले होते. ते हल्ले चारही दिशेने लॉर्ड वर्थवर कोसळणार होते. भावी घटनामालिका आता निश्चित झाल्या होत्या. पण बिचाऱ्या लॉर्ड वर्थला याचा पत्ता नव्हता. तो गाढ झोपला होता.

मिशेल तसा नेहमी उशिरा उठणारा होता. त्याला कधीही लवकर जाग यायची नाही. पण आज मात्र तो लवकर जागा झाला. त्याला सारखे अस्वस्थ वाटू लागले होते. कालच्या रात्रीचे प्रसंग त्याच्या डोक्यातून जात नव्हते. शेवटी तो अंथरुणातून उठून येरझाऱ्या घालू लागला. काही वेळाने त्याने दाढी केली व तो बाथरूममध्ये जाऊन शॉवरखाली उभा राहिला. अंघोळ आटोपून तो स्वयंपाकघरात गेला व त्याने कॉफी तयार केली. कॉफी पिता पिता तो विचार करू लागला. पण त्याला आपल्या अस्वस्थतेचे कारण सापडेना. तो शेवटी येरझाऱ्या घालू लागला. मग अचानक त्याने एक निर्णय घेतला व तो फोनपाशी गेला. लॉर्ड वर्थच्या घराचा नंबर त्याने फिरवला व तो पलीकडून फोन उचलला जाण्याची वाट पाहू लागला. पलीकडे फोनची घंटी वाजते आहे हे त्याला ऐकू येत होते. पण बराच वेळ कोणीही फोन उचलत नव्हते. कदाचित आपण चुकीचा नंबर फिरवला असावा असे वाटून त्याने रिसिव्हर खाली ठेवला व परत उचलून तो फोन करू लागला; परंतु पुन्हा मघासारखाच प्रकार झाला. बराच वेळ पलीकडून कोणीही फोन उचलत नव्हते. शेवटी जेव्हा 'कोणीही फोन उचलणार नाही' अशी त्याची खात्री झाली तेव्हाच

त्याने रिसिव्हर खाली ठेवला.

मग शांतपणे त्याने आपली कॉफी प्यायली व तो शेजारीच असलेल्या रूमरच्या घरी गेला. त्याच्याजवळ बाहेरच्या दाराची किल्ली होतीच. त्या किल्लीने त्याने दार उघडले व रूमरच्या निजण्याच्या खोलीत गेला. रूमर अद्यापही बिछान्यात गाढ झोपला होता. त्याने त्याच्या खांद्याला धरून गदगदा हलवत त्याला जागे केले.

रूमर कुरकुर करीत जागा झाला व त्याने विचारले, "एवढ्या मध्यरात्री एखाद्याला झोपेतून उठवण्यासारखे दुष्कृत्य दुसरे कुठलेही नाही."

"ही मध्यरात्र नाही," असे म्हणून मिशेलने खिडकीवरचे पडदे बाजूला केले. सकाळचा प्रकाश एकदम आत घुसला. सारी खोली उजळून निघाली. "पहा, खूप उजाडले आहे. जरा डोळे उघडून पहा."

"पण एवढे झाले तरी काय? का तुझ्या घराला आग लागली आहे? का तसलेच काहीतरी घडले आहे?" रूमर तक्रारीच्या स्वरात म्हणाला.

"तसे काही घडले असते तर ते निपटणे सोपे होते. पण मला आज काहीतरी वेगळीच विचित्र जाणीव होत आहे. त्या जाणिवेमुळेच मला जाग आली, अन् जागे झाल्यावरही तीच अस्वस्थता माझा पाठलाग करीत आहे. मग एक शंका मनात येऊन मी लॉर्ड वर्थच्या मॅन्शनमध्ये फोन केला. दोन वेळा तसा प्रयत्न केला. पण पलीकडून कोणीही फोन उचलत नाही. दहा-बारा लोक घरात असताना फोन उचलला जात नाही हे चमत्कारिक आहे."

"मग तुला काय सुचवायचे आहे?"

त्याचे बोलणे तोडीत मिशेल रूमरला म्हणाला, "तुला ती अंत:प्रेरणा नेहमी होत असते ना? त्या अंत:प्रेरणेने तू बऱ्याच वेळा घेतलेले निर्णय बरोबर येतात. तेव्हा आता उठ. मी तुझ्यासाठी कॉफी करतो. तोपर्यंत तू तयार हो."

कॉफी तयार झाल्यावर दीड मिनिटाने रूमर धावत स्वयंपाकघरात आला. त्याने ना दाढी केली होती की, ना अंघोळ उरकली होती. शेवटी त्यालाही त्या विचित्र जाणिवेने ग्रासले होते. तो आता गंभीर झाला होता. तो अत्यंत क्रुद्ध नजरेने मिशेलकडे पहात होता. पण त्याची नजर मिशेलवर नव्हती. त्याला जे काही जाणवले त्यामुळे त्याला संताप आला होता. त्याला मिळालेली अंत:प्रेरणेची दैवी देणगी आता जागृत झाली होती.

रूमर म्हणाला, "ते कॉफीचे राहू दे. आपण चटकन लॉर्ड वर्थच्या मॅन्शनकडे जाऊ या."

तत्काळ रूमरने आपली गाडी बाहेर काढली व ते दोघे लॉर्ड वर्थच्या मॅन्शनकडे वेगाने जाऊ लागले.

मिशेल म्हणत होता, "काहीतरी भयंकर घडले आहे. आपल्या डोक्यावरच काहीतरी संकट कोसळले आहे, असे मला वाटते. असे काही चमत्कारिक घडण्याची शक्यता काल रात्री आपण कशी केली नाही? जे उघड उघड आहे ते कसे आपल्या लक्षात आले नाही?"

मिशेल आपल्या आसनावर घट्ट धरून बसला होता. कारण रूमर आपली गाडी बेफाम वेगाने चालवीत होता. वळताना चाकाचे टायर्स रस्त्याला घासून कर्कश आवाज करीत होते. जेव्हा एका वळणापाशी वळावे लागले तेव्हा मिशेल ओरडून रूमरला म्हणाला, "सावकाश, सावकाश! फार घाई होते आहे."

मग रूमरने मोठ्या कष्टाने आपला वेग कमी केला. तो म्हणाला, "आपण हुषार आहोत खरे, पण अनेकदा उघडउघड गोष्टी आपल्या ध्यानात येत नाहीत. कालच आपण लॉर्ड वर्थ यांच्याशी चर्चा केली होती. त्यांच्यावर कोसळू पहाणाऱ्या संभाव्य संकटांचा अंदाज आपण दोघे घेत होतो. पण लॉर्ड वर्थच्या लाडक्या कन्यांचे कोणी अपहरण करू शकेल, एवढी साधी गोष्ट कशी आपल्या लक्षात आली नाही? त्यातून त्यांनीच आपल्याला कसे धमक्यांचे फोन येत आहेत आणि आपल्या कन्यांच्या जिवांना धोके असल्याने आपण आता प्रत्यक्ष कृती केल्यावाचून रहाणार नाही, असे ते म्हणाले होते. पण आपण त्यांचे बोलणे फारसे गंभीरतेने घेतले नाही. आज जे घडते आहे त्यावरून ते आपल्याला खरे सांगत होते हे नक्की! आपण दोघेही एवढे हुषार व चाणाक्ष असूनही आपल्याला त्या बोलण्यातला खरेपणा कसा ओळखता आला नाही!" रूमर हळहळत बोलत होता. तो पुढे म्हणाला, "याचा अर्थ लॉर्ड वर्थ हे जरी त्यांना कोणाकडून धमक्या येत आहेत हे सांगत नव्हते तरी ते जे काय सांगत होते ते फुगवून किंवा अतिरंजित स्वरूपात नक्कीच सांगत नव्हते. त्यांचे कट्टर शत्रू त्यांच्यावर घाला घालणार हे त्यांना बरोबर समजले होते. तसेच काय वाटेल ते होवो, पण लॉर्ड वर्थला चिरडून टाकायचेच अशा ईर्षेने त्यांचा शत्रू त्यांच्यावर तुटून पडणार होता. या डावात लॉर्ड वर्थकडे जरी चारही एक्के असले तरी त्यांच्या शत्रूच्या हातात दोन हुकमाची पाने नक्कीच असणार व आहेत. त्यापुढे लॉर्ड वर्थ आता हतबल झाले आहेत. ते आपल्या दोन्ही कन्यांचे लाड पुरवत आले होते. निदान आपल्याला तरी तसे दिसले. तेव्हा त्या दोघींचे जीव वाचवण्यासाठी ते पाण्यासारखा पैसा खर्च करतील हे नक्की! आपली निम्मी संपत्ती त्या दोघींना सुखरूप परत आणण्यासाठी खर्च करतील आणि निम्मी संपत्ती ही त्या ठगांचा मागोवा घेऊन त्यांना संपवण्यात खर्च करतील. पैसे फेकले की जगात कुठेही सहकार्य मिळते, अन् लॉर्ड वर्थकडे तर जगातील सारा पैसा जणू काही एकवटला आहे."

मिशेलचा चेहरा आता तणावरहित दिसू लागला. तो सैल झाला, शांत झाला

आणि रूमरला म्हणाला, "पण त्यांनी त्या ठगांचा, त्यांच्या शत्रूंचा मागोवा घेण्याआधी आपणच प्रथम त्यांच्यापर्यंत पोहोचू. हो ना?"

त्यांची गाडी आता लॉर्ड वर्थच्या मॅन्शनचे फाटक ओलांडून आत शिरली होती. रूमर अधिकच अस्वस्थ झालेला दिसत होता. तो म्हणाला, "पण तरीही मी भयंकर चिडलो आहे. तुझे हे बोलणे जरी दिलासा देणारे असले तरी आत्ताच्या प्रसंगी तसे बोलणे योग्य नाही."

"मी एक शक्यता बोलून दाखवली व त्यामागे माझा *तसे घडावे* असा हेतू होता. निदान आपण तशी आशा करायला हरकत नाही," मिशेल हसून म्हणाला.

मॅन्शनमधल्या ज्या मार्गावरून ते चालले होते त्यावर दगडी गोटे सुबक रचनेने बसवले होते. रूमरने आपली गाडी योग्य ठिकाणी येताच जोरात ब्रेक दाबून थांबवली. तसे करण्याने तिथले गोटे उखडले जाऊन ती सौंदर्यपूर्ण रचना बिघडली जाण्याची पर्वा त्याने केली नाही. मिशेल प्रथम दार उघडून गाडीतून बाहेर पडला. त्या ड्राईव्ह वेच्या मार्गावर बाजूला असलेल्या झुडपात त्याला कसलीतरी चमत्कारिक हालचाल जाणवली. आपले पिस्तूल बाहेर काढून तो त्या ठिकाणी सावधगिरीने गेला. झुडपामागचे दृश्य पहाताच त्याने पिस्तूल खिशात टाकले व एक स्प्रिंगचा चाकू बाहेर काढून त्याचे पाते त्याने खटकन उघडले. तिथेच तो मॅन्शनमधला माळी बांधलेल्या अवस्थेत पडलेला होता. मिशेलने त्याच्या हातापायाला बांधलेल्या दोऱ्या कापून त्याला बंधमुक्त केले. हा माळी मूळचा स्कॉटलंडमधला होता. पण अमेरिकेत येऊन ४७ वर्षे झाली तरी त्याचे स्कॉटिश उच्चार अजिबात बदलले नव्हते. जेव्हा त्याच्या तोंडावरची चिकटपट्टी काढली गेली तेव्हा तो बोलू लागला किंवा बोलण्याचा प्रयत्न करू लागला. पण आता त्याचे उच्चार हे अगम्य होते, कळण्याच्या पलीकडचे होते. पण त्याला काहीतरी महत्त्वाचे सांगायचे होते हे नक्की!

मग ते दोघे पुढच्या दारातून मॅन्शनच्या इमारतीमध्ये शिरले. दार उघडेच होते. समोरच तो वृद्ध नोकर, जेन्किन्स आरामखुर्चीत पहुडला होता. त्याचे हातपाय बांधलेले होते व तोंडावर चिकटपट्टी चिकटवलेली होती. त्याने डोळे उघडून त्या दोघांकडे पाहिले व घशातल्या घशात आवाज केला. त्याच्या मुद्रेवर संताप पसरलेला होता. त्याच्या तोंडावरची पट्टी काढताच त्याने एक दीर्घ श्वास घेतला. आता तो काहीतरी तक्रारीच्या आवाजात सांगणार होता. पण त्याने तसे करण्याच्या आत मिशेलने त्याला एक प्रश्न विचारला.

"तुमचा तो वायरलेस ऑपरेटर कुठे झोपतो?"

तो प्रश्न ऐकताच त्या म्हाताऱ्याला आश्चर्य वाटले. हातपाय जखडलेल्या अवस्थेत बराच वेळ राहिल्यानंतर असा चमत्कारिक प्रश्न आपल्याला विचारला

जावा याचे त्याला नवल वाटले होते. बांधलेल्या अवस्थेत असताना त्याला मरणप्राय यातना होत होत्या. आपण आता मृत्यूच्या दारात पोहोचलो आहोत, अशी त्याला भावना झाली होती, अन् मृत्यूच्या दाढेतून ओढून काढल्यावर आपल्याशी चार सहानुभूतीचे शब्द उच्चारले जातील, अशी अपेक्षा त्याने केली होती.

पण त्याऐवजी मिशेलने त्याचे दोन्ही खांदे धरून त्याला गदगदा हलवीत विचारले, "तुम्हाला उत्तर देता येत नाही का? का बहिरे झालात? त्या वायरलेस ऑपरेटरची खोली कुठली आहे?"

त्या वृद्ध नोकराने, जेन्किन्सने, मिशेलच्या थंड चेहऱ्याकडे पाहिले व तो दुःखाने कण्हत कण्हत म्हणाला, "मागच्या बाजूला. पहिला मजला. उजवीकडची पहिली खोली."

त्याला तिथेच सोडून मिशेल धावत धावत मागच्या बाजूला गेला. त्याच्या मागोमाग रूमरही धावत गेला. तेव्हा जेन्किन्स घाबरून म्हणाला, "मला सोडून जाऊ नका. प्लीऽऽज!"

रूमरने मागे वळून त्याच्याकडे पाहिले व तो शांतपणे त्याला म्हणाला, "माझ्याकडे चाकू नाही. मी स्वयंपाकघरात जाऊन एखादी सुरी मिळते का ते बघतो."

तो वायरलेस ऑपरेटर एक तरुण मुलगा होता. त्याचा चेहरा टवटवीत होता. इलेक्ट्रिक इंजिनियरिंगमधील पदवी त्याने धारण केली होती. आता तो एका पलंगावर उठून बसला होता. त्याने आपल्या हातावरची बंधने प्रयत्नपूर्वक दूर केली होती व आपली मनगटे तो चोळीत बसला होता. हळूहळू त्या भागातील रक्तप्रवाह पुन्हा सुरळीत होत चालला होता. त्या अपहरणकर्त्यांनी त्याचे हातपाय नीट काळजीपूर्वक बांधलेले नव्हते.

मिशेलने त्याला विचारले, "आता कसे वाटते आहे?"

"भयंकर." त्याने उत्तर दिले.

"अशा प्रसंगातून जाताना असेच वाटणार." मग थोडे थांबून त्याने हळुवार आवाजात त्याला म्हटले, "तो वायरलेस सेट आत्ता तुम्हाला चालू करता येईल? तेवढी तब्येत ठीक आहे ना?"

"होय. त्या ठगांना पकडायचे असेल तर मी काहीही करण्यासाठी आता समर्थ आहे."

"तुम्ही त्या अपहरणकर्त्यांना पाहिलेत? त्यांचे नीट वर्णन करता येईल?"

"मी त्यांचे एक सर्वसाधारण वर्णन करू शकेन–" पण एवढे बोलताना तो एकदम ब्रेक मारल्यासारखा थांबला व आश्चर्याने डोळे मोठे करीत किंचाळत म्हणाला, "काय म्हणालात तुम्ही? अपहरणकर्ते?"

"होय!" मिशेल संथ स्वरात म्हणाला, "येथे एक अपहरण झाले आहे! लॉर्ड वर्थ यांच्या मुलींना सरळसरळ पळवून नेले आहे! जबरदस्तीने नेले गेले आहे!"

"बापरे! खरंच?"

"होय, खरंच! त्या दोघींच्या खोल्या रिकाम्या आहेत. तेथून घाईघाईने त्या बाहेर पडल्या किंवा त्यांना भाग पाडले गेले अशा खुणा आहेत. खोलीतले सामान अस्ताव्यस्त झाले आहे. नोकरवर्गापैकी दहाजणांची मुस्कटदाबी करून त्यांना बांधण्यात आले होते. या सर्वांवरून तुम्ही काय निष्कर्ष काढाल?"

"अर्थात हे अपहरणच आहे!" जणू काही आपणच हा गुन्हा घडल्याचे शोधून काढले आहे अशा थाटात तो वायरलेस ऑपरेटर म्हणाला.

"आता आपल्याला झटपट हालचाली करायला हव्यात," मिशेल त्याला सांगू लागला, "त्या गुन्हेगारांचे पळून जाण्याचे सर्व मार्ग रोखून धरायला हवेत. त्या दोघींचे पासपोर्ट बरोबर नेले गेले नाहीत. म्हणजे सर्व आंतरराष्ट्रीय उड्डाणांकडे दुर्लक्ष करायला हवे. मरीनाची खोली कुठे आहे?"

"चला, मी दाखवतो तुम्हाला."

तिच्या खोलीत सर्वत्र अस्ताव्यस्त झालेले दिसत होते. कोणीतरी काहीतरी शोधून घाईघाईने निघून गेल्याच्या त्या खुणा होत्या. कपाटांची दारे उघडलेली होती. अनेक ड्रॉवर्स बाहेर ओढून ठेवलेली होती. काही ड्रॉवर्समधून कपडे बाहेर लोंबकळत होते, तर काही कपडे खाली जमिनीवर पडलेले होते. या सर्व गोष्टींत मिशेलला काहीही रस नव्हता. पलंगाशेजारी जे टेबल होते त्याची ड्रॉवर्स त्याने उघडली व भरभर आतील वस्तूंचा शोध घेतला. काही सेकंदांतच त्याला जे हवे होते ते सापडले. तो एक पासपोर्ट होता, अमेरिकेत काढलेला पासपोर्ट होता. त्याने तो उघडून पाहिला, नीट वाचला आणि त्याला कळले की, तो एक पूर्णपणे कायदेशीर पासपोर्ट असून, त्याची मुदत अद्याप संपलेली नाही. त्यात तिने आपले खरे वय लिहिले होते. ते दोन वर्षांनी जास्तच होते. म्हणजे ती आपल्यापाशी खोटे वय सांगत असते हे जाता जाता त्याच्या ध्यानात आले. त्याने तो पासपोर्ट मिटून पुन्हा जिथे होता तिथे ठेवला व तो धावत धावत वायरलेस रूममध्ये गेला. तो वायरलेस ऑपरेटरही त्याच्या मागोमाग धावत गेला. त्याच्या चेहऱ्यावर एक मोठे प्रश्नचिन्ह उमटलेले होते.

मिशेल त्याला म्हणाला, "मला ताबडतोब या भागातील काउंटी पोलीस-प्रमुखाला वायरलेसवर जोडून दे. मला फक्त तोच हवा आहे. बाकी कोणीही नको. आपण लॉर्ड वर्थ यांच्यातर्फे बोलत आहोत, असे तुम्ही सांगा. म्हणजे ताबडतोब कनेक्शन मिळेल. मग मी पुढे बोलतो."

तो ऑपरेटर तसे प्रयत्न करीत असताना रूमरने त्या खोलीत प्रवेश केला

आणि म्हणाला, "नोकरवर्गापैकी आणखी सातजणांना बांधून ठेवले होते. म्हणजे एकूण दहाजणांना जखडले होते. मी त्या बटलरला मोकळे केले आणि त्यालाच बाकीच्यांना शोधून सोडवायला सांगितले. तो बिचारा घाबरून एवढा थरथरत आहे की, त्याला ते जमेल की नाही याची शंका वाटते. त्याच्या हाताच्या थरथरण्यामुळे सुरी चालवून दोऱ्या कापताना तो एखाद्याच्या रक्तवाहिन्या चुकून कापून टाकायचा; परंतु जखडलेले आचारी वृद्ध आहेत नि त्या नोकरस्त्रिया तरुण आहेत. सर्वजण भीतीच्या प्रचंड दडपणाखाली असल्याने त्यांना सोडवणे हे आपले पहिले काम ठरते."

मिशेल यावर म्हणाला, "त्या गुंडांनी काय मैलभर लांबीचा दोर आणला होता काय?" एवढे म्हणून तो विचार करू लागला. त्या पोलीस प्रमुखाला काय सांगायचे नि काय लपवून ठेवायचे यावर तो विचार करू लागला.

रूमरने त्या वायरलेस ऑपरेटरला विचारले, "कोणाशी संपर्क साधत आहात?"

"काउंटी पोलीसप्रमुख मिस्टर मॅक्ग्रिटी."

"तो जुना ढोंगी माणूस! वरच्या अधिकाऱ्यांची खुशामत करून आपली कामे साधणारा!" रूमरने पूर्वीचे अनुभव आठवून त्याच्याबद्दलची आपली प्रतिक्रिया ताबडतोब व्यक्त केली.

"परंतु बरीच माणसे ती एक नोकरीमधील आवश्यक बाब समजतात. ते काहीही असो, त्याला मात्र आपल्या वागण्याचा फायदा मिळत होता."

वायरलेस ऑपरेटरने मान वर करून पहात म्हटले, "मिस्टर मिशेल, कनेक्शन मिळाले. त्या फोनवर बोला." एवढे म्हणून तो आपल्या हातातील फोन खाली ठेवू लागला.

परंतु मिशेलने तोच फोन त्याच्या हातून काढून घेतला व आपल्या कानाला लावला. त्याने फोनमध्ये म्हटले, "चीफ ऑफ पोलीस मॅक्ग्रिटी?"

"बोलतोय."

"मग मी काय म्हणतो आहे ते नीट काळजीपूर्वक ऐका. मी जे सांगणार आहे ते अत्यंत महत्त्वाचे व तातडीचे आहे. तुमच्यासमोर आता एक फार मोठे काम येऊन पडले आहे. तुम्ही तिथे खोलीत एकटेच आहात काय?" मिशेलने विचारले.

"होय, मी एकटाच आहे." त्या पोलीसप्रमुखाच्या आवाजात आता संशय व उत्सुकता प्रगट झाली होती.

"फोनवरचे आपले संभाषण अन्य कुणी ऐकत नाही ना? कुठे या फोनचे रेकॉर्डिंग होत नाही ना?"

"नो! डॅम इट! नाही, तसले काहीही नाही. सरळसरळ मुद्द्यावर येऊन बोला."

"आम्ही लॉर्ड वर्थ यांच्या घरून बोलत आहोत. तुम्हाला ते ठाऊक आहेत

ना?'' मिशेलने विचारले.

पलीकडून चिडक्या स्वरात उत्तर आले, ''डोन्ट बी ए डॅम्ड फूल! उगाच वेड्यासारखे प्रश्न विचारत बसू नका, अन् 'आम्ही' म्हणणारे तुम्ही कोण आहात हे प्रथम सांगता का?''

''माझे नाव मिशेल आहे आणि माझ्या सहकाऱ्याचे नाव रूमर आहे. आम्ही दोघेही परवानाधारक खासगी डिटेक्टिव्ह आहोत.''

''हंऽऽ! तुमच्याबद्दल मी बरेच ऐकले आहे. स्थानिक पोलिसांना तुम्ही खूपच सतावलेले माझ्या कानावर आले आहे.''

''तुमच्या जे कानावर आले त्याच्या बरोबर उलट वस्तुस्थिती होती व अजूनही आहे. पण त्याबद्दल आत्ता बोलण्यात अर्थ नाही. तर महत्त्वाचा मुद्दा असा की, लॉर्ड वर्थ यांच्या दोन्ही कन्यांचे अपहरण झाले आहे.''

''बापरे!'' एवढा एकच शब्द यावर पलीकडून फोनवर ऐकू आला. नंतर काही क्षण शांतता होती. त्या बातमीचा धक्का बसून तो पोलीसप्रमुख सुन्न होऊन बसला असणार हे मिशेलने ओळखले.

रूमर ते सर्व संभाषण दुसऱ्या फोनवर ऐकत होता. त्याने आपल्या फोनच्या माऊथपीसवर हात ठेवला व हळू आवाजात मिशेलला म्हटले, ''आता त्या पठ्ठ्याचे डोळे मोठे झाले असणार. एका हाताने त्याने खुर्चीला घट्ट धरले असणार आणि त्याच्या डोळ्यांसमोर बढतीची स्वप्ने उगवत असणार. ही केस सोडवण्याची मोठी संधी चालून आल्याने नक्कीच बढती मिळणार हे त्याने ओळखले असणार.''

''तुम्ही 'अपहरण' हा शब्द म्हणालात?'' त्या पोलीसप्रमुखाच्या आवाजात एकदम घोगरटपणा आला होता.

''होय! मी 'अपहरण' शब्दच बोललो. येथे अपहरण झालेले आहे, दोन तरुण मुलींना पळवून नेलेले आहे, कळलं? याच्यापेक्षा अधिक कोणत्या शब्दांत मी आपणास सांगू?''

''पण हे नक्की घडले ना?''

''अगदी नक्की! लॉर्ड वर्थच्या दोन्ही मुलींच्या खोल्या रिकाम्या आहेत. तिथे घाईघाईने साऱ्या वस्तूंची उलथापालथ झालेली दिसत आहे. घरातील दहा नोकरांना बांधून जखडून ठेवले होते. त्यांच्या मुसक्या बांधल्या होत्या. यातून तुम्ही काय अर्थ काढाल?''

''अर्थातच हे अपहरणाचे दृश्य आहे, असा निष्कर्ष यातून निघतो.'' अन् हा निष्कर्ष आपण खूप अभ्यास करून काढला आहे अशा थाटात तो पोलीसप्रमुख म्हणाला.

''मग आता तुम्ही त्या पळून जाणाऱ्या अपहरणकर्त्यांच्या साऱ्या वाटा रोखून

धरणार ना? त्यांनी त्या मुलींचे पासपोर्ट्स जाताना बरोबर नेले नाहीत. म्हणजे आंतरराष्ट्रीय उड्डाणांकडे बघायला नको; परंतु तरीही त्यांनी देशांतर्गत विमानांची उड्डाणे टाळली असतील, असे मला वाटते. कारण अशा विमानप्रवासासाठी असलेल्या गर्दीतून जाताना विमानतळावर लॉर्ड वर्थच्या प्रसिद्ध मुली या ओळखल्या जाऊ शकतात. त्या कोणाच्याही नजरेत सहज भरण्याजोग्या आहेत. तो धोका अपहरणकर्ते कधीच पत्करणार नाहीत. म्हणून तुम्ही सर्व खासगी विमानतळावर व हेलिपोर्टवर पाळत ठेवा व ताबडतोब एक हुकूम काढून तिथली सारी विमान वाहतूकसेवा ठप्प करा, असे मी तुम्हाला सुचवतो. ही गोष्ट विशेषत: राज्याच्या दक्षिण भागात करावी. मग तो विमानतळ कितीही लहान किंवा मोठा असू दे.''

त्या पोलीसप्रमुखाला या विनंतीची थोडीशी मौज वाटली. पण तो जरासा गोंधळला होता. तो म्हणाला, ''पण एवढी मोठी नाकेबंदी करायला शेकडो पोलीस लागतील.''

त्याच्या स्वरातील चिंता व निषेधाचा सूर पाहून मिशेलने एक नि:श्वास टाकला व फोनच्या माऊथपीसवर हात ठेवून तो रूमरला म्हणाला, ''या बेट्याला हे काम जमेल असे वाटत नाही.'' मग आपला माऊथपीसवरील हात बाजूला करून तो फोनमध्ये म्हणाला, ''असं पहा मिस्टर मॅक्ग्रिटी, या समस्येचे गांभीर्य अजून तुमच्या लक्षात आलेले दिसत नाही. लॉर्ड वर्थ यांच्या मुली पळवल्या गेल्या आहेत, हे लक्षात घ्या. आम्ही त्याबद्दल बोलतो आहोत. तेव्हा आता कृपा करून फोन उचलून हजारो पोलीस बोलावून घ्या. वाटल्यास नॅशनल गार्ड या संघटनेची माणसेही मदतीसाठी बोलावून घ्या. यासाठी लागणारा सारा खर्च लॉर्ड वर्थ नंतर देतील अशी माझी खात्री आहे. हा प्रसंग फार गंभीर आहे. ती भूतकाळातील लिंडबर्गच्या मुलाच्या अपहरणाची केस आठवते ना? त्यानंतर प्रथमच असे घडत आहे.'' चार्ल्स लिंडबर्ग हा एक अमेरिकी वैमानिक होता व त्याने १९२७ साली आपल्या छोट्या विमानाने एका झेपेत अटलांटिक महासागर पार केला होता. मग तो एकदम जागतिक हिरो बनला. लिंडबर्गच्या मुलाला नंतर पळवून खंडणीची मागणी केलेली होती. ती केस खूपच गाजली होती. त्याची आठवण मिशेलने त्या पोलीसप्रमुखाला करून दिली होती.

''ठीक आहे, ठीक आहे! आता त्या अपहरणकर्त्यांचे वर्णन करून सांगता का?'' मॅक्ग्रिटी घाईघाईने म्हणाला.

''ते आम्हालाही फारसे ठाऊक नाही. कारण त्या सर्वांनी होजिअरीच्या कापडाचे बुरखे तोंडावर चढवले होते. त्यांच्या पुढाऱ्याने हातात मोजे चढवले होते. म्हणजे त्याच्या बोटांचे ठसेही मिळण्याची शक्यता नाही, अन् जरी मिळाले तरी या गुन्हेगारांचे रेकॉर्ड अद्याप पोलीस खात्यात नक्कीच तयार झालेले नसणार अशी

माझी खात्री आहे. ते सर्वजण धिप्पाड व पहिलवान वाटणारे होते. सर्वांच्या अंगावर सभ्य माणसांसारखे सूटबूट होते व ते काळ्या रंगाचे होते. बस्स, एवढेच त्यांच्याबद्दल सांगता येईल. बाकी काहीही नाही. आता लॉर्ड वर्थ यांच्या मुलींचे वर्णन करून सांगायला पाहिजे असे नाही.''

''म्हणजे लेडी मरीना आणि लेडी मेलिंडा, हो ना?'' मॅक्ग्रिटी हा स्वत:ला फार मोठा लब्धप्रतिष्ठित समजत होता. उच्चभ्रू व श्रीमंत समाजातील व्यक्तींच्या जाण्यायेण्यावर त्याची नजर असायची. संधी मिळेल तेव्हा तो त्यांच्या पुढेपुढे करायचा. लॉर्ड वर्थच्या कन्यांचा उल्लेख तो शाही थाटात करीत होता. तो पुढे म्हणाला, ''हे अपहरणाचे प्रकरण भलतेच जबरदस्त आहे. लॉर्ड वर्थच्या मुलींची छायाचित्रे आजवर वृत्तपत्रात, मासिकात असंख्य वेळा प्रसिद्ध झालेली आहेत.''

''त्यांच्याबद्दलची ती माहिती जरा बाजूला ठेवा. उगाच फार बोलून या गोष्टीचा बभ्रा होईल असे करू नका.''

''ठीक आहे, ठीक आहे!'' मॅक्ग्रिटी म्हणाला.

''प्रथम ही बातमी मला लॉर्ड वर्थ यांना दिली पाहिजे. मी त्यांच्याशी बोलताना तुमचा उल्लेख करीन,'' मिशेल म्हणाला.

''म्हणजे अजून तुम्ही त्यांच्या कानावर ही भयंकर गोष्ट घातली नाही?'' मॅक्ग्रिटी म्हणाला. आपले नाव एव्हाना लॉर्ड वर्थने लक्षात घेतले असणार असे तो धरून चालत होता. त्याचा एकदम स्वप्नभंग झाला.

''नाही!''

''मग त्यांना सांगा की, काही काळजी करू नका. मी सर्व जबाबदारी घेऊन अगदी वैयक्तिक लक्ष घालून त्या दोघींचा तपास करतो.''

''ठीक आहे, मी सांगतो तसे त्यांना.'' मिशेलने त्याला आश्वासन दिले. ते ऐकून रूमरने मिस्कीलपणे हसत एक डोळा मिचकावला.

आता त्या पोलीसप्रमुखाच्या अंगात उत्साह संचारला. तो म्हणाला, ''तुम्ही स्थानिक पोलिसांकडे या संदर्भात गेला असालच?''

''मी त्यांना तसा एक फोन करून बोलावणार होतो. पण माझे त्यांच्याबद्दलचे मत तितकेसे चांगले नाही. त्यांचे आमच्याबद्दल काही पूर्वग्रह होऊन बसले आहेत आणि त्या दूषित नजरेतूनच ते आमच्याकडे नेहमी पहात असतात. आम्ही त्यांच्याकडे गेल्यावर त्यांनी ही बातमी गुप्त न ठेवता बाहेर खुली केली तर?''

यावर मॅक्ग्रिटी विचार करीत म्हणाला, ''तुम्ही म्हणता ते बरोबर आहे. तेव्हा तिथल्या त्या जबाबदार पोलीस अधिकाऱ्याचे नाव मला सांगा, मग मी थेट त्याच्याशी बोलेन. तुम्हाला ठाऊक आहे असा तिथला एखादा अधिकारी?''

''नाही. मला फक्त तुम्हीच एक जबाबदारीने वागणारे व हातात पुरेसे अधिकार

असलेले पोलीस अधिकारी आहात, एवढेच ठाऊक आहे. फक्त तुम्हीच अपहरणकर्त्यांच्या साऱ्या पळवाटा बंद करण्यासाठी नाकेबंदी करू शकता. म्हणून साहजिकच आम्ही प्रथम तुमच्याशी संपर्क साधला.''

ते ऐकून मॅक्ग्रिटी सुखावला. तो म्हणाला, ''अगदी बरोबर! तुम्ही अगदी योग्य तेच केले.''

मॅक्ग्रिटीच्या बढतीचे दिवस जवळ येत चालले होते. या प्रकरणाला जबरदस्त प्रसिद्धी मिळणार हे हेरून तो या संधीचा आता लाभ उठवणार होता. आत्तापासून तो मनातल्या मनात योजना आखू लागला. त्याने आश्वासन देत म्हटले, ''मी माझ्याकडून सारे प्रयत्न अगदी शिकस्तीने करतो. तुमच्याकडे जे जे घडत जाईल ते सारे मला वेळोवेळी कळवित जा.''

''ठीक आहे!'' असे म्हणून मिशेलने फोन खाली ठेवून दिला.

रूमर आता मिशेलकडे कौतुकाने पाहू लागला व त्याला म्हणाला, ''शेवटी तू त्याला कामाला लावलेस आणि तेही आपल्याला हवे तसे! कमाल आहे तुझी!''

''सराव! याच्यामागे सराव असावा लागतो. आपल्याला जे काही हवे आहे ते मी मॅक्ग्रिटीकडून मिळवले आहे.'' मग थोडा गंभीर होत तो पुढे म्हणाला, ''ते गुन्हेगार विमानाने पळून गेले असतील का? तू यावर काही विचार केला आहेस?''

रूमर यावर गंभीर होत म्हणाला, ''मला तीच शक्यता खरी वाटते. पण आता पहिल्या गोष्टी प्रथम करू या. ते काम म्हणजे आधी इथल्या नोकरांकडून नीट माहिती मिळवू या. लॉर्ड वर्थकडे नंतर वळू या. जेव्हा माणसाला कशाने तरी उद्युक्त केले जाते तेव्हा त्याच्या तोंडून अलंकारिक भाषा अस्खलितपणे उमटू लागते, असे म्हटले जाते. मात्र तशी भाषा उच्चभ्रू लोकांची नसते, हेही तितकेच खरे असते. तेव्हा आता आपण इथल्या नोकरवर्गाच्या मुलाखती घेऊ या. त्यांना झाल्या प्रसंगाचा मनाला खूप मोठा धक्का बसला आहे. त्यातून बाहेर आणण्यासाठी कडक मद्याचा उपयोग करायला हवा. मग त्यांच्या जिभा स्वैरपणे बोलू लागतील. लॉर्ड वर्थ यांच्या घरी निरनिराळ्या मद्यांचा भरपूर साठा आहे. त्यातले मद्य काही प्रमाणात वापरायला हरकत नाही. पण इतकेही करून त्यांच्याकडून कितपत महत्त्वाचे मुद्दे आपल्याला मिळतील याची मला शंकाच आहे. त्या गुन्हेगारांचे पोषाख, वय, आवाज, बोलण्याच्या तऱ्हा आणि त्यांनी जिथे जिथे स्पर्श केला त्या जागा एवढेच आपल्याला कळेल. कदाचित स्पर्श केलेल्या जागांवर त्यांच्या बोटांचे ठसेही मिळतील. पण पोलिसांच्या रेकॉर्डला त्यांचे ठसे असतील की नाही याची मला शंकाच वाटते.''

''मला वाटते की, आपण या सर्व नोकरांना आधी ब्रॅन्डी पाजूया. बटलर जेन्किन्सला ब्रॅन्डी आणावयास सांगू. एक बाटली आणू या. नाहीतर दोन आणू या.''

रूमर तोपर्यंत दारात पोहोचला होता. तो तिथेच थांबून मागे वळून म्हणाला, "प्राचीन काळात जो कोणी वाईट बातमी आणून देई त्याचे काय केले जायचे हे ठाऊक आहे ना?"

"होय! तशी बातमी देणाऱ्या माणसाचे मुंडके उडवले जायचे."

"तेव्हा लॉर्ड वर्थ यांना अपहरणाची बातमी देण्यापूर्वी नीट विचार कर व मगच ती दे. कदाचित ते आपल्यावरच हलगर्जीपणाचा आरोप करतील. 'दूरदृष्टीचा अभाव' असे म्हणतील व अपहरणाचा दोष आपल्या माथी मारतील, अन् एका दृष्टीने खुद्द लॉर्ड वर्थइतकेच आपणही तेवढेच या प्रकाराला जबाबदार आहोत नाही का?" एवढे बोलून रूमर निघून गेला.

मिशेल त्या ऑपरेटरला म्हणाला, "चला, मला चटकन लॉर्ड वर्थ यांना जोडून द्या."

"पण मी कुठे जोडून देणार? ते कुठे आहेत हे मला अजूनही ठाऊक नाही. काल रात्री येथे होते व नंतर कुठे गेले हे मला ठाऊक नाही." त्या वायरलेस ऑपरेटरने आपली प्रामाणिक शंका बोलून दाखवली.

"माझ्या मते ते आत्ता *सीविच*वर असणार," मिशेलने आपला अंदाज बोलून दाखवला.

त्यावर त्या ऑपरेटरने आपल्या भुवया एकदा उंच नेल्या व खाली आणल्या. मग तो काहीही न बोलता वायरलेस सेटकडे वळला. अवघ्या पंधरा सेकंदांत त्याने *सीविच* तेलविहिरीशी संपर्क साधला.

मग मिशेलने फोन घेतला व विचारले, "प्लीज, मला लॉर्ड वर्थ द्या."

"जरा थांबा." पलीकडून एक अनोळखी आवाज आला.

मग आणखी कुणी तरी अनोळखी आवाजात विचारू लागले. तो आवाज खर्जातला होता. त्या आवाजाने तुटकपणे विचारले, "आपल्याला काय पाहिजे आहे?"

"मला लॉर्ड वर्थ यांच्याशी बोलायचे आहे. कृपा करून त्यांच्याशी फोन लाईन जोडून द्या."

"पण ते इथे आहेत हे तुम्हाला कसे कळले?"

"कसे कळले? पण त्याने फारसे काही बिघडत नाही. मग देता ना जोडून त्यांच्याशी?"

"हे पहा मिस्टर, मला येथे लॉर्ड वर्थ यांचा खासगीपणा सांभाळायचा आहे. त्यांना नेहमी अनेक विक्षिप्त माणसांकडून विचित्र फोन येत असतात. त्यांचा वेळ मोलाचा असल्याने त्यांना फोनवर आणता येणार नाही, अन् लॉर्ड वर्थ येथे आहेत हे तुम्हाला कोणी सांगितले? सांगितले नसेल तर कसे कळले?"

"कारण खुद्द लॉर्ड वर्थ यांनीच मला आपण *सीविच*वर जाणार आहोत असे

सांगितले होते."

"असे कधी सांगितले?"

"काल रात्री. सुमारे बारा वाजता."

"आपले नाव काय?"

"मिशेल. मायकेल मिशेल."

"मिशेल?" पलीकडून लार्सनचा आवाज आला. पण आता तो नरम आवाजात बोलू लागला, "मग तुम्ही प्रथमच का नाही हे मला सांगितले?"

"कारण मला उगाच चांभारचौकशांना तोंड द्यायचे नव्हते. तुम्ही नक्कीच कमांडर लार्सन असणार. हो ना?"

"होय, बरोबर आहे. मी लार्सनच बोलतो आहे."

"मग? लॉर्ड वर्थ कुठे आहेत?"

"ते येथे नाहीत."

"पण मला तर त्यांनी *सीविच*वर जाणार असे सांगितले होते. माझ्याशी ते कधीही खोटे बोलणार नाहीत," मिशेल दडपून म्हणाला. त्याला पुढे असेही सांगण्याचा मोह झाला होता की, खुद्द लॉर्ड वर्थ हे *सीविच*कडे जाण्यासाठी हेलिकॉप्टरमध्ये चढताना आपण पाहिले होते.

"बरोबर आहे. ते तुमच्याशी अजिबात खोटे बोलले नाहीत. ते येथे आले होते. पण काही तासांपूर्वीच ते वॉशिंग्टनला जाण्यासाठी येथून निघून गेले."

हे ऐकल्यावर मिशेल काही क्षण गप्प बसला. पुढे काय बोलायचे त्याची मनात सावधपणे जुळवाजुळव करू लागला. त्याने विचारले, "पण आत्ता ते जिथे कुठे असतील तिथला फोन नंबर तुमच्याकडे असेल ना?"

"आहे. का बरे?"

"ते वॉशिंग्टनला का गेलेत हे मी तुम्हाला विचारले नाही. त्यांच्याशी संपर्क साधून मला त्यांच्या कानावर त्यांचीच एक अत्यंत खासगी व गुप्त गोष्ट घालायची आहे. ही एक तातडीची व आणीबाणीची बाब होऊन बसली आहे. तुमच्या सांगण्यानुसार ते जर वॉशिंग्टनला गेले असतील, तर मग ही बाब खरोखरीच तातडीची आहे. तुम्हालाही ते पटले असेल. तेव्हा कृपा करून मला त्यांचा नंबर द्या. लॉर्ड वर्थ यांच्याशी संपर्क साधल्यावर व त्यांनी परवानगी दिली तर मी परत तुम्हाला फोन करून काय घडले ते सांगेन."

"हे तुमचे वचन आहे का?"

"होय, तसेच समजा."

मग कमांडर लार्सनने लॉर्ड वर्थचा फोन नंबर सांगितला. मिशेलने तो लिहून घेतला आणि फोन खाली ठेवला. मिशेल आता त्या वायरलेस ऑपरेटरला

म्हणाला, ''लॉर्ड वर्थ यांनी *सीविच* सोडले असून, ते वॉशिंग्टनला गेले आहेत.''

''मला वाटते की, ते आत्ता वाटेवर असतील. आपल्या बोईंग विमानात असतील.''

''होय, मलाही तसेच वाटते आहे. पण हे आपले अंदाज आहेत. त्यांच्या बोईंग विमानाशी आपल्याला संपर्क साधता येईल?''

यावर त्या ऑपरेटरने फारसा उत्साह दर्शविला नाही. त्याने विचारले, ''त्यांनी केव्हा *सीविच* सोडले?''

''मी ते विचारले नाही. पण काही तासांपूर्वी ते तिथून निघाले, असे मला सांगण्यात आले.''

मग तो ऑपरेटर आपली मान खिन्नपणे हलवित म्हणाला, ''या वायरलेस सेटने त्यांच्या विमानाशी संपर्क साधणे आता अवघड आहे. या सेटची क्षमता एक-दोन हजार मैलांपर्यंतचीच आहे, अन् ते विमान आता या टप्प्याबाहेर नक्की निघून गेलेले असणार. लॉर्ड वर्थचे बोईंग विमान हे दूरच्या विमानतळाशी सहज संपर्क साधू शकते, पण फार दूरच्या विमानतळाशी त्या विमानाला संपर्क साधता येत नाही. मात्र कोणताही विमानतळ त्यांच्या विमानाशी सहज संपर्क साधू शकतो; परंतु या इथल्या वायरलेस सेटशी लांबून संपर्क साधण्याची यंत्रणा त्या विमानात नाही. आम्ही फार फार तर ५०० मैल अंतरापर्यंत त्यांच्याशी संपर्क साधू शकतो, अन् ते बोईंग विमान तर एव्हाना त्या रेंजच्या बाहेर खूपच दूर गेलेले असणार.''

''वातावरणातील बदलामुळे संपर्क साधण्यात अडचण येते?''

''अगदी क्वचित!''

''पण तरीही प्रयत्न करून पहायला हरकत नाही. बघा तर खरं!'' मिशेल म्हणाला.

तो ऑपरेटर तसा प्रयत्न करू लागला. पाच मिनिटे त्याने खूप धडपड केली. पण काहीही उपयोग झाला नाही. लॉर्ड वर्थला जेव्हा ती अपहरणाची बातमी कळेल तेव्हा त्याला एक हृदयविकाराचा झटका बसणार होता. त्याआधी काही काळ त्याला विश्रांती मिळावी म्हणूनच तो संपर्क साधला जात नाही, अशी एक कल्पना मिशेलच्या मनात तरळून गेली.

पाच मिनिटांनी त्या ऑपरेटरने आपली खटपट सोडून दिली व त्याने आपले खांदे उडवत मिशेलकडे वर पाहिले.

''ठीक आहे. तुम्ही प्रयत्न करून पाहिलेत. थँक्स!'' असे त्याला म्हणून मिशेलने एक फोन नंबर कागदावर लिहिला व तो ऑपरेटरला देत म्हटले, ''हा एक वॉशिंग्टनचा नंबर आहे. पहा तिथे संपर्क साधता येतो का ते.''

''हा लॅन्डलाईनचा नंबर आहे. तेव्हा अगदीच सोपे काम आहे हे!'' ऑपरेटर

म्हणाला.

"अर्धा तास लागला तरी चालेल. नंबर मिळाल्यावर लॉर्ड वर्थ यांना बोलवा. आणीबाणीची परिस्थिती आहे असे ठासून बोला व पटवा. जर नंबर मिळाला नाही, तर दर वीस मिनिटांनी प्रयत्न करीत रहा. मी आता लॉर्ड वर्थ यांच्या स्टडी रूममध्ये जातो. नंबर लागला तर मला तिथे जोडून देता येईल?"

"होय."

लॉर्ड वर्थ हा त्यावेळी आपल्या बोईंग विमानात शांतपणे झोपला होता. त्याच्या तेलाच्या साम्राज्याला सुरुंग लावले जात होते. त्याने निर्माण केलेल्या त्याच्या विश्वाला तडे जाऊ लागले होते. पण त्याचा त्याला पत्ता नव्हता. तो गाढ झोपी गेला होता.

३३,००० फूट उंचीवरून प्रवास करणारे त्याचे बोईंग विमान आता हळूहळू आपली उंची कमी करू लागले होते. कारण वॉशिंग्टनचा विमानतळ जवळ येऊ लागला होता.

# ५

लॉर्ड वर्थच्या एका हातात एक स्कॉच व्हिस्कीचा ग्लास होता, तर दुसऱ्या हाताच्या बोटात एक लठ्ठ सिगार होता. क्यूबामधली ती सिगार अर्थातच काळ्या बाजारातील होती. आता तो एका आरामशीर व गुबगुबीत खुर्चीत विसावला होता. अमेरिकी सरकारच्या परराष्ट्र खात्यातील असिस्टंट सेक्रेटरीच्या ऑफिसात तो बसला होता. तिथली अंतर्गत सजावट ही अत्यंत देखणी होती. अशा या वातावरणात सिगार ओढत व स्कॉच पीत बसणे म्हणजे किती सुखकारक असेल! पण ते सुख अनुभवण्याच्या मन:स्थितीत लॉर्ड वर्थ नव्हता. त्याच्या चेहऱ्यावर असमाधान पसरलेले होते व तो अत्यंत अस्वस्थ होता. त्या खोलीतील चार माणसे आणि तिथले जग यावर तो नाराज होता, चिडला होता. इतका चिडला होता की, हळूहळू त्याला वेड लागेल असे कोणालाही वाटले असते.

त्या खोलीतील असिस्टंट सेक्रेटरी हा एक उंच माणूस होता. त्याच्या डोळ्यांवर पोलादी फ्रेमचा चष्मा होता. त्यामुळे तो एखाद्या प्राध्यापकासारखा दिसत होता, अन् तसा तो या नोकरीआधी खरोखरी येल विद्यापीठात एक प्राध्यापक म्हणून काम करत होता. तिथली दुसरी व्यक्तीही पर्सनल असिस्टंट पदावरची होती. तिचे नाव लक्षात ठेवायला तसे कठीण होते, अन् नाव लक्षात राहिले नाही म्हणून लॉर्ड वर्थलाही त्याची फिकीर नव्हती. कारण वरिष्ठ पदांवरील मुलकी अधिकाऱ्यांविषयी त्याच्या मनात फारसा आदर नव्हता. तिसरी व्यक्ती ही एक लष्करी अधिकारी होती. लेफ्टनंट-जनरल या पदावरची होती. ही व्यक्ती खरोखरीच लष्करी वाटत होती. त्या व्यक्तीच्या शरीराचा प्रत्येक चौरस इंच हा लष्करी छापाचा वाटत होता. रुबाब, दरारा, अधिकार या गोष्टी त्या व्यक्तीला जन्मापासून लाभल्या आहेत, असे पहाणाराला वाटे. चौथी व्यक्ती ही एक मध्यमवयीन स्त्री होती, स्टेनोग्राफर होती. खोलीतील बोलणे, चर्चा चालू असताना ती स्त्री तिला हवे असेल तेव्हा कागदावर टिपणे काढे. अर्थातच ते लिहिणे अधूनमधून असल्याने फारसे नसे. दीर्घ काळाच्या अनुभवातून ती हे शिकली होती की, जी काही कथित महत्त्वाची चर्चा चालते त्यातले टिपून घेण्याजोगे फारसे असे नसते.

लॉर्ड वर्थ म्हणत होता, ''मी मेक्सिकोच्या आखातामधून विमानाने येथवर आलो आहे. त्यामुळे मी अत्यंत दमलो आहे. येथे ऑफिसात आल्यापासून आतापर्यंत माझी २५ मिनिटे खर्च झाली आहेत आणि असे दिसते की, तो सारा वेळ वाया गेला आहे. वेल जंटलमन, मला माझा अधिक वेळ आता वाया जाऊ नये अशी इच्छा आहे. तुमच्यासारखाच माझाही वेळ तेवढाच महत्त्वाचा आहे. नव्हे, अति महत्त्वाचा आहे. मला वाटते की, माझी तक्रार मोठ्या युक्तीने येथे डावलली जात आहे. 'द बिग ब्रश-ऑफ' हा शब्दप्रयोग माझ्या मते चपखल बसतो.''

''सर, तुम्ही असे कसे म्हणता?'' तो असिस्टंट सेक्रेटरी म्हणाला, ''तुम्ही माझ्या ऑफिसात बसला आहात आणि तेवढ्यासाठी मी येथे जनरलसाहेबांना बोलावून घेतले आहे. तुम्हाला मी जी आता वागणूक देतो आहे तशी फारच थोड्या नागरिकांना आजवर मिळालेली आहे. आपल्या बोलण्याची, आपल्या तक्रारीची मी अत्यंत गंभीरतेने दखल घेतो आहे. तेव्हा प्लीज, आपल्या मनातील गैरसमज काढून टाका.''

''स्वागत जितके मोठे तितकी तोंडाला पाने पुसणेही मोठे असू शकते. पुरेसे अधिकार नसलेल्या माणसांशी बोलणी करण्याची मला सवय नाही. मी नेहमी सर्वांत वरच्या माणसांशी बोलणी करत आलेलो आहे. अजूनही मी तुमच्या वरिष्ठांकडे गेलो नाही, पण जाऊ शकतो. ही असली तुमची डावपेच व युक्त्या लढवत होणारी थंड बोलणी काय कामाची? त्यातून काहीही निष्पन्न होणार नाही. मी सरकारला त्रास देणारा माणूस नाही, कसल्याही भानगडी व उचापत्या करणारा नाही. पण मी वाटेल ते करून न्याय मिळवणारा माणूस आहे. तुमच्या या राजनैतिक बोलण्याला व वागणुकीला फसणारा नाही, अन् हे बघा जनरलसाहेब, मी तुम्हाला नुकतेच सांगितले होते की, माझ्या *सीविच* तेलविहिरीला आंतरराष्ट्रीय पातळीवर धमक्या दिल्या गेल्या आहेत. पण मी हे सांगूनही तुम्ही एकतर माझ्यावर विश्वास ठेवायला तयार नाही किंवा माझ्याकडे दुर्लक्ष करत आहात. मी तुमच्याकडे आता एक नवीन पुरावा घेऊन आलो आहे. तीन आरमारी जहाजे *सीविच* तेलविहिरीच्या दिशेने आत्ता या क्षणी वाटचाल करीत आहेत, अन् तरीही तुम्ही याविरुद्ध काहीही कृती करणार नाही, असे मला सांगता आहात. जर ती तीन जहाजे निघाल्याची बातमी तुमच्याकडे आली नसेल, तर मला वाटते की, तुम्ही आता नवीन लष्करी हेर खाते निर्माण करावे हे उत्तम!''

जनरल यावर म्हणाला, ''आम्हाला त्या जहाजांच्या हालचाली पूर्णपणे ठाऊक आहेत. पण तरीही आता त्या जहाजांविरुद्ध कृती करण्यासाठी कोणतेही सयुक्तिक कारण नाही. *सीविच*वर हल्ला होणार आहे, या तुमच्या दाव्याला कोणताही पुरावा तुम्ही दिला नाही. तुम्हाला फक्त तसा संशय येतो आहे, बाकी काहीही नाही. एका

खासगी व्यक्तीच्या सांगण्यावर विसंबून आम्ही आमच्या आरमाराला व बॉम्बफेकी विमानांना सज्ज राहायला सांगायचे? अन् तेही कोणताही पुरावा समोर आलेला नसताना? केवळ संशय व्यक्त केला म्हणून? कसे शक्य आहे ते!''

''तर थोडक्यात ही अशी परिस्थिती आहे,'' तो असिस्टंट सेक्रेटरी म्हणत होता. ''शिवाय मी आणखीही एक बाब आपल्या नजरेस आणून देऊ इच्छितो. ती म्हणजे, तुम्ही या देशाचे, अमेरिकेचे एक साधे नागरिकही नाही.''

ते ऐकताच लॉर्ड वर्थ एकदम खवळून, पण खालच्या आवाजात ठासून म्हणाला, ''या देशाचे, अमेरिकेचे एक साधे नागरिकही नाही!'' मग तो एकदम त्या स्टेनोग्राफर स्त्रीकडे वळून म्हणाला, ''मी असे धरून चालतो की, तुम्ही या वाक्याची नोंद केली आहे.'' असिस्टंट सेक्रेटरी यावर काही बोलू पहात होता. पण लॉर्ड वर्थने आपले एक बोट वर करून त्याला गप्प बसवले व तो पुढे म्हणाला, ''मिस्टर असिस्टंट सेक्रेटरी, आता सारवासारव करून उपयोग नाही. ती वेळ निघून गेली आहे. तुम्ही असे बोलून एक फार मोठी चूक केली आहे. मी एक अमेरिकी नागरिक नाही? मी आपल्या असे लक्षात आणून देतो की, या देशातील सर्व तेल कंपन्यांनी मिळून जेवढे एकूण कर दिला आहे त्यापेक्षा मी तुमच्या सरकारला अधिक कर दिलेला आहे. याखेरीज तुमच्या देशाला मी सर्वांत कमी दरात तेल पुरवित आलेलो आहे. हा देश चालविण्याची परराष्ट्र खात्याची कार्यक्षमता ही अशीच खालच्या दर्जाची असेल तर मला वाटते की, मी माझे ब्रिटिश नागरिकत्व अजूनही कायम राखले आहे याचा मला आनंद होतो. अमेरिकी नागरिकांसाठी एक कायदा आणि सरहद्दीबाहेरच्या उपऱ्यांसाठी वेगळा कायदा! पण न्याय तर सर्वांना सारखा असायला हवा. 'अमेरिकेचे एक साधे नागरिकही नाही.' तुमच्या या वाक्यावर सारी वृत्तसृष्टी आनंदाने तुटून पडेल. यावर गदारोळ होईल. येथून बाहेर पडलो की, मी ताबडतोब एक पत्रकार परिषद घेऊन त्यात हा सारा प्रकार उघड करून सांगणार आहे.''

''पत्रकार परिषद?'' असिस्टंट सेक्रेटरी अस्वस्थ होत म्हणाला. तो गडबडून गेल्याचे स्पष्ट कळत होते.

''अर्थातच!'' लॉर्ड वर्थ गंभीर स्वरात म्हणाला. त्याचा चेहराही गंभीर झाला होता. तो पुढे म्हणाला, ''जर तुम्ही मला संरक्षण दिले नाही, तर शेवटी मीच माझा निषेध करेन.''

असिस्टंट सेक्रेटरीने एकदा जनरलकडे पाहिले व परत लॉर्ड वर्थकडे पाहिले. त्याने उसने अवसान आणून भीती दाखवण्यासाठी अधिकारवाणीने म्हटले, ''मी आपल्याला अशी गंभीर जाणीव करून देतो की, येथे जी काही चर्चा होते ती सर्व गोपनीय सदरात मोडते.''

लॉर्ड वर्थने त्याच्याकडे थंड नजरेने पहात म्हटले, "एखादी व्यक्ती आपला खरा व्यवसाय विसरून भलतेच काही करू लागली तर अशा व्यक्तीची मला कीव करावीशी वाटते. मिस्टर सेक्रेटरी, तुम्ही वरिष्ठ सरकारी अधिकाऱ्याऐवजी विनोदी नट व्हायला हवे होते. म्हणे गोपनीय! मी अद्याप जे काही बोललोच नाही त्याबद्दल तुम्ही मला कशी काय ताकीद देऊ शकता? ही स्त्री कर्मचारी येथे हजर नसती तर मी तुमच्या त्या मूर्ख शेऱ्याबद्दल मला काय वाटते ते मी स्पष्ट शब्दांत बोलून दाखवले असते. गोपनीयतेचा तुमच्याकडून धडा घेणे ही एक अजब गोष्ट आहे. परराष्ट्र खात्यात तुम्ही नंबर दोनच्या पदावर काम करता आहात, अन् आजवर सरकारी गुप्त माहिती तुमच्याकडून गलिच्छ पत्रकारांना दिल्याबद्दलचे तुमचे रेकॉर्ड मला ठाऊक आहे. मी आपल्याविरुद्ध 'जशास तसे' अशी कृती करावी काय? मला ढोंगबाजी अजिबात आवडत नाही, अन् मी स्वत: तशी कधीच करत नाही. 'परराष्ट्र खात्याने माझी केलेली मुस्कटदाबी' असे विधान जर मी पत्रकारांपुढे केले तर? तर काय होईल त्याची तुम्ही कल्पना करू शकता. बोला आता."

तो असिस्टंट सेक्रेटरी यावर काहीही बोलला नाही. हे प्रकरण आपल्याला किती भोवणार आहे याचा तो विचार करत असावा.

लॉर्ड वर्थ थोडे थांबून पुन्हा बोलू लागला, "मी एक पत्रकार परिषद घेऊन त्यात तुमच्या खात्याची निर्णय न घेण्याची क्षमता, कारवाईची नाखुषी, अकार्यक्षमता आणि धरसोडीची वृत्ती कशी आहे ते सांगेन. तसेच यामुळे कित्येक अब्ज डॉलर्स किमतीची तेलविहीर गमावल्यामुळे सर्व अमेरिकी नागरिकांना होणाऱ्या स्वस्त तेलाचा पुरवठा कसा थांबतो आहे हे सांगेन. ती तेलविहीर उद्‌ध्वस्त झाल्यावर जी काही संभाव्य तेलगळती समुद्रावर होईल ती जगाच्या इतिहासातील सर्वांत मोठी तेलगळती असेल. या सर्व प्रकरणातून पुढे तिसरे जागतिक महायुद्ध भडकल्यास मला नवल वाटणार नाही. या पत्रकार परिषदेखेरीज मी टीव्ही व रेडिओ या वृत्तमाध्यमांवर जाहिरातीच्या दराने पैसे खर्चून माझी बाजू मांडेन. सारा खुलासा करेन. त्यात शेवटी असेही म्हणेन की, 'शेवटी अमेरिकी जनतेपुढे जाऊन सांगण्यास मला परराष्ट्र खात्याने संरक्षण न देऊन भाग पाडले आहे.' तुमच्या खात्याचा नाकर्तेपणा मी अशा रीतीने चव्हाट्यावर आणेन." एवढे सारे एका दमात बोलल्याने तो श्वास घेण्यासाठी काही क्षण थांबला. मग परत पुढे बोलू लागला, "छे! पण अशा जाहिरातीच्या दराने मी कशाला माझी बाजू रेडिओ व टीव्हीवर सांगू? माझी स्वत:ची रेडिओ स्टेशन्स आहेत, टीव्ही स्टेशन्स आहेत, न्यूज चॅनेल्स आहेत. मी नुसता मनात आणण्याचा अवकाश की, आताच्या तुमच्या वागणुकीची बघा कशी मग एक मोठी समस्या होऊन बसेल. मला त्यासाठी एक सेंटही खर्च करावा लागणार नाही. आज रात्रीपर्यंत अमेरिकी सरकारच्या परराष्ट्र खात्याचे नाव, विशेषत:

तुमचे नाव, तुमच्या वरिष्ठ सेक्रेटरीचे नाव सर्व देशभर गाजू लागेल व बद्दू होईल. निदान तुमची प्रतिमा तरी नक्कीच भंग पावेल. जंटलमन, मी अत्यंत बिथरलेलो आहे, घायकुतीला आलो आहे. तेव्हा मी तसलीच काही जबरदस्त पद्धत वापरेन, हे लक्षात ठेवा.''

आपल्या बोलण्याचा परिणाम समोरच्या पक्षांवर काय होतो आहे हे अजमावण्यासाठी लॉर्ड वर्थ थोडे थांबला. त्यांनी आपले चेहरे निर्विकार ठेवले होते. पण लॉर्ड वर्थला ते अपेक्षित होते. तो असिस्टंट सेक्रेटरी, त्याचा मदतनीस आणि जनरल यांना स्वच्छ कळून चुकले होते की, लॉर्ड वर्थ बोलल्याप्रमाणे आपला प्रत्येक शब्द खरे करून दाखविणारा आहे. त्याचे परिणाम भीषण होणार हे त्यांना कळून चुकले, पण कोणीही आपली प्रतिक्रिया व्यक्त केली नाही. म्हणून लॉर्ड वर्थ त्यांच्यावर आणखी दबाव टाकण्यासाठी बोलू लागला.

''जंटलमन, सरतेशेवटी मी तुमच्यापुढे जी परिस्थिती मांडली आहे त्यासाठी मी आता तुम्हाला पुरावा देऊ शकत नाही. पण तरीही त्या परिस्थितीवर तुम्ही भित्रेपणे काहीही न करता बसून रहाणार असाल, तर एवढेच सांगतो की, माझ्याकडे तसा पुरावा आहे, अगदी सॉलिड पुरावा आहे. पण तो पुरावा मी तुमच्यापुढे आत्ता ठेवणार नाही. कारण तसे करण्याने काहीही साध्य होणार नाही याची मला खात्री आहे. मला आता एक निर्णय घेणारी अधिकारी व्यक्ती हवी आहे, अन् तशी व्यक्ती ही फक्त परराष्ट्र खात्याचा सेक्रेटरी हाच असतो. तेव्हा त्यांना इकडे बोलावून घ्या, असे मी तुम्हाला सुचवतो.''

अमेरिकेत परराष्ट्रमंत्र्याला 'सेक्रेटरी ऑफ स्टेट डिपार्टमेंट' असे म्हणतात. लॉर्ड वर्थने एकदम परराष्ट्रमंत्र्याची मागणी केलेली पाहून असिस्टंट सेक्रेटरी दचकला. तो म्हणाला, ''सेक्रेटरींना बोलावून घ्या?'' लॉर्ड वर्थच्या राजद्रोहासारख्या वाटणाऱ्या या मागणीने तो गांगरून गेला होता. तो म्हणाला, ''सेक्रेटरी साहेबांना 'बोलावून घ्या' असे कोणीही म्हणू शकत नाही. त्यांची भेट मिळावी म्हणून लोक अर्ज करतात, कित्येक आठवडे अगोदर अपॉईंटमेंट मागतात. शिवाय आत्ता साहेब एका महत्त्वाच्या कॉन्फरन्समध्ये व्यग्र आहेत.''

हे ऐकूनही लॉर्ड वर्थ आपल्या मागणीवर ठाम राहिला, अविचल राहिला. तो म्हणाला, ''मी परत एकदा सांगतो की, त्यांना बोलावून घ्या. आत्ता माझ्याबरोबर होणारी कॉन्फरन्स ही अधिक महत्त्वाची आहे. त्यांच्या आजवरच्या आयुष्यातली सर्वांत महत्त्वाची अशी ही कॉन्फरन्स ठरेल. जर त्यांनी यायचे नाकारले तर ते आत्ता ज्या कॉन्फरन्समध्ये आहेत ती त्यांच्या राजकीय कारकिर्दीमधील शेवटची कॉन्फरन्स ठरेल. ते येथून ५० फुटांपेक्षा अधिक दूर नाहीत हे मला ठाऊक आहे. तेव्हा चटकन बोलावून घ्या.''

"पण... पण ते कसे शक्य..."

ते ऐकताच लॉर्ड वर्थ चटकन उठून उभा राहिला आणि म्हणाला, "मला वाटते की, तुमच्यानंतर तुमच्या जागी लगेचच येणारी व्यक्ती – 'लगेचच' हा शब्द लक्षात घ्या – ही आपल्या देशासाठी अधिक सारासार बुद्धी वापरेल आणि अधिक चांगला दृष्टिकोन धारण करेल. आज रात्रीच्या टीव्हीच्या कार्यक्रमात फार गोष्टी दिसून येतील. तुमच्या निष्काळजीपणाने आणि भित्रट नकारामुळे जे युद्ध सुरू होईल त्याची सारी पूर्वपीठिका आजच्या टीव्हीच्या कार्यक्रमात दिसेल. तुमच्या नंतर या पदावर येणाऱ्या माणसाला आजचा कार्यक्रम पहावयास सांगा. तुम्हाला पुरेशी संधी मिळाली होती, अन् तुमच्या या स्टेनोग्राफरच्या टिपणांवरून ते कोणाच्याही सहज लक्षात येईल. पण तुम्ही ती संधी दुर्दैवाने लाथाडलीत." मग आपले डोके दुःखाने हलवून लॉर्ड वर्थ पुढे म्हणाला, "डायनामाईटच्या कोठाराला लावलेली वात जळू लागलेली पाहूनही ती न दिसणारा माणूस हा आंधळा तरी असेल किंवा ढोंगी तरी असेल. ठीक आहे, मी आपला निरोप घेतो जंटलमन. गुड डे!"

"नो! नो!" असिस्टंट सेक्रेटरी गडबडून म्हणत होता, "बसा! बसा खाली! काय करता येईल ते मी बघतो." असे म्हणून तो तिथून निघून गेला.

तो खोलीबाहेर जवळजवळ पळतच निघून गेला.

त्यानंतर खोलीत शांतता पसरली. ती एक लादलेली शांतता होती. खोलीत फारसे कोणी बोलत नव्हते.

जनरल म्हणाला, "तुम्ही जे काही सांगितले आहे, ते सारे खरे आहे?"

लॉर्ड वर्थ म्हणाला, "जनरल, तुम्हाला त्याबद्दल शंका वाटते?"

"नाही, तसे नाही. त्याबद्दल म्हणत नाही. तुम्ही ज्या धमक्या दिल्यात त्याबद्दल म्हणतो आहे मी."

"मला वाटते की, तुम्हाला 'धमक्या' शब्दाऐवजी 'वचने' हा शब्द म्हणायचा असावा."

यानंतर मात्र खोलीत कोणीच बोलले नाही. एक अस्वस्थ करणारी शांतता तिथे पसरली होती. फक्त लॉर्ड वर्थ अस्वस्थ झाला नव्हता. तो शांत वाटत होता. त्याच्या चेहऱ्यावर कोणताही तणाव प्रगट झाला नव्हता. त्याचे हे एक खास वैशिष्ट्य होते. कारण सेक्रेटरी येणे किंवा न येणे यावर जिंकणे किंवा हरणे हे ठरणार होते. त्याला हे ठाऊक होते.

अन् शेवटी लॉर्ड वर्थने जिंकले. परराष्ट्र खात्याचा सेक्रेटरी तिथे उगवला. बरोबर तेरा मिनिटांनी उगवला. दिसायला रांगडा, कठोर मनाचा व वाटाघाटीत आपले तेच खरे करणारा, आपल्या हाताखालच्यांचा सल्ला न मानणारा, आपलाच निर्णय पुढे रेटणारा असे त्याचे वर्णन केले जायचे. पण प्रत्यक्षात तसा तो दिसत

नव्हता. आता तो एका सधन शेतकऱ्यासारखा दिसत होता. त्याच्या चेहऱ्यावरून आनंद व प्रेमळपणा ओसंडून वहातो आहे असा भास होत होता. प्रत्यक्षात तसल्या प्रेमळपणाचा त्याच्यात लवलेश नव्हता. यामुळेच लोक फसायचे. लॉर्ड वर्थचेही आता तसेच झाले.

परराष्ट्र सेक्रेटरीचे नाव जॉन बेल्टन होते. तो येताच लॉर्ड वर्थ उठून उभा राहिला. बेल्टनने त्याच्याशी हस्तांदोलन केले व तो म्हणाला, "लॉर्ड वर्थ, आपली ही भेट खरोखरीच दुर्मीळ म्हटली पाहिजे. अमेरिकेचे तेलसम्राट आमच्याकडे येऊन आपली पायधूळ झाडतात, ही एक आम्हाला आनंदाची व अभिमानाची गोष्ट आहे."

लॉर्ड वर्थ हा नम्रपणे वागणारा होता, पण आपले म्हणणे कधीही सोडणारा नव्हता. तो म्हणाला, "हीच भेट चांगल्या व आनंदाच्या प्रसंगी झाली असती तर फार बरे झाले असते. माय प्लेझर, मिस्टर सेक्रेटरी, माझ्यासाठी आपण वेळ काढलात याबद्दल मी आपला आभारी आहे. मला आपली फक्त पाचच मिनिटे हवी आहेत, जास्त नाहीत. मी तसे वचन देतो."

बेल्टन हसून म्हणाला, "तुम्हाला पाहिजे तेवढा वेळ घ्या. उगाच पाल्हाळ न लावता नेमके बोलण्याबद्दल तुमची ख्याती आहे हे मला ठाऊक आहे."

"थॅन्क यू!" असे म्हणून लॉर्ड वर्थ असिस्टंट सेक्रेटरीला म्हणाला, "येथून फक्त शंभर फूट अंतर जाऊन येण्यास तुम्हाला तेरा मिनिटे लागलीत." मग परत परराष्ट्र सेक्रेटरीकडे वळून तो म्हणाला, "आपल्या असिस्टंट सेक्रेटरीने आपल्याला बहुतेक सारी परिस्थिती सांगितली असेलच."

"होय, तशी त्यांनी अगदी थोडक्यात सांगितली. तेव्हा आता आम्ही काय करावे अशी आपली अपेक्षा आहे?" ते ऐकून लॉर्ड वर्थला आनंद झाला. आपल्याला हवा तसा हा माणूस आहे असे त्याला वाटले. मात्र त्याने आपल्या चेहऱ्यावर तो आनंद प्रगट होऊ दिला नाही. जॉन बेल्टन सांगत होता, "सोव्हिएत रशिया व व्हेनेझुएला या देशांच्या राजदूतांशी आम्ही संपर्क साधू शकतो खरे; परंतु ती सारी वरवरची मलमपट्टी ठरेल. ते फक्त सर्व माहिती आपापल्या सरकारांना कळवतील. राजदूतांकडे सत्ता नसते. दहा वर्षांपूर्वी राजदूतांच्या शब्दाला निदान वजन होते. त्यांना वाटाघाटीचे व निर्णय घेण्याचे अधिकार दिले जायचे. पण एवढेच! यापेक्षा जास्त काही नाही. त्यांचा कसलाही दोष नसताना दोन राष्ट्रांमधल्या वाटाघाटीत त्यांच्या वाट्याला कोणतीच भूमिका दिली जात नाही. राजदूत मंडळी आता चेहरे नसलेली मंडळी झाली आहेत, अन् हे वर्षानुवर्षे घडत आलेले आहे. इतकेच काय, पण त्यांच्या खालचे अधिकारीच आता राजदूतांपेक्षा अधिक अधिकार बाळगून आहेत. त्यांना तर घातपाताचे शिक्षणही दिले गेलेले असते.

"म्हणून त्या मार्गाने जाण्याऐवजी आपण थेट संबंधित सरकारांची दारे

ठोठावली पाहिजेत. त्यांच्याशी थेट संपर्क साधला पाहिजे. पण त्यासाठी आपल्याजवळ काही ना काही पुरावा हातात हवा. तुमच्या शब्दाबद्दल प्रश्नच नाही, पण तेवढे पुरेसे नाही. आपल्याजवळ चांगला सज्जड असा पुरावा हवा की, त्यामागचा अत्यंत नीच हेतू सहज पटावा.''

यावर लॉर्ड वर्थ ताबडतोब उत्तरला, ''असा पुरावा मी पुढे करीन. वाटल्यास त्या पुराव्याची रूपरेखा मी आत्ता आपल्याला सांगतो. मात्र या बाबतीत जे जबाबदार आहेत त्यांची नावे उघड करण्यास मी नाखूष आहे. कारण मी तसे केले तर माझ्या एका मित्राची व्यावसायिक करीअर धोक्यात येऊन संपेल. पण अगदीच जर वेळ पडली तर मी त्याचेही नाव सांगेन; परंतु तुमच्या खात्याची प्रतिक्रिया काय होते आहे व तुम्ही कसा प्रतिसाद देता आहात यावर बाकीची नावे तुम्हांला आणि जनतेला जाहीर करण्याचे मी ठरवेन. मी आत्ता तुम्हाला झाल्या गोष्टीची कल्पना दिली आहे. यावर तुम्ही मला ठाम आश्वासन किंवा वचन काय देणार आहात त्यावर बरेच काही अवलंबून आहे. तसे आश्वासन, वचन वगैरे तुम्हाला देता येत नसेल तर मग मी जनतेसमोर माझ्याकडची माहिती उघड करून न्याय मागेन. मी आपल्याला ब्लॅकमेल करीत नाही. मी एका कोंडीत सापडलेलो आहे व त्यातून बाहेर पडण्यासाठी मी सुचेल त्या मार्गाने लढत राहीन. मी तुम्हाला ती नावांची यादी अर्थातच देईन. पण मी असे धरून चालतो की, ती नावे तुम्ही जाहीर करणार नाहीत की, बाहेर फुटू देणार नाहीत. थोडक्यात तुम्हाला या बाबतीत गुप्तता बाळगायला हवी. मी बाहेर माझ्या हेलिकॉप्टरमध्ये जाऊन बसल्यावर मग ती यादी एफबीआयला दिली तर चालेल.''

यावर परराष्ट्र सेक्रेटरी बेल्टन हसून म्हणाला, ''यामध्ये अमेरिकी जनतेचे विशाल, दयाळू हृदय विरुद्ध सक्षम नसलेल्या परराष्ट्र खात्याचा कारभार असे आपले मत प्रगट होते. आता मला कळले की, तुम्ही लक्षाधीश, सॉरी अब्जाधीश का बनलात!''

लॉर्ड वर्थ आता गंभीरतेने बोलू लागला, ''या आठवड्याच्या सुरुवातीला एक अतिगुप्त बैठक झाली. पश्चिमेला एका तळ्याच्या काठावर असलेल्या विश्रामगृहात ती झाली. दहा माणसे त्या बैठकीला हजर होती. सर्वजण तेल उद्योगातील अनुभवी व ज्येष्ठ व्यावसायिक होते. त्यातले चार तेल उद्योगपती अमेरिकी होते. अमेरिकेतल्या अनेक मोठ्या तेल कंपन्यांचे ते प्रतिनिधित्व करत होते. पाचवा माणूस हा होन्ड्युरास या देशातून आला होता. सहावा माणूस व्हेनेझुएला देशातून आला होता. सातवा नायजेरियाहून आला होता. आठवा आणि नववा हे दोघे शेख आखाती प्रदेशातून आले होते. शेवटचा दहावा माणूस हा सोव्हिएत रशियातून आला होता. हाच एक माणूस होता की, त्याला अमेरिकेत किती तेल पुरवले जाते

आहे त्यात अजिबात रस नव्हता. यावरून आपल्याला असे धरून चालता येईल की, यातून अमेरिकेला त्रास होईल असे जर काही निष्पन्न होत असेल तर मात्र या रशियनला त्यात रस होता.''

लॉर्ड वर्थने खोलीतील पाचही जणांकडे एकदा नजर टाकली. सारेजण आपले बोलणे लक्षपूर्वक ऐकत आहेत हे दिसल्यावर त्याचे समाधान झाले. मग तो पुढे सांगू लागला.

''या बैठकीमागचा फक्त एकच एक हेतू होता, अन् तो हेतू स्पष्ट करून सांगायचा म्हणजे माझ्या *सीविच* नावाच्या तेलविहिरीतून बाहेर पडणाऱ्या तेलाचा जो पुरवठा बाजारात केला जातो आहे, तो बंद पाडायचा. याचे कारण मी बऱ्यापैकी स्वस्तात तेल विकत असल्याने त्यांच्या नफेखोरीला आळा बसतो व काही आर्थिक अडचणी त्यांना भेडसावतात. या तेलाच्या व्यवसायात काही नियम, नैतिक संकेत वगैरे काही असेल तर मला अजूनही ते कुठे सापडले नाहीत. अमेरिकेने जी काँग्रेशनल कमिटी तेवढ्यासाठी नेमली आहे ती माझ्या मताशी शंभर टक्के सहमत होईल. जाता जाता सांगतो, माझ्या कंपनीचे नाव 'वर्थ हडसन' असे आहे आणि माझ्या या कंपनीबद्दल कधीही कोणत्याही सरकारी समितीने विचारणा केली नाही की, कसल्याही चौकशीला आम्हाला सामोरे जावे लागले नाही.

''तेलाचा सातत्याने होणारा पुरवठा कायमचा बंद पाडायचा असेल, तर माझी *सीविच* तेलविहीर उद्ध्वस्त करणे एवढाच उपाय ठरतो. त्यासाठीच तर त्या दहाजणांची बैठक भरलेली होती. अर्धी बैठक झाल्यावर त्यांनी एका व्यावसायिक माणसाला बैठकीत बोलावले. हा माणूस तेलविहिरींच्या समस्या सोडविण्यात तरबेज आहे, तसाच तो अत्यंत धोकादायकही आहे. या माणसाचा माझ्यावर आकस आहे. माझ्याबद्दल त्याच्या मनात कडवटपणा भरून राहिलेला आहे. याची कारणे मी तुम्हाला सांगितली असती. पण मला जोपर्यंत तुमच्याकडून मदतीची हमी मिळत नाही तोपर्यंत मी ती कारणे सांगणार नाही. त्याचबरोबर हा माणूस अत्यंत स्फोटक द्रव्ये हाताळण्यात जगातील फार थोड्या तज्ज्ञांपैकी एक समजला जातो.

''मग ती बैठक संपल्यावर या माणसाने व्हेनेझुएला आणि सोव्हिएत रशिया यांच्या प्रतिनिधींना बाजूला नेले आणि त्याने त्या देशांच्या नौदलांचे सहकार्य मागितले. तशा सहकार्याची हमी आपापल्या देशांतर्फे त्या दोघा प्रतिनिधींनी दिलीही.'' लॉर्ड वर्थने सर्वांकडे निरुत्साहाने पाहात म्हटले, ''आता कदाचित तुम्हा लोकांचा माझ्यावर विश्वास बसेल.'' थोडे थांबून लॉर्ड वर्थ पुढे सांगू लागला, ''मी आपल्याला येथे हेही सांगतो की, तो माणूस माझा एवढा द्वेष करतो की, केवळ त्या एकाच कारणामुळे माझी तेलविहीर उद्ध्वस्त करण्याचे काम त्याने स्वीकारले

असावे. पण तरीही त्याने आपल्याकडून केल्या जाणाऱ्या कामाचा मोबदला मागितलाच. त्याने त्याबद्दल दहा लाख डॉलर्सची रक्कम मागितली. ती रक्कम त्याला लगेच दिली गेलीसुद्धा! त्याने आणखी एक कोटी डॉलर्स हे कामगिरीच्या खर्चासाठी मागितले. तेही त्याला दिले गेले. हे एक कोटी डॉलर्स म्हणजे त्याने वाटेल तेवढा हिंसाचार घालून धुमाकूळ घालण्यासाठी आहेत का अन्य काही कारणांसाठी असतील?''

''बापरे! ही भलतीच विलक्षण व चमत्कारिक गोष्ट दिसते आहे,'' असे म्हणून परराष्ट्र सेक्रेटरीने आपले डोके हलवले. तो पुढे म्हणाला, ''तुम्ही म्हणता आहात ते खरे आहे. लॉर्ड वर्थ तुम्ही आम्हाला एकहाती बरीच माहिती पुरविलीत. आमच्या हेर खात्याशी तुमचे हेर खाते स्पर्धा करते आहे, असे म्हटले पाहिजे.''

''स्पर्धा? नव्हे, ते तुमच्या हेर खात्यापेक्षा अधिक हुषार व कार्यक्षम आहे. कारण मी त्यांना भरपूर पैसे मोजतो. हा तेलाचा व्यवसाय म्हणजे एक जंगल आहे, अन् जो सर्वांत जास्त वाकडेपणा या धंद्यात करतो तोच येथे टिकाव धरून राहू शकतो.''

''औद्योगिक घातपात तुमच्या व्यवसायात होतात?''

''नाही. तसे बिलकूल नाही.'' लॉर्ड वर्थ असे म्हणाला, पण त्याने हे विधान भाबडेपणे केले असावे.

''हा जो कोणी माणूस किंवा ती व्यक्ती तुमच्या मागे लागणार आहे–''

''बरं,''

''त्या व्यक्तीचा सारा तपशील मला द्या आणि आत्ता ज्या ज्या व्यक्तींचा संबंध तुम्ही म्हणालात त्या बैठकीशी आला, त्याही सर्व व्यक्तींची नावे मला द्या. त्यातील तुमच्या मित्राच्या नावावर काट मारा. म्हणजे त्या मित्राला कसलीही झळ बसणार नाही हे मी पहीन. बाकीच्यांना आम्ही बघून घेऊ.''

''मिस्टर सेक्रेटरी, तुम्ही दुसऱ्याच्या भावना विचारात घेणारे आहात.''

''आता मी काय करणार आहे ते सांगतो,'' एवढे म्हणून परराष्ट्र खात्याचा सेक्रेटरी थोडा थांबला व पुढे म्हणाला, ''मी आता संरक्षण मंत्रालय आणि पेन्टॅगॉन यांच्याशी विचारविनिमय करणार आहे. पण एवढे पुरेसे नाही, याची मला कल्पना आहे. कोणत्याही संकटाला तोंड देण्यासाठी मी तुम्हाला हवाई व सामुद्रिक संरक्षण पुरवण्याची ग्वाही देतो. अगदी वैयक्तिकरीत्या देतो, असे समजा.''

बेल्टन तसे नक्की करेल याची लॉर्ड वर्थला खात्री होती. दिल्या शब्दाला जागण्याची त्याची ख्याती होती. त्याहीपेक्षा महत्त्वाचे म्हणजे तो राष्ट्राध्यक्षांचा उजवा हात होता आणि त्याची जागा दुसरा कोणीही घेऊ शकत नव्हता. अशा बेल्टनने लॉर्ड वर्थला आपला शब्द दिला होता. लॉर्ड वर्थ त्यामुळे मनातून खूप

सुखावला; परंतु त्याने आपल्या चेहऱ्यावर तसे दाखवायचे नाही हे ठरवले.

तो म्हणाला, ''आपल्या मदतीबद्दल मी अत्यंत कृतज्ञ आहे.'' मग त्या स्टेनोग्राफरकडे बघून व नंतर असिस्टंट सेक्रेटरीकडे बघून त्याने विचारले, ''मी आपल्या स्टेनोग्राफर बाईंची थोडीशी सेवा घेऊ शकतो का?''

''अर्थातच,'' असे म्हणून तिने आपल्या नोटपॅडचे नवीन पान उघडले आणि हातात पेन घेऊन ती मजकूर सांगितला जाण्याची वाट पाहू लागली.

लॉर्ड वर्थ सांगत गेला, ''स्थळ : कॅलिफोर्नियातील टाहो तळे. पत्ता.....''

तेवढ्यात टेलिफोन वाजू लागल्याने लॉर्ड वर्थ बोलायचे थांबला. स्टेनोग्राफरने ''एक्सक्यूज मी!'' म्हणत स्मित करून टेलिफोन उचलला. असिस्टंट सेक्रेटरी म्हणाला, ''डॅम इट! फोन आत पाठवू नका म्हणून मी कडक सूचना देऊन ठेवल्या होत्या–''

त्याचे बोलणे तोडीत ती म्हणाली, ''फोन लॉर्ड वर्थ यांच्यासाठी आहे.'' मग बेल्टन यांच्याकडे पहात ती म्हणाली, ''फ्लोरिडाहून मिस्टर मिशेल फोनवर आले आहेत. अत्यंत तातडीचे काम आहे म्हणून सांगत आहेत.'' बेल्टनने यावर आपली मान हलवताच तिने तो फोन वर्थ यांना दिला.

लॉर्ड वर्थ फोनवर बोलू लागला, ''मिशेल? मी येथे आहे हे तुम्हाला कसे कळले?......होय, मी ऐकतो आहे.''

मग काही मिनिटे लॉर्ड वर्थ फोनवर नुसते ऐकत राहिला. त्याने मिशेलच्या बोलण्यात किंचितही व्यत्यय आणला नाही. ते ऐकत असताना आजूबाजूच्या सर्वांची उत्सुकता ताणली जाऊ लागली, तर लॉर्ड वर्थचा चेहरा हळूहळू पांढरा पडत गेला. उन्हाने रापलेल्या त्याच्या गालांचा रंग फिका पडत गेला. काय झाले असावे ते बेल्टनच्या लक्षात आले. तो पटकन उठला व त्याने एका ग्लासात थोडी ब्रॅन्डी ओतून तो ग्लास लॉर्ड वर्थ याच्या पुढे केला. लॉर्ड वर्थने आंधळेपणे तो सर्व ग्लास आपल्या घशात रिकामा केला. बेल्टनने त्याच्याकडून रिकामा ग्लास घेतला व पुन्हा अंदाजे एक पेग ग्लासात ओतला. जेव्हा तो ग्लास लॉर्ड वर्थ याच्यापुढे केला तेव्हा त्याने तो हातात घेऊन खाली ठेवून दिला. त्याने फोन बेल्टनकडे दिला आणि आपल्या दोन्ही हातांनी आपला चेहरा झाकून घेतला.

बेल्टन फोनमध्ये बोलू लागला, ''परराष्ट्र खाते. कोण बोलते आहे?''

मिशेलचा आवाज फोनवर उमटला. तो आवाज बारीक होता, पण स्वच्छ ऐकू येत होता. तो म्हणत होता, ''मी मायकेल मिशेल बोलतो आहे. लॉर्ड वर्थ यांच्या घरून बोलतो आहे. आपण... आपण डॉ. बेल्टन का?''

''होय. लॉर्ड वर्थ यांना जबरदस्त धक्का बसला आहे असे वाटते.''

''होय, खरं! त्यांच्या दोन्ही मुलींचे अपहरण केले गेलेले आहे.''

"माय गॉड!" बेल्टन हादरून म्हणाला. कितीही वाईट बातमी कानावर पडली तरी बेल्टन नेहमी अविचल राही. तो कधीही भावनाविवश होत नसे. त्याची याबद्दल ख्याती होती. पण आता मात्र तो हादरला होता. त्याला धक्का बसला होता. आजवर त्याचे असे रूप कोणीही पाहिलेले नव्हते. कदाचित ती बातमी थंडपणे व स्पष्ट रीतीने सांगितल्याने त्याला धक्का बसला असावा. त्याने विचारले, "तुमची तशी खात्री आहे का?"

"ही बातमी खोटी निघावी अशी माझी मनापासून इच्छा आहे. पण दुर्दैवाने ती बातमी शंभर टक्के खरी आहे."

"आपला व्यवसाय काय आहे?"

"आम्ही – म्हणजे माझा भागीदार जॉन रूमर आणि मी – खासगी डिटेक्टिव्ह आहोत. पण आम्ही डिटेक्टिव्ह म्हणून येथे आलो नाहीत. आम्ही लॉर्ड यांचे शेजारी आहोत आणि स्नेही आहोत. त्यांच्या मुली आमच्या मैत्रिणी आहेत."

"तुम्ही पोलिसांना बोलावलेत?"

"होय."

"आणखी काय काय केलेत? आम्ही सर्व निसटण्याचे मार्ग रोखून धरण्याची व्यवस्था केली आहे. हवाई मार्ग आणि समुद्री मार्ग रोखलेले आहेत.

"अपहरणकर्त्यांचे वर्णन तुमच्याकडे आहे?"

"फारच थोडे. पाच माणसे. जवळ शस्त्रास्त्रे. चेहऱ्यावर नायलॉनच्या जाळीचे पायमोजे चढवलेले."

"स्थानिक पोलिसांबद्दलचे तुमचे मत काय आहे?"

"ते फारच खालच्या दर्जाचे आहेत."

"मी एफबीआयला बोलावतो."

"पण सर, अजून गुन्हेगारांचा माग शोधलेला नसल्याने त्यांनी कोणतीच सरहद्द ओलांडल्याचा पुरावा नाही."

"खड्ड्यात गेली सरहद्द आणि ते नियम. त्यांनी गुन्हा केला आहे ना, मग बास! जरा थांबा. मला वाटते की, लॉर्ड वर्थ यांना तुमच्याशी काही बोलायचे असावे."

मग लॉर्ड वर्थने फोन हातात घेतला. त्याचा फिकट चेहरा किंचित उजळला होता. गालावर मूळचा रंग परतू लागला होता. तो फोनवर म्हणाला, "मी आता निघतो आहे. चार तासांपेक्षा कमी वेळात मी निघेन. विमानातून निघाल्यावर अर्ध्या तासात तुम्हाला फोन करेन. मला विमानतळावर भेटा."

"येस सर. कमांडर लार्सन यांना आणखी माहिती हवी–"

"त्यांना सांगा हे सारे." एवढे म्हणून वर्थने रिसिव्हर खाली ठेवला. तो ब्रॅन्डीचे घोट घेऊ लागला. थोड्या वेळाने तो बोलू लागला, "म्हाताऱ्या माणसांसारखी मूर्ख

माणसे दुसरी नसतील. ही अपहरणाची बाब अगदी सहज आधीच लक्षात यायला हवी होती. जरी हे अघोषित युद्ध असले तरी शेवटी ते युद्धच आहे, अन् युद्धात काय वाटेल ते घडू शकते. कसलाही विधिनिषेध बाळगला जात नाही. मला चारही बाजूने वेढा घालण्याचा वादातीत पुरावा हाती यायच्या आधीच मला असे काही होईल हे समजायला हवे होते. माझेच चुकले. माझ्या मुलींना संरक्षण न देता इकडे आलो ही केवढी मोठी चूक मी केली! निदान मी मिशेल व रूमर यांना तिथे रक्षणासाठी ठेवायला हवे होते.'' लॉर्ड वर्थने हताशपणे आपल्या हातातील रिकाम्या ग्लासकडे पाहिले. स्टेनोग्राफरने चटकन तो ग्लास काढून घेतला.

बेल्टनला हा अपहरणाचा प्रकार थोडासा शंकास्पद वाटला. त्याने विचारले, ''पाच सशस्त्र माणसे आली होती?''

लॉर्ड वर्थ बेल्टनकडे खिन्नपणे पहात उद्‌गारले, ''मी तुम्हाला त्या मिशेल व रूमर यांच्याबद्दल काही बोललो नाही हे मी विसरलो होतो. एकटा मिशेल पाच माणसांना भारी पडेल एवढा चलाख व शूर आहे. तो जबरदस्त आहे.''

''म्हणजे ते दोघे तुमचे मित्र आहेत व तुम्ही त्यांना खूप मानता, असे दिसते. पण लॉर्ड वर्थ, राग मानू नका. या प्रकरणात हे दोघे कशावरून सामील नसतील?''

''मग तुम्हाला त्यांच्याबद्दल कसलीच कल्पना आलेली दिसत नाही.'' लॉर्ड वर्थ ब्रॅन्डी पीत म्हणाला, ''जर त्यांनी माझ्या मुलींचे अपहरण करायचे ठरवले असते, तर माझ्या दोन्ही मुलींनी ते आनंदाने होऊ दिले असते.''

''असा प्रकार आहे काय,'' बेल्टन थोडासा चकित होत म्हणाला. त्याच्या कल्पनेनुसार अब्जाधीशांच्या मुली ह्या आपल्यापेक्षा कनिष्ठ थरातील लोकांत मिसळत नसतात.

''होय, तसाच प्रकार आहे. आता त्यावर तुम्ही पुढचा प्रश्न विचाराल, 'मग मला ते मान्य आहे?' तर त्याचे उत्तर 'होय' आणि 'नाही' अशी दोन्हीही आहेत. कारण त्या दोघांचा माझ्या संपत्तीवर बिलकूल डोळा नाही.'' मग आपले डोके आश्चर्याने हलवित तो म्हणाला, ''हे खूप विचित्र वाटेल. अन् मिस्टर सेक्रेटरी, मी पुढचे तुम्हाला सांगतो. माझ्या मुली मरीना व मेलिंडा यांना सोडवून जेव्हा परत माझ्याकडे आणले जाईल तेव्हा ते काम पोलीस करणार नाहीत की तुमची एफबीआय संस्थाही करणार नाही. ते काम मिशेल व रूमर हेच दोघे करतील. यात मी कोणतीही अतिशयोक्ती करीत नाही. हे दोघे माझ्या मुलींसाठी आपले जीवसुद्धा देतील.''

''मग साहजिकच जिवावर उदार झालेले हे तरुण आपल्या मार्गात आडवे येणाऱ्या प्रत्येकाला कापून काढतील. हो ना?''

यावर प्रथमच लॉर्ड वर्थ मंद हसला.

"या नमुनेदार तरुणांना मी एकदा भेटलेच पाहिजे."

आपले ड्रिंक अर्धवट संपवून लॉर्ड वर्थ उठला. त्याने आजूबाजूला पाहिले व म्हटले, "मला आता गेले पाहिजे. तुम्ही सर्वांनी मला दाखविलेली सहानुभूती, व्यक्त केलेली मदतीची इच्छा याबद्दल मी आपले मनापासून आभार मानलेच पाहिजेत."

लॉर्ड वर्थ तिथून बाहेर पडला. त्याच्याबरोबर परराष्ट्र खात्याचा सेक्रेटरी बेल्टन हाही बाहेर पडला.

जेव्हा त्या खोलीचे दार परत लावले गेले तेव्हा जनरल उठला व त्याने आपल्या ग्लासात ब्रॅन्डी ओतली. तो म्हणाला, "या शतकातील हे अपहरण शेवटी रशियनांनी आपल्यावर मारा करण्यात होणार. भलतेच चमत्कारिक घडते आहे." थोडासा ब्रॅन्डीचा घोट घेऊन तो पुढे म्हणाला, "लॉर्ड वर्थ यांच्या *सीविच*चे प्रकरण चांगलेच ढवळले जाऊन ते आपल्याला भोवणार असे दिसते."

जनरल, असिस्टंट सेक्रेटरी व स्टेनोग्राफर हे तिघेही लॉर्ड वर्थचे बोलणे नीट लक्ष देऊन ऐकत होते, हे उघड होते. तो असिस्टंट सेक्रेटरी म्हणाला, "लॉर्ड वर्थ यांना योग्य ती मदत मिळो. आपण ब्रिटिश पासपोर्टधारक आहोत याचा आपल्याला आनंद होतो, असे ते म्हणाले. ते खरेही असेल. पण आपल्याच अमेरिकी कंपन्या या लॉर्ड वर्थला संपवायला निघाल्या आहेत. त्यांच्या या आंधळ्या मूर्खपणाने ते आपल्या स्वतःच्या देशाला मात्र संकटात घालीत आहेत."

स्टेनोग्राफर केविलवाण्या स्वरात म्हणाली, "युद्ध सुरू करू देण्यास कोण जबाबदार राहील याची मला काळजी नाही. पण आतापासून मला अणुयुद्धातील एखादे स्वस्तातले आश्रयस्थान शोधायला लागले पाहिजे."

बेल्टनने एक जिना उतरून बाहेरच्या हिरवळीपर्यंत लॉर्ड वर्थला सोबत केली. त्या हिरवळीवर लॉर्ड वर्थचे हेलिकॉप्टर वाट पहात उभे होते.

बेल्टन म्हणाला, "तुमच्या दुःखाबद्दल कोणत्या शब्दांत सहानुभूती व्यक्त करायची ते मला समजत नाही.

"याबाबतीत मी अनुभवाने सांगतो की, काही बोलूच नये. एनी वे, थँक्स!"

"मी माझा एक खासगी डॉक्टर तुमच्याबरोबर फ्लोरिडापर्यंत दिला असता."

"थँक्स अगेन! पण आता मला ठीक वाटते आहे."

"तुम्ही अजून दुपारचे जेवणही घेतले नाही ना?" बेल्टन अजूनही संभाषणात गांभीर्य ठेवण्याचा प्रयत्न करीत होता.

"मला ते प्लॅस्टिकच्या ट्रेमधील प्लॅस्टिकमध्ये पॅक केलेले खाद्यपदार्थ आवडत नाहीत. माझ्या विमानात एक फ्रेंच आचारी मी बरोबर घेतला आहे, तसेच दोन हवाई सेविकाही घेतल्या आहेत. तेव्हा उत्तम जेवण मला जेवता येईल."

ते दोघे हेलिकॉप्टरच्या पायऱ्यांपर्यंत पोहोचले. बेल्टन म्हणाला, "ती नावांची यादी तयार करून मला देण्यास तुम्हाला वेळ मिळाला नाही व संधीही मिळाली नाही. आता या क्षणी ती नावे तशी फारशी महत्त्वाची नाहीत. मी फक्त तुम्हाला एवढेच सांगतो की, तुमच्या रक्षणाची मी हमी घेतली आहे."

लॉर्ड वर्थने यावर शांतपणे बेल्टनशी हस्तांदोलन केले व तो पायऱ्या चढून हेलिकॉप्टरमध्ये शिरला.

एव्हाना *रोमर* बोटीने कॉन्डी *सीविच*पाशी आला. तिथली उंच मान असलेली यारी सारी अवजड शस्त्रास्त्रे व सुरुंग उतरवून घेऊ लागली. ते एक मंद गतीने पुरे होणारे अवघड काम होते. कारण यारीचे उंचावरचे टोक हे समुद्रपृष्ठापासून २०० फुटांवर होते. सर्व माल उतरवून घेण्यास तीन तास तरी लागणार होते. जमिनीवर व हवेत अशा दोन्ही ठिकाणी मारा करणारी विमानविरोधी तोफ ही आता तेलविहिरीच्या क्रॉन्कीट प्लॅटफॉर्मवर उतरली होती. लार्सनने ती बसवण्यासाठी योग्य जागा शोधून ठेवली. तिथे भोके पाडली गेली. त्यावर तोफेच्या पायाची प्लेट स्थानापन्न झाली. त्यात मोठमोठे जाडजूड खिळे घुसवून ते खालच्या भोकात घुसविण्यात आले. त्यासाठी घणाचे घाव घालून ते खिळे पक्के करण्यात आले. ती विमानविरोधी तोफ चालू केल्यावर मागे सरकण्याची प्रतिक्रिया देणारी नव्हती. पण तरीही लार्सन आणि पामेरो ही जोखीम स्वीकारणार नव्हते.

जेव्हा डेप्थ चार्जेस म्हणजे पाण्यातील बॉम्ब, प्लॅटफॉर्मवर आणले गेले तेव्हा त्यांची विभागणी तीन गटांत करण्यात आली. याचे कारण तो प्लॅटफॉर्म त्रिकोणी होता. तीन राक्षसी पायांवर उभ्या राहिलेल्या एका तिवईवरचा प्लॅटफॉर्म म्हणजे ती तेलविहीर होती. मग प्रत्येक बाजूच्या मध्यभागी डेप्थ चार्जेसचे ते तीन गट ठेवण्यात आले. असे करण्यात एक जोखीम होती. ती म्हणजे एखादी गोळी चुकून जरी या डेप्थ चार्जेसला लागली, तर तिथे एक मोठा स्फोट होऊ शकत होता; परंतु लार्सनने ती जोखीम घेतली होती. याचे कारण दुसऱ्या ठिकाणी सुरक्षित रचून ठेवण्यास तशी कुठेच जागा नव्हती, अन् एकदा गरज भासली की, ताबडतोब ते हाताशी येणे हे महत्त्वाचे होते.

समुद्रतळावर तेलविहिरीसाठी भोके पाडण्याचे काम करणारी तंत्रज्ञ मंडळी पालेर्मोच्या माणसांच्या हालचाली न्याहाळीत होती. काहीजण निर्विकारपणे पहात होते, तर काहीजण कौतुकाने पहात होते. पण कोणीच कोणाशी बोलत नव्हते की, कशासाठी हे चालले आहे असे विचारीत नव्हते. त्या तंत्रज्ञ मंडळींशी दोस्ती करण्यात लार्सनला रस नव्हता. बंधुभाव हा शब्द त्याच्या शब्दकोशात बसत नव्हता.

सर्व काही सुरळीत चालले होते. हळूहळू सारी प्रतिकार यंत्रणा नीट जागच्या

जागी पक्की करण्यात आली. समुद्रतळाला भेदून जिथे खाली तेलाचा साठा आहे तेथवर एक पाईपलाईन गेली होती. त्या पाईपलाईनला तेलविहिरीच्या प्लॅटफॉर्मवर अनेक आडवेतिडवे फाटे वर हवेत फुटले होते. त्यांना अनेक व्हॉल्व्ह जोडलेले होते. वर हवेत गेलेला पाईप आडवा वळून खाली तेलाच्या टाकीकडे जात होता. त्यामुळे एक हवेत सरळ वर चढलेला पाईप व त्याला फुटलेल्या फांद्या अशा दृश्यामुळे त्या पाईपांच्या रचनेला 'ख्रिसमस-ट्री' असे नाव पडले होते. आत्ता यातून खालून वर आलेले तेल मोठ्या तेलटाकीत साठवले जात होते. समुद्रतळावर खोदकाम करीत एका ड्रिलिंग यंत्राचा पाईप खूप तिरपा होऊन तळाला भोक पाडून आत गेला होता. तळाखाली तो किती पुढे गेला होता ते समजत नव्हते. तेलविहिरीच्या प्लॅटफॉर्मखालचे तेल वर काढले जात होतेच. पण आता तेलविहिरीपासून दूरचे भागही तिरपे पाईप घुसवून तिथे नवीन तेलाचे साठे सापडत आहेत का हे पहाण्याचे प्रयत्न चालू होते. सर्व काही ठीक चाललेले दिसत होते. कुठेही समुद्रातून किंवा हवेतून या तेलविहिरीवर हल्ला केल्या जाण्याच्या खुणा किंवा तशी तयारी केलेली दिसत नव्हती. दर अर्ध्या तासाने 'ठरलेल्या मार्गाने, ठरल्याप्रमाणे वेळेवर' असे बिनतारी निरोप 'टार्बेलो' या तेलवाहू जहाजाकडून येत होते. पण तरीही लार्सन हा अस्वस्थ झाला होता.

याचे एक कारण असे होते की, 'क्यूस्टार' जहाज कुठे अदृश्य झाले ते त्याला समजत नव्हते. जणू काही त्याचे अस्तित्व समुद्रावरून पुसून टाकण्यात आले होते, अन् ही गोष्ट त्याला खटकत होती. त्याला नुकतेच समजले होते की, तटरक्षक दलाच्या व नौदलाच्या रजिस्टरमध्ये कुठेही या नावाचे जहाज नव्हते. कदाचित नागरी जहाजांच्या रजिस्टरमध्ये ते नाव सापडू शकेल असे त्याला सुचविण्यात आलेले होते. पण तशी आशा करणे हे निराधार आहे, असेही त्याला जाणवले होते. सिव्हिलियन रजिस्टरमध्ये त्या नावाच्या जहाजाचा शोध घ्यायला आणि खासगी जहाजांच्या यादीतही शोध घ्यायला कित्येक तास लागले असते. शिवाय जहाजाचा जर विमा उतरवला असता तरच त्या रजिस्टरमध्ये ते सापडू शकणार होते, अन् प्रत्येक लहानमोठे जहाज, बोट वगैरेंचा विमा उतरवलाच पाहिजे असा कायदा नव्हता. जुनी जहाजे, जुन्या बोटी यांचे मालक असा विमा कधीच उतरवित नसत. नाहीतर मग सरकारी करांची कटकट आपल्या मागे लागेल अशी भीती त्यांना वाटत असावी.

लार्सनचा शोध व्यर्थ होता. याचे कारण *'क्यूस्टार'* या जहाजाचे खरे नाव 'हॅमन्ड' असे होते व त्यावर *क्यूस्टार* नाव रंगविण्यात आले. नंतर तेही नाव पुसून क्रॉन्काईटने ते *'जॉर्जिया'* असे केले. म्हणून *हॅमन्ड* व *क्यूस्टार* ही नावे आता परत दिसणार नव्हती. त्यांचा शोध घेणे व्यर्थ होते.

लार्सन हा एक कठोर व्यवहारवादी माणूस असला तरी त्याला काहीतरी खटकत होते. नेमके काय ते त्याला समजेना. आपली अंत:प्रेरणा काय सांगते आहे यावर तो जास्त विश्वास ठेवणारा होता. कधीकधी त्याला भावी संकटाची आगाऊ पूर्वसूचना मनात मिळे, अन् नंतर त्या खऱ्या ठरून वास्तवात उतरे. आता लाऊडस्पीकरवरून त्याला फोन आल्याचे सांगण्यात आले होते. त्याला एकदम जाणवले की, आता आपल्याला लवकरच काहीतरी समजणार आहे.

तो वायरलेस रूमकडे सावकाश चालत गेला. याचे कारण कधीही घाईगर्दीने तो जात नसे आणि असलीच एखादी वाईट बातमी, तर त्यासाठी कशाला उगाच धावाधाव करायची, असाही त्याचा विचार होता. वायरलेस रूममध्ये गेल्यावर त्याने ऑपरेटरला सांगितले की, "आपल्याला आता थोडी खासगी बातचीत करायची आहे." ते ऐकल्यावर ऑपरेटर मुकाट्याने केबिन सोडून गेला आणि जाता जाता त्याने केबिनचे दार लावून टाकले. मग लार्सनने फोन उचलून कानाला लावला.

"मी कमांडर लार्सन बोलतो आहे. आपण कोण?"

"मी मिशेल. आपल्याला फोन करेन असे मी आश्वासन दिले होते."

"थँक्स! लॉर्ड वर्थ यांच्याकडून काही कळले का? ते आम्हाला फोन करून वेळोवेळी परिस्थितीत झालेला बदल कळवणार होते. पण अजून त्यांच्याकडून कसलीच बातमी नाही."

"साहजिक आहे. कारण त्यांच्या दोन्ही मुलींचे अपहरण झालेले आहे."

यावर लार्सनने आपली प्रतिक्रिया तात्काळ व्यक्त केली नाही. पण त्याने हातात धरलेला फोन मात्र रागाने घट्ट आवळला. जरी तो फक्त स्वत:बद्दल विचार करीत असला, तरी लॉर्ड वर्थच्या मुलींबद्दल त्याच्या मनात माया निर्माण झाली होती. पण आता त्यांचे अपहरण हे *सीविच* तेलविहिरीच्या भवितव्यावर परिणाम करणारे असल्याने तो एकदम गंभीर झाला. काही क्षण तो बोलला नाही. शेवटी आपल्या आवाजावर नियंत्रण मिळवित त्याने बोलावयास सुरुवात केली.

"हे केव्हा घडले?"

"आज सकाळी. अजून कसलाही माग सापडलेला नाही. आम्ही दक्षिणेकडे जाणारे सर्व मार्ग रोखून धरलेले आहेत. बंदरे, विमानतळ आणि हेलिपोर्ट येथून कोणीही नंतर पळ काढल्याची बातमी अद्याप आलेली नाही."

"म्हणजे त्या हवेत अदृश्य झाल्या?"

"अदृश्य झाल्या खऱ्या! पण हवेत नाही, असे मला वाटते. त्या कुठेतरी जमिनीवरच असणार. कदाचित जमिनीखाली बिळे खणून त्यातही त्यांना ठेवले गेले असेल, अन् ती जागा येथून फार दूरची नसेल. अर्थात हा सारा माझा तर्क आहे."

"अपहरणकर्त्यांकडून काही संपर्क साधला गेला? त्यांनी काही मागण्या पुढे

केल्या?''

''काहीही नाही. म्हणून तर हा सारा मामला चमत्कारिक वाटतो.''

''खंडणीसाठी हे अपहरण झालेले असावे असे तुम्हाला वाटते?''

''नाही.''

''मग *सीविच*च्या संदर्भात ही घटना असू शकेल?''

''होय.''

''लॉर्ड वर्थ वॉशिंग्टनला का गेलेत याची तुम्हाला काही कल्पना आहे?''

''नाही. मलाही ते जाणून घ्यायचे आहे.''

''त्यांना आपल्या तेलविहिरीला नौदलाकडून संरक्षण हवे आहे. आज सकाळी लवकर एक रशियन विनाशिका आणि क्यूबन पाणबुडी यांनी क्यूबा बेट सोडले आहे. त्या दोन्हींचे मार्ग हे एकमेकांना जिथे छेदतात तिथेच *'सीविच'* उभी आहे.''

यावर फोनवर शांतता पसरली. मग मिशेल म्हणाला, ''तुम्ही जे सांगता आहात ते नक्की आहे का?''

''होय. असे दिसते की, लॉर्ड वर्थ यांचे सर्व शत्रू आत्ता एकवटले असावेत. पण एवढे झाल्यावरही खुद्द त्यांच्या केसाला धक्का लागू शकणार नाही, हे समजल्यावर जरासे हायसे वाटते. मला तुम्ही वेळोवेळी कळवत चला.''

लॉर्ड वर्थ यांच्या वायरलेस रूममध्ये मिशेल व रूमर उभे होते. त्या दोघांनी आपल्या हातातील फोन खाली ठेवले.

मिशेलच्या तोंडून थोडेसे शिवराळ शब्द बाहेर पडले. मग तो म्हणाला, ''बापरे! त्यांचे शत्रू एवढ्या थराला पोहोचतील असे वाटले नव्हते.''

रूमर म्हणाला, ''मलाही तेच वाटले. अजूनही घडलेली घटना खरी वाटत नाही.''

''अमेरिकी सरकार आपल्या मागच्या अंगणात एखाद्या परकीय सत्तेला युद्धाचे खेळ खेळू देईल असे वाटत नाही.''

''अन् रशियनांनाही दंड थोपटून आमनेसामने उभे रहाण्याची इच्छा नसावी. ही एक थाप असेल किंवा भलतीकडे लक्ष वेधून घेण्यासाठी एक डाव टाकलेला असेल. खरा हल्ला भलतीकडूनच येईल असे वाटते.''

''काहीही होऊ शकेल. कदाचित समुद्रावरील घटना व अपहरणाची घटना या दोन्ही गोष्टी मुद्दाम लक्ष विचलित करण्यासाठी घडवल्या असतील. लॉर्ड वर्थचे सारे शत्रू एकवटले आहेत, असे लार्सन म्हणाला. मला वाटते की, यापेक्षाही जादाच काही घडत असेल.''

''हंऽ तसेही असेल,'' रूमर म्हणाला. त्याच्या डोक्यात काही वेगळेच विचार घोळत होते.

मिशेल त्याला म्हणाला, "आता तुझी अंत:प्रेरणा जागृत होऊन तुला नक्की काहीतरी सुचेल."

रूमर त्यावर म्हणाला, "ते आत्ता मला सांगता येत नाही; परंतु तू जमिनीखाली ते लपून बसल्याबद्दल जे बोललास त्यावरून मला वाटते की, आपल्या डोळ्यांसमोर जमीन म्हटली की, पक्की, टणक व कोरडी जमीन येते. पण जर ती कोरडी जमीन नसेल तर? टणक जमीन नसेल तर?"

यावर मिशेल वाट पाहू लागला. रूमरला नक्की काहीतरी वेगळा विचार सुचतो आहे, हे त्याच्या लक्षात आले.

रूमर म्हणाला, "जर जमिनीखाली लपून राहायचे असेल तर फ्लोरिडा राज्यात कोणती अशी जागा सापडेल? तुम्ही कुठे जाल?"

मिशेलला यावर फारसा विचार करावा लागला नाही. तो म्हणाला, "टणक नसलेली, पक्की नसलेली, अशी फ्लोरिडातील जमीन म्हणजे अर्थातच दलदलीची जागा. दुसरी कुठली असणार?"

"अगदी बरोबर! महिनाभर जरी कोणी तशा जागेत लपून राहिले तरी पोलिसांना ते सापडणार नाहीत. एवढी ती दलदलीची जागा विस्तृत आहे, अन् म्हणून तर पोलिसांना ती स्टेशन वॅगन अद्याप सापडली नाही. लॉर्ड वर्थच्या घरातील नोकरांनी अपहरणकर्त्यांच्या स्टेशन वॅगनचे वर्णन नीट आठवून आठवून केले होते, अन् पोलीस उगाचच हायवे आणि इतर रस्ते धुंडाळत बसले आहेत. पण दलदलीकडे जाणारे रस्ते नक्कीच त्यांनी शोधले नसणार."

"आपण तरी कुठे शोधले ते रस्ते?"

"दलदलीकडे जाणारे दहा-बारा तरी रस्ते असतील. पण बहुतेक सारे फार आत जात नाहीत. मधेच संपून जातात. त्याच्यापुढे रस्ताच नसल्याने आपल्याला फार आत जाता येत नाही. दहा-बारा पोलीस गाड्यांना ते सर्व रस्ते तासाभरात सहज धुंडाळता येतील."

मग मिशेल वायरलेस ऑपरेटरला म्हणाला, "मला पोलीस-प्रमुखांचा फोन लावून द्या."

अर्धवट उघड्या दारावर टकटक करून लॉर्ड वर्थच्या घरातील एक तरुण नोकरबाई आत आली. तिच्या हातात एक व्हिजिटिंग कार्ड होते. ती म्हणाली, "मी मिस मरीना यांची खोली नीट लावत असताना मला हे सापडले. दोन चादरींच्यामध्ये हे खुपसून ठेवले होते."

मिशेलने ते व्हिजिटिंग कार्ड तिच्या हातून घेतले आणि नीट पाहिले. त्यावर फक्त मरीना हिचे नाव व पत्ता छापला होता.

त्यावर ती नोकरबाई म्हणाली, "मागची बाजू बघा."

मिशेलने व्हिजिटिंग कार्डाच्या मागच्या बाजूला पाहिले. त्याने ते कार्ड असे धरले की, रूमरलाही ते नीट दिसावे. मागच्या बाजूवर मरीना हिने आपल्या हस्ताक्षरात बॉलपॉईंटने काही मजकूर खरडला होता. *मोठी सुट्टी. सूर्यप्रकाशातील छोटे बेट. पोहण्याचे पोषाख घ्यायचे नाहीत.*

''तुम्हाला मिस मरीना हिचे अक्षर ठाऊक आहे?'' मिशेलने तिला विचारले.

''होय, त्यांचेच हे हस्ताक्षर आहे,'' ती म्हणाली.

''थॅन्क यू! कदाचित हा दुवा उपयोगी पडेल.'' ती हसली व तिथून निघून गेली. नंतर तो रूमरला म्हणाला, ''कसला रे तू डिटेक्टिव्ह आहेस? मिस मरीना हिची बेडरूम का नाही तपासलीस?''

''हंऽऽ. झाली खरी चूक. मला वाटते की, मरीना जेव्हा कपडे बदलीत असेल तेव्हा तिने त्यांना तिथून थोडा वेळ निघून जाण्यास सांगितले असावे. तेवढ्या काही मिनिटांत तिने तो मजकूर लिहिला असावा. ते अपहरणकर्ते जे बोलले तेच तिने लिहिले असावे.''

''पण घाबरलेली असताना तिने एवढे काम कसे काय केले असेल?''

''ते हस्ताक्षर तसे नेहमीचे वाटते. शिवाय मरीना ही सहजासहजी घाबरून जाणाऱ्यातील नाही. अगदीच जर कोणी तिच्या कपाळावर पिस्तूल रोखले तरच ती घाबरेल.''

''त्या गुंडांवर पिस्तूल रोखण्यासाठी माझे हात आता नुसते शिवशिवत आहेत. सूर्यप्रकाशातील छोटे बेट. तिथे पोहण्यासाठी स्वीमिंग सूट न्यायचे नाहीत. म्हणजे तिथे पोहता येणार नाही. एखादा जादा बोलणारा अपहरणकर्ता जे बोलून गेला त्यावरून आपल्याला एवढेच अनुमान काढता येते. अशी जागा कोणती असेल? माझ्या ती लक्षात आली आहे. तुझ्या लक्षात आली?''

''होय! *सीविच!*'' रूमर म्हणाला.

३३,००० फूट उंचीवरून लॉर्ड वर्थचे बोईंग विमान चालले होते. त्याने नुकतेच एक चवदार व हलके जेवण घेतले होते. सोबत प्रसिद्ध 'बोर्डो' वाईनही होती. रॉथ्सचाईल्ड वायनरीमध्ये ती वाईन तयार करून खास त्याच्यासाठी बाटल्यांत भरून लॉर्ड वर्थला पाठवल्या गेल्या होत्या. पोटात अन्न व मद्य जाताच तो शांत झाला होता. त्याची नेहमीची शांत स्थिती त्याने धारण केली होती. आता त्याची मन:स्थिती एखाद्या तत्त्ववेत्त्यासारखी झाली होती. तो पूर्ण भानावर आला होता. जे काही घडायचे होते ते घडून गेले आहे. त्याने लार्सन, मिशेल व रूमर यांच्याशी चर्चा केल्यावर त्याची खात्री पटली की, आता यापेक्षा जास्त काही वाईट घडणार नाही. पण ते तिघे व लॉर्ड वर्थ यांचा हा विचार अत्यंत चूक होता. सर्वांत वाईट

गोष्ट अजून घडायची होती. खरे सांगायचे तर ती घडायलासुद्धा लागली होती.

अमेरिकेच्या हजारो शस्त्रागारांपैकी ते एक शस्त्रागार होते. बाहेरच्या बाजूला एक स्वागत-कक्ष होता. तिथे टेबलापाशी एक कॉर्पोरल बसला होता. त्याच्यासमोर ते तीन लष्करी अधिकारी जाऊन उभे राहिले. त्यांनी आपापली ओळखपत्रे त्या कॉर्पोरलला दाखविली.

कर्नल फर्कहर्सन, ले. कर्नल ड्यूईंग्ज आणि मेजर ब्रँकले असे ते तीन लष्करी अधिकारी होते किंवा तसे ते स्वत:ला म्हणवून घेत होते व त्यांची ओळखपत्रे तसे दाखवित होती. त्यांच्या या नावांच्या दाव्याला हरकत कशी घेता येणार होती? कारण लष्करातील सर्व अधिकाऱ्यांची नावे आणि पदे एका माणसाला थोडीच ठाऊक असणार! अन् तशी कोणाकडून अपेक्षाही केली जात नाही. त्यामुळे सारी भिस्त ही अंगावर चढवलेले गणवेश आणि ओळखपत्रे यावर पडते. त्या तिन्ही अधिकाऱ्यांचे चेहरे हे बदललेले होते. पण खूप रंगरंगोटी करून मूळ चेहऱ्यात कमालीचा बदल केला आहे, असेही म्हणता येणार नव्हते. कोणाला फारसा कळणार नाही एवढाच बदल केलेला होता. त्याचे श्रेय एका व्यक्तीला जात होते. विशेषत: माणसांना विविध तऱ्हेच्या कृत्रिम दाढ्या चपखल बसवण्यात त्याचा हातखंडा होता. ती व्यक्ती पूर्वी हॉलीवूडमध्ये मेकअपमन म्हणून काम करीत होती. अशा गोष्टी म्हणजे त्या माणसाच्या हातचा मळ होता. त्या तिघांच्या अंगावर लष्करी गणवेश होते व कपड्याला शोभेसे असे त्यांचे बोलणेही होते. त्यांच्या ओळखपत्रात काहीही दोष काढता येणार नाही एवढी ती हुबेहूब बनवली गेली होती.

फर्कहर्सनने आपले ओळखपत्र कॉर्पोरलच्या पुढे केले व तो म्हणाला, "मी कर्नल फर्कहर्सन. मला कर्नल प्रायसी यांना भेटायचे आहे."

"पण ते आज येथे नाहीत."

"मग त्यांच्या जागी दुसरा कोणीतरी अधिकारी असेल ना?"

"होय, आहे."

एका मिनिटानंतर ते तिघे एका तरुण अधिकाऱ्यासमोर बसले होते. त्याचे नाव कॅप्टन मार्टिन होते. त्याने त्या तिघांच्या ओळखपत्रांची एक जुजबी छाननी केली. एवढ्या वरिष्ठ पदावरची माणसे आपल्यासमोर बसली आहेत हे पाहून तो मनातून घाबरला होता, हादरला होता.

फर्कहर्सन म्हणाला, "म्हणजे कर्नल प्रायसी हे वॉशिंग्टनला बोलावणे आल्यामुळे गेले आहेत तर! ते का गेले याचा मला अंदाज आहे."

त्याला कसलाही अंदाज करावा लागला नव्हता. त्यानेच कर्नल प्रायसीला एक खोटा फोन करून वॉशिंग्टनला पाठवले होते. तो पुढे म्हणाला, "अन् मग त्यांचे

'सेकंड इन कमांड' कोण आहेत?''

''तेही गैरहजर आहेत. त्यांना फ्ल्यू झाला आहे.''

''काय? या आताच्या मोसमात फ्ल्यू झाला? ही किती गैरसोयीची बाब आहे. निदान आमच्या दृष्टीने आजतरी. आम्ही येथे का आलो याचा तुम्हाला अंदाज आता येईल.''

''येस सर,'' असे म्हणून मार्टिनने मान डोलवली. तो थोडासा चिंताग्रस्त झाला होता. तो पुढे म्हणाला, ''तुम्ही सिक्युरिटीची तपासणी करायला आला आहात. फ्लोरिडा व लुझियाना राज्यांतील शस्त्रागारे काल रात्री फोडल्याचे आम्हाला फोनवरून सांगण्यात आले.'' स्वत:ला ले. कर्नल म्हणवून घेणाऱ्या ड्यूईंग्जनेच तो फोन केला होता. मार्टिन म्हणाला, ''पण सर, तुम्ही काळजी करू नका. तुम्हाला येथे प्रत्येक गोष्ट नीट लावलेली दिसेल. सर्व यंत्रणा व सिक्युरिटी व्यवस्थित चालू आहेत, कार्यक्षम आहेत.''

''असेल तसे! पण मला मघाशीच एक गोष्ट नीट नाही असे दिसून आले.''

''कोणती सर?'' मार्टिनच्या आवाजात घबराट प्रगट झाली होती. ती त्याच्या चेहऱ्यावरही दिसत होती.

''सिक्युरिटी-कॉन्शसनेस! सिक्युरिटीच्या जाणिवेचा येथे अभाव आहे. तुम्ही येथे लष्करी गणवेशातील माणसांना सहज प्रवेश करू देता. कोणत्याही साध्या माणसाला पाहिजे तो लष्करी गणवेश बाजारात भाड्याने मिळतो. अशी डझनभर तरी दुकाने आहेत. नाटक, सिनेमा-स्टुडिओ येथे या गोष्टी रोज लागत असतात. माझ्या जागी एखाद्याने असा लष्करी गणवेश घालून प्रवेश केला, तर तुम्ही एकदम त्याला मानाल. केवळ एका लष्करी पोषाखाने तुमचा विश्वास कमावता येतो.''

''आपला मुद्दा बरोबर आहे, सर.''

''तेव्हा त्या बाबतीत येथे शिथिलता असता कामा नये. तसला गलथानपणा कधीही करू नका.'' टेबलावर पडलेल्या आपल्या ओळखपत्राकडे त्याने एक नजर टाकली व पुढे म्हटले, ''आता ओळखपत्राचीच बाब घ्या. असली ओळखपत्रे सहज बनवता येतात. सायन्स पुढे गेल्याने बनावट ओळखपत्र करण्यात कधीच अडचण येत नाही. जेव्हा एखादा अनोळखी माणूस अशा महत्त्वाच्या लष्करी ठाण्यात येतो, तेव्हा नेहमी, लक्षात ठेवा 'नेहमी'. त्याचे ओळखपत्र एरिया कमांडकडून तपासून घेत जा, अन् एरिया कमांडमध्ये फक्त कमांडिंग ऑफिसरशीच या बाबतीत बोला.''

''येस सर. मी आताच तसा फोन लावतो. तुम्हाला तिथल्या कमांडिंग ऑफिसरचे नाव ठाऊक आहे? कारण या भागात मी नव्यानेच रुजू झालो आहे.''

''मेजर-जनरल हार्सवर्थ.''

मार्टिनने ताबडतोब बाहेर बसलेल्या कॉर्पोरलमार्फत एरिया कमांडला फोन

लावला. पहिल्याच घंटेला पलीकडून आवाज आला, ''एरिया कमांड.''

पण तो आवाज एरिया कमांडकडून आला नव्हता. अर्ध्या मैलावरील एका टेलिफोनच्या खांबाखाली एक माणूस बसला होता. तो बोलत होता. त्याच्याजवळ बॅटरीवर चालणारा एक टेलिफोन होता आणि तो त्याने खांबावरील योग्य त्या तारांना जोडला होता.

मार्टिन म्हणाला, ''नेटले रोवन आर्मरी. कॅप्टन मार्टिन. मला जनरल हार्सवर्थ हवे आहेत.''

''होल्ड,'' मग नंतर क्लिक क्लिक आवाज लाईनवर झाले. काही सेकंद कोणतेच आवाज आले नाहीत. मग तोच मघाचाच आवाज म्हणाला, ''ऑन द लाईन, कॅप्टन.''

मार्टिनने फोनमध्ये विचारले, ''जनरल हार्सवर्थ?''

''बोलतोय.'' खांबाखाली बसलेल्या त्याच माणसाने आपला आवाज आता खर्जात नेऊन बोलायला सुरुवात केली. ''काही अडचण, कॅप्टन मार्टिन?''

''माझ्याकडे कर्नल फर्कहर्सन आले आहेत. त्यांनी असा आग्रह धरला आहे की, त्यांचे ओळखपत्र मी तुमच्याकडून तपासून खात्री करून घ्यावी.''

लगेच पलीकडच्या आवाजात सहानुभूती निर्माण झाल्याचे कॅ. मार्टिनला जाणवले. पलीकडून जनरल म्हणत होता, ''हंऽऽ! म्हणजे तुमच्यावर 'सिक्युरिटी' या विषयाच्या व्याख्यानाचा भडिमार सुरू झाला आहे तर, हो ना?''

''अंऽऽ, म्हटले तर तसे थोडेसे आहे खरे.''

''त्या कर्नलचा सिक्युरिटी हा अत्यंत जिव्हाळ्याचा विषय आहे. त्यांच्याबरोबर ले. कर्नल ड्यूईंग्ज आणि मेजर ब्रँकले आहेत का?''

''होय सर!''

''पण घाबरू नका. तुमची नोकरी धोक्यात येईल असे शेरे ते तुमच्याविरुद्ध क्वचितच मारतील. पण त्यांचे मुद्दे नेहमी बरोबर असतात हे लक्षात ठेवा.''

ते सर्वजण आता फर्कहर्सनच्या गाडीतून निघाले होते. तीन मैल दूर असलेल्या भक्कम शस्त्रागाराची तपासणी त्यांना करायची होती. लष्कराचे आवार खूप विस्तृत असल्याने ते शस्त्रागार आतमध्ये तीन मैलांवर होते. स्वत: फर्कहर्सन गाडी चालवित होता आणि मार्टिन पुढच्या आसनावर त्याच्या शेजारी बसला होता. त्या शस्त्रागाराच्या भोवतालून पंधरा फूट उंचीचे काटेरी तारांचे कुंपण होते. त्यातून उच्च दाबाचा विद्युतप्रवाह सोडला होता. आतल्या शस्त्रागाराची इमारत बुटकी होती, करड्या रंगाची होती. तिला कुठेही खिडक्या नव्हत्या. त्या इमारतीला फक्त एकच दार होते. त्या दारापर्यंत फर्कहर्सनने गाडी नेली. गाडीतील चौघेही बाहेर उतरले.

हातात एक स्वयंचलित कार्बाईन घेऊन एक पहारेकरी तिथे उभा होता. त्याने कॅप्टन मार्टिनला ओळखले. मग एक पाऊल मागे जाऊन त्या पहारेकऱ्याने एक कडक सलाम ठोकला. फर्कहर्सन मार्टिनला म्हणाला, "मेजर ब्रॅंकले हे कधीही टीएनडब्ल्यू शस्त्रागारात आजवर गेले नव्हते. तेव्हा अशा प्रकारच्या शस्त्रागारासंबंधी काही महत्त्वाची माहिती तुम्ही अगदी थोडक्यात सांगितली तर बरे. प्लीज सांगता?"

"येस सर. टीएनडब्ल्यू म्हणजे टॅक्टिकल न्यूक्लिअर वॉरफेअर. डावपेचात्मक अणुयुद्ध! येथल्या शस्त्रागाराच्या भिंती ३३ इंच जाडीच्या आहेत. म्हणजे अडीच फुटांपेक्षा जास्तच. त्या भिंती एकाआड एकेक अशा पोलादी पत्रे व फेरो-क्रॉन्कीट यांनी बनलेल्या आहेत. दरवाजे हे दहा इंच जाडीच्या टंगस्टन स्टीलपासून बनवलेले आहेत. नौदलाच्या तोफेतील चौदा इंच जाडीचा भेदक गोळा जरी या दारावर आणि भिंतीवर पडला तरी त्या गोष्टी फुटणार नाहीत, भेदल्या जाणार नाहीत. जे ते समोर ग्लास पॅनेल दिसते आहे ना त्यातून सर्व दृश्यांचे चोवीस तास चित्रण चालू असते, अन् ती जी जाळी दिसते आहे ना, तो एक लाऊडस्पीकर आहे. तसेच त्याद्वारे येथले सारे आवाज टिपले जाऊन रेकॉर्ड होतात."

तिथेच क्रॉन्कीटच्या भिंतीमध्ये आत खोलवर असलेले एक बटण होते, ते मार्टिनने दाबले. मग त्या जाळीतून आवाज आला, "आपली ओळख सांगा, प्लीज!"

"कॅप्टन मार्टिन. बरोबर कर्नल फर्कहर्सन आहेत. सिक्युरिटी इन्स्पेक्शनसाठी आम्ही आलेलो आहोत."

"कोड काय आहे?" आधी ठरवलेला सांकेतिक शब्द तो आवाज विचारीत होता.

कॅ. मार्टिनने तो शब्द उच्चारला, "जेरोनिमो."

ते दणकट व भव्य असे पोलादी दार आता अत्यंत मंद गतीने सरकू लागले. ते हलवण्यासाठी आत कुठेतरी एक ताकदवान इलेक्ट्रिक मोटर चालू झाली होती. तिचा घर्रर्र असा आवाज बाहेर ऐकू येऊ लागला. संपूर्ण दार उघडायला पाव मिनिट लागले. मार्टिन त्या तिघांना आत घेऊन गेला.

आतमध्ये एक कॉर्पोरल उभा होता. त्याने त्यांना सलाम ठोकला. मार्टिन म्हणाला, "सिक्युरिटी इन्स्पेक्शन टूर."

"येस सर." असे तो कॉर्पोरल म्हणाला. पण त्याला हे रुचले नव्हते असे त्याची चर्या सांगत होती.

फर्कहर्सनने ते टिपले व तो त्याला म्हणाला, "सोल्जर, तुमच्या मनात कुठेतरी सदसद्विवेकबुद्धीचा गोंधळ झाला आहे असे दिसते."

"नाही सर."

"असं? खरं म्हणजे तसा तो आता व्हायला हवा."

मार्टिनने विचारले, "समथिंग रॉन्ग सर? काही अडचण वाटते का?"

मार्टिनला काहीतरी चुकल्याची भीती वाटू लागली होती.

"चार गोष्टी आहेत," फर्कहर्सन सांगू लागला. मार्टिन खाली मान घालून ऐकू लागला. "पहिली गोष्ट म्हणजे पहारेकऱ्याचे दार हे कायम कुलूपबंद हवे. जेव्हा तुमच्याकडून हेडक्वार्टरला फोन जाईल, नंतरच एका इलेक्ट्रॉनिक लिंकमुळे ते दार उघडले जावे. ती इलेक्ट्रॉनिक यंत्रणा तुमच्या ऑफिसात असायला हवी. जर एखादा माणूस येथे सायलेन्सर लावलेले पिस्तूल घेऊन आला आणि त्याने त्याच्या धाकाने किंवा सरळ पहारेकऱ्याला गोळी घालून ते दार उघडले तर? दुसरे असे की, अशी माणसे नंतर सरळ ऑफिसात सब-मशीनगन घेऊन घुसली तर? नंतर ती येथवर आली तर? आपण आता ज्या दारातून प्रवेश केला ते दार नंतर झटकन बंद व्हायला हवे होते." ते ऐकून तो पहारेकरी उघडलेले दार बंद करायला निघाला; परंतु फर्कहर्सनने आपला हात वर करून त्याला थोपवले.

"तिसरे असे की, जी माणसे येथल्या तळावरचे कर्मचारी नाहीत त्यांच्या बोटांचे ठसे येथे आल्यावर यंत्रावर घेतले गेले पाहिजेत. मी असे यंत्र तुम्हाला मिळवून देईन व ते कसे वापरायचे तेही शिकवेन. चौथे व अत्यंत महत्त्वाचे असे की, या भक्कम दाराचे कन्ट्रोल्स मला आता दाखवा."

"धिस वे सर, इकडून या." असे म्हणून त्या कॉर्पोरलने एका छोट्या यंत्रापाशी नेले. ते दाखवताना त्याने म्हटले, "यातले जे तांबडे बटण आहे ते दार उघडण्यासाठी आणि हिरवे बटण दाबले की, दार बंद केले जाते.

फर्कहर्सनने हिरवे बटण दाबले. पुन्हा ते भक्कम व अवजड दार हिस्स आवाज करत सरकत सरकत बंद होऊ लागले. तो म्हणाला, "छे! एवढीच कन्ट्रोल्स? बिलकूल चुकीचे आहे."

मार्टिन आता आणखीनच खचला. त्याला समजेना की, ही तपासणी करणारी माणसे आपल्या किती चुका शोधणार आहेत व शेवटी वर आपल्याबद्दल काय रिपोर्ट पाठवला जाईल?

"तुमच्या हेडक्वार्टरकडून आणखी एक इलेक्ट्रॉनिक लिंक इकडे येईल असे आम्ही पाहू. त्यामुळे ती बटणे तुम्हाला दाबता येणार नाहीत. दाबली तरी त्याचा उपयोग होणार नाही. हेडक्वार्टरकडून जेव्हा इलेक्ट्रॉनिक कमांड इकडे येईल तेव्हाच तुम्ही ती बटणे दाबून दार उघडे किंवा बंद करू शकाल." फर्कहर्सनच्या चेहऱ्यावर आता चीड येत चालल्याचे भाव उमटू लागले. तो शेवटी म्हणाला, "मला असे वाटले होते की, येथे सर्व ठीकठाक असेल."

मार्टिन कसनुसे हसून म्हणाला, "सर, आता तशीच परिस्थिती आहे."

"आता मला सांगा, येथे स्फोटक द्रव्ये, बॉम्ब, तोफगोळे अशा नेहमीच्या दारूगोळ्याचे किती प्रमाण आहे?"

''सर, ते ९५ टक्क्यांच्या आसपास आहे.''

''मग मला प्रथम ती अणुशस्त्रे पहायची आहेत.''

''जरूर पहा, सर,'' मार्टिन म्हणाला. तो आता पुरता खचून गेला होता.

अणुशस्त्रांच्या विभागात विविध कप्पे पाडले होते. पण कोठेही ते कप्पे बंद करण्यासाठी त्याला दारे किंवा झाकणे नव्हती, तसेच ते सीलबंदही नव्हते. एका बाजूला फडताळांवर तोफगोळे रचून ठेवलेले होते, तर दुसऱ्या बाजूला धातूचे २॥ फूट उंचीचे डबे होते. साधारणपणे लठ्ठ पेरूच्या आकाराचे ते डबे होते व त्याची वरची बाजू ही निमुळती होत टोकदार झाली होती. त्या डब्यांवर बटणे होती, घड्याळाची तबकडी होती आणि सर्वांत वरचा निमुळता टोकदार भाग म्हणजे एक स्क्रू होता. तो फिरवण्यासाठी त्याला असंख्य समांतर व उभ्या बारीक खाचा पाडल्या होत्या. त्या डब्यांच्या पलीकडे चमत्कारिक आकाराच्या फायबर ग्लासच्या सूटकेससारख्या पेट्या रचून ठेवल्या होत्या. प्रत्येक पेटीला दोन-दोन कातडी हॅन्डल्स होती.

ब्रँकले याने त्या अडीच फूट उंचीच्या लठ्ठ डब्यांकडे बोट करून विचारले, ''त्यात काय आहे? बॉम्बस्?''

''बॉम्बस् आणि भुईसुरुंग, दोन्हीही कामे त्यामुळे करता येतात.'' मार्टिनला आता आपल्या डोक्यातील गोंधळ, निराशा लपवण्यासाठी काहीतरी बोलत रहाणे बरे वाटू लागले होते. तो पुढे म्हणाला, ''त्यांच्या माथ्यावरचे कंट्रोल्स तसे सोपे आहेत. त्याच्यावरची जी पारदर्शक झाकणे आहेत ती स्क्रूसारखी फिरवून काढायची. मग आतली दोन लाल बटणे फिरवायची. ती उजवीकडे फक्त काटकोनातून फिरवायची. तरीसुद्धा आतला बॉम्ब सुरक्षित अवस्थेत असतो. तो तसा स्फोट पावू शकत नाही. मग पुन्हा तीच बटणे डावीकडे काटकोनात फिरवायची. मगच आतला बॉम्ब जागृत होतो.'' एवढे बोलून तो थोडे थांबला. समोरच्या इन्स्पेक्टर्सना यात रस आहे असे दिसताच त्याने पुढे उत्साहाने म्हटले, ''पण हे सारे करण्याआधी तुम्हाला तो बॉम्ब केव्हा उडावा ते ठरवावे लागते व त्यासाठी ती घड्याळाची तबकडी फिरवून वेळ ठरवून द्यावी लागते. ते काम तो नॉब करतो. त्याचा एक पूर्ण फेरा म्हणजे एक मिनिट. ते तबकडीवर दिसून येते. आपल्याला हवे ते सेकंद हेही कमी-अधिक फिरवून ठरवून देता येतात. जास्तीत जास्त ३० मिनिटांची वेळ ठरवता येते. म्हणजे तीस वेळा तो नॉब फिरवावा लागतो.''

''अन् ते काळे बटण?''

''ते तर सर्वांत महत्त्वाचे बटण आहे. त्यावर कसलेही झाकण नाही की, त्याची फिरवाफिरव करता येत नाही. घाईत असताना पाहिजे तर तुम्हाला त्याचा वापर करता येतो. ते बटण दाबले की, त्या अणुबॉम्बचे घड्याळ थांबते. मग तो

बॉम्ब उडण्याचेही थांबते.''

"त्या बॉम्बमुळे किती क्षेत्रफळ उद्ध्वस्त होऊ शकते?''

"आपल्या नेहमीच्या अणुबॉम्बच्या तुलनेत फारच थोडे क्षेत्रफळ उद्ध्वस्त होते, असे म्हणता येईल. म्हणजे पाव मैलाच्या त्रिज्येतील एकूण एक गोष्टींची पार वाफ होऊन जाईल; परंतु त्या अणुबॉम्बचा धमाका, त्यातून निघालेली दाबलहर आणि किरणोत्सर्जन या गोष्टी फार मोठ्या तीव्रतेच्या असतात.''

"तुम्ही म्हणालात की, तो अणुबॉम्ब हा बॉम्ब व भुईसुरुंग म्हणूनही वापरता येतो!''

"मी अशा अर्थाने भुईसुरुंग म्हणालो की, जमिनीवर स्फोट घडवून आणण्यासाठी याचा वापर करता येतो, अन् जर हवेतून खाली बॉम्ब म्हणून सोडायचा असेल तर त्याचे घड्याळ सहा सेकंदाचे लावायचे. युद्धात हा बॉम्ब कमी उंचीवरून उडणाऱ्या सुपरसॉनिक विमानातून टाकता येतो. हे बॉम्ब टाकल्यानंतर त्याचा स्फोट व्हायच्या आत विमान दोन मैल दूर गेले पाहिजे. तरच ते विध्वंसक क्षेत्रात सापडणार नाही. शिवाय ते वेगाने पुढे जात राहिले पाहिजे. नाहीतर स्फोटातील दाबलहर विमानावर मागून आदळेल. जमिनीवर हा बॉम्ब लावून पळून जाताना आपल्याला सुरक्षित अंतरापर्यंत जायला किती वेळ लागेल याचा अंदाज करून त्याचे घड्याळ लावायला पाहिजे. लक्षात आले ना मी काय म्हणतो ते? आता येथे ठेवलेली ती क्षेपणास्त्रे पहा –''

"बास, बास. आम्ही खूप पाहिले आणि खूप ऐकले. आता प्लीज आपले हात वर करा.'' फर्कहर्सनने आपले खिशातील पिस्तूल बाहेर काढून रोखले व आपली खरी कामगिरी सुरू केली. शेवटी त्यांनी त्या दारूगोळ्याच्या साठ्यावर दरोडा घातलाच. मार्टिनला त्यांनी धाक दाखवून तिथले दोन अणुबॉम्ब उचलायला लावले व आपल्याजवळील दोन बॅगांमध्ये ते टाकले. बाहेर नेऊन आपल्या गाडीच्या डिकीत नेऊन ठेवण्यासही त्याला भाग पाडले. मार्टिन संतापला होता, पण त्याला माघार घ्यावी लागली होती. चरफडत त्याला ते सांगतील तसे वागावे लागत होते. ज्या दोन बॅगांत ते दोन अणुबॉम्ब ठेवले होते त्या बॅगांच्या हँडलना बराच ताण बसला होता. त्या ताणावरून त्या अणुबॉम्बचे वजन ४० ते ५० किलो असावे हे सहज कळत होते. अवघ्या पाच मिनिटांत दरोडा पडून महत्त्वाचा मुद्देमाल हा लंपास केला गेला होता.

फर्कहर्सन पुन्हा आत गोडाऊनमध्ये गेला. तिथे दोन माणसांना बांधून ठेवले होते. त्यात आतला माणूस व बाहेरचा पहारेकरी हे दोघे होते. फर्कहर्सनने त्यांच्याकडे निर्विकारपणे पाहिले आणि कंट्रोलपाशी जाऊन बटण दाबले. ते अवजड दार सावकाश बंद होऊ लागले, पण ते संपूर्णपणे मिटायच्या आत त्या

दाराच्या फटीतून तो निसटून बाहेर गेला. आपल्यामागे ते दार संपूर्णपणे बंद झाल्याची त्याने खात्री केली. मग तो आपल्या गाडीत आसनावर जाऊन बसला. त्याच्या शेजारीच मार्टिनला ड्रायव्हरच्या आसनावर बसवून ठेवण्यात आले होते. फर्कहर्सन त्याला म्हणाला, ''लक्षात ठेवा, एखादी क्षुल्लक जरी चुकीची कृती केलीत तर तुम्हाला लगेच गोळी घालू. मग जाताना अर्थातच आम्ही दारावरच्या पहारेकऱ्यालाही गोळी घालू.''

मार्टिनकडून कोणतीही चुकीची कृती झाली नाही.

त्या शस्त्रागारापासून एक मैलावर दाट झाडी होती. तिथे मार्टिनला गाडी थांबविण्यास सांगण्यात आले. गाडी थांबल्यावर त्याला हात वर करून पुढे झाडीत चालवित नेले. मग त्याचे हातपाय बांधण्यात आले. तोंड बांधण्यात आले. शेवटी त्याला एका झाडाला बांधून टाकण्यात आले. नाहीतर कुणी सांगावे, हा माणूस लोळत लोळत, स्वत:ला फरफटत नेत, रांगत रांगत येथून रस्त्यापर्यंत जाईल.

फर्कहर्सन त्याच्याकडे पाहून म्हणाला, ''तुमची सिक्युरिटी भलतीच कच्ची निघाली. आम्ही तासाभरात तुमच्या हेडक्वार्टरला फोन करून येथली परिस्थिती कळवू. मग ते येऊन तुमचा शोध घेतील, अन् मी असे धरून चालतो की, या झाडीत फारसे फुरसे साप नसावेत.''

## ६

वायरलेस ऑपरेटरने मिशेलकडे वर पाहून म्हटले, ''पोलीसप्रमुख लाईनवर आले आहेत.''

मिशेलने फोन घेतला. पोलीसप्रमुख त्याला म्हणाला, ''मिशेल, आम्हाला ती अपहरणकर्त्यांची स्टेशन वॅगन सापडली आहे. त्या दलदलीच्या जागेत ती सोडून दिलेली होती.'' पोलीसप्रमुखाच्या आवाजात थोडासा अभिमान प्रगट होत होता. तो पुढे म्हणाला, ''मी तिकडे माग काढणाऱ्या कुत्र्यांना घेऊन जात आहे. तिथे अक्रोडाच्या झाडाचा एक नाका प्रसिद्ध आहे. मी त्या ठिकाणी आपली वाट पहात थांबतो आहे.''

मिशेलने 'ठीक आहे,' असे म्हणून फोन खाली ठेवला आणि रूमरला म्हटले, ''पोलीसप्रमुखांना ती स्टेशन वॅगन सापडली आहे. सर्व गुन्हा आता सापडल्यात जमा असून, त्यामुळे आपल्याकडेच सारे श्रेय येणार अशा भावनेत तो गर्क आहे. प्रत्यक्षात भलत्याच कोणीतरी ती स्टेशन वॅगन पाहिली असेल व फोन करून पोलिसांना कळवले असेल. ती गाडी अर्थातच रिकामी होती. याचा अर्थ ही केस सोपी होण्याऐवजी आणखी गुंतागुंतीची होत आहे, अन् हे त्या म्हाताऱ्या पोलीसप्रमुखाला चांगले ठाऊक आहे. पण ते जाऊ दे, निदान आपल्याला त्या गुन्हेगारांनी कोणती गाडी वापरली ते तरी समजते आहे. बाकी जास्त काहीही कळलेले नाही. पोलिसांना त्या गाडीचा शोध अपघाताने लागला असला तरी ते फुशारकी मारणार. येताना वर्तमानपत्राचा फोटोग्राफर आणा, असे ते म्हणाले नाहीत हे नशीब! त्यांनी फक्त माग काढणाऱ्या कुत्र्यांबद्दलच सांगितले.''

''पण कुत्र्यांना वास देण्यासाठी बरोबर काही आणायला सांगितले नाही?'' रूमरने विचारले. मिशेल मान हलवित म्हणाला, ''नाही, तसे ते काहीही बोलले नाहीत.''

रूमरने तिथले एक बटण दाबले. दूरवर घंटी वाजली. ताबडतोब बटलर तिथे आला. रूमरने त्याला मघाशी आलेल्या नोकरबाईला बोलवायला सांगितले. ती बाई ताबडतोब आली. रूमर तिला म्हणाला, ''त्या दोघी जे काही अंगावर बाळगायच्या किंवा त्यांचे जे कपडे नेहमी वापरले जात, त्यापैकी काहीही घेऊन या.''

तिला हे कशासाठी सांगितले जात आहे ते समजेना. ती म्हणाली, "पण मला कळत नाही-"

"माग काढणाऱ्या कुत्र्यांना वास देण्यासाठी त्या दोघींच्या वस्तू किंवा कपडे हवेत."

"आले माझ्या लक्षात. त्यांचे ड्रेसिंग गाऊन्स आहेत," ती म्हणाली.

रूमरने तिला म्हटले, "पण त्या गोष्टी तुम्ही फार हाताळू नका. वेगवेगळ्या प्लॅस्टिकच्या पिशव्यांत ते ठेवा."

अक्रोडाच्या झाडापाशी पोलिसांची एक गाडी आणि एक पोलीस-व्हॅन वाट पहात उभी होती. पोलीसप्रमुख गाडीबाहेर उभा होता. तो एक बुटका व आनंदी माणूस होता. त्याच्या चेहऱ्यावर सतत स्मितहास्य असे. जेव्हा तो राजकारणातील भ्रष्टाचाराबद्दल बोलत असे तेव्हाच फक्त त्याच्या चेहऱ्यावरील ते स्मित मावळे. त्याच्याइतका अकार्यक्षम पोलीसप्रमुख शोधूनही सापडला नसता. तो मूळचा एक राजकारणी माणूस असल्याने त्याची या पदावर नेमणूक झाली होती. अमेरिकेत अशा महत्त्वाच्या पदावर राजकारण्यांच्या नेमणुका होत असतात. त्याने मिशेल व रूमर यांच्याशी अत्यंत प्रेमाने हस्तांदोलन केले. तो पुन्हा राजकारणात उतरणार असून, लवकरच येणाऱ्या निवडणुकांत भाग घेणार होता. त्यामुळे त्याच्यात एवढा प्रेमळपणा प्रगट झाला होता.

"शेवटी आपली भेट झाली, आनंद वाटला. आपल्याबद्दल बरेच दिवस मी खूप चांगले ऐकून होतो," तो म्हणाला. मिशेल व रूमरने स्थानिक पोलिसांना खूप सतावल्याचा आरोप त्याने नुकताच केला होता. पण तो हे लक्षात न घेता बोलत होता. तो पुढे म्हणाला, "तुम्ही मला जे सहकार्य दिलेत व देत आहात त्याबद्दल मी आपला आभारी आहे. आता येथे आल्याबद्दल धन्यवाद! यांची ओळख तुम्हाला करून देतो. 'हेराल्ड' वृत्तपत्राचे हे फोटोग्राफर मिस्टर रॉन स्ट्यूअर्ट." शेवटचे वाक्य त्याने गाडीत बसलेल्या एका व्यक्तीकडे बोट करून म्हटले. "इकडे येताना हे वाटेत अचानक भेटले, म्हणून त्यांना बरोबर घेतले."

ते ऐकून मिशेलला हसू फुटले. ठरवून बरोबर घेतलेल्या त्या फोटोग्राफरबद्दलची ती थाप मिशेलला सहज कळली. तो पोलीसप्रमुख असे न करील तरच नवल! आपले हसू समजू नये म्हणून मिशेलने घशातून खोकल्याचा आवाज काढला आणि नंतर म्हटले, "छे! अलीकडे जास्त सिगारेट ओढल्यामुळे असा अधूनमधून त्रास होतो."

"मलाही अलीकडे तसेच होत असते. गाडीचा ड्रायव्हर हा त्या कुत्र्यांना बरोबर वागवतो. व्हॅनचा ड्रायव्हरसुद्धा त्या कुत्र्यांना हाताळू शकतो. चला, आता आपण निघू या. आमच्या मागोमाग या," पोलीस प्रमुखाने म्हटले.

पाच मैल पुढे गेल्यावर सर्वांनी गाड्या थांबवल्या. येथून पुढे अनेक वाटा दलदलीच्या प्रदेशाकडे जात होत्या. एकजण वाट दाखवू लागला. झाडीत घुसून त्यांच्या गाड्या पुढे जाऊ लागल्या. झाडांच्या फांद्या, पाने खाली घासून जात होत्या. दाट झाडींमुळे तिथे संध्याकाळसारखा अंधुक प्रकाश पडला होता. वातावरणातील आर्द्रता तिथे एकदम लक्षात येण्याजोगी वाढली होती. हळूहळू धुके जाणवू लागले. जसजसे ते दलदलीजवळ पोहोचू लागले तसतसे ते रोगट धुके वाढत गेले. येथे फार वेळ थांबलो तर आपण नक्की आजारी पडू असे कोणालाही तिथे वाटले असते; परंतु त्याच दलदलीच्या काही भागात काही लोकांच्या वसाहती होत्या. वर्षानुवर्षे ते तिथे रहात आलेले होते. त्यांना त्या धुक्याचा त्रास होत नव्हता. पायाखालच्या वाटेवरील खाचखळगे वाढत गेले. शेवटी एका कोपऱ्यापाशी ती वाट संपून गेली होती, अन् तिथेच ती अपहरणकर्त्यांची व्हॅन उभी होती.

सर्वांत पहिली महत्त्वाची गोष्ट म्हणजे त्यांनी त्या व्हॅनची छायाचित्रे काढली. प्रत्येक छायाचित्रात तो पोलीसप्रमुख रुबाबदार पवित्रा घेऊन उभा होता. मग त्या छायाचित्रकाराने आपल्या कॅमेऱ्याला एक फ्लॅशलाईट लावला व तो व्हॅनच्या मागच्या दाराकडे जाऊ लागला. रूमरने एकदम त्याचा हात पकडून त्याला थांबवले व म्हटले, "असे काही करू नका."

"का बरं?" त्याने विचारले.

"या आधी कधी गुन्ह्याच्या जागी गेला होतात? बोटांचे ठसे दारावर उमटलेले असतील. तुमच्या स्पर्शाने ते पुसले जातील." मग पोलीसप्रमुखांकडे पाहून त्याने विचारले, "ती माणसे लवकर येतील ना?"

"होय. ते दुसऱ्या एका केसच्या कामावर गेले आहेत. डॉन, जरा फोन करून बघ बरं," पोलीसप्रमुख म्हणाला. शेवटचे वाक्य ड्रायव्हरला उद्देशून होते. ताबडतोब तो ड्रायव्हर वायरलेसपाशी खटपट करू लागला. बोटांच्या ठशांचे तज्ज्ञ बरोबर आणण्याचे पोलीसप्रमुखांच्या लक्षात आलेले नव्हते.

गाडीतून कुत्र्यांना बाहेर काढले गेले. रूमरने आपल्या जवळच्या प्लॅस्टिकच्या पिशव्यांतून लॉर्ड वर्थच्या मुलींचे कपडे बाहेर काढले व त्याचे वास दोन वेगवेगळ्या कुत्र्यांना दिले. पोलीसप्रमुखाने रूमरला विचारले, "काय आणले आहे ते?"

"त्या मुलींचे ड्रेसिंग गाऊन. तुम्ही सांगितले नाही तरी आम्हाला ते ठाऊक होते. म्हणून ते आणले आहेत."

"होय, काहीतरी आणायला पाहिजे होते." आपल्या चुकीवर पांघरूण घालीत पोलीसप्रमुख म्हणाला.

त्या कुत्र्यांनी तो वास हुंगून लक्षात ठेवला व ते झटकन आपले नाक खाली करून जमिनीला हुंगत हुंगत पुढे धावू लागले. पण ते ज्या वाटेने पुढे गेले ती वाट

एकदम संपली होती. बंद झाली होती. पुढे पाणथळ जागा होती. सर्वत्र पाणी पसरलेले दिसत होते. ती दलदल नव्हती, तर तो एक छोटा उथळ ओढा होता. त्यातील गढूळ पाणी अत्यंत संथपणे वेडीवाकडी वळणे घेत पुढे चालले होते. त्याची रुंदी फार तर वीस फूट असावी. अलीकडच्या काठावर एक खांब होता. तसाच खांब पलीकडच्या काठालाही होता. तिथे मात्र होडी वाटावी अशी एक मोडतोड झालेली व पोचे आलेली पत्र्याची नाव होती. त्या नावेची दोन्ही टोके ही निमुळती नव्हती. तिथे ती सपाट होती. जणू काही ती एक शवपेटी आहे असे भासत होते. ती नाव किंवा होडी तो ओढा ओलांडण्यासाठी वापरली जायची. त्या नावेतून निघालेले दोन दोर दोन्ही काठावरील खांबांना बांधलेले होते. ज्या काठाला जायचे त्या बाजूचा दोर ओढून नावेसकट सरकायचे, अशी ती योजना होती.

कुत्र्यांना हाताळणाऱ्या माणसांनी पलीकडच्या काठाला गेलेली ती नाव दोर ओढून अलीकडच्या काठाला आणली. मग ती दोन माणसे व त्यांची कुत्री आत जाऊन बसली. एकाने सावकाश पलीकडे गेलेला दोर ओढण्यास सुरुवात केली. ती पत्र्याची नाव हळूहळू सरकू लागली. नावेतली कुत्री अस्वस्थ झालेली होती. त्यांना नावेतच लॉर्ड वर्थच्या मुलींचा वास आला होता; परंतु पलीकडच्या काठावर उतरल्यावर कुत्र्यांना पुढचा माग सापडेना. सर्वत्र गोल गोल फिरून व हुंगून हुंगून ती शेवटी जमिनीवर स्वस्थ बसून राहिली.

"अरेरे! माग लागला नाही ना? मध्येच संपून गेला ना?" कोणीतरी म्हटले. कोण बोलते आहे पहाण्यासाठी सर्वांनी इकडेतिकडे पाहिले. त्यांना एक माणूस त्यांच्याकडे येताना दिसला. त्याच्या डोक्यावर मोठी पनामा हॅट होती. पायात गुडघ्यापर्यंत उंच असलेले कातडी बूट होते. ते चकचकीत होते. सापाच्या चाव्यापासून संरक्षणासाठी तसले बूट घातले असावे. पण अंगात असलेले कपडे मात्र अत्यंत दरिद्री होते. घाणेरडे, फाटके व मळलेले. एखाद्या बुजगावण्याने टाकून दिलेले ते कपडे वाटत होते. तो विचारीत होता, "कोणाला शोधता आहात?"

"आम्ही एकाला शोधत आहोत," पोलीसप्रमुख सावधगिरीने म्हणाला.

"म्हणजे तुम्ही पोलिसांची माणसे आहात तर?"

"मी पोलीसप्रमुख आहे."

"वाऽ! छान! आपल्याला भेटून मला आनंद झाला. पण साहेब, तुम्ही उगाच तुमचा वेळ वाया घालवत आहात. येथवर माग लागला, पण पलीकडे लागला नाही ना? म्हणजे, ज्याला तुम्ही शोधता आहात तो मध्येच गायब झाला, अदृश्य झाला."

"तुम्ही त्यांना पाहिले?" पोलीसप्रमुखाने संशयाने विचारले.

"नाही साहेब! पण मी जर असा पळून गेलो असतो ना तर मी काय केले असते ठाऊक आहे? आतापर्यंत शेकडोजणांनी जे केले आहे तेच केले असते. मी

सरळ पाण्यात गेल्यावर पाण्यातूनच प्रवाहाच्या विरुद्ध किंवा प्रवाहाच्या दिशेने अर्धा-एक मैल चालत गेलो असतो. कोरड्या जमिनीवर बिलकूल पाय टाकला नसता. या ओढ्याला डझनभर तरी इतर छोटे प्रवाह येऊन मिळतात. मग त्यापैकी कोणत्या तरी एका प्रवाहातून चालत चालत गेलो असतो. मगच जमिनीवर येऊन पळून गेलो असतो. माझा माग लागेलच कसा?''

"हा ओढा किती खोल आहे?'' पोलीसप्रमुखाने विचारले.

"एक फूट किंवा फार तर सव्वा फूट.''

"मग ओढा ओलांडण्यासाठी ती नाव कशाला ठेवली आहे? केवळ पाय भिजू नये म्हणून त्यातून ओढा ओलांडायचा?''

तो माणूस म्हणाला, "तसे नाही साहेब. अहो, कधीकधी या भागात एवढा पाऊस पडतो की, ओढ्याला येथवर पाणी येते.'' असे म्हणून त्याने आपल्या छातीला हात लावला. तो आपल्या पायाकडे पहात म्हणाला, "पण तरीही या उथळ पाण्यातून चालणे म्हणजे दुसऱ्या दिवशी तासभर बूट पुसून, स्वच्छ करून, पॉलीश करण्यात वेळ जातो.''

मग पोलीसप्रमुखाने पलीकडे कुत्री घेऊन गेलेल्या आपल्या माणसांना माघारी बोलावले. त्या अनोळखी माणसाला मिशेलने विचारले, "येथे हेलिकॉप्टर उतरण्यासाठी इथल्या दलदलीत एखादी जागा असेल?''

"आहे. तशा बऱ्याच टणक जमिनीच्या जागा आहेत. पण आजवर मी येथे कधी हेलिकॉप्टर उतरलेले पाहिले नाही.''

पलीकडे गेलेली माणसे नावेतून परत आली. सारेजण पुन्हा त्या स्टेशन वॅगनकडे चालू लागले. तो अनोळखी माणूस तिथे रहाणारा स्थानिक असावा. तो आपल्या बुटावर न बसलेली धूळ झटकून उडवू लागला.

मिशेल म्हणाला, "थांबा, एक मिनिट. मला एक शंका आली आहे.'' मग त्याने आपल्या जवळच्या प्लॅस्टिकच्या पिशव्यांतून लॉर्ड वर्थच्या मुलींचे ड्रेसिंग गाऊन बाहेर काढले आणि पुन्हा ते कुत्र्यांना हुंगायला दिले. मग तो ती व्हॅन व पोलिसांच्या गाड्या ओलांडून आलेल्या रस्त्याने तसाच पुढे गेला. काही अंतर गेल्यावर त्याने मागे वळून 'इकडे या' अशा अर्थाची खूण केली. सर्वजण तिकडे जाऊ लागले. तिकडे परत जाण्यास ती कुत्री नाखूष होती. त्यांना अक्षरशः ओढत-फरफटत नेले गेले.

पण त्या जागी पोहोचल्यावर ती कुत्री एकदम खूष झाली, सावध झाली. त्या वाटेला फुटलेल्या एका फाट्याने ती जाऊ लागली. आपल्या मागे हातात वादी धरलेल्या माणसांना ओढत नेऊ लागली. मग एका जागी येताच ती पुढे न जाता तिथल्या तिथेच काही वेळ गोल गोल फिरून धुंडाळू लागली व शेवटी हताश

होऊन खाली बसली. मिशेल तिथे खाली वाकून जमिनीचे निरीक्षण करू लागला. काही क्षणातच बाकीचे सारे तिथे येऊन पोहोचले.

पोलीसप्रमुखाने विचारले, "कुत्र्यांना काय सापडले?"

मिशेल जमिनीकडे बोट दाखवून म्हणाला, "येथे पहा. येथे दुसरी एक गाडी उभी होती. त्या गाडीची मागची चाके वळाल्याच्या येथे खुणा आहेत. माघारीचा रस्ता धरून ती येथून निघून गेली. आपण कुत्री आणून अपहरणकर्त्यांचा शोध घेणार याची कल्पना त्यांना होती. म्हणून त्यांनी ती स्टेशन वॅगन ओढ्याजवळ नेली. त्या दोघींना खाली उतरवून पाण्यातून पलीकडे नेले. पुन्हा त्यांना मागे आणून स्टेशन वॅगनमध्ये बसवले व ती गाडी येथे आणली. येथे दुसऱ्या गाडीत बसवून परत माघारी नेले. नंतर ती स्टेशन वॅगन परत ओढ्याजवळ नेऊन सोडून दिली. आपल्याला चकवण्यासाठी त्यांनी हे सारे केले. वासाचा माग मध्येच तोडून ते अशा रीतीने पसार झाले."

"वाऽऽ! कमाल आहे तुमची, मिस्टर मिशेल." तो पोलीसप्रमुख मिशेलची तारीफ करीत बोलला. पण त्याच्या आवाजात फारसा आनंद व्यक्त झाला नव्हता. "म्हणजे शेवटी त्यांनी आपल्या हातावर तुरी देऊन पळ काढला. पक्षी उडाले. आता ते दुसरे वाहन नेमके कसे असेल याची आपल्याला कल्पना नाही."

रूमर म्हणाला, "कोणीतरी येथून उडून गेले हे नक्की किंवा ते एखादे हेलिकॉप्टर उसने आणण्यासाठी गेले असतील."

"हेलिकॉप्टर?" पोलीसप्रमुखाला काहीच बोध न झाल्याने त्याने विचारले.

त्याची आकलनशक्ती कमी असल्याचे मिशेलला ठाऊक होते. मिशेल म्हणाला, "कदाचित ही दुहेरी फसवणूक असेल. कदाचित ते आल्या वाटेने निघून गेले असतील किंवा ते दलदलीच्या भागातच लपून राहून हेलिकॉप्टरची वाट पहात असतील. मघाशीच त्या माणसाने आपल्याला नाही का सांगितले की, त्या भागात हेलिकॉप्टर उतरण्यासाठी बऱ्याच जागा आहेत."

पोलीसप्रमुखाने यावर आपली मान निर्बुद्धपणे डोलवली व तो मनात गंभीरपणे विचार करू लागला. आपल्याला आता आपलेही काही मत व्यक्त करायला हवे, असा विचार करून तो म्हणाला, "ते दलदलीतून पळाल्याची शक्यता माझ्या मते नाही. तेव्हा तो विचार सोडून देऊ. आपण आता फक्त हेलिकॉप्टरचा मार्ग विचारात घेऊ."

मिशेलने विचारले, "पण तुम्ही कसे काय करणार?"

"ही गोष्ट तुम्ही फक्त माझ्यावर सोडून द्या."

यावर रूमर त्याला म्हणाला, "ते काही ठीक नाही. आम्ही आमच्याकडून तुम्हाला पूर्ण सहकार्य देतो आहोत, तर उलट तुम्हीही तसे सहकार्य आम्हाला नको

का करायला?''

पोलीसप्रमुखाच्या डोक्यात काहीतरी विचार सारखा सारखा घोळत होता. रूमरने प्रश्न विचारला म्हणून एक प्रकारे त्याला मनातून बरे वाटले. रूमरनेही ते ओळखले होते. पोलीसप्रमुख म्हणाला, ''जर हे हेलिकॉप्टर तिथे जाऊन उतरूच शकले नाही तर त्या मुलींना तिथून उचलून घेऊन जाता येणार नाही. बरोबर?''

''बरोबर!'' रूमर गंभीरपणे म्हणाला.

''म्हणून मी काय करणार आहे, की या दलदलीभोवती माझी काही निशाणबाज माणसे पेरून ठेवीन. ते हेलिकॉप्टर खाली येऊ लागले की, मग सरळ त्यांच्याकडून त्यावर गोळ्या झाडल्या जातील.''

मिशेल यावर म्हणाला, ''तुमच्या जागी मी असतो तर असले काही केले नसते.''

रूमरही आपली मान हलवित म्हणाला, ''जर कोणी खुनी व्यक्ती असेल तर त्या व्यक्तींच्या दिशेने गोळ्या झाडण्यास कायदा परवानगी देतो किंवा जर कोणाचा खून होणार असेल तर तशी परवानगी दिली जाते.''

''खून? कोणत्या खुनाबद्दल कोण म्हणते आहे?'' पोलीसप्रमुखाने मनातून चिडत विचारले.

''आम्ही म्हणतो आहोत,'' मिशेल म्हणाला, ''रायफल किंवा मशीनगन यातून गोळ्या झाडल्या तर हेलिकॉप्टरमधील कोणीतरी ठार होऊ शकेल, अन् जर हेलिकॉप्टर खाली कोसळले तर आतले सारेचजण कदाचित मरण पावतील. त्या हेलिकॉप्टरमध्ये कदाचित गुन्हेगार मंडळी बसलीही असतील. पण त्यांना शिक्षा करण्याआधी त्यांच्यावर खटला भरायला हवा. एकदम मृत्युदंडाची शिक्षा आपण कशी देणार? अन् आणखी एक गोष्ट तुमच्या लक्षात आली का? कदाचित त्या हेलिकॉप्टरचा वैमानिक हा निर्दोष असेल. त्याच्या मानेला पिस्तूल लावून त्याला हेलिकॉप्टर चालवायला भाग पाडले असेल, अन् तो जर यात बळी पडला तर?'' या शक्यतेवर पोलीसप्रमुखाने बिलकूल विचार केला नव्हता. मिशेल पुढे म्हणाला, ''तेव्हा असले काही घडले तर आपलीच बदनामी होईल. निदान आपल्याला लोकप्रियता नक्कीच लाभणार नाही.''

लोकप्रियता शब्द ऐकल्यावर पोलीसप्रमुखाने आपले डोळे बारीक केले. पुढच्या निवडणुका जवळ आल्या होत्या. अशा वेळी आपल्या हातून भलतेसलते घडायला नको, म्हणून तो म्हणाला, ''मग आता आपण करायचे तरी काय?''

रूमर त्यावर दिलखुलासपणे म्हणाला, ''ते आम्हाला आता ठाऊक नाही. तुम्ही येथे माणसे बसवून या भागावर नजर ठेवू शकता. एखादे हेलिकॉप्टर आणून तेही येथे उतरवून ठेवू शकता. मग ते गुन्हेगारांचे हेलिकॉप्टर येथून उडाले की,

तुम्ही त्याचा पाठलाग करू शकता. आम्ही फक्त आता एवढेच सुचवू शकतो.''

मिशेल म्हणाला, ''यापेक्षा जास्त आपल्याला काही करता येणार नाही. आम्ही आता निघतो. बरीच कामे खोळंबली आहेत. तुमच्या संपर्कात आम्ही राहू.''

मिशेल व रूमर तिथून निघाले. हायवेवर आल्यावर रूमरने त्याला विचारले, ''कुत्र्यांचा वापर करून काही शोध लागेल असे वाटते?''

''तशी शक्यता कमीच आहे. कारण अनेक भटकी कुत्री त्या भागात सतत जा-ये करीत असतात. या अपहरणात हेलिकॉप्टरचा कितपत वापर झाला असण्याची शक्यता आहे?'' मिशेलने विचारले.

''माझ्या कल्पनेप्रमाणे बराच वापर झाला आहे. त्यांना जर नुसत्याच गाड्या बदलायच्या असत्या तर त्यांनी एवढी यातायात केली नसती. आपली स्टेशन वॅगन बरेच दिवस लपवून ठेवण्यासाठी कितीतरी जागा उपलब्ध आहेत. त्यांनी दलदलीच्या जागेत जाऊन गाडी सोडण्याचे जे नाटक केले त्यावरून त्यांना आपण त्याच भागात बरेच दिवस लपून रहाणार आहोत असे भासवायचे असावे. ते गाडी बदलून पळून गेल्याचे आपण शोधून काढू हे त्यांना सुचले नसावे.''

''ते *सीविच* तेलविहिरीवर निघून गेल्याची दाट शक्यता आपल्याला वाटते. त्यासाठी ते हेलिकॉप्टर वापरतील हेही आपल्याला वाटते आहे. त्यासाठी कोणते हेलिकॉप्टर व कोणता वैमानिक अपहरणकर्ते वापरतील?''

''अर्थातच लॉर्ड वर्थचे वैमानिक. कारण त्यांना त्या तेलविहिरीचे अक्षांश रेखांश निश्चित ठाऊक आहेत, वाट ठाऊक आहे व आजवरचा अनुभव आहे. शिवाय लॉर्ड वर्थच्या सर्व हेलिकॉप्टरवर खास अक्षरे व खुणा ठळकपणे रंगविल्या आहेत. त्यामुळे त्यापैकीच एक हेलिकॉप्टर वापरले तर *सीविच*वर काम करणाऱ्यांना कसलाच संशय येणार नाही. त्या हेलिकॉप्टरला ते सहज उतरू देतील.'' एवढे म्हणून रूमरने गाडीतील वायरलेस फोन उचलला. थोडा वेळ त्याने वेव्हबॅन्डशी चाळा करून लॉर्ड वर्थच्या घरी फोन लावला व विचारले, ''जिम?''

''होय, मीच आहे, मिस्टर रूमर.'' पलीकडून उत्तर आले.

''आम्ही तिकडे परत येतो आहोत. लॉर्ड वर्थ यांची पत्त्यांची वही तिथेच वायरलेस रूममध्ये कुठेतरी असेल. त्यातून आम्हाला त्यांच्या सर्व हेलिकॉप्टर्सच्या वैमानिकांची नावे व पत्ते काढून एक वेगळी यादी बनवून द्या. हेलिपोर्टवर गेटमनचे काम करणाऱ्याला वायरलेसवर बोलावता येते?''

''होय.''

''मग त्यालाही फोन जोडून द्या,'' रूमर म्हणाला.

''येस सर.''

मग तो मिशेलला म्हणाला, ''तिकडे तेलविहिरीवर लार्सनला आपले संशय

कळवायचे नाहीत असे अजूनही वाटते का?''

"होय, अगदी नक्की.'' मिशेल आपल्या मतावर ठाम होता. "*सीविच* प्रकरण हे लार्सनच्या अखत्यारीमधील आहे. त्याला जर आपण कळवले तर तिथे येणाऱ्या हेलिकॉप्टरचे स्वागत तो कशा पद्धतीने करेल ते सांगता येत नाही. उत्साहाच्या भरात तो भलतेच काही करून बसेल. जर त्या दोघींना हेलिकॉप्टरमधून पळवून ते गुंड *सीविच*वर उतरले तर लार्सन व गुंड यांच्यात गोळीबार होत राहील. मग त्यात चुकून जरी त्या दोघी सापडल्या तर? नंतर तुम्ही लॉर्ड वर्थ यांना याबद्दल कोणता खुलासा करणार?''

"बरोबर आहे,'' रूमर विचारमग्न होत म्हणाला.

"किंवा तू स्वत:लाच नंतर जन्मभर प्रश्न विचारीत राहाशील की, मेलिंडा हिच्या फुफ्फुसात गोळी कशी गेली?''

रूमरने त्या प्रश्नाकडे दुर्लक्ष करीत म्हटले, "पण लॉर्ड वर्थ यांच्या वैमानिकांबद्दलचे आपले तर्क चुकले तर?''

"तर मग ही संपूर्ण केस आपण त्या तथाकथित डिटेक्टिव्हांचे बादशहा ऊर्फ पोलीसप्रमुख यांच्याकडे सोपवू.''

"तेव्हा आपलाच तर्क बरोबर ठरो, अशी माझी प्रार्थना आहे.''

त्यांचा तर्क खरोखरीच बरोबर ठरला, पण त्यांना उशीर झाला होता.

कॅम्बेल हा अनेक छंद जडवून घेतलेला माणूस होता. तो हेलिकॉप्टरचा वैमानिक होता. पण अन्य छंदांत त्याला खूप रस असे. मासेमारी करणे व वाचन करणे या दोन गोष्टी एकाच वेळी करण्यात त्याला फार मजा वाटे. त्याच्या घराच्या मागच्या बाजूने वीस फुटांवरून एक ओढा वाहत होता. त्याच्या काठावर आता तो एका कॅनव्हासच्या खुर्चीवर बसला होता. त्याच्या डोक्यावर एक छत्री होती. ती जमिनीत रोवली होती. त्याच्या हातात एक गळ होता व त्याने तो नुकताच पाण्यात टाकला होता. त्याच्या दुसऱ्या हातात एक पुस्तक होते. ते तो वाचत होता. प्रत्येक पान उलटताना तो दुसऱ्या हातातला गळ बाहेर काढून पुन्हा पाण्यात टाकत असे.

ड्युरान्ड व त्याच्या साथीदाराने आपापल्या चेहऱ्यांवर जाळीदार मुखवटे चढवले होते. हातात पिस्तुले घेतली होती. ते सर्वजण कॅम्बेलकडे जात होते. जेव्हा कॅम्बेलच्या नजरेस ते दोघे पडले तेव्हा तो चटकन उठून उभा राहिला. हातातले पुस्तक मात्र त्याने सोडले नव्हते. त्याने दरडावून त्यांना विचारले, "तुम्ही कोण आहात? तुम्हाला काय पाहिजे आहे?''

"आम्हाला तुम्ही हवे आहात. तुम्हीच कॅम्बेल आहात ना?''

"तर मग काय?"

"आमचे एक छोटेसे काम करा."

"कसले काम?"

"आमच्यासाठी हेलिकॉप्टर चालवा."

"मी तसले काहीही करणार नाही."

"म्हणजे तुम्हीच कॅम्बेल आहात तर! चला आमच्याबरोबर!"

दोघेजण आपल्या हातातील पिस्तुलांनी त्याला खुणावत होते. तो नाइलाजाने त्यांच्याबरोबर निघाला. तो दोघांच्या मध्ये चालू लागला. ड्युरान्ड त्याच्याशेजारी होता. अचानक त्याने ड्युरान्डच्या हातावर फटका मारून त्याचे पिस्तूल उडवले. तो फटका एवढा जोरदार होता की, ड्युरान्ड एकदम कळवळला. पुढच्या क्षणाला ते दोघे एकमेकांशी भिडून झटापट करू लागले. ते एकमेकांना ठोसे मारू लागले, कुस्तीचे डावपेच घालू लागले व लाथा मारू लागले. पहाता पहाता ते दोघेही खाली पडले. एकमेकांच्या उरावर बसण्यासाठी धडपडू लागले. ते सारखे एकमेकांवर खालीवर होत असल्याने ड्युरान्डच्या माणसांना गोळी मारण्यासाठी नेम धरता येईना. त्यांना त्या दोघांची कुस्ती सोडवताही येईना. हातात पिस्तूल असून कॅम्बेलवर गोळी झाडता येईना. कारण हेलिकॉप्टर चालवायला कॅम्बेल जिवंत हवा होता. ते दोघे आता उभे राहून झुंजू लागले. तेवढ्यात कॅम्बेलने आपला गुडघा ड्युरान्डच्या मर्मस्थळी मारला. ड्युरान्ड मागे तोल जाऊन कोसळू लागला. वेदनेमुळे कळवळत खाली पडत होता, पण कॅम्बेलने त्याच्या शर्टाची कॉलर धरून ठेवली. अन् नेमके त्याचे हेच चुकले. एकदम त्याच्या डोक्याच्या मागच्या भागातून एक तीव्र कळ उमटली. कोणीतरी संधी साधून आपल्या पिस्तुलाच्या दस्त्याने कॅम्बेलला मागून फटका मारला होता. ड्युरान्ड व कॅम्बेल दोघेही खाली कोसळले.

फटका मारणाऱ्याने खाली पडलेल्या कॅम्बेलला दूर सारून ड्युरान्डला हाताला धरून उठवले. वाकलेल्या अवस्थेत असताना ड्युरान्डने आपल्या चेहऱ्यावरील जाळीदार मुखवटा काढला. त्याला अधिक हवेची गरज होती, पण त्यासाठी मुखवटा दूर करण्याची जरुरी नव्हती. ड्युरान्ड हा लॅटिन अमेरिकन होता. त्यामुळे त्याचा चेहरा हा लालसर तपकिरी होता. त्याचे केस काळेभोर, दाट व कुरळे होते. ओठांवर त्याने रेघेसारखी एक बारीक मिशी कोरलेली होती. त्याचा चेहरा देखणा असावा, पण आता वेदनेमुळे चेहऱ्याचा आकार विकृत झाला होता. त्याने जोरजोरात श्वासोच्छ्वास करून कसेबसे स्वत:ला ताळ्यावर आणले. आपला चेहरा नीटनेटका केला आणि आता कॅम्बेलचे काय करायचे याचा तो विचार करू लागला.

त्याचा साथीदार त्याला म्हणाला, "मिस्टर ड्युरान्ड, आता याचा काहीही उपयोग नाही. हा हॉस्पिटलच्या पलंगावरून हेलिकॉप्टर चालवू शकणार नाही."

ड्युरान्डला ते कटू सत्य उमगले. तो आपल्या साथीदाराला म्हणाला, "तुम्ही त्याला फार जोरात मारले नाही ना?"

"छे! नुसता एक हलका फटका हाणला."

"ठीक. मग आता त्याचे हातपाय बांधा, तोंडावर चिकटपट्टी चिकटवा आणि डोळेही बांधून टाका." ड्युरान्ड कसेबसे उभे रहात म्हणाला.

त्याचा साथीदार ताबडतोब बरोबर आणलेल्या गाडीकडे धावत गेला आणि येताना त्याने दोर, चिकटपट्टी व कापडाची पट्टी आणली. तीन मिनिटांनी ते सर्वजण आपल्या मार्गाने निघाले होते. गाडीत बेशुद्ध झालेल्या कॅम्बेलचा देह पांघरुणात गुंडाळलेला होता. त्याला मोटारीत खाली निजवले होते व त्यावर आपले बुटातील पाय ठेवून ड्युरान्ड आरामात आसनावर बसला होता. खरे तर ड्युरान्ड गाडी चालवणार होता, पण मारामारीतून अजून तो तेवढा ताळ्यावर आला नव्हता. ड्युरान्डने व त्याच्या साथीदाराने आपापल्या चेहऱ्यावरचे मुखवटे काढून ठेवले होते. नाहीतर हायवेवरून जाताना कोणाचेही त्यांच्याकडे लक्ष वेधले गेले असते.

लॉर्ड वर्थ याच्या हेलिपोर्टवरून एक माणूस मिशेलकडे आला होता. त्याने एक यादी मिशेलच्या हातात ठेवली. ती पाहून मिशेल म्हणाला, "झकास! पण पाच नावांपुढे टिकमार्कच्या खुणा आहेत. त्या कशासाठी?"

तो माणूस ओशाळून म्हणाला, "मी तुमच्या कामात काही अडथळा आणत नाही, पण मी यादीतील सर्वांना फोन केले व त्या व्यक्ती घरी आहेत की नाही याची खात्री करून घेतली. तुम्ही त्यांच्या पत्त्यांसाठी परत फोन करणार असे मी धरून चाललो होतो. म्हणून मी तसे केले."

मिशेलने रूमरकडे पहात म्हटले, "बघ, याने कसे न सांगता काम केले. तुला का नाही हे सुचले?"

रूमरने मिशेलकडे थंडपणे पाहिले व त्या माणसाकडे बघून त्याला विचारले, "तुम्ही माझे साथीदार म्हणून काम करायला हवे. मग शेवटी तुम्हाला काय सापडले?"

"एक वैमानिक हेलिपोर्टवर हजर आहे. चारजण आपापल्या घरी आहेत. ज्याच्या नावापुढे मी टिकमार्क केलेला नाही, ते मिस्टर कॅम्बेल आहेत. ते घरी नाहीत. म्हणजे मी तसा त्यांना फोन केला होता, पण पलीकडून कोणीही उचलला नाही. मग मी एका वैमानिकाला फोन करून कॅम्बेल कुठे असतील म्हणून विचारले. त्याला माझ्या प्रश्नाचे आश्चर्य वाटले. ते म्हणाले की, मिस्टर कॅम्बेल हे आपली दुपार नेहमी आपल्या घराच्या मागे घालवतात. तिथे एक ओढा आहे. त्यात

ते मासेमारी करीत असतात. त्यांचे घर एका बाजूला आहे. आसपास फारसे काही नाही. अन् ते घरी असले तर एकटेच असतात. अजून त्यांचे लग्न झालेले नाही.''

रूमर म्हणाला, ''हंऽऽ! एक ब्रह्मचारी वैमानिक एकटाच दूरवर बाजूला रहातो. अपहरणकर्त्यांची हेरसंस्था भलतीच कार्यक्षम दिसते आहे. त्याच्या घरचा फोन उचलला जात नाही याचा अर्थ काहीही गंभीर नाही. कारण तो पठ्ठ्या आता मासेमारी करीत बसलेला असणार किंवा बाजारात खरेदीला गेलेला असणार किंवा मित्रांकडे जाऊन बसला असेल. नाहीतर–''

मिशेल त्या माणसाकडे वळून म्हणाला, ''होय, नाहीतर... त्या गेटमनचा फोन नंबर, वायरलेस फोन नंबर तुमच्याकडे आहे?''

''ते मी त्या यादीतील प्रत्येकाच्या नावापुढे टाईप केलेले आहेत.''

''छान! म्हणजे तुम्हाला आम्ही आता तिसरा भागीदार म्हणून आमच्या धंद्यात घेतले पाहिजे.''

कॅम्बेलच्या घराच्या मागच्या हिरवळीवर मिशेल व रूमर उभे होते. ते बारकाईने तिथले निरीक्षण निर्विकारपणे करीत होते. ती कॅनव्हासची खुर्ची आडवी पडली होती. तिचा एक पाय मोडला होता. ती छत्री खाली हिरवळीवर पडली होती. माशाचा गळ ओढ्याच्या पाण्यात ओढला गेला होता, पण त्याची काठी एका झुडपात अडकून राहिलेली असल्याने तो गळ ओढ्यात वाहून गेला नव्हता. रूमरने पुढे जाऊन तो गळ ओढून घेतला. घराचे मागचे दार सताड उघडे होते. येथे काय घडले याची कल्पना मिशेलला ताबडतोब आली. तो पटकन मागच्या दाराने घरात शिरला. फोन शोधून काढून त्याने हेलिपोर्टवरील गेटमनचा नंबर फिरवला. पहिल्या घंटेलाच पलीकडून तो उचलला गेला.

''लॉर्ड वर्थ यांचा हेलिपोर्ट. आपण कोण?'' पलीकडून आवाज आला.

''माझे नाव मिशेल आहे. तुमच्याकडे पहाऱ्यावर एखादा पोलिसांचा माणूस आहे?''

''मिस्टर मिशेल? म्हणजे तुम्ही लॉर्डसाहेबांचे दोस्त ना?''

''होय.''

''पोलिसांचे सार्जंट रोपर येथे आहेत.''

''फक्त एकच पोलिसांचा माणूस? मला त्यांच्याशी बोलायचे आहे.''

काही क्षणातच रोपर फोनवर आला. त्याने विचारले, ''माईक मिशेल? पुन्हा तुमच्याशी बोलायची संधी मला मिळत आहे.''

''ऐका सार्जंट, हे एक महत्त्वाचे काम आहे. मी वैमानिक कॅम्बेल यांच्या घरून बोलतो आहे. त्यांना जबरदस्तीने पळवून नेलेले आहे. ज्यांनी लॉर्ड वर्थ यांच्या

मुलींचे अपहरण केलेले आहे, त्यांनीच त्याला पळवून नेलेले आहे, अशी माझी खात्री आहे. 'कसे व काय' हे विचारीत बसू नका. आता खुलासा करण्याची वेळ नाही, पण ती गुंड माणसे तुमच्या दिशेने येत आहेत. त्यांना तिथले एक हेलिकॉप्टर पळवायचे आहे. कॅम्बेलकडून ते चालवून न्यायचे आहे. ती किमान दोन माणसे तरी असतील. कदाचित तीनही असतील. ती सशस्त्र आहेत व अत्यंत धोकेबाज आहेत. तुम्ही ताबडतोब मदत मागवून घ्या. जर आपल्याला ती माणसे पकडता आली तर त्यांच्याकडून आपल्याला सर्व माहिती काढून घेता येईल. ते काम मी व रूमर करू. तुम्ही पोलिसांत असल्याने अनेक नियमांनी तुमचे हात बांधलेले आहेत. त्या मुलींचा पत्ता आम्हीच त्यांच्या तोंडून काढून घेऊ आणि त्यांना सोडवून आणू.''

''ठीक आहे. मदत येत आहे. मी इतर तरतूद आता करतो.''

मिशेलने फोन खाली ठेवला. रूमर त्याच्या शेजारी उभे राहून ऐकत होता. त्याने विचारले, ''त्यांचा छळ करून माहिती काढून घ्यायची?''

मिशेलने त्याच्याकडे थंडपणे पाहून म्हटले, ''होय, मी तसेच करणार. अन् तू काय करणार?''

''मीही तसेच करणार.''

पुन्हा एकदा मिशेल व रूमरचा तर्क खरा ठरला होता. पण पुन्हा एकदा त्यांना उशीर झाला होता.

मिशेल आता लॉर्ड वर्थ यांच्या हेलिपोर्टकडे गाडी चालवित निघाला. चालवित म्हणण्यापेक्षा पळवित निघाला. हेलिपोर्टवर पोहोचल्यावर त्याला कळून चुकले की, आपली सारी घाई, धावपळ, धडपड व्यर्थ ठरली.

पाच माणसांनी त्या दोघांचे स्वागत केले. गेटमन आणि चार पोलिसांची माणसे होती. गेटमन व सार्जंट रोपर हे आपापली मनगटे चोळीत होते. मिशेलने गेटमनकडे पाहिले.

मिशेल त्याला म्हणाला, ''मदत यायच्या आधीच त्यांनी तुमच्यावर हल्ला केला, असेच आता म्हणणार ना?''

''होय.'' रोपरचा चेहरा रागाने लाल झाला होता. तो पुढे म्हणाला, ''ही एक जुनीच लंगडी सबब तुम्हाला वाटेल, पण खरोखरीच तसे घडले. आम्हाला संधीच मिळाली नाही. ती गाडी आली व बाहेर फाटकापाशी थांबली. या इथे. तो ड्रायव्हर गाडीत एकटाच होता. तो सारखा शिंकत होता. तो बाहेर पडला. त्याने हातात कागदी रुमालांची एक पुठ्ठ्याची बॉक्स अशी धरली होती की, त्यामुळे त्याचा चेहरा आम्हाला नीट दिसला नाही.''

"म्हणजे तो माणूस परत दिसला तर तुम्ही त्याला ओळखणार नाही. हो ना?''

"होय. आम्ही त्या माणसाकडे पहात असताना आमच्या मागून एका माणसाचा आवाज आला. आमची मागची खिडकी उघडी होती. त्यातून तो आत शिरला असावा. त्याने आम्हाला अजिबात हालचाल करू नका म्हणून बजावले. मला माझ्या पिस्तुलाला हात घालायला वेळही मिळाला नाही. आम्ही सारे स्तब्ध झालो. मग त्याने मला माझे पिस्तूल खाली टाकायला सांगितले. मी पट्टा सोडून तसे केले. तो माझ्यापासून पाच फुटांवर होता व माझी पाठ त्याच्याकडे होती. त्याच्या पुढे मी काहीही केले असते तरी त्याने मला नक्कीच गोळी घातली असती. मग त्याने आम्हाला वळायला सांगितले. त्याच्या चेहऱ्यावर एक जाळी होती. नायलॉनचा पायमोजा त्याने तोंडावर चढवला होता. मग तो ड्रायव्हर पुढे झाला व त्याने आमचे हात मागच्या बाजूला बांधून टाकले. जेव्हा आम्ही परत वळून त्याच्याकडे पाहिले तेव्हा त्यानेही आपल्या चेहऱ्यावर तो पायमोज्याचा जाळीदार मुखवटा चढवला होता.''

"मग त्यांनी तुमचे पाय बांधले आणि दोघादोघांना पाठीकडून बांधले. म्हणजे मग तुम्हाला फोन करता येऊ नये. हो ना?''

"होय. अगदी असेच घडले. पण त्यांना फोन केला जाण्याची काळजी नव्हती. निघण्यापूर्वी त्यांनी आमचे दोन्ही फोन फोडून टाकले.''

"नंतर ते लगेच हेलिकॉप्टर घेऊन उडून गेले?''

गेटमन म्हणाला, "नाही, पाच मिनिटांनी गेले. उडण्यापूर्वी वैमानिक मंडळी नेहमी आपल्या उड्डाणाचा मार्ग कंट्रोल टॉवरकडे फोनने सांगून रजिस्टर करतात. मला वाटते की, त्यांनी कॅम्बेलला जबरदस्तीने तसे करावयास भाग पाडले असावे. असे केले म्हणजे ते उड्डाण अधिकृत वाटेल व त्याबद्दल संशय येणार नाही, असा त्यांचा विचार असावा.'' त्यावर मिशेलने तटस्थपणे आपले खांदे उडवून म्हटले, "तो फ्लाईट प्लॅन रजिस्टर करण्याला काहीही अर्थ नाही. फोनने तो कोठूनही करता येतो, अन् ज्याला काही बेकायदेशीर कृत्य करायचे आहे तो रजिस्टर केलेल्या फ्लाईट प्लॅननुसार थोडाच उडत जाईल? त्याच्यावर कोणाचेच बंधन नसते. हेलिकॉप्टरमध्ये किती पेट्रोल नेहमी घालून ठेवलेले असते?''

"प्रत्येक हेलिकॉप्टरची टाकी पूर्णपणे भरून ठेवलेली असते. लॉर्डसाहेबांचा तसा हुकूमच आहे.''

"कोणत्या दिशेने ते हेलिकॉप्टर गेले?''

गेटमनने एका दिशेला आपला हात लांब करीत म्हटले, "त्या बाजूला ते गेले.''

“ठीक आहे. पक्षी उडून गेले आहेत. ते आता त्यांच्या मार्गावर असतील.”

“म्हणजे आपण काहीच करायचे नाही?” रोपरने विचारले.

“पोलीस जे करू शकत नाही ते तुम्ही-मी कसे करणार?”

“निदाने आपण विमानदलाची मदत मागवू शकतो.”

“का?”

“म्हणजे मग ते त्या हेलिकॉप्टरला जबरदस्तीने खाली उतरायला भाग पाडतील.”

यावर मिशेलने एक उसासा सोडला व म्हटले, “जबरदस्तीने विमानाला खाली उतरण्यास भाग पाडण्याबद्दल फार भडक व चुकीची माहिती नेहमी दिली जाते. अन् त्या हेलिकॉप्टरने खाली उतरायचे नाकारले तर?”

“मग ते हल्ला करून खाली पाडतील.”

“त्यामध्ये लॉर्ड वर्थ यांच्या दोन्ही मुली असताना? असे झाले तर लॉर्ड वर्थ यांना काय वाटेल? त्यांना नक्कीच राग येईल. तुम्हालाही राग येईल. पोलिसांनी तसे काही केले तर त्या सर्वांच्या नोकऱ्या जातील.”

“मग आपण काय करायचे?”

रूमर यावर म्हणाला, “हे सारे पोलिसांचे नेहमीचे काम आहे, अन् ते हेलिकॉप्टर कशावरून लॉर्ड वर्थ यांच्या मुलींना घेण्यासाठी कोठे गेले असेल?”

शेवटी ते दोघे हेलिपोर्ट सोडून निघाले. रस्त्याला लागल्यावर रूमर म्हणाला, “तो माणूस हाताने दिशा दाखवित म्हणाला की, ‘ते त्या दिशेने गेले.’ त्या वायव्य दिशेला ती दलदलीची जागा आहे.”

“पण ते अगदी विरुद्ध दिशेने, म्हणजे आग्नेय दिशेने हेलिकॉप्टर गेले असले तरी शेवटी ते दलदलीच्या जागीच येणार.” असे म्हणून मिशेलने आपली गाडी एका सार्वजनिक फोनच्या बूथपाशी उभी केली आणि रूमरला म्हटले, “तुला त्या पोलीसप्रमुखाचा आवाज काढणे जमेल?” रूमर हा दुसऱ्याच्या आवाजांच्या नकला करण्यात पटाईत होता.

रूमर म्हणाला, “आवाज काढणे ही समस्या नाही. पोलीसप्रमुख कसा विचार करेल याची मी कल्पना करतो आहे, पण बघतो मी प्रयत्न करून.”

रूमर गाडीतून उतरून फोनच्या बूथमध्ये गेला आणि दोन मिनिटांत परतला. त्याने सांगितले, “मी पोलीसप्रमुखाच्या आवाजात कंट्रोल टॉवरला त्या हेलिकॉप्टरच्या फ्लाईट प्लॅनबद्दल विचारले. त्यांनी *सीविच*ला जाण्यासाठी तो प्लॅन रजिस्टर केला असल्याचे समजले.”

“त्यांनी काही प्रश्न विचारले?”

“नाही. मी त्यांना म्हणालो की, कोण्या एका मूर्खाने एक चुकीचा फ्लाईट

प्लॅन रजिस्टर केला आहे. तो मूर्ख कोण आणि नेमकी त्याने काय चूक केली आहे हे काही मला विचारले गेले नाही.''

मिशेलने इंजीन चालू केले, पण गाडीतला वायरलेस फोन वाजू लागल्याने त्याने इंजीन बंद केले. फोन उचलला. लॉर्ड वर्थच्या घरून वायरलेस ऑपरेटर बोलत होता. ''मी जिम बोलतो आहे. दोन वेळा तुम्हाला मी फोन केला. पंधरा मिनिटांपूर्वी आणि पाच मिनिटांपूर्वी!''

''दोन्ही वेळेला आम्ही गाडीबाहेर होतो. आता आणखी काही वाईट बातमी आहे?''

''नाही. पण लॉर्ड वर्थ हे पंधरा मिनिटांत येथे पोहोचत आहेत. ही बातमी वाईट आहे की नाही ते तुम्ही ठरवा.''

''पंधरा मिनिटे! म्हणजे अजून आपल्याला वेळ आहे.''

''ते घरी येणार असे म्हणाले.''

''मग त्यांना आणायला त्यांची रोल्सराईस गाडी पाठवली का?''

''नाही. त्यांना तुमच्या गाडीतून यायचे आहे. तुम्हीच त्यांना आणण्यासाठी तिकडे जा. बहुतेक तुमच्याशी खासगीत त्यांना बोलायचे असावे. काही दिवस ते घरी रहाणार नाहीत, असे दिसते. कारण एका आठवड्यासाठी लागेल एवढे कपडे व सामान भरून आपली बॅग तयार ठेवावी, असे ते म्हणाले.''

''म्हणजे सात पांढरे सूट भरून बॅग तयार ठेवणे,'' असे म्हणून मिशेलने फोन खाली ठेवला.

रूमर म्हणाला, ''असे दिसते की, आपल्याला त्यांचे बाकीचे सामान बॅगेत भरावे लागणार आहे.''

मिशेलने त्यावर आपली मान डोलवली व गाडीचे इंजीन सुरू केले.

जेव्हा मिशेलच्या गाडीत मागच्या आसनावर लॉर्ड वर्थ स्थानापन्न झाला तेव्हा त्याचा जुना चेहरा परत दिसू लागला, पण यावेळी तो पूर्वीसारखा उत्साहाने सळसळणारा चेहरा नव्हता. त्याऐवजी एक शांत भाव चेहऱ्यावर तरळत होता. वॉशिंग्टनमध्ये काय काय झाले ते लॉर्ड वर्थने त्या दोघांना सांगितले. त्या दोघांनी त्याबद्दल लॉर्डचे मोठ्या आदराने अभिनंदन केले. मग रूमरने त्यांच्या गैरहजेरीत इकडे काय काय घडले ते तपशीलवार सांगितले.

लॉर्ड वर्थ म्हणाला, ''तुमच्या मनात आलेल्या शंका, संशय हे तुम्ही कमांडर लार्सन यांना सांगितलेच असणार.''

''होय, शंका सांगितल्या, पण संशय बोलून दाखवला नाही,'' मिशेल सांगत गेला, ''ज्याबद्दल आमची खात्री होती तेवढेच फक्त आम्ही सांगितले. बाकीचे

बिलकूल नाही. वाटल्यास त्याबद्दल मला दोष द्या.''

''म्हणजे ते कायदा आपल्या हातात घेणे, वगैरे ना? तसे न सांगण्याचे काय कारण?''

''असे पहा, लार्सन कसे आहेत हे माझ्यापेक्षा तुम्हालाच जास्त चांगले ठाऊक आहे. *सीविच* तेलविहिरीबाबत तर त्यांच्या भावना अत्यंत तीव्र आहेत. त्या संदर्भातला लार्सनचा राग आणि हिंसा हे तुम्हीच आम्हाला सांगितले आहे. अशा माणसाला आगाऊ सूचना दिल्या तर तो अपहरणकर्त्यांचे स्वागत कसे करेल? तो त्यांच्यावरती तुटून पडेल. मग दोन्ही बाजूंकडून होणाऱ्या गोळीबारात, एखादी जरी नेम चुकलेली गोळी किंवा परावर्तन पावलेली गोळी ही कोणालाही लागू शकते. 'कोणालाही' हा शब्द ध्यानात घ्या. तुमची कन्या ही जन्मभर अपंग रहावी अशी तुमची इच्छा नक्कीच नसणार. लक्षात आले ना मला काय म्हणायचे आहे ते? त्या अपहरणकर्त्यांना कसलाही रक्तपात होऊ न देता तेलविहिरीवर उतरू द्यावे, असे आम्हाला वाटते.''

''वेल, ठीक आहे,'' लॉर्ड वर्थच्या तोंडून ते शब्द नाखुषीने बाहेर पडले. तो पुढे म्हणाला, ''पण येथून पुढे तुम्ही तुमच्या मनातील हेतू आणि निर्णय मला आधी सांगत जा.'' लॉर्ड वर्थच्या बोलण्याने रूमरच्या मनात उपरोधिक हसू आले. लॉर्ड वर्थला आपली फुकटची सेवा नक्कीच बंद करायची नाही हे रूमरला कळले. ''अन् येथून पुढे केव्हाही आपल्या हातात कायदा घेत जाऊ नका. लक्षात आले ना मी काय म्हणतो ते?'' लॉर्ड वर्थ म्हणाला.

ते ऐकल्यावर मिशेलने एकदम गाडी थांबवून इंजीन बंद केले. ते पहाताच रूमरला भीती वाटली. मिशेलची प्रतिक्रिया आता चांगलीच तिखटपणे व्यक्त होणार, असे त्याला वाटले. मिशेल आपल्या आसनावर वळून लॉर्ड वर्थकडे थंडपणे पाहू लागला.

''तुमचे बोलणे मोठे गमतीदार असते,'' मिशेल म्हणाला,

''म्हणजे काय? आपल्याला नक्की काय म्हणायचे आहे?'' लॉर्ड वर्थच्या आवाजात पिढ्यान्‌पिढ्यांचा खानदानीपणा उतरला होता.

मिशेल जराही विचलित न होता म्हणाला, ''मला असे म्हणायचे आहे की, तुम्ही आपल्या हातात कायदा घेऊन काल रात्री सरकारी शस्त्रागार फोडले व लुटले. जर मी व रूमर अत्यंत प्रामाणिक नागरिक असतो आणि प्रत्येक वेळी कायद्याचे पालन करणारे डिटेक्टिव्ह असतो, तर एव्हाना आम्ही तुम्हाला सहज गजाआड केले असते. माणूस कितीही अब्जाधीश असला तरी त्याची या अशा गुन्ह्यातून सुटका होऊ शकत नसते. विशेषत: शस्त्रागारातील कर्मचाऱ्यांवर हल्ला करून त्यांना कोंडून ठेवणे हा गुन्हा तर भयंकर समजला जातो. आम्ही दोघेही त्यावेळी

तिथे होतो.'' शेवटचे वाक्य मिशेलने बेधडक ठोकून दिले.

''तुम्ही त्या वेळी तिथे होता?'' लॉर्ड वर्थ अनवधानाने बोलून गेला. आपण कबुली दिल्याचे त्याच्या लक्षात आल्यावर पुढे काय बोलावे ते त्याला सुचेना. पण तो चटकन भानावर आला आणि म्हणाला, ''पण मी स्वत: तिथे नव्हतो.''

''आम्हाला ते ठाऊक आहे. पण शस्त्रागार फोडण्यास तुम्हीच अनुमती दिलीत. नव्हे, तसा हुकूम केलात.''

''मग तुम्ही तिथे असताना त्या माणसांना थोपवण्याचा का प्रयत्न केला नाही?''

''बरोबर आहे. पण आम्ही संधीची वाट पहात होतो. नऊ माणसे विरुद्ध आम्ही दोघे. नऊ मशीनगन्स विरुद्ध आमची दोन पिस्तुले. अशा सामन्यात आम्ही कसा भाग घेऊ?''

लॉर्ड वर्थ मनात चरकला व गप्प बसला. तो विचार करीत होता. त्यांनी माणसांची संख्या बरोबर सांगितली आहे. वेळही बरोबर सांगत आहेत. म्हणजे हे दोघे खरोखरीच तिथे असले पाहिजेत. तो पुढे म्हणाला, ''असे धरून चालतो की तुमची ही पोकळ बडबड खरी आहे, पण माझा त्याच्याशी कुठे संबंध येतो? यामध्ये मला तुम्ही कशाच्या आधारावर अडकविता?''

''आता मात्र तुम्ही एक मूर्ख माणूस आहात असे दिसत आहे. नंतर आम्ही तुमच्या हेलिपोर्टवर गेलो होतो. तिथे तो शस्त्रास्त्रांनी भरलेला ट्रक आला. नऊ माणसांनी त्या ट्रकमधील भयानक घातक शस्त्रास्त्रे व दारूगोळा उतरवला आणि एका हेलिकॉप्टरमध्ये चढवला. मग एका माणसाने तो ट्रक परत नेला. अर्थातच तो ट्रक सैन्याचा होता. त्या शस्त्रागारातून चोरून आणलेला होता. परत तो तिकडे नेऊन ठेवला गेला. दरम्यान, बाकीची आठ माणसे तुमच्या दुसऱ्या हेलिकॉप्टरमध्ये चढून बसली. मग एक मिनी बस तिथे उगवली. त्यातून बारा सशस्त्र गुंड उतरले. आधी बसलेल्या आठ जणांना जाऊन ते मिळाले. त्यातले पाच-सहा गुंड तरी मी ओळखले. कारण मीच त्यांना तुरुंगात पाठवले होते.'' यावर रूमरने मिशेलकडे मोठ्या कौतुकाने पाहिले. पण मिशेलने आपली नजर लॉर्ड वर्थवर खिळवली होती. ''ते पाहून आम्हाला प्रचंड धक्का बसला. लॉर्ड वर्थ सामान्य गुन्हेगारांशी हातमिळवणी करतात हे पाहून आम्ही आश्चर्यचकित झालो. तुमच्या कपाळावर आता घाम आला आहे, लॉर्ड वर्थ! का बरं तो घाम आला आहे?''

लॉर्ड वर्थ यावर काय बोलणार? त्याच्या कपाळावर खरोखरच घाम आला होता.

''आणि त्यानंतर तुम्ही तुमच्या रोल्सराईस गाडीतून हेलिपोर्टवर आलात. एकापाठोपाठ घडणाऱ्या या सर्व घटनांचे क्रमवार चित्रण केले आहे. त्यासाठी

सिनेमाचा कॅमेरा वापरला आणि इन्फ्रारेड किरणांच्या साहाय्याने अंधारातही चित्रण केले. हे सर्व काल रात्री घडले आहे आणि आम्ही त्याचे साक्षीदार आहोत.'' थोडा वेळ तिथे शांतता पसरली. त्या शांततेचा भंग करण्यासाठी रूमर जरासा खाकरला. पण तरीही त्या आवाजाचा कसलाच परिणाम झाला नाही. लॉर्ड वर्थ तर दिङ्मूढ झाला होता. त्याच्या सर्वांगाला आता घाम फुटला होता. मिशेल जे काही सांगतो आहे ते अक्षरश: खरे आहे याची खात्री लॉर्ड वर्थला मनात पटली होती. कदाचित मिशेलने थोडेसे अतिरंजित स्वरूपात सांगितले असेल, तरीही ते सत्य लॉर्ड वर्थला हादरवून टाकणारे होते. या दोन तरुणांनी आपल्या सर्व हालचालींचे नक्की चित्रण केले असणार, असे त्याचे मन त्याला सांगू लागले.

"लष्कराचे शस्त्रागार तुमच्या गुंडांनी फोडल्यावर आम्ही लष्कराच्या हेडक्वार्टरला ती बातमी कळवायची की नाही यावर दोघांमध्ये खल केला. त्यांच्याकडून आम्ही चिलखती गाड्या आणि मागे एक ट्रेलर असलेला रणगाडा मागवून घेणार होतो. तुमच्या त्या भाडोत्री खुनी ठगांना या गोष्टींना विरोध करता आला नसता. तुम्ही शेवटी उगवणार हे आम्हाला ठाऊक होते. म्हणून आम्ही खाली रस्त्यावर तुमची रोल्सराईस अडविणार होतो. तुम्ही हेलिपोर्टला गेल्याखेरीज तुमची हेलिकॉप्टर्स उडणार नव्हती हेही आम्हाला कळून चुकले होते. त्यामुळे लष्कराच्या चिलखती गाड्या येईपर्यंत तुम्हाला अडवून ठेवले की, सर्वचजण सापळ्यात अडकणार होते. एकदा पकडल्यावर त्या गुंडांपैकी कितीतरी जण तुमच्याविरुद्ध जबानी देतील याची मला खात्री होती. अशा वेळी गुंड मंडळी कोणाचाही विश्वासघात करण्यास तयार होतात. त्यांनी सरळ तुमच्याकडे बोट केले असते. तुम्ही लालूच दाखवली, तुम्ही हुकूम दिला, वगैरे आरोप अनेकांनी भर कोर्टात तुमच्यावर केले असते. त्या चोर मंडळींना दुसऱ्याबद्दल कधीही आदर वाटत नसतो हे खरे आहे.'' लॉर्ड वर्थची गणना ही चोर, ठग व गुंड यांच्या रांगेत सहज होऊ शकते हे मिशेलने दाखवून दिले. तरीही लॉर्ड वर्थने आपल्या चेहऱ्यावर कसलीही चलबिचल दाखवली नाही की, मिशेलच्या म्हणण्यावर कसलाही आक्षेप घेतला नाही. तो पुढे सावकाश म्हणाला, "परंतु नंतर आम्ही नेहमीप्रमाणे संभाव्य परिणामांचा शांतपणे विचार केला आणि लष्कराला कळवण्याचे रद्द केले.''

"का रद्द केले? कशासाठी मला वाचवलेत?

"म्हणजे तुम्ही हे सारे मान्य करीत आहात तर!''

मिशेल एक सुस्कारा सोडून म्हणाला, "तुम्हाला असले काही करायचे होते तर आम्हाला आधी का नाही विचारलेत? एवढा सारा आमचा त्रास नसता का वाचला?''

"का?'' लॉर्ड वर्थने तोच प्रश्न विचारला.

त्या प्रश्नांचे उत्तर आता रूमर देऊ लागला. तो म्हणाला, "जरी तुम्ही आपला गुन्हा आमच्यापाशी कबूल केला असलात तरीही आम्हाला तुमच्याविषयी अजूनही आदर वाटतो आहे. पण हे खरे कारण नाही. खरे कारण असे आहे की, आपल्या वडिलांना तुरुंगात जावे लागल्याने त्यांच्या मुलींकडे जनतेने अनैतिक नजरेतून पाहू नये. तुमच्या मुलींचे अपहरण झालेले पहाता तुम्ही जी बेकायदेशीर कृत्ये घडवलीत त्यांची तीव्रता अपहरणापुढे कमी होते."

मिशेलने पुन्हा गाडीचे इंजीन चालू केले आणि म्हटले, "यावरून आम्ही असे धरून चालतो की, असली बेकायदेशीर कृत्ये येथून पुढे तुमच्या हातून घडणार नाहीत. अन् आम्ही असेही धरून चालतो की, येथून पुढे तुम्ही आम्हाला 'कायदा हातात घेऊ नका' असला उपदेश करणार नाही."

लॉर्ड वर्थ आपल्या अभ्यासिकेतील आरामखुर्चीत पडला होता. त्याने ब्रॅन्डीचा दुसरा पेला पिण्यास सुरुवात केली. पहिल्या पेल्याइतकाच तो दुसरा पेला छान चवदार वाटत होता.

मिशेल व रूमरही तिथे बसले होते. ते तिघे मद्यपान करीत होते. बराच वेळ लॉर्ड वर्थ काही बोलत नव्हता. वरिष्ठ सरकारी पातळीवर मदतीचे आश्वासन मिळाल्यामुळे तो वॉशिंग्टनहून खुशीत निघाला होता. एखादे बेकायदेशीर कृत्य आपल्या बाजूतर्फे झाले तर सरकारी मदतीत त्याचा अडथळा ठरेल, अशा भीतीपोटी त्याने 'कायदा हातात घेऊ नका' असा उपदेश त्या दोघांना केला होता. पण त्यानेच कायदा मोडल्याचे त्यांनी त्याला दाखवून दिले. यावर त्याला काही बोलताच येईना. गाडीतून येताना त्याने वॉशिंग्टनला काय बोलणी झाली ती सांगितली; परंतु बाकीचे बोलणे त्या दोघांनी केलेल्या आरोपांच्या फैरीत बंद पडले. आता तो विषय परत काढण्यात अर्थ नव्हता. लॉर्ड वर्थला यावेळी मिशेल व रूमरच्या मदतीची नितांत गरज होती. त्यांना शांत करून परत पूर्वीचे सलोख्याचे संबंध प्रस्थापित करायला हवे होते. त्यासाठीच तर त्याने एकत्र मद्यपान करण्याचे निमंत्रण त्यांना दिले. सुदैवाने ते आले. आपल्या मुलींचे ते दोघे प्रेमवीर असल्याने ते आले असणार हे त्याने ओळखले व त्यासाठी आपल्या अपहरण झालेल्या मुलींचे त्यांनी मनातल्या मनात आभार मानले.

मग थोडासा घसा साफ करून तो म्हणाला, "मी असे धरून चालतो की, तुम्हाला अजूनही माझ्याबरोबर *सीविच* तेलविहिरीवर यायची इच्छा आहे."

मिशेल आपल्या ग्लासशी चाळा करीत म्हणाला, "आम्ही त्याबद्दलची आमची इच्छा या ना त्या प्रकारे व्यक्त केली नाही. पण मला वाटते की, कोणीतरी तुमची व तुमच्या मुलींची काळजी घेतली पाहिजे."

हे ऐकून लॉर्ड वर्थच्या भुवया उंचावल्या. त्या दोघांशी असलेल्या आपल्या संबंधात काहीतरी बदल झाला आहे असे त्याला वाटले. कदाचित त्या दोघांची सेवा आपण इतके दिवस फुकट घेतलेली असल्याने जर आपण मालक-कर्मचारी असे संबंध प्रस्थापित केले तर ते संबंध जरा सुधारतील असे लॉर्ड वर्थला वाटले. तो म्हणाला, ''मला असे वाटते की, तुमचे सहकार्य हे व्यावसायिक पायावर उभे करण्याची वेळ आता आली आहे. म्हणून मी असे सुचवतो की, तुमची 'इन्व्हेस्टिगेटर' या पदावरची सेवा मी व्यावसायिक तत्त्वावर घेऊ इच्छितो. थोडक्यात मी तुमचा 'अशील' होण्यास तयार आहे. तुम्ही जी फी सांगाल त्यावर मी कसलाही वादविवाद न करता ती मान्य करेन.'' लॉर्ड वर्थ हे बोलून गेला खरा, पण त्याला कळून चुकले की, आपण एक चूक केली आहे.

रूमर अत्यंत थंडपणे व निरुत्साही आवाजात बोलू लागला, ''लॉर्ड वर्थ, पैशाने प्रत्येक गोष्ट विकत घेता येत नसते. विशेषत: आम्हाला तर कोणीच विकत घेऊ शकत नाही. मालकाच्या तालावर नाचणारे बरेच आहेत, तसेच आपण पैसे फेकले की पाहिजे तशी सेवा घेता येते, या तत्त्वावर भिस्त ठेवून तुम्ही आपली नैतिक पातळी उंचावू पहात आहात, पण आम्हाला आमचे स्वातंत्र्य गमवायची इच्छा नाही. कोणत्याही जोखडात आम्हाला आमची मान अडकवायची नाही. आम्ही कोणालाही आमच्या कृती स्वातंत्र्याला मुरड घालू देणार नाही. अन् आमच्या फीचा प्रश्न आणि 'वाटेल तेवढी फी मागा' अशी दर्शवलेली तयारी याबद्दल आम्ही एवढेच म्हणतो की, असली फी गेली खड्ड्यात! तुमच्या मुलींच्या जिवापुढे आम्ही पैशाची देवाणघेवाण करीत नसतो हे आम्ही तुम्हाला किती वेळा समजावून सांगायचे?''

''शाबास, शाबास!'' मिशेल म्हणत होता, ''इतक्या चांगल्या शब्दात मला असे म्हणणे मांडता आले नसते.''

ते ऐकून लॉर्ड वर्थच्या भुवया उंचावल्या नाहीत. त्या दोघांचे आपल्याशी असलेले आजवरचे संबंध पूर्वीसारखे राहिले नाहीत, ते आपल्या कल्पनेपेक्षा अधिक वरच्या पातळीवर पोहोचले आहेत असे त्याला समजून चुकले. तो एवढेच म्हणाला, ''जशी तुमची इच्छा. पण जर तुम्हाला तेलविहिरीवर यायचे असेल तर वेषांतर केले पाहिजे.''

मिशेलने विचारले, ''का बरे?''

लॉर्ड वर्थने उतावीळपणे म्हटले, ''तुम्ही मला सांगितलेत की, शिक्षा भोगलेले काही गुन्हेगार हेलिकॉप्टरमध्ये चढताना दिसले. तुम्ही त्यांना ओळखलेत. मग तेलविहिरीवर गेल्यावर ते तुम्हाला नक्की ओळखतील.''

''तसे काहीही होणार नाही. कारण त्या गुन्हेगारांना आम्ही यापूर्वी कधीही

पाहिले नव्हते.''

लॉर्ड वर्थला याचा धक्का बसला. तो म्हणाला, ''पण तुम्ही तर–''

त्याचे बोलणे तोडीत मिशेल म्हणाला, ''तुम्ही आम्हाला काही मोठ्या काळ्या थापा मारल्या. मग आम्ही एक छोटी व सफेद थाप मारली म्हणून काय बिघडले? ठीक आहे, तर मग आम्ही तुमच्याबरोबर भूशास्त्रज्ञ, तंत्रज्ञ, भूकंप शास्त्रज्ञ वगैरे कोणत्यातरी बहाण्याखाली येतो. फक्त आम्हाला त्याला साजेसे असे चांगले सूट अंगावर चढवायला हवेत, पनामा सिगारेट बोटात हव्यात, ते बारीक फ्रेमचे चष्मे डोळ्यांवर हवेत. मात्र त्याच्या काचा नंबरांच्या नकोत, साध्याच हव्यात आणि हातात ब्रीफकेस हवी. थोडक्यात विद्वान तज्ज्ञ मंडळींपैकी आम्ही आहोत असा भास व्हायला हवा.'' मग थोडे थांबून तो पुढे म्हणाला, ''आणि आपल्याबरोबर एक डॉक्टर हवा. एक मेडिकल किट हवे आणि बँडेजचा मोठा साठा हवा.''

''डॉक्टर? तो कशासाठी?''

''शरीरात घुसलेल्या गोळ्या बाहेर काढण्यासाठी, गोळीबारामुळे झालेल्या जखमा शिवण्यासाठी. का तुमची अशी भाबडी समजूत आहे का, की रागाच्या भरात *सीविच*वर कोणीही गोळ्या झाडणार नाही?''

''मला हिंसाचाराचा अत्यंत तिटकारा आहे.''

''अगदी बरोबर. म्हणून तर तुम्ही वीस सशस्त्र गुंडांना काल रात्री *सीविच*वर पाठविलेत. हो ना? ठीक आहे, तुम्हाला आता हिंसेचा तिटकारा वाटतो आहे ही एक चांगली गोष्ट आहे. पण बाकीचे त्याच हिंसेचे स्वागत करतात, त्याचे काय? आपल्याला पाहिजे तसा डॉक्टर तुम्हाला शोधून आणता येईल का?''

''अशा डझनावारी डॉक्टरांना मी आणून उभे करतो. मला तसा एक डॉक्टर ठाऊक आहे. त्याचे नाव ग्रीनशॉ. त्याने सात वर्षे व्हिएतनाममध्ये काढली. तेव्हा त्याचा अनुभव तुमच्या कामासाठी योग्य ठरेल.''

रूमर म्हणाला, ''त्यांना सांगा की, येताना लॅबोरेटरीत वापरतात तसले जादा दोन पांढरे कोट बरोबर घेऊन या.''

''का?'' मिशेलने विचारले.

''म्हणजे सारे कसे शास्त्रशुद्ध भासेल.''

लॉर्ड वर्थने फोन उचलून, कोणाशी तरी बोलून तशी व्यवस्था केली. फोन खाली ठेवल्यावर तो त्या दोघांना म्हणाला, ''एक्सक्यूज मी! मी आता वायरलेस रूममध्ये जाऊन काही खासगी फोन करतो.''

लॉर्ड वर्थला आपला हस्तक कोरल याला फोन करायचा होता. तेल उत्पादक संघटनेच्या बेन्सनला निरोप द्यायचा होता. त्यानेच आपल्या बैठकीत काय ठरले याची बातमी लॉर्ड वर्थला गुपचूप येऊन दिली होती. *सीविच*कडे येणाऱ्या कोणत्याही

परकीय नौदलाच्या जहाजाला वाटेतच उडवून देण्याचे वचन सरकारने दिले आहे, ही बातमी बेन्सनला द्यायची होती. पण हा निरोप स्वत: न देता कोरलच्या मार्फत त्याला द्यायचा होता. म्हणून त्याला स्वत:ला वायरलेस रूममध्ये जायचे होते.

मिशेल म्हणाला, "आमच्यापैकी कोण तुमच्याबरोबर यायला हवे आहे?"

"म्हणजे काय? मी 'खासगी' फोन करण्याबद्दल बोलतो आहे?" लॉर्ड वर्थचा चेहरा रागाने लाल झाला होता. "माझ्याच घरात मला कसे काय हुकूम दिले जाऊ शकतात? मी काय एखादा बेजबाबदार लहान मुलगा आहे, की ज्याच्यावर सतत लक्ष ठेवावे लागते?"

"पण काल रात्री तुम्ही बेजबाबदारपणे वागला होतात! असे पहा लॉर्ड वर्थ, आम्हा दोघांपैकी कोणीही तुमचा फोन चालू असताना आसपास नको असेल तर त्याचा अर्थ अगदी उघड आहे. तो म्हणजे, आम्ही ऐकू नये असे वाटणारे काहीतरी तुम्हाला फोनवर बोलायचे असणार." मग मिशेल लॉर्ड वर्थकडे पाहू लागला. त्याचा अंदाज घेऊ लागला. तो पुढे म्हणाला, "मला हे असले आवडत नाही. तुम्ही काहीतरी संशयास्पद कृती करणार असाल किंवा आम्हाला तुमच्या बरोबर येऊ न देणे म्हणजे आमच्यावर अविश्वास प्रकट करण्यासाठी असेल."

"माझा हा माझ्या व्यवसायातील अत्यंत महत्त्वाचा व वैयक्तिक फोन कॉल आहे, अन् माझ्या धंद्यातील गोष्टींमध्ये तुम्ही कशाला मध्ये पडता आहात?"

रूमर यावर म्हणाला, "ठीक आहे. तुम्ही म्हणता ते आम्हाला पटते आहे. पण नेमके होते काय की, तुम्ही आपल्या धंद्याबाबत फोनवर बोलणार नाही असे आम्हाला वाटते. आताच्या वेळी मनामध्ये आपला धंदा ही अगदी शेवटची गोष्ट असते." मिशेल व रूमर एकदम उठून उभे राहिले. रूमर पुढे म्हणाला, "आपल्या मुलींना आमच्या शुभेच्छा द्या, अर्थात जर त्या सापडल्या तर!"

"ब्लॅकमेल! डॅम ब्लॅकमेल!" लॉर्ड वर्थ चिडून उद्‌गारला. पण त्याने आपल्या मनात कोरलला केल्या जाणाऱ्या फोनचे महत्त्व जोखले. त्याने दोन मिनिटात तो फोन करण्याची कल्पना टाकून दिली. आपण जर आपलाच हेका धरला तर ही दोन माणसे खरोखर सोडून जातील याची त्याला खात्री पटली, अन् हे त्याला अजिबात परवडण्याजोगे नव्हते.

लॉर्ड वर्थने आपला चेहरा दगडी केला आणि तो थंड आवाजात म्हणाला, "तुमच्या मागण्यांपुढे मान तुकवण्याखेरीज माझ्यापुढे पर्याय नाही असे मला दिसते. तेव्हा मी तुम्हाला आता असे सुचवतो की, तुम्ही घरी जाऊन तुमच्या बॅगा भरा. मी तुम्हाला न्यायला माझी रोल्सराईस घेऊन येतो."

मिशेल म्हणाला, "बॅगा भरायला काही मिनिटेच लागतील. म्हणून तुम्हीच आता तयार व्हा, तुमची बॅग भरा. तोपर्यंत आम्ही येथे तुमची वाट पहातो. मग

जाता जाता वाटेत उतरून आम्ही आमच्या बॅगा भरून परत गाडीत येतो.''

लॉर्ड वर्थने त्यांच्याकडे रागाने पाहिले, ''म्हणजे तुमची पाठ वळली की, मी लगेच फोन करायला धावेन असे तुम्हाला म्हणायचे आहे काय?''

मिशेल स्मित करीत म्हणाला, ''आपल्या तिघांना एका वेळी नेमकी हीच कल्पना कशी सुचली याचे मला नवल करावेसे वाटते.''

# ७

*सीविच* तेलविहिरीच्या प्लॅटफॉर्मवर कमांडर लार्सन आणि स्कॉफिल्ड हे आकाशाकडे पहात होते. लांबून लॉर्ड वर्थचे एक हेलिकॉप्टर तेलविहिरीकडे येताना दिसत होते. त्यांना याचे आश्चर्य वाटत होते. नेहमी इकडे येताना लॉर्ड वर्थ वायरलेसवरून आगाऊ सूचना देत असे. ती त्यांची सवय होती. पण आज तसे न करता एकदम आपले साहेब कसे काय इकडे येत आहेत, हे त्यांना समजेना. पण कुणी सांगावे कधीकधी माणूस नेहमीच्या गोष्टी विसरतो. शिवाय ते त्यांचे खासगी हेलिकॉप्टर आहे. मनात येईल तेव्हा ते कधीही घेऊन येऊ शकतात. शिवाय आत्ताच्या धामधुमीत ते यावेळी येतील ही अपेक्षा होतीच. मग ते दोघे रेंगाळत रेंगाळत ईशान्येकडच्या हेलिपॅडपाशी गेले. तिथे ते हेलिकॉप्टर नुकतेच हवेतून खाली उतरून टेकत होते.

उतरल्यानंतर त्या हेलिकॉप्टरमधून कोणीही बाहेर पडले नाही. लार्सन व स्कॉफिल्ड यांना आश्चर्य वाटले. ते एकमेकांकडे पाहू लागले. थोड्या वेळाने हेलिकॉप्टरचे बाजूचे दार सरकत उघडले गेले आणि दारामध्ये ड्युरान्ड प्रगट झाला. लार्सन व स्कॉफिल्ड चक्रावून गेले. हा कोण माणूस? लॉर्ड वर्थच्या खासगी हेलिकॉप्टरमधून कसा आला? कशाला आला? ड्युरान्डच्या हातात एक मशीन-पिस्तूल होते. त्याच्या मागे आणखीन एक तसलाच माणूस उभा होता. ते अशा रीतीने अंधारात उभे होते की, प्लॅटफॉर्मवरील कोणाही कर्मचाऱ्यांना ते नीट दिसू शकणार नव्हते.

दहा फुटांवर उभ्या असलेल्या त्या दोघांना पाहून ड्युरान्ड त्यांना म्हणाला, ''लार्सन व स्कॉफिल्ड? जर तुमच्याजवळ काही शस्त्रे असतील तर ती वापरण्याचा मूर्खपणा अजिबात करू नका.'' हेलिकॉप्टरमधून एक छोटा जिना आतून बाहेर आला व प्लॅटफॉर्मच्या जमिनीला टेकला. ''तुम्ही दोघे इकडे या.'

त्यांच्या हातातली रोखलेली पिस्तुले पहाता आपल्याला तसे करण्यावाचून दुसरा पर्याय नाही, हे त्या दोघांनी ओळखले व ते पुढे झाले आणि पायऱ्या चढून हेलिकॉप्टरमध्ये शिरले. ते आत आल्यावर त्यांच्यावर खिळवलेली आपली नजर

अजिबात ढळू न देता ड्युरान्ड आपल्या सहकाऱ्यांना म्हणाला, "कोवेन्स्की, रिन्डलर – त्यांच्याजवळ शस्त्रे आहेत की नाही ते तपासा."

लार्सन व स्कॉफिल्ड यांच्याकडे ऑटोमॅटिक पिस्तुले होती. ती त्यांच्याकडून चटकन काढून घेतली. पण त्या दोघांना त्याचे विशेष काही वाटले नाही. त्यांचे लक्ष आत बसलेल्या लॉर्ड वर्थ यांच्या दोन्ही मुलींकडे वेधले गेले होते.

मरीनाने त्यांच्याकडे पाहिले. एवढ्या संकटात ती होती तरी तिने क्षीणपणे हसण्याचा प्रयत्न केला. ती लार्सनला म्हणाली, "कमांडर, यापेक्षा अधिक चांगल्या प्रसंगात आपली भेट व्हायला हवी होती."

लार्सनने आपली मान हलवित म्हटले, "हे तुमचे अपहरणकर्ते आहेत तर! शेवटी यांना मृत्युदंडाची शिक्षा मिळणार." मग वैमानिक कॅम्बेलकडे पाहून तो त्याला म्हणाला, "या गुंडांना तुम्ही इकडे आणलेच कसे?"

"माझ्या मानेला पिस्तूल घट्ट दाबून धरल्यावर मी दुसरे काय करू शकत होतो. तिथून निघून येथे उतरेपर्यंत त्यांनी ते मानेला टेकवून धरले होते." कॅम्बेल चिडून व उद्वेगाने म्हणाला.

लार्सनने मेलिंडाला विचारले, "तुमच्याशी या ठगांनी गैरवर्तन केले का? मग ते कोणत्याही प्रकारचे असो."

"नाही," ती म्हणाली.

"तसले काहीही आम्ही केलेले नाही," ड्युरान्ड लार्सनला म्हणत होता, "आणि यापुढेही करणार नाही." मग तो जरा विचार करून लार्सनला म्हणाला, "पण येथून पुढे आम्ही जे सांगू ते तुम्ही केले नाही तर मात्र आमचे या मुलींशी वागणे वेगळेच होईल."

"म्हणजे काय? काय म्हणायचे आहे तुम्हाला?"

"म्हणजे असे की, ती 'ख्रिसमस ट्री' आधी बंद करा." ड्युरान्डने लार्सनला हुकूम सोडला.

ख्रिसमस ट्रीवरचे व्हॉल्व्ह बंद करणे म्हणजे समुद्रतळातून वर येणारे तेल थोपवणे. तेलविहिरीचा साराच कारभार बंद करण्यासारखे ते होईल. त्यामुळे लार्सन त्याला म्हणाला, "असले काही मी बिलकूल करणार नाही." लार्सनच्या रापलेल्या चेहऱ्यावर अत्यंत क्रोध प्रगट झाला होता.

ड्युरान्डच्या लक्षात आले की, लार्सनकडे शस्त्र नसले तरीही तो एक अत्यंत धोकादायक माणूस आहे. त्याने आपल्या एका सहकाऱ्याकडे सहेतुक पाहिले. ताबडतोब त्या सहकाऱ्याने लार्सनच्या मानेवर आपल्या मशीन-पिस्तुलाचा दस्ता हाणला. तो फटका विचारपूर्वक मारला होता. त्यामुळे माणसाला क्षणभर भोवळ येईल, पण फारशी इजा होणार नाही. लार्सनच्या डोळ्यांसामरे काजवे चमकले.

त्याची शुद्ध हरपली. जेव्हा तो शुद्धीवर आला तेव्हा त्याने आपले डोके हलवून स्वत:ला ताळ्यावर आणले. त्यावेळी त्याला समजले की, आपल्या दोन्ही हातांत बेड्या आहेत व पायात धातूची कडी अडकवली आहेत. त्याची नजर धूसर झाली होती. जेव्हा ती स्वच्छ झाली तेव्हा त्याला दिसले, लार्सनच्या हातात चकचकीत स्टेनलेस स्टीलचे शस्त्रक्रियेसाठी लागणारे कटर होते. त्या कटरच्या पकडीत मेलिंडाची उजव्या हाताची करंगळी धरली गेली होती. ड्युरान्डने आपल्या हातातील कटरवर थोडासा जरी दाब दिला तरी त्या करंगळीचा क्षणात तुकडा पडणार होता. शस्त्रक्रिया करताना छातीच्या फासळ्या काटण्यासाठी त्या कटरचा उपयोग केला जायचा. त्याच्यापुढे करंगळी म्हणजे एक कोवळी भेंडी ठरत होती. तिचा विनासायास तुकडा पडू शकत होता. अपहरण केलेल्या व्यक्तीला ठार न करता तिचे एकेक बोट तोडत नेले तर तो धाक दाखवून दुसऱ्याकडून काम करवून घेता येते. ड्युरान्डच्या मनातील हेतू लार्सनने ओळखला.

ड्युरान्ड म्हणाला, "मी जे काही करणार आहे ते केले तर लॉर्ड वर्थची तुमच्यावरची मर्जी एकदम खप्पा होईल. मग काय करणार तुम्ही?"

ती गोष्ट लार्सनलाही ठाऊक होती. तो म्हणाला, "आधी ती पक्कड दूर करा. माझ्या हातापायातील बेड्या दूर करा. मी ती ख्रिसमस ट्री बंद करतो. ठीक आहे?"

"ठीक आहे. पण मी तुमच्याबरोबर येऊन तुम्ही खरोखरीच काय करता ते पहाणार आहे. तुम्ही नक्की काय व कसे केले ते मला समजणार नाही. पण तिथे पाईपातील तेलाचा प्रवाह दाखविणारे फ्लो गेजेस असतीलच. त्यावरून मला ते समजेल. मी बरोबर एक वॉकी-टॉकी सेट घेतो. त्यावरून मी इथल्या माझ्या माणसाशी सारखा संपर्कात राहीन. जर मला काही तुम्ही धोका दिलात, माझे काही बरेवाईट झाले–" एवढे म्हणून ड्युरान्डने हातातील कटरकडे सहेतुक पाहिले. मग तो कटर आपल्या एका माणसाजवळ दिला. ड्युरान्डने कॅम्बेलला आपले हात आसनाच्या मागे आणण्यास सांगितले. त्या दोन्ही हातांना बेड्या घालून त्या एकमेकांना जोडल्या. कॅम्बेल आता आसनाशी जखडला गेला. ते पाहून लार्सन कडवटपणे म्हणाला, "तुम्ही अगदी बारीक सारीक गोष्टीही विसरत नाही असे दिसते."

"काय करणार, सध्याच्या काळात सर्वत्र अनेक खलनायक मंडळी बोकाळलेली आहेत. चला माझ्याबरोबर."

ज्या बाजूला खोदकाम करणारे ड्रिलिंग रिग होते त्या दिशेने ते दोघे चालत चालत गेले. काही पावले चालल्यावर ड्युरान्ड थांबला आणि आजूबाजूला त्याने कौतुकाने पाहिले. तो म्हणाला, "वाऽ! झकास! दुहेरी कामाच्या ॲन्टी एअरक्राफ्ट गन्स बसवल्या आहेत. डेप्थ चार्जेसचे ढीगच्या ढीग रचले आहेत. हे पाहून

कोणालाही असे वाटेल की, तुम्ही फार मोठ्या वेढ्याला तोंड देण्याची तयारी केली आहे. पण हा गुन्हा आहे, फेडरल ऑफेन्स आहे, हे ठाऊक आहे ना तुम्हाला? आता तुमचे मालक लॉर्ड वर्थ हे अब्जाधीश आहेत, आपल्या वकिलांना लक्षावधी डॉलर्सची फी देऊ शकतील हेही मी मान्य करतो, पण तरीही अशा गुन्ह्यासाठी त्यांना सुधारण्यासाठी दहा वर्षे तरी तुरुंगात पाठवले जाईल.''

''तुम्ही कशाबद्दल बोलत आहात?''

''ही जी शस्त्रास्त्रसामुग्री तुम्ही येथे जमवली आहे ना, त्याबद्दल मी बोलतो आहे. मी पैजेवर सांगतो की, ही शस्त्रास्त्रे चोवीस तासांपूर्वी येथे अजिबात नसली पाहिजे. गेल्या रात्री नॅव्हल शस्त्रागार फोडण्यात आले होते. ज्यांनी कोणी तेथून शस्त्रास्त्रांची लूट केली त्यांच्याबद्दल सरकार नक्कीच गंभीर दृष्टिकोन ठेवून कारवाई करील. आणि हो, तुमच्या या तेलविहिरीवर ही शस्त्रास्त्रे चालविणारी तज्ज्ञ मंडळी असणारच म्हणा. एक तेलविहीर चालविण्यासाठी या प्रकारचे तंत्रज्ञान आणि कौशल्य उपयोगी पडत नाही, हेही तितकेच खरे आहे; परंतु तुम्ही इथल्या कर्मचाऱ्यांना ती शस्त्रास्त्रे चालविण्याचे कौशल्य शिकवले असेल तरच गोष्ट वेगळी. पण येथे असलेली काही शस्त्रे तर इतकी खास व वैशिष्ट्यपूर्ण आहेत की, तसली शस्त्रे फ्लोरिडा शस्त्रागारातच सापडतील, अन् तिथे तर काल रात्री शस्त्रागार फोडून काही शस्त्रांची लूट केली होती. आता दोन लष्करी शस्त्रागारे एकाच रात्री फोडली जाणे हा एक योगायोग असेलही, पण किती विलक्षण योगायोग आहे. तुमच्यासारख्या माजी लष्करी अधिकाऱ्याने हे चालवून घ्यावे, मदत करावी आणि गुन्ह्याला प्रोत्साहन द्यावे हे कसे काय सरकारला खपेल? माझ्या मते वीस वर्षे तुरुंगवासाच्या शिक्षेएवढा हा गुन्हा आहे. कमाल आहे, अन् लोक *आम्हाला* मात्र गुन्हेगार ठरवतात.''

त्याच्या या बोलण्यावर लार्सन प्रत्युत्तर देऊ शकत होता. अगदी जहाल भाषेत निवडक गोष्टी सांगून त्याचे तोंड सहज गप्प करू शकत होता. पण यातून शेवटी काय निष्पन्न होणार होते? वादावादी, शिवीगाळ आणि धमक्या!

शेवटी अनेक पाईप व व्हॉल्व्ह असलेली ती ख्रिसमस ट्री बंद करण्यात आली. तेलाचा दाब दाखवणाऱ्या तबकड्यांवरील काटे मागे हटून शून्यावर थांबले. ते झाल्यावर ड्युरान्डने *'रोमर'* बोटीकडे लक्ष दिले. ती बोट *सीविच* तेलविहीर आणि समुद्रावर तरंगणारी अवाढव्य तेलसाठ्याची टाकी यांच्यामध्ये जा-ये करून पहारा देत होती. त्याकडे पहात ड्युरान्डने विचारले, ही बोट काय करत आहे?''

''जमिनीवरील तुमच्यासारख्या कोणत्याही बुद्दू माणसाला त्याचा सहज तर्क करता येईल. ती बोट पाईपलाइनवर पहारा देत आहे.''

''पण कशासाठी? पाईपलाईन वाटेत कुठेही जरी फुटली तरी तुम्ही ताबडतोब

दुसरी लाईन किंवा जोड-लाईन एका दिवसात टाकू शकता. पहारा देणे म्हणजे वेडेपणा आहे. त्याने काय साधणार आहे?''

''वेड्या माणसांशी सामना करण्यासाठी वेडेपणाच्याच कारवाया कराव्या लागतात. लॉर्ड वर्थ यांचे शत्रू कुठूनही, कसेही चालून आले तरी ते यामुळे धरले जातील. यात त्यांचे व सर्वांचे भले आहे.''

''छान, म्हणजे वर्थ याने शेवटी गळेकापू गुंडांच्या टोळीला तेलविहिरीवर आणले तर! त्या टोळीचा प्रमुख कोण आहे?''

''पालेर्मो!''

''तो? तो गुंडांचा दादा? म्हणजे महान लॉर्ड वर्थ हे शस्त्रास्त्रांच्या चोऱ्यांमागे असतात, शिवाय गुंड व शिक्षा झालेले अपराधी यांचेही ते सहकारी असतात.''

''म्हणजे तुम्हाला पालेर्मो ठाऊक आहे तर?''

''होय,'' ड्युरान्ड म्हणाला. पालेर्मो व तो अशा दोघांनीही एकेकाळी एका तुरुंगात शिक्षा भोगलेली होती. दोन वेळा ते दोघे तुरुंगात गेलेले होते. ड्युरान्ड त्याबद्दल काही बोलला नाही. पण तो एवढेच म्हणाला की, ''मला त्याच्याशी बोलायचे आहे.''

शेवटी पालेर्मोला बोलावण्यात आले. बोलण्याचे काम फक्त ड्युरान्डनेच केले. पालेर्मोला त्याने थोडक्यात सांगितले, ''आम्ही लॉर्ड वर्थ यांच्या दोन्ही मुलींना ताब्यात घेतलेले आहे. त्या आमच्या कैदी झालेल्या आहेत. तुम्ही व तुमची माणसे लॉर्ड वर्थच्या बाजूने कामे करीत आहात. तेव्हा लॉर्ड वर्थ यांचे नुकसान होईल असले काम, कारवाई अगर हालचाल करू नका. आम्ही त्या दोघींना इकडे रहाण्याच्या खोल्यांत आणून ठेवतो आहोत. पण तुम्ही कोणीही त्यांच्याशी संपर्क साधू नका किंवा त्यांच्या जवळपास फिरकू नका. आमच्या हातातील ही दोन हुकमाची पाने काढून घेण्याचे मनातही आणू नका. तुम्ही फक्त तुमच्या खोलीतच रहा. बाकी काहीही करू नका. तिथे राहून कसलीही गडबड करू नका. नाहीतर तुम्हाला किंकाळ्या, ओरडणे, रडणे वगैरे आवाज ऐकू येतील किंवा त्या पोरींच्या कापलेल्या बोटांचे तुकडे, कानाचे तुकडे तुमच्या खोलीच्या खिडकीतून आत भिरकावून दिले जातील. मी जे बोलतो आहे तसे करून दाखवणारा आहे. तुम्हाला ते पटले असावे असे मी धरून चालतो.''

अन् पालेर्मोला ते पटले. पालेर्मो हा एक क्रूरकर्मा होता. कसलीही दयामाया त्याच्याजवळ नव्हती. त्याचा क्रूरपणा ड्युरान्डच्या क्रूरपणाशी साजेसा होता; परंतु ड्युरान्डच्या क्रूर कृत्यात एक प्रकारची विकृती भरलेली होती. तो जी क्रूर कर्मे करी ती अत्यंत आनंदाने करी. त्याच्यात त्याला एक प्रकारचे विकृत समाधान लाभे. पालेर्मोलाही ते ठाऊक होते.

पालेर्मो त्याच्या ओरिएन्टल क्वार्टरकडे, त्याच्या रहाण्याच्या जागेकडे निघून गेला. मग ड्युरान्डने आपला सहकारी रिन्डलर याला वॉकी-टॉकीवरून निरोप दिला, "सर्वांनी इकडे यावे. त्या दोन पोरी व वैमानिक यांनाही घेऊन यावे." वैमानिक कॅम्बेल हा एक चिवट व हुशार माणूस होता. तो जर हेलिकॉप्टरमध्ये एकटा राहिला तर आपले मागे जखडलेले हात नुसते उभे राहून सहज सोडवून घेऊ शकत होता. ड्युरान्डने ते ओळखले होते. मग तो वाटेल ते करून बेड्यातून हात काढून घेईल. हेलिकॉप्टर सुरू करून पळून जाईल; परंतु परतीसाठी पुरेसे पेट्रोल हेलिकॉप्टरमध्ये नसेल याची काळजी ड्युरान्डने घेतली होती. अगदी जवळचा न्यू ऑर्लिन्सचा किनारासुद्धा तो गाठू शकला नसता.

कैद्यांसह हेलिकॉप्टरमधील सर्वजण बाहेर पडले व ड्युरान्डपाशी आले. मग त्याने लार्सनला विचारले, "यांची रहाण्याची काही सोय? काही खोल्या आहेत का?"

"भरपूर खोल्या आहेत. 'ओरिएन्टल क्वार्टर्स'मध्ये अनेक खोल्या रिकाम्या आहेत. लॉर्ड वर्थ यांची खासगी खोलीही रिकामी आहे."

"लॉक-अप्स किती आहेत?"

"म्हणजे काय म्हणायचे आहे? हा काही तुरुंग नाही."

"मग स्टोअर-रूम्स आहेत? ज्यांना बाहेरून कुलपे घालता येतील अशा?"

"आहेत."

ड्युरान्डने लार्सनकडे थोडा वेळ निरखून पाहिले व म्हटले, "मिस्टर लार्सन, तुम्ही खूप सहकार्य करीत आहात, पण तुमची ख्याती नेमकी याविरुद्ध आहे."

"माझ्याबरोबर दोन मिनिटे चालल्यावर तुमचे हे मत बनले आहे. पण मी जे काही बोलतो ते करून दाखवतो. पहालच तुम्ही," लार्सन म्हणाला.

"तुमच्या मनात मला ठार करायचे आहे ना? हो की नाही?"

"जेव्हा तशी अनुकूल वेळ येईल तेव्हा तसेच घडेल. पण आता तशी वेळ आलेली नाही."

"तरीही," ड्युरान्ड आपल्या खिशातून पिस्तूल हातात काढून घेत पुढे म्हणाला, "तुम्ही माझ्यापासून दहा फूट दूर रहाणे चांगले. जवळ असलात की तुम्हाला माझ्यावर हल्ला करण्याची ऊर्मी होईल, अन् मग तुम्ही माझ्या लोकांना 'पिस्तुले टाका, त्या मुलींना सोडून द्या, नाहीतर याचे हातपाय तोडीन' अशी धमकी द्याल. काय, कसा काय विचार आहे?"

लार्सनने त्याच्याकडे निरखून पाहिले. पण यावर तो काहीही बोलला नाही.

लॉर्ड वर्थच्या दोन्ही मुली, वैमानिक कॅम्बेल आणि ड्युरान्डची चार ठग मंडळी तिथे आली. ड्युरान्ड त्यांना म्हणाला, "आता तुमच्यासाठी आपण चांगल्या खोल्या

शोधू. त्यात रात्रभर तुम्हाला आराम करता येईल.''

मग त्या सर्वांना तो घेऊन निघाला. स्टोअर-रूमपाशी आल्यावर त्याने एक स्टोअर उघडून पाहिले. आतमध्ये छतापर्यंत ठासून माल भरलेला होता. अन्नाचे टिनचे डबे पेट्यांत भरून ठेवलेले होते. ड्युरान्डने कॅम्बेलला आत ढकलले व स्टोअरच्या खोलीचे दार लावून टाकले. दाराला अंगचे कुलूप होते व कुलपात किल्ली होती. त्याने किल्ली फिरवून कुलूप लावले व किल्ली आपल्या खिशात टाकली. दुसऱ्या खोलीत दोरखंडांची वेटोळी होती. तिथे सर्वत्र क्रूड ऑईलचा वास भरून राहिलेला होता. शिवाय अत्यंत चपळ व अविनाशी ठरलेले काही जीव ऊर्फ झुरळ शेकडोंच्या संख्येने तिथे वावरत होते. ड्युरान्डने त्या दोन्ही मुलींना म्हटले, ''चला, आत जा.''

त्या दोघींनी आत डोकावून पाहिले. मग आपले अंग शहारत त्या मागे वळल्या. मरीना म्हणाली, ''या घाणेरड्या खोलीत आम्ही अजिबात जाणार नाही.''

ड्युरान्डच्या साथीदाराने हातातील पिस्तूल हलवित त्यांना म्हटले, ''माझ्या हातात काय आहे ते ठाऊक आहे ना?'' रिन्डलरने तसेच दुसरे पिस्तूल मेलिंडावर रोखले होते.

त्या दोन्ही मुलींनी एकमेकींकडे क्षणिक पाहिले आणि नंतर जे काही घडले त्याची रंगीत तालीम त्या दोघींनी आधी अनेकवार केली असणार याची पहाणाराला खात्री पटली असती. त्या दोघी झटपट पावले टाकीत पिस्तूलधारी माणसांसमोर गेल्या. त्यांच्या पिस्तुलांच्या नळ्या आपल्या हातात पकडल्या आणि त्याच हाताचे उजवे अंगठे पिस्तुलाच्या चापामागे घुसवले. आता चापावर त्या दोन गुंडांची बोटे व त्याच चापांच्या मागे या दोन मुलींचे अंगठे होते. ज्याचा दुसऱ्यापेक्षा जोर जास्त तोच चाप हलवू शकेल किंवा थांबवू शकेल. जर त्या गुंडांनी जोर लावून चाप दाबले तर गोळ्या उडून त्या दोघींच्या शरीरात घुसल्या असत्या व त्या मरण पावल्या असत्या. मग त्यांना ओलीस ठेवून जे साध्य करायचे ठरवले होते ते साध्य करता आले नसते. मग क्रॉन्काईटची सारी योजना कोसळली असती, खटाटोप वाया गेला असता आणि शेवटी तो धरलाही गेला असता.

जर त्या मुलींच्या चापाच्या मागे असलेल्या अंगठ्यामुळे चाप दाबता आले नसते तर? तर पेच पडला असता. त्या झटापटीत गोळी कुठे उडेल याचा अंदाज करता येत नव्हता. त्या दोघी जिवावर उदार झालेल्या दिसल्या.

मरीना समोरच्या गुंडाला म्हणाली, ''तू जर हे पिस्तूल हिसका देऊन सोडवायचा प्रयत्न केलास तर त्याच्या आधीच माझ्या बोटाने त्याचा चाप दाबेन. पहायचे आहे का तसे?''

समोरचे दृश्य पाहून व अचानक बदललेली परिस्थिती पाहून ड्युरान्डही

हादरला. प्रत्येक शक्यता कोणता शेवट करेल हे त्याच्या नजरेसमोर आले. आजवर त्याने अनेक विचित्र परिस्थितीवर काबू मिळवला होता, पण असली चमत्कारिक परिस्थिती त्याने कधीही अनुभवली नव्हती. त्याने घाबरत त्या दोघींना विचारले, "तुम्ही... तुम्ही आत्महत्या करणार आहात?"

मेलिंडा यावर उत्तरली, "अगदी बरोबर!" तिने आपल्या समोरच्या गुंडावरची नजर न काढता पुढे म्हटले, "अरे महामूर्खा, त्या झुरळांपेक्षाही तुझी किंमत कमी आहे. अरे कीटका, तू आमच्या वडिलांचा विनाश करायला बघतो आहेस. आम्ही जर मेलो तर तुमच्या हातातील हुकमाची पानेच बाद झाल्यासारखे होईल. मग तुम्हाला चिरडून टाकायला कितीसा वेळ लागेल?"

"तुम्हा पोरींना वेड लागले आहे, वेड!" ड्युरान्ड ओरडून म्हणाला.

मरीना म्हणाली, "तसे समजा. पण वेड्या माणसांचे तर्कशास्त्र चांगले असते. आमच्यामुळे किंवा तुमच्या या गुंडामुळे जर गोळ्या सुटल्या व आमचे जीव गेले तर तुम्हीच गोळ्या झाडल्या असेच समजले जाणार. शेवटी पिस्तुले तुमच्या माणसांच्या हातात आहेत. मग आमच्या वडिलांची कशी तिखट प्रतिक्रिया होईल याचा अंदाज करा. ते काही कायदेशीर मार्गाने तुमचा काटा काढणार नाहीत. त्यांच्याजवळची अब्जावधी डॉलर्सची ताकद काय करू शकते ते तुम्ही नुसते बघत राहाल. तुम्हाला त्याची कल्पनाही करता येणार नाही. ते तुम्हा सर्वांचा विनाश करतील. तुमच्या प्रत्येक माणसाला संपवतील. तुमचा तो गुन्हेगारीचा अड्डा उद्ध्वस्त होईल." मग तिने आपल्या समोरच्या गुंडाकडे रागाने पहात म्हटले, "दाब की रे तो चाप. नाही दाबणार? मग पिस्तूल सोडून दे."

त्याने आपला पिस्तुलावरचा हात काढून घेतला. ते पाहून दुसऱ्या गुंडानेही तसेच केले. दोन्ही पिस्तुले खाली पडली.

मेलिंडा म्हणाली, "आम्ही दोघी आता पाय मोकळे करायला जातो. जेव्हा लॉर्ड वर्थ यांच्या मुलींना साजेशा खोल्या तयार होतील तेव्हा आम्ही परत येऊ."

ड्युरान्डचा चेहरा पडला होता. त्याचा स्वर खाली उतरला होता. खर्जातील आवाजात तो बोलण्याचा प्रयत्न करीत होता व त्याच्या आवाजात थरथर होती. आपल्या आवाजातील दबदबा पुन्हा आणण्याचा तो केविलवाणा प्रयत्न करीत होता. त्या तरुण मुलींना तो म्हणाला, "ठीक आहे, तुम्हाला गरज वाटत असेल तर पाय मोकळे करून या." मग आपल्या एका सहकाऱ्याला तो म्हणाला, "तू यांच्या मागोमाग जा. जर त्या काही गडबड करणार असतील तर सरळ त्यांच्या पायावर गोळ्या झाड."

ते ऐकताच मरीना गर्रकन वळाली. तिथे खाली पडलेले कोवेन्स्कीचे पिस्तूल तिने घेतले व ती ड्युरान्डच्या माणसाकडे गेली. त्या पिस्तुलाची नळी तिने त्याच्या

डाव्या डोळ्यावर दाबून धरली. तो माणूस ओरडू लागला. ती त्याला म्हणाली, "तू माझ्या पायावर गोळी झाड, अगदी आत्ताच झाड. म्हणजे मी तुझ्या डोळ्यात गोळी झाडते. म्हणजे फिटंफाट होईल. ठीक आहे?"

"गॉड्स सेक!" ड्युरान्ड बोलू लागला. पण त्याच्या आवाजात आता काकुळती होती. तिने जर बोलल्याप्रमाणे केले तर आपल्याला हात चोळीत बसावे लागेल हे त्याने ओळखले होते. तो तिला म्हणाला, "असं पहा, तुमच्याबरोबर कोणीतरी रहायला हवे ना? जर तुम्ही हवे तिथे गेलात आणि तुमच्यावर आमचा पहारा नसेल तर पालेर्मोची माणसे आमचे तुकडे तुकडे करतील."

"वाऽ! काय झकास कल्पना आहे! एकदम परिपूर्ण कल्पना!" मरीना पिस्तूल मागे घेत म्हणाली. ड्युरान्डच्या साथीदाराचा डोळा दुखावला होता. तो आता आपला डोळा चोळू लागला. उंदरासारखा चेहरा असलेला आणि कोठल्याही राष्ट्राचे नागरिकत्व नसलेला तो एक भुरटा गुंड होता. ती पुढे म्हणाली, "तुमचे म्हणणे समजले; परंतु तुमचे हे जनावर आमच्यापासून किमान तीस फूट तरी दूर राहिले पाहिजे. समजले?"

"अर्थात, अर्थात!" ड्युरान्डने तिची मागणी मान्य केली. तिने चंद्र जरी मागितला असता तरीही त्याने ती अट मान्य केली असती. शिवाय त्या दोघी तेलविहीर सोडून कुठे जाऊ शकत होत्या?

त्या तेथून निघाल्या. इंग्लंडमधील हायलॅन्डच्या घराण्यातील गेल्या सोळा पिढ्यांच्या खानदानीपणाचे प्रदर्शन त्यांनी करून दाखवले होते. प्लॅटफॉर्मच्या कडेला त्या जाऊ लागल्या. पण या प्रसंगातून गेल्यावर आता त्यांचे पाय थरथरू लागले. ती थरथर आपल्या मागावर राहाणाऱ्या ड्युरान्डच्या माणसाला कळू नये अशी इच्छा त्यांनी आपापल्या मनात व्यक्त केली.

चालता चालता मरीनाने मेलिंडाला विचारले, "परत तशी वेळ आली तर तू खरेच तसे करशील?"

"छे ग! परत तसे मला जमणार नाही. त्यापेक्षा मी मरण पत्करेन." त्या दोघी मनातून खूप हादरल्या होत्या.

"आपण अगदी टोकाला पोहोचलो होतो. अशाच प्रसंगातून मायकेल आणि जॉन गेले तर ते आपल्यासारखेच हादरतील?"

"नाही. पुढे असे काही घडेल असे डॅडींनी त्या दोघांना नुसते अप्रत्यक्षरीत्या सुचवले असते तरी त्या दोघांनी एव्हाना काही ना काही हालचाल करून या गुंडांना ठार केले असते."

मरीनाचे पाय थरथरणे थांबून ती आता शहारू लागली होती. ती म्हणाली, "माझी देवाजवळ अशी प्रार्थना आहे की, ते दोघे आता येथे यावेत."

चालत चालत त्या कठड्यापाशी दहा फुटांवर पोहोचून थांबल्या. कठड्यावरून खाली खोल समुद्रात डोकावून पहाण्याचे धैर्य त्यांच्यात नव्हते. म्हणून त्यांनी चालण्याची दिशा बदलली. त्याच वेळी त्यांना आकाशातून येणारा एका घरघरीचा आवाज ऐकू आला.

ड्युरान्ड आणि लार्सन यांनीही तो आवाज ऐकला. पण त्यांना आकाशात नीट दिसेना. संध्याकाळ संपत चालली होती. प्रकाश खूपच अंधुक झाला होता; परंतु तेलविहिरीवरील सर्वांना येणारे हेलिकॉप्टर कोणाचे आहे आणि आत कोण आहे हे समजले होते. ड्युरान्ड लार्सनला म्हणाला, "चला, आपल्याला आता कंपनी मिळाली. लॉर्ड वर्थ येत आहेत. त्यांचे हेलिकॉप्टर कुठे उतरेल?"

"आग्नेय बाजूच्या हेलिपॅडवर," लार्सन म्हणाला.

ड्युरान्डने लॉर्ड वर्थच्या मुलींच्या दिशेने पाहिले. त्या कठड्यापासून अलीकडे थांबल्या होत्या व वर आकाशात पहात होत्या. तीस फुटांवर आपला माणूस हातात पिस्तूल घेऊन त्यांच्यावर पहारा देत आहे हे पाहून त्याला बरे वाटले. त्याने आपले मशीन-पिस्तूल हातात घेऊन म्हटले, "चला, आपण लॉर्ड महाशयांचे हेलिकॉप्टरमध्ये जाऊन स्वागत करू या." मग आपल्या माणसाला त्याने हाक मारून म्हटले, "लार्सन, चल माझ्याबरोबर."

लार्सन म्हणाला, "लॉर्ड वर्थ हे त्यांच्या मुलींपेक्षाही हाताळायला अधिक जड जातील, हे ध्यानात घ्या."

"व्हॉट डू यू मीन?"

लार्सन विकृत आनंद व्यक्त करीत समाधानाने म्हणाला, "तुम्ही त्यांच्या मुलींना पकडलेत. म्हणजे मग दोन वाघिणींना त्यांच्या शेपट्या धरून पकडल्यासारखे आहे. आता त्या वाघिणींचा बाप खाली उतरतो आहे."

ड्युरान्डने कपाळाला आठ्या घातल्या व तो तेथून आपल्या माणसांसह निघाला. त्या दोघांच्याही हातात मशीन-पिस्तुले होती. लार्सनलाही त्यांनी आपल्या बरोबर घेतले. ते तिघे जेव्हा हेलिपॅडपाशी पोहोचले तेव्हा लॉर्ड वर्थचे हेलिकॉप्टर प्लॅटफॉर्मला स्पर्श करीत उतरत होते. दार उघडून प्रथम लॉर्ड वर्थ बाहेर आला. पायऱ्या उतरून खाली उतरल्यावर त्याने समोर दोन सशस्त्र माणसे पाहिली आणि त्याचा विश्वासच बसेना. त्याने लार्सनला विचारले, "हे काय चालले आहे?"

यावर ड्युरान्डनेच म्हटले, "*सीविच*वर आपले स्वागत असो, लॉर्ड वर्थ! तुम्ही मला आपला इथला यजमान समजले तरी चालेल. तुम्ही आमचे पाहुणे आहात. खास पाहुणे! या तेलविहिरीवरच्या मालकी हक्कात थोडासा बदल झालेला आहे."

लॉर्ड वर्थ लार्सनला म्हणाला, "हा जो माणूस आहे त्याचे नाव ड्युरान्ड आहे

आणि ही वल्ली क्रॉन्काईटचा उजवा हात समजली–''

ते ऐकताच ड्युरान्ड चमकून म्हणाला, ''क्रॉन्काईट! त्यांच्याबद्दल तुम्हाला काय ठाऊक आहे?''

लॉर्ड वर्थ आपला राग थंडपणे व्यक्त करीत म्हणाला, ''हे असले उजवे हात निवडल्याबद्दल क्रॉन्काईटचे मला अभिनंदन करता येत नाही. अरे महामूर्खा, तुला पैसे देऊन विकत घेणारा तुझा मालक कोण आहे ते काय आम्हाला समजत नाही? मिस्टर क्रॉन्काईट आता फार काळ जगणार नाहीत, अन् तूसुद्धा जगणार नाहीस.'' लॉर्ड वर्थचे बोलणे ऐकून ड्युरान्ड मनात चरकला, अस्वस्थ झाला व थोडासा घाबरला. लॉर्ड वर्थ कमालीच्या संतापाने बोलत होता. मग लार्सनकडे वळून तो म्हणाला, ''ह्या मवाल्याने आपल्याबरोबर किती साथीदार येथे आणले आहेत?''

''चार.''

''चार! पण तुमची माणसे आणि पालेर्मोची माणसे मिळून वीसपेक्षा जास्ती होतात. मग ही परिस्थिती कशी काय उद्‌भवली?''

ड्युरान्डची मन:स्थिती आता सावरली होती. जेव्हा तो बोलू लागला तेव्हा स्वत:वर खूष झाल्याची भावना त्याच्या शब्दांतून प्रगट झाली होती. तो म्हणाला, ''लार्सनजवळ जे नाही ते आमच्याकडे आहे. आमच्या ताब्यात तुमच्या दोन्ही मुली आहेत.''

लॉर्ड वर्थला हे अनपेक्षित होते. त्याला धक्का बसला. क्षणभर तो गप्प बसला. मग तो घोगऱ्या आवाजात म्हणाला, ''म्हणजे तुम्ही – तुम्हीच ते अपहरणकर्ते आहात तर?''

''सर, युद्धाचे अनेक लाभ असतात. तसा हा लाभ आम्हाला झाला आहे. फॉर्च्युन्स ऑफ वॉर!'' लॉर्ड वर्थच्या खानदानीपणाचा एवढा प्रभाव पडे की, त्याच्याशी बोलताना एखादा खलनायकही मोठ्या अदबीने आणि लालित्यपूर्ण शब्दांत आपली धमकी प्रगट करेल. ड्युरान्ड पुढे म्हणाला, ''आता आम्हाला बाकीच्या प्रवाशांकडे जरा लक्ष दिले पाहिजे.''

मिशेल आणि रूमर हेलिकॉप्टरमधून खाली उतरले. त्या दोघांनी झकपक कपडे केलेले होते. डोळ्यांवर चष्मे चढवलेले होते. दोन निरुपद्रवी माणसे जशी दिसतील तसे ते दोघे वाटत होते. लॉर्ड वर्थ म्हणाला, ''हे मिशेल व रूमर. शास्त्रज्ञ आहेत. एकजण भूकंपशास्त्रज्ञ आहे आणि दुसरा भूशास्त्रज्ञ आहे.'' मग मिशेल व रूमरकडे वळून लॉर्ड वर्थ त्यांना पडलेल्या आवाजात म्हणाला, ''त्यांनी येथे माझ्या मुलींना कैद करून ठेवले आहे.''

''गुड गॉड!'' मिशेलने धक्का बसल्याचा सुरेख अभिनय करीत म्हटले, ''पण... पण या जागेत...!''

"अर्थातच! आपल्या शत्रूपेक्षा दोन पावले अधिक पुढे जाऊन अनपेक्षित चाल आम्ही खेळतो. तुम्हा दोघांचा येथे येण्याचा हेतू काय आहे?" ड्युरान्डने विचारले.

"आम्हाला तेलाचे नवीन साठे शोधायचे आहेत, अन् येथे एक अद्ययावत लॅबोरेटरी आहे. म्हणून –"

"मग तुम्ही हा प्रवास उगाचच केलात. आता तुमची व तुमच्या दोस्ताची बॅग आम्हाला तपासायला देता का?"

"तसे नाही केले तर चालणार नाही का?"

"नाही, अजिबात नाही!"

"ठीक आहे."

लगेच ड्युरान्डचा एक माणूस पुढे झाला व त्याने मिशेलची बॅग हातात घेऊन उघडली. झटपट तपासणी करून तो म्हणाला, "कपडे. काही शास्त्रीय पुस्तके. काही शास्त्रीय उपकरणे. बस्स! एवढेच!"

त्यानंतर रूमरची बॅग तपासली. त्यातही तसलेच सामान आढळले.

नंतर डॉ. ग्रीनशॉ खाली उतरले. त्यांनी हेलिकॉप्टरच्या वैमानिकाकडून बरीच खोकी व बॅग हातात घेऊन उतरवल्या. ड्युरान्डने विचारले, "अन् हे महाशय कोण आहेत?"

लॉर्ड वर्थ म्हणाला, "डॉ. ग्रीनशॉ. ते एक निष्णात डॉक्टर व सर्जन आहेत. *सीविच*वर काही प्रमाणात रक्तपात होण्याची शक्यता आम्ही हेरली असल्याने तयारीनिशी आलो. इथे तेलविहिरीवर एक छोटा दवाखानाही आहे."

"तुमचा हा प्रवास फुकट गेला, डॉ. ग्रीनशॉ. आमच्या हातात साऱ्या नाड्या आल्याने तसा कोणताही हिंसाचार येथे घडणार नाही. तेव्हा डॉक्टर, तुम्ही जे जे काही बरोबर आणले आहे ते मला पाहू द्या."

"ठीक आहे, जशी तुमची इच्छा. मी डॉक्टर असल्याने माणसाचे प्राण कसे वाचेल ते पहातो, त्याचा जीव घेण्याचे पहात नाही. माझ्याजवळ कोणतीही घातक शस्त्रे लपवलेली नाहीत. वैद्यकीय आचारसंहितेनुसार आम्हाला कोणतीही शस्त्रे जवळ बाळगता येत नाही." मग एक सुस्कारा सोडून तो पुढे म्हणाला, "तुम्हाला जे काही तपासायचे आहे ते तपासा. पण कोणत्याही गोष्टीचा नाश करू नका, मोडतोड करू नका."

ड्युरान्डने वॉकी-टॉकी सेट हातात घेतला व त्यात म्हटले, "पालेर्मोच्या माणसांपैकी कोणाला तरी इकडे इलेक्ट्रिक ट्रक घेऊन पाठवा." इलेक्ट्रिक ट्रक म्हणजे बॅटरीवर चालणारी व रिक्षाच्या आकाराएवढी एक हातगाडी. सामानाची ने-आण करण्यासाठी ती वापरली जाई. डॉ. ग्रीनशॉने उतरवून घेतलेले सामान त्या वाहनातून न्यायचे होते.

मग ड्युरान्डने मिशेलकडे पहात म्हटले, "तुमचे हात का थरथरत आहेत?"

मिशेलने घाबरल्याचा अभिनय करीत म्हटले, "मी एक शांततावादी माणूस आहे." असे म्हणून आपल्या हातांची थरथर लपवण्यासाठी त्याने ते मागे नेले.

याचा अर्थ फक्त रूमरला कळला. मिशेलने एक संकेत दिला होता. रूमरने आपल्या ओठांवरून जीभ फिरवली आणि घाबरल्याचा जादा अभिनय करीत त्याने मिशेलकडे पाहिले. ड्युरान्डने त्याच्याकडे पाहून म्हटले, "हं! हा आणखी एक हिरो. मला असली भित्री माणसे आवडत नाहीत."

मागे नेलेले आपले थरथरणारे हात मिशेलने पुन्हा पुढे आणले व दोन्ही हातांची एक मूठ केली. जणू काही तो त्या मुठीने मारणार होता. ड्युरान्डने दोन पावले मिशेलच्या दिशेने टाकली आणि आपला हात मिशेलला मारण्यासाठी उगारला. पण वाटेतच त्याने आपला हात मागे घेतला. ही मात्र एक शहाणपणाची गोष्ट त्याने केली. नाहीतर मिशेलने जे काही केले असते त्याचे दुष्परिणाम त्याला भोगावे लागले असते. जेव्हा समोरच्या व्यक्तीच्या मनात काय चालले आहे हे ड्युरान्डला समजे तेव्हा तो लगेच क्रूर बने. त्याला जर आता मिशेलच्या मनातील कळले असते तर मात्र तो हादरला असता. आपल्या डोक्यावर मृत्यूची छाया घिरट्या घालू लागली आहे हे त्याला समजले असते.

लार्सनला मात्र आताचा छोटा प्रसंग पाहून बरे वाटले होते. पण त्याने आपल्या चेहऱ्यावर तसे भाव दर्शवले नाहीत. जरी मिशेलशी त्याने फोनवर बोलणे केले असले तरी आजवर त्याची भेट कधीही झाली नव्हती. पण त्याच्याबद्दल लॉर्ड वर्थकडून त्याने खूप काही ऐकले होते. त्यावरून त्याची खात्री झाली होती की, मिशेलपुढे कोणीही टिकणार नाही. आत्ताच त्याला ते कळून चुकले होते. मिशेलने नुसते बघताच ड्युरान्डने आपला हात खाली घेतला होता; परंतु आपल्याला कोणती भूमिका वठवायची आहे हे चटकन मिशेलच्या लक्षात आल्यावर एका सेकंदात पुन्हा त्याने परत एका गरीब स्वभावाच्या भित्र्या माणसाचे रूप धारण केले. लार्सनच्या सर्व काही लक्षात आले. मिशेलच्या तेलविहिरीवरील अस्तित्वामुळे त्याला हायसे वाटू लागले.

लॉर्ड वर्थने ड्युरान्डला विचारले, "मला माझ्या मुलींना भेटायचे आहे."

काही क्षण ड्युरान्डने विचार केला. मग आपली मान होकारार्थी हलवित त्याने आपल्या माणसाला म्हटले, "त्यांची झडती घे."

मग ड्युरान्डचा माणूस लॉर्ड वर्थची रागीट नजर टाळून त्याचा पोषाख वरून चाचपून पाहू लागला. शेवटी तो म्हणाला, "ही इज क्लीन, मिस्टर ड्युरान्ड. त्यांच्याजवळ कसलेही शस्त्र नाही."

"त्या तिकडे जा," असे म्हणून ड्युरान्डने एका दिशेकडे बोट केले. लॉर्ड वर्थ

मुकाट्याने त्या दिशेने चालत गेला.

लॉर्ड वर्थ जाताना कोणाशीही एका शब्दाने बोलला नाही. बाकीच्या लोकांना रहाण्याच्या जागेकडे, ओरिएन्टल क्वार्टर्सकडे चालविण्यात आले. लॉर्ड वर्थला वाटेतच ड्युरान्डच्या माणसाने अडवले व म्हटले, ''ए मिस्टर, कुठे चालला आहात?''

''मी लॉर्ड वर्थ आहे.''

असे म्हणताच त्या माणसाने आपल्या जवळचा वॉकी-टॉकी सेट उचलून त्यात म्हटले, ''मिस्टर ड्युरान्ड? येथे एक माणूस आला आहे –''

ड्युरान्डचा आवाज तत्क्षणी वॉकी-टॉकीमधून उमटला, ''ते लॉर्ड वर्थ आहेत. त्यांची झडती घेतलेली आहे आणि मी त्यांना त्यांच्या मुलींशी बोलायची परवानगी दिलेली आहे.''

लॉर्ड वर्थने तो वॉकी-टॉकी सेट त्या माणसाच्या हातून हिसकावून घेत म्हटले, ''तुमच्या या माणसाला आमचे बोलणे ऐकू येणार नाही एवढे लांब रहायला सांगा.''

''ऐकलेस ना तू?'' वॉकी-टॉकीमधून ड्युरान्ड आपल्या माणसाला म्हणाला. नंतर तो सेट बंद झाला.

मग ती बापलेकींची भेट झाली. दोन्ही मुलींचे डोळे पाण्याने भरून आले होते. त्यांच्या भावना उचंबळून आल्या होत्या. आपल्या पळवून नेलेल्या मुलींना भेटल्यावर बापाला जसा आनंद होईल तसा आनंद लॉर्ड वर्थच्या चेहऱ्यावर दिसला नाही. त्याने आपल्या भावना काबूत ठेवल्या होत्या. मरीनाच्या ते प्रथम लक्षात आले.

ती म्हणाली, ''डॅडी, आम्हाला पाहून तुम्हाला आनंद नाही झाला?''

लॉर्ड वर्थने त्या दोघींना मिठी मारली व तो एवढेच म्हणाला, ''माझे सारे आयुष्य म्हणजे तुम्ही आहात. जर तुम्हाला आत्ता हे समजले नाही तर मग नंतर कधीच समजणार नाही.''

''तुम्ही पूर्वी असे कधीही बोलला नव्हता.'' अंधार पडत होता, तरीही तेवढ्या अंधुक प्रकाशात तिच्या डोळ्यांत पाणी तरळल्याचे दिसून येत होते.

लॉर्ड वर्थ म्हणत होता, ''तसे बोलून दाखवण्याची कधी गरज पडली नव्हती. तुम्हाला ते नेहमीच ठाऊक होते, असे मला वाटले. कदाचित मी एक निष्काळजी बाप असेन किंवा कदाचित इंग्लंडमधील हायलॅण्डर संस्कृतीप्रमाणे मी आपल्या भावनांचे प्रदर्शन न करणारा असेन. अग पोरींनो, माझ्या अब्जावधी डॉलर्सच्या संपत्तीची तुलना तुमच्या केसांच्या एका बटेबरोबरही होऊ शकणार नाही.''

''बस, बस डॅडी. आता जास्त काही बोलू नका. तुम्ही... तुम्ही खूप ग्रेट आहात. मी किती वेळा हे तुम्हाला बोलून दाखवले होते,'' असे म्हणून मेलिंडा रडू

लागली. अगदी हमसाहमशी रडू लागली.

आता मरीना बोलू लागली. मेलिंडापेक्षा ती अधिक जाणकार होती व परखड बोलणारी होती. ती म्हणाली, "पण डॅडी, आम्हाला भेटल्यावर तुम्हाला आश्चर्य वाटलेले दिसत नाही. हो ना? म्हणजे आम्ही येथे आहोत हे तुम्हाला ठाऊक होते."

"अर्थातच! मला हे ठाऊक होते."

"ते कसे काय?"

"माझ्या एजंटांनी मला ही गोष्ट हेलिकॉप्टरमध्ये सांगितली.",

"मग आता पुढे काय होणार?"

लॉर्ड वर्थ प्रांजळपणे म्हणाला, "ते मलाही ठाऊक नाही."

"आम्हाला आणखी तीन माणसे हेलिकॉप्टरमधून उतरताना दिसली. पण अंधुक प्रकाशामुळे ते कोण आहेत ते समजले नाही."

"त्यातला एकजण उत्तम सर्जन आहे. डॉ. ग्रीनशॉ."

मेलिंडाने विचारले, "इथे सर्जन कशाला लागणार आहे?"

"सर्जन कशाला लागणार ते सहज कळते. ही तेलविहीर मी माझ्या शत्रूला आनंदाने भेट म्हणून देईन असे वाटले काय तुम्हाला?"

"आणि ती बाकीची दोन माणसे? ती कोण आहेत?"

"ती तुम्हाला ठाऊक नाहीत. तुम्ही त्यांच्याबद्दल कधी ऐकलेही नाही. अन् जर तुम्ही त्यांना भेटलात आणि तुम्ही त्यांना ओळखलेत तरीही तसे अजिबात दर्शवू नका. तुम्ही यापूर्वी त्यांना कधीही पाहिलेले नाही असेच लक्षात ठेवा."

मरीना आनंदाने म्हणाली, "म्हणजे ते मायकेल आणि जॉन आहेत तर!"

"होय, पण लक्षात ठेवा. तुम्ही त्यांना यापूर्वी कधीही पाहिलेले नाही." लॉर्ड वर्थने हळू आवाजात त्यांना बजावले.

"आम्ही ते लक्षात ठेवू," त्या दोघी जवळजवळ एका आवाजात म्हणाल्या. त्यांचे चेहरे आता बदलले होते.

मरीना म्हणाली, "पण ते इथे कशाला आले आहेत? इथे तर ते खूप धोक्यात सापडतील."

"काहीतरी करण्यासाठी ते येथे आले आहेत, असे मला वाटते. ते नेमके काय करणार ते मला ठाऊक नाही. त्यांनीही मला ते सांगितले नाही. तुम्हाला सोडवून परत घरी नेण्याचा त्यांचा हेतू आहे."

"हे ते कसे काय करणार?"

लॉर्ड वर्थ म्हणाला, "पोरींनो, तेही मला ठाऊक नाही. त्यांच्या मनात काय आहे ते त्यांनी मला कधीच सांगितले नाही. सध्या ते माझ्यावर हुकूमत गाजवित आहेत. मलाच हुकूम सोडतात. माझ्यावर त्यांनी करडी नजर ठेवली आहे. मला

ते कुठे फोनही करू देत नाहीत.'' ते ऐकताच त्या मुलींना हसू आले. पण आपले हसणे आपल्या वडिलांना आवडणार नाही असे वाटून त्यांनी आपले हसणे थोपवले. कारण लॉर्ड वर्थ खूप गंभीरपणे बोलत होता. तो पुढे म्हणाला, ''विशेषत: मिशेल भलताच चिडखोर बनला आहे. हेलिकॉप्टरमधून बाहेर पडल्यावर पहिल्या मिनिटातच तो ड्युरान्डला ठार करणार होता. पण त्याने कसेबसे स्वत:ला सावरले. तुम्हाला पळवून ओलीस धरल्यामुळे तो चिडणे साहजिक आहे. आता आपण माझ्या खोलीत जाऊ या. मी वॉशिंग्टनला जाऊन आलो. सारा दिवस धावपळीत गेल्याने मी पार दमून गेलो आहे.''

ड्युरान्ड वायरलेस रूममध्ये गेला आणि त्याने तिथल्या ऑपरेटरला निघून जाण्यास फर्मावले. आपल्या रहाण्याच्या खोलीत जावे आणि बोलावले तरच परत यावे, असे त्याने बजावले. ऑपरेटर यावर काय करणार? तो मुकाट्याने तेथून निघून गेला. ड्युरान्ड स्वत: एक कुशल वायरलेस ऑपरेटर होता. त्याने चटकन क्रॉन्काईट ज्या बोटीवर होता त्या जॉर्जिया बोटीशी वायरलेसने एका मिनिटात संपर्क साधला. नंतर अर्ध्या मिनिटाने तो क्रॉन्काईटशी बोलू लागला होता.

तो म्हणत होता, ''*सीविच*वरची सर्व परिस्थिती नियंत्रणाखाली आलेली आहे. आम्ही लॉर्ड वर्थ यांना आणि त्यांच्या दोन्ही मुलींना येथे आणले आहे.''

''उत्तम!'' क्रॉन्काईट पलीकडून उत्साहात म्हणाला. सर्व काही त्याने ठरवल्याप्रमाणे त्याच्या मनासारखे घडत गेलेले होते. त्याने पुढे विचारले, ''लॉर्ड वर्थने आपल्याबरोबर कोणाला आणले आहे का?''

''वैमानिकाखेरीज तीन माणसे आहेत. एक डॉक्टर आहे – सर्जन आहे तो. अन् तो खराखुरा डॉक्टर वाटला मला. लॉर्ड वर्थला आपल्या तेलविहिरीवर काही रक्तपात घडेल असे वाटल्याने त्यांनी त्याला बरोबर आणला. मी त्या डॉक्टरची खरीखुरी माहिती फ्लोरिडाशी संपर्क साधून मिनिटात काढतो. शिवाय दोन शास्त्रज्ञ मंडळीही लॉर्ड वर्थने बरोबर आणली आहेत. त्यातला एकजण भूकंपशास्त्रज्ञ आहे. तो खराखुराच आहे. अगदीच निरुपद्रवी आहे तो. दुसराही तसाच आहे. त्या दोघांनी माझ्या हातातील नुसते मशीन-पिस्तूल पाहिले तर ते थरथर कापायला लागले. कोणाकडेही शस्त्रे नाहीत.''

''म्हणजे काही काळजी नाही. हो ना?''

''होय. लॉर्ड वर्थच्या तेलविहिरीवर वीसजण आहेत. ते निर्ढावलेले आहेत असे त्यांचे चेहरे सांगतात. माझी खात्री आहे की, त्यांनी पूर्वी लष्करात काम केलेले असावे. याचे कारण लॉर्ड वर्थने प्लॅटफॉर्मवर आठ ड्युएल पर्पज विमानविरोधी मशीनगन्स पक्क्या बसवलेल्या आहेत.

"असं? द हेल ही हॅज!"

"त्यामुळेच माझी ती एक काळजी आहे. शिवाय तिथे प्लॅटफॉर्मवर पाण्यातल्या सुरुंगांचे ढीग रचलेले आहेत. काल रात्री मिसिसिपी नॅव्हल आर्मरी कोणी फोडली हे त्यावरून कळते. तिसरी समस्या अशी आहे की, आमचे संख्याबळ त्यांच्यापुढे कमी पडते आहे. मी व बाकीच्या चारजणांना मिळून सर्वांवर लक्ष ठेवावे लागते आहे. आम्हाला आळीपाळीने थोडीशी तरी झोप घ्यावी लागणार आहे. मला आणखी माणसांची गरज आहे, अन् ती मदत ताबडतोब हवी आहे."

"उद्या पहाट झाल्यानंतर तुम्हाला वीसजण मदतीसाठी दिले जातील. तेलविहिरीवरील नवीन पाळीचे कामगार किनाऱ्यावरून आल्याचा तो बहाणा असेल. त्यांच्यात एक ग्रेगसन नावाचा माणूस आहे. तुम्हाला तो सहज ओळखू येईल. कारण त्याला एक भलीमोठी तांबडी दाढी आहे. तेवढी मोठी दाढी तुम्ही आजवर कधीही पाहिली नसेल. त्याच्या हुकमतीखाली सारेजण कामे करतील."

"पण तेवढा वेळ वाट पहाणे मला कठीण जाणार आहे. मला आता काही मदतनीस हवे आहेत. तुमच्या *जॉर्जिया* बोटीवर एक हेलिकॉप्टर आहे ना?"

"आणखी मी या बोटीवर काय काय आणले आहे असे तुम्हाला वाटते? मदतनीसांचे सैन्य बोटीवर ठेवले आहे का?" क्रॉन्काईट क्षणभर थांबून पुढे नाइलाजाने म्हणाला, "मी फार तर आठ माणसे तिकडे पाठवून देतो, पण यापेक्षा जास्त कोणी मिळणार नाही."

"येथे *सीविच*वर रडार बसवलेले आहे."

"मला ते ठाऊक आहे. पण त्यामुळे काय बिघडत आहे? शेवटी सर्व काही तुमच्याच ताब्यात आहे ना?"

"होय. पण तुमचा तो नेहमीचा सोनेरी नियम आहे ना : *कसलीही फट राहू देऊ नका.*"

"जेव्हा तुम्हाला आम्ही इकडून कळवू की, हेलिकॉप्टर निघाले आहे, तेव्हा तुम्ही ते रडार बंद करा किंवा न्यूट्रलाईज करा."

"म्हणजे ती रडार केबिन उडवून देऊ?"

"नाही. जेव्हा आपला संपूर्ण ताबा बसेल तेव्हा आपल्याला ते रडार वापरायचे आहे. त्या रडारचा स्कॅनर, म्हणजे ती फिरती तबकडी डेरिक टॉवरच्या माथ्यावर आहे ना?"

"होय."

"मग तिचे फिरणे थांबवणे हा एक छोटा यांत्रिक खेळ आहे. कोणाला तरी स्पॅनर घेऊन वर पाठवून द्या अन् करून टाका ते काम. आता मला सांगा की, लॉर्ड वर्थची ती राकट माणसे कुठे आहेत? त्यांना आपापल्या क्वार्टरमध्ये बंद करून

ठेवले आहे ना? ग्रेगसनला ही माहिती हवी आहे.''

डयुरान्डने क्रॉन्काईटला हवी ती माहिती पुरवली आणि संपर्क बंद केला.

तेलविहिरीवरचा दवाखाना आणि लॅबोरेटरी हे शेजारी शेजारी होते. मिशेल आणि रूमर हे डॉ. ग्रीनशॉ यांना सर्व सामान उघडण्यासाठी मदत करीत होते. त्या सामानात वैद्यकीय उपकरणे होती. तिथे त्यांना पहाणारे कोणी नव्हते; परंतु दाराबाहेर डयुरान्डची दोन माणसे पहारा देत होती. त्यातला आरन नावाचा जो माणूस होता तो तसा कुचकामी होता. धोका समजताच झटकन पिस्तूल काढून चालवणे त्याला कधीच जमले नसते.

जेव्हा लॉर्ड वर्थ बरोबरची तीन माणसे हेलिकॉप्टरमधून उतरली, तेव्हा तो डयुरान्डबरोबर तेथे हजर होता. त्यालाही आपल्या बॉससारखेच त्या तिन्ही माणसांबद्दल वाटले होते : *ती तिन्ही माणसे अगदीच निरुपद्रवी आहेत.*

दवाखान्यात डॉ. ग्रीनशॉ यांनी सामानातील एक डबा उलटा केला. त्याचा खालचा खोटा तळ त्यांनी उत्साहाने, पण घाबरत घाबरत दूर केला. आतमध्ये दोन पॉईंट थर्टीएटची पिस्तुले होती. दोन सायलेन्सर होते. गोळ्यांची दोन जादा मॅगझिन्स होती. एक शब्दही न बोलता मिशेल आणि रूमरने ती पिस्तुले जोडली व आपल्या पट्ट्यात खोचून ठेवली. डॉ. ग्रीनशॉ हा एक अत्यंत सालस माणूस होता. तो त्यांना म्हणाला, ''तुम्ही ही पिस्तुले अंगावर चढवलीत खरी, पण ती कोणालाही दिसू नयेत अशी मी आशा करतो.''

रूमर त्यांना म्हणाला, ''डॉक्टर, तुमची शंका बरोबर आहे. पण तुम्ही अजिबात काळजी करू नका.''

''मी तुमची काळजी करीत नाही. पण एक सच्चा ख्रिश्चन म्हणून मला आपल्या शत्रूंच्या आत्म्याचीही काळजी करायला हवी. त्यांच्यासाठी मला प्रार्थना करावी लागेल.''

# ८

*सीविच* तेलविहिरीपासून ते ठिकाण अतिदूर होते. टॅहो तळ्याच्या काठी ते होते. जिथे पूर्वी त्या दहा तेल उत्पादक उद्योजकांची बैठक झाली होती तिथेच ती आज परत दुसऱ्यांदा भरली होती. पूर्वी झालेल्या बैठकीतील वातावरण हे आशादायी होते, उत्साहजनक होते, निर्धाराचे होते आणि आत्मविश्वासपूर्ण होते. आपण जे ठरवू त्यानुसारच घडत जाणार यावर त्या सर्वांचा त्यावेळी विश्वास होता. पुढे घडणाऱ्या घटनामालिकेतून तिसरे महायुद्ध छेडले जावे असा त्यांचा हेतू नव्हता. पण आता नेमके त्याच्या उलट घडत होते.

आज संध्याकाळी आता भरलेल्या बैठकीत पूर्वीसारखा उत्साह नव्हता. पूर्वीच्या वातावरणाने जणू काही १८० अंशातून त्यांच्याकडे पाठ फिरवली होती. ते निराश झाले होते. त्यांची मते डळमळीत झाली होती. काय करावे ते त्यांना समजत नव्हते. त्यांचा आत्मविश्वास पार हरवला होता. मानवतावादाचा आधार घेऊन तिसरे महायुद्ध थोपवायचा त्यांचा प्रयत्न अपुरा पडू लागला होता. टॅहो तळ्याच्या काठी बेन्सनचा बंगला होता. सुट्टीमध्ये आराम करण्यासाठी तो तिकडे अधूनमधून रहावयास जात असे. त्याच्या बंगल्यामध्येच मागच्यासारखी आजची बैठक भरली होती. त्यामुळे आजच्या बैठकीचा तो यजमान होता. पण आज या बैठकीची खरीखुरी सूत्रे त्याच्या हातात आली होती. चर्चेला सुरुवात करताना तो म्हणाला होता, "जंटलमेन, आपण आता अडचणीत आलो आहोत. ही अडचण साधीसुधी नसून फार फार मोठी आहे. ती आपल्या सर्वांना खाली आणण्याची शक्यता आहे. दोन वस्तुस्थितीमधून ती अडचण उद्‌भवली आहे. पहिली वस्तुस्थिती अशी की, लॉर्ड वर्थ यांचे असामान्य सामर्थ्य आपण नीट जोखले नाही, ते कमी लेखले. दुसरी वस्तुस्थिती अशी की, योग्य तो निर्णय घेऊन युक्तीप्रयुक्तीने परिस्थिती हाताळण्याची क्रॉन्काईटची क्षमता ही कमी आहे, आपण ती जास्त आहे असे समजलो. आपला हा अंदाज चुकला. क्रॉन्काईटला मीच आपल्यापुढे सादर करण्यास जबाबदार आहे हे मी मान्य करतो. पण त्याचबरोबर 'क्रॉन्काईट हाच फक्त या कामासाठी एक योग्य माणूस आहे' असा तुम्ही सर्वांनी मिळून विश्वास व्यक्त केला होता हे लक्षात

घ्या. तसेच क्रॉन्काईटला लॉर्ड वर्थ आवडत नव्हते, अन् ही त्यांच्याबद्दलची नावड ही विषारी व बेजबाबदार द्वेषात रूपांतरित झाली, याचे आपल्याला भान राहिले नाही.''

''जंटलमन, माझे अनेक मित्र अमेरिकेच्या संरक्षण खात्यात आहेत. ते मित्र तेवढे महत्त्वाचे नसले तरी त्यांच्याकडून बरेच काही समजू शकते. पेन्टॅगॉनला अन्य खात्यातील गुप्त माहिती बाहेर फुटली तर आवडते. पण त्यांच्याकडची माहिती ते बाहेर फुटू देत नाहीत. या वेळी मी त्यांच्याकडची एक बातमी फोडून मिळवली. त्यासाठी मला वीस हजार डॉलर्स मोजावे लागले. मी ते एका स्टेनोग्राफरला दिले. तसेच आणखी वीस हजार डॉलर्स एका सायफर क्लार्कला दिले. या माणसांचे पगार कमी असतात हे आपणा सर्वांना ठाऊक आहेच, अन् त्यामुळेच आपण दिलेल्या पैशाची परतफेड ते प्रामाणिकपणे करतात. त्यासाठी त्यांना फार मेहनत घ्यावी लागत नाही.''

''मला मिळालेल्या माहितीवरून असे कळते की, या इथे गेल्या वेळी झालेल्या बैठकीमधील सर्व बारीकसारीक वृत्तांतही त्यांना समजला आहे. अगदी कोण काय काय बोलले ते ते नावानिशीवार त्यांना समजलेले आहे.'' एवढे बोलून बेन्सन क्षणभर थांबला. मुद्दाम थांबला. त्याने खोलीत सर्वांवर आपली नजर सावकाश फिरवली. आपल्या वक्तव्याचा परिणाम सभासदांवर होऊ द्यायचा होता आणि त्याचबरोबर आपण भेद करून काढलेल्या माहितीमागे आपले केवढे कर्तृत्व आहे याची जाणीव सर्वांना होऊ द्यायची होती.

अरेबियन गल्फ या जबरदस्त तेल कंपनीचा मिस्टर ए म्हणाला, ''मला वाटत होते की, आपली येथली सुरक्षितता ही शंभर टक्के परिपूर्ण आहे. आपली येथे एक सभा झाली, बैठक झाली ही बातमी बाहेर फुटलीच कशी?''

''यामागे कोणतेही हेर खाते नाही,'' बेन्सन उत्तर देऊ लागला, ''कॅलिफोर्निया इंटेलिजन्समध्ये माझे बरेच मित्र आहेत. त्यांना आपल्यामध्ये शून्य रस आहे. एफबीआय या केंद्रीय गुप्त पोलीस खात्यालाही आपल्या तेल उद्योगात अजिबात रस नाही. त्यांनी आपल्यात रस घ्यावा असे कोणाला वाटत असेल तर आपल्याकडून काहीतरी गंभीर गुन्हे घडायला हवेत. अन् तसे कोणतेही गुन्हे आपण केलेले नाहीत. आपल्या मागच्या इथल्या सभेच्या आधी मी एका इलेक्ट्रॉनिक्समधील तज्ज्ञाला भेटलो होतो. या खोलीत, या बंगल्यात कुठेही मायक्रोफोन, कॅमेरे वगैरे गुप्तपणे लपवलेले नाहीत याची मी त्यांच्याकडून आधी खात्री करून घेतली. त्याने या जागेची कसून तपासणी केलेली होती.''

यावर मिस्टर ए म्हणाले, ''कदाचित त्यानेच या जागेत मायक्रोफोन पेरून ठेवले असतील.''

"अशक्य! ती तज्ज्ञ व्यक्ती माझे फार जुने स्नेही असून, 'निष्कलंक' अशी त्यांची ख्याती आहे. फसवाफसवी व विश्वासघात त्यांच्या हातून कालत्रयी होणार नाही. शिवाय त्यांची तपासणी चालू असताना मी सर्व वेळ त्यांच्याबरोबरच होतो, अन् म्हणून तर मी दुसऱ्या कोणत्याही तज्ज्ञाला नंतर बोलावले नाही."

व्हेनेझुएला देशातील तेल उद्योजक म्हणाला, "तशी उत्तम सुरक्षितता ठेवल्याबद्दल आम्ही तुम्हाला सर्व गुण बहाल करतो. पण मग फक्त एकच शक्यता खाली उरते. ती शक्यता म्हणजे आपल्यातीलच कोणीतरी येथली माहिती बाहेर फोडली असणार. आपल्यातच कोणीतरी विश्वासघातकी असणार."

"होय."

"कोण तो?"

"त्याची मला कल्पना नाही. अन् कदाचित आपल्याला ती व्यक्ती कधीच समजणार नाही."

आपली दाढी कुरवाळीत मिस्टर ए म्हणाले, "आपल्यापैकी मिस्टर कोरल हे लॉर्ड वर्थ यांच्या जवळपास कुठेतरी रहातात. तेव्हा..."

कोरल यावर म्हणाला, "थॅन्क यू व्हेरी मच!"

बेन्सन म्हणाला, "जी माणसे बिलंदर असतात ती अशा उघड रीतीने जाणवणाऱ्या चुका करणार नाहीत."

आता बोरोसॉफ बोलू लागला, "आपल्या या आधीच्या बैठकीत मीच असा एकटा माणूस होतो की, मला येथे येण्यात रस नव्हता. तेव्हा संशयाचे बोट माझ्याकडे वळू शकत नाही."

बेन्सन म्हणाला, "हा एक मुद्दा होऊ शकतो, पण मी तो स्वीकारू शकत नाही. अमेरिकेला त्रास देण्यासाठी तुम्ही येथे असला काय नि नसला काय, त्याने फारसा फरक पडत नाही." बेन्सन आता बेधडक बोलू लागला. कसलीही पर्वा न करता तो बोरोसॉफला म्हणाला, "तुम्ही कदाचित, अन् तशी संभाव्यताही आहे, सोव्हिएत रशियाचे समर्थक असाल. खूप वरच्या पातळीवरचे एजंट हे प्रत्यक्षात कशातही सापडत नाहीत. त्यांच्याविरुद्ध कसलाही पुरावा देता येत नाही. ते फक्त शत्रूविरुद्ध भडकविण्याचे, उद्युक्त करण्याचे काम करीत असतात. तुमची बुद्धिमत्ता वादातीत आहे. पण मी आता तिची प्रशंसा करीत नाही. मी आता फक्त सर्वसामान्य विचारबुद्धीवरच भर देतो आहे." बेन्सन आता अत्यंत प्रगल्भतेने, परिपक्वतेने व अधिकारवाणीने बोलत होता. त्याचे हे रूप सर्वांना नवीन होते. तो पुढे म्हणाला, "येथे बोलला जाणारा प्रत्येक शब्दन्‌शब्द हा लॉर्ड वर्थ यांच्याकडे किंवा अमेरिकेच्या परराष्ट्र खात्याकडे पाठवला जाईल. तसे केव्हा केले जाईल याला महत्त्व नाही. आपल्या हातून ज्या चुका झाल्या आहेत, मग त्या कळत नकळत घडलेल्या असो,

त्याला आपण जबाबदार आहोत, अन् त्या चुका सुधारण्यासाठी आज आपण येथे जमलेलो आहोत.

"आपल्याला हे ठाऊक आहे की, एक रशियन क्षेपणास्त्रवाहू जहाज आणि क्यूबा देशाची एक पाणबुडी *सीविच* तेलविहिरीजवळ जात आहेत. तसेच आपल्याला हेही माहीत आहे की, व्हेनेझुएला देशाची एक *डिस्ट्रॉयर* बोट ही पण तसेच करत आहे; परंतु या लष्करी हालचालींविरुद्ध काही हालचाली आता होत आहेत, हे आपल्याला ठाऊक नाही. मला मिळालेली माहिती कोणाकडून मिळाली ते गुप्त राहील, अशी आहे की, लॉर्ड वर्थ ह्यांनी नुकतीच वॉशिंग्टनला भेट देऊन परराष्ट्र खात्याच्या प्रमुखाची भेट घेतली. पुढे मला असेही कळले की, लॉर्ड वर्थ यांनी व्यक्त केलेल्या संशयाची खात्री काही अंशी का होईना, पण पटली. त्यानंतर क्रॉन्काईटने लॉर्ड वर्थ यांच्या दोन मुलींचे बेजबाबदारपणे जे अपहरण केले ते परराष्ट्र प्रमुखांना कळल्यावर तर त्यांची पूर्ण खात्री पटली. याचा परिणाम असा झाला आहे की, अमेरिकेने आपले एक *क्रूझर* आणि एक *डिस्ट्रॉयर* मेक्सिकोच्या आखातात पाठवले आहे. त्या दोन्ही जहाजांवर अत्याधुनिक शस्त्रास्त्रे व यंत्रे आहेत. तसेच एक अमेरिकी अणु-पाणबुडी आता तिथल्या समुद्रात गस्त घालू लागली आहे. आणखी एक अमेरिकी बोट ही व्हेनेझुएलाच्या *डिस्ट्रॉयर* बोटीच्या मागोमाग जात तिच्यावर लक्ष ठेवू लागली आहे. त्या व्हेनेझुएलाच्या डिस्ट्रॉयरवर जुनीपुराणी उपकरणे असल्याने त्यांना आपल्यावर पाळत ठेवून एक अमेरिकी बोट येत आहे याचा अद्याप अजिबात पत्ता लागलेला नाही. त्याचबरोबर लुझियाना राज्यातील हवाईदलाच्या तळावर असलेल्या सुपरसॉनिक फायटर बॉम्बर्स विमानांना दक्ष रहाण्याचे हुकूम सोडण्यात आलेले आहेत.

"ज्या काही हालचाली चालू आहेत त्यावरून असे दिसते आहे की, हा मामला अमेरिकी सरकार गंभीरतेने घेत आहे. माझी माहिती अशी आहे की, ही संधी साधून सरळ शत्रूच्या समोर उभे राहून त्यांच्याशी दोन हात करण्याचे अमेरिकेच्या मनात आहे. आपल्या सामर्थ्याचे व विजयाचे प्रदर्शन जगापुढे करण्याची ही संधी अमेरिका सोडणार नाही. अशीच घटना– यापूर्वी क्रुश्चेव्ह व केनेडी यांनी समोरासमोर उभे राहून एकमेकांना आव्हान दिले होते. त्यावेळी क्रुश्चेव्हने क्यूबा देशात आपली क्षेपणास्त्रे अमेरिकेविरुद्ध उभी केली होती. त्यावेळी रशियनांनी स्थानिक प्रश्नावरून तिथे एकदम अणुयुद्ध छेडण्याची जोखीम घेतली नाही. त्या ठिकाणापासून त्यांचा देश खूप दूर होता. उगाच किरकोळ कारणावरून आपला सारा देश का संकटात ढकलायचा, असा विचार त्यांनी केला. तशीच इतिहासाची पुनरावृत्ती आता येथे घडत आहे, असे मला वाटते. स्थानिक तेल प्रश्नावरून, एकदम जागतिक अणुयुद्धे छेडण्यास कोणी धजावणार नाही. कोणत्याच बाजूकडून तसे अविचारी धाडस केले

जाणार नाही. पण मॉस्को आणि वॉशिंग्टन यांना जोडणाऱ्या हॉटलाईन्सवर जर काही प्रक्षोभक वक्तव्ये झाली आणि राष्ट्रीय प्रतिष्ठा पणाला लागली, तर मात्र पुढचे सांगणे कठीण आहे. अशा वेळी कोणीच माघार घेत नाही. यातून बाहेर पडण्यासाठी व आपली प्रतिष्ठा वाचवणारे समीकरण जोपर्यंत उगवत नाही, तोपर्यंत तणावाखालची परिस्थिती रहाते. त्या काळात जागतिक प्रसिद्धी पराकोटीला जाते. त्यातून असंख्य छोटेछोटे घटकही बाहेर पडून परिस्थिती भडकवायला किंवा निवळायला मदत करू लागतात. आपण या साऱ्या गदारोळात नक्कीच सापडू. तेव्हा मिस्टर बोरोसॉफ, तुम्ही आपल्या रशियाला आणि मिस्टर पतिनो, तुम्ही आपल्या व्हेनेझुएला देशाला कळकळीची विनंती करून माघार घ्यायला लावा. अमेरिका व रशिया यांच्यात हॉटलाईनवरून प्रक्षोभक चर्चा सुरू होण्यापूर्वी हे करा, अशी मी तुम्हाला मनापासून विनंती करतो. कारण या मार्गाने, केवळ या मार्गानेच आपल्या नावाची होणारी बदनामी टळू शकेल. जंटलमेन, मी या प्रकरणात आपल्या कोणालाच दोष देत नाही. क्रॉन्काईटच्या बेताला तुम्ही संमती दिली असेल, पण क्रॉन्काईट आपल्या हातात अधिकार आल्यावर परिस्थिती एवढी टोकाला नेऊन विचित्र करून टाकेल याची त्यावेळी कोणालाच कल्पना नव्हती. कृपा करून एक गोष्ट लक्षात घ्या, अमेरिका आपल्या सर्वांची जहाजे उद्ध्वस्त करण्यास किंचितही मागेपुढे पहाणार नाही.''

तेलमंत्री हे मानसिकदृष्ट्या मागासलेले असल्याने खरेखुरे तेलमंत्री कधीच होऊ शकत नाहीत. पतिनो यांच्या चेहऱ्यावर एक ओशाळवाणे स्मित उमटले. तो म्हणाला, ''मला स्वतःला माझा तेल उद्योग उद्ध्वस्त होणे कधीच आवडणार नाही. त्याचबरोबर माझ्या देशाच्या सरकारमुळे माझा बळीचा बकरा केले जाणेही मला आवडणार नाही.'' मग तो बोरोसॉफकडे वळून म्हणाला, ''आपण आपल्या दोघांच्याही देशांना युद्धापासून परावृत्त करू या. माघार घ्यायला सांगू या. चालेल ना?''

बोरोसॉफने मान हलवून आपली संमती दर्शवली व तो म्हणाला, ''त्यांनी आपापल्या छावण्यांत परत जावे. मी आता रशियाला परत जाईन आणि माझी भूमिका मांडेन. म्हणजे माझ्या देशाला जगापुढे उजळ माथ्याने वावरता येईल.''

मिस्टर ए आपल्या खुर्चीत नीट सावरून बसला. त्याला आता खूपच हायसे वाटू लागले आहे असे त्याच्या हालचालींवरून दिसून येत होते. तो म्हणाला, ''बरोबर आहे. आपल्या तेलाच्या उद्योगावरून जर जागतिक अणुयुद्ध भडकणार असेल तर आपणच आपला प्रश्न मिटला आहे असे जाहीर करू या. म्हणजे तिसऱ्या महायुद्धाची शक्यता आपोआपच विरून जाईल.''

आता बेन्सन बोलू लागला, ''बरोबर आहे. यामुळे बऱ्याच समस्या आपोआप

सुटायला मदत होईल. आपले मतभेद मिटल्यावर पुढची संकटे लुप्त होऊन जातील. पण...'' एवढे बोलून तो गंभीर झाला व खालच्या आवाजात पुढे म्हणाला, ''पण एक संकट नवीन आहे. ती समस्या कशी सुटेल हे मला समजत नाही. नुकताच एक धक्कादायक गुन्हा घडलेला आहे. आज दुपारीच तो घडला. मला त्याबद्दल तासाभरापूर्वीच समजले. आज रात्री तो एक राष्ट्रीय ज्वलंत विषय बनेल. जरी आपण त्या गुन्ह्याला जबाबदार नसलो तरी माझी परमेश्वराजवळ प्रार्थना आहे की, आपण त्यात कोणत्याही प्रकारे गोवले जाऊ नये. ते प्रकरण आपल्यावर शेकले जाऊ नये, की त्याची किंचितही झळ आपल्याला बसू नये. 'नेटले रोवन आर्मरी' नावाचे एक लष्करी शस्त्रागार आहे. ते आज दुपारी फोडण्यात आले. जनतेच्या दृष्टीने कदाचित शस्त्रागार लुटण्याची ती एक दुसरी घटना असेल, अन् तशीच ती दुसरी घटना आहेसुद्धा! पण त्या शस्त्रागारात 'टीएनडब्ल्यू' आहेत. म्हणजे टॅक्टिकल न्यूक्लिअर विपन्स! युद्धात वापरले जाणारे छोटे अणुबॉम्ब! तसले दोन अणुबॉम्ब तेथून लुटले गेले. त्यांचा पुढे कसलाही माग अद्याप लागला नाही.''

''बापरे! हे भयंकरच आहे.'' होन्ड्युरास देशाचा तेल उत्पादक घाबरून म्हणाला. त्याच्याप्रमाणेच बाकीचे सर्वजणही हादरले होते. त्या तेल उत्पादकाने सर्वांच्या मनात उमटलेला प्रश्न पुढे विचारला, ''क्रॉन्काईट?''

''तसा पुरावा नाही, पण त्याच्याखेरीज दुसऱ्या कोणाचा यामागे हात असणार?''

कोरल यावर म्हणाला, ''मी मिस्टर बोरोसॉफ यांचा येथे अनादर करीत नाही, पण त्या छोट्या अणुबॉम्बची रचना रशियन सरकारला हवी असून, त्यांचा या मागे हात तर नाही ना?''

बेन्सन यावर म्हणाला, ''रशियनांकडे असले छोटे अणुबॉम्ब आहेत. किती आहेत ते देव जाणे! आपल्या पश्चिम सरहद्दीजवळ त्यांनी अशा हजारो बॉम्बस्‌ची एक साखळीच उभी केली आहे म्हणा ना! त्यातले काही बॉम्बस तर अमेरिकेजवळच्या बॉम्बपेक्षा अद्ययावत आहेत असा संशय व्यक्त केला जातो. आपले बॉम्बस् त्यापुढे एवढे जुने ठरतात की, त्यांना ते धनुष्यबाण समजतात.'' बोरोसॉफला इतरांप्रमाणेच ते ऐकून धक्का बसला होता. पण रशियन अणुबॉम्ब अमेरिकी अणुबॉम्बपेक्षा सरस आहेत हे ऐकल्यावर त्याला मनातून बरे वाटले व परिणामी त्याच्या चेहऱ्यावर थोडेसे स्मित उमटले. बेन्सन पुढे म्हणाला, ''क्रॉन्काईट आता बेभान होऊन वाटेल त्या थराला चालला आहे.''

मिस्टर ए म्हणाला, ''त्याने *सीविच* तेलविहीर नष्ट करण्याचा एवढा ध्यास घेतला आहे की, त्यासाठी अणुबॉम्ब वापरण्याची क्रॉन्काईटची तयारी आहे?''

''एखाद्या रोगट मनात नेमके काय व कसे चालते हे मला सांगता येणार नाही,

पण तसे करण्याची क्षमता क्रॉन्काईटमध्ये नक्की आहे.''

पतिनो म्हणाला, ''हा छोटा अणुबॉम्ब कसा असतो?''

''ते मलाही ठाऊक नाही. मी त्याबद्दल पेन्टॅगॉनला फोन केला. तिथे माझा एक मित्र वरिष्ठ पदावर आहे. बरीच वर्षे तो त्या पदावर काम करीत आलेला आहे. त्याने मला या संबंधात माहिती देण्याचे नाकारले. कारण ती एक लष्करीदृष्ट्या अत्यंत महत्त्वाची व गुप्त स्वरूपाची माहिती आहे. म्हणून त्याबद्दल एवढेच सांगता येईल की, तो अणुबॉम्ब जमिनीवर उडवता येण्याजोगा असून, टाईम-बॉम्ब आहे. म्हणजेच तो समुद्रावर किंवा समुद्रातही सहज उडवता येईल किंवा विमानातूनही सोडता येईल. ही विमानाची बाब सोडून द्या. कारण बॉम्ब सोडणारी विमाने ही सुपरसॉनिक फायटर विमाने असतात. क्रॉन्काईट किंवा त्याची माणसे यांच्याकडे तसली विमाने नाहीत हे उघड आहे. असला हा घातक व महत्त्वाचा बॉम्ब अत्यंत कडक सुरक्षेखाली ठेवलेला असणार. पण ज्याअर्थी तो तरीही चोरीस गेला त्याअर्थी ती कडक सुरक्षा केवळ वरवरची असणार हे उघड आहे. शिवाय क्रॉन्काईटच्या कितीही ओळखी असल्या तरीही त्याला ओळखीच्या सुपरसॉनिक वैमानिकाकडून बॉम्ब उडवून हव्या त्या ठिकाणी टाकणे नक्कीच जमण्याजोगे नाही.''

''मग आता पुढे काय होईल? क्रॉन्काईट त्या अणुबॉम्बचे काय करणार?''

''पुढे काय होईल? या प्रश्नाचे उत्तर आता माझ्याऐवजी एखादा ज्योतिषीच देऊ शकेल. मला फक्त एवढेच ठाऊक आहे की, क्रॉन्काईट हा सुडाने पेटलेला आहे. तो कोणत्याही थराला पोहोचेल.''

तिसरे महायुद्ध लवकरच सुरू होण्याची आता दाट शक्यता होती.

*जॉर्जिया* जहाजावर क्रॉन्काईटने आता त्यावर विचार केला असावा. त्याला एक कामगिरी पार पाडायची होती आणि त्यासाठी तो आटोकाट प्रयत्न करीत होता. क्यूबा आणि व्हेनेझुएला येथून निघालेल्या युद्धनौका मागे परतण्याची शक्यता आता निर्माण झाली होती. ही गोष्ट जर त्याला कळली असती तर त्याने अणुबॉम्ब वापरण्याचा पुन्हा विचार केला असता आणि आपली योजना नव्याने आखली असती. *सीविच*च्या आसपास त्या युद्धनौकांचे अस्तित्व असणे हे त्याला अणुबॉम्बने *सीविच* उडवून देण्यासाठी फार सोयीचे ठरले असते. कारण संशयाचे बोट त्याच्याकडे न वळता त्या देशांकडे वळले असते. *सीविच*च्या विनाशानंतर लॉर्ड वर्थला जबरदस्त हादरा बसून त्याला नामानिराळे रहाता येत होते. त्यातून लॉर्ड वर्थच्या दोन्ही मुलींची आहुती *सीविच*च्या स्फोटात पडल्यावर नक्की कोणी अपहरण केले, याचा महत्त्वाचा पुरावा नाहीसा झाला असता. अणुबॉम्ब पळवणारेही त्या स्फोटात नाहीसे झाले तर मग सोन्याहून पिवळे होणार होते. शेवटी *सीविच*,

लॉर्ड वर्थच्या मुली, अपहरणकर्ते व अणुबॉम्ब चोरणारे हेच स्फोटात नाहीसे झाल्यावर क्रॉन्काईट नामानिराळा होणार होता. राजरोस मिरवणार होता. क्रॉन्काईट सुडाच्या भावनेने नुसता पेटून उठला होता, धगधगत होता. त्याचा खुनशीपणा त्याला कोठवर नेईल हे सांगता येत नव्हते. ही त्याची सूड कामगिरी पूर्णपणे वैयक्तिक होती. त्यामुळे या कटात त्याने अन्य कोणालाही सहभागी करून घेतले नव्हते. त्याने फक्त आपलेच नियंत्रण ठेवले होते. लॉर्ड वर्थला जो धडा शिकवायचा होता, जी शिक्षा करायची होती, ते काम त्याने फक्त स्वत:कडे ठेवले होते.

आतापर्यंतची त्याच्या कारवाईची प्रगती ही त्याला समाधानकारक वाटत होती. *सीविच* तेलविहीर आपल्या हातात आली आहे, याची त्याला आता खात्री पटली होती. म्हणून तो खूष होता, उत्साहित झाला होता. आता पहाट झाली की, त्या तेलविहिरीवर त्याचा पक्का ताबा बसणार होता. तिथली संरक्षणाची व्यवस्था काय आहे हे त्याला पूर्णपणे समजले होते. तिथली रडार यंत्रणाही त्याला कळली होती. *स्टारलाईट* ही बोट तेलविहिरीवर हल्ला चढवण्यास सज्ज झाली होती. फक्त पूर्ण काळोख होण्याची ती वाट पहात होती. ईस्टन त्या हल्ल्याचे नेतृत्व करणार होता. आता पाऊस पडायला सुरुवात झाली होती. आकाशातील ढगांनी चतुर्थीच्या चंद्राला पूर्णपणे झाकून टाकलेले होते. यामुळे जसा पाहिजे तसा काळोख पसरत चालला होता. तो काळोख गर्द होता. एवढा गर्द काळोख जमिनीवर कधीच नसतो. सारे कसे अनुकूल असे घडत होते. आतापर्यंत ठरवल्याप्रमाणे घडत गेले होते. अखेरचा विजय काही तासांवर येऊन ठेपला होता.

वायरलेस रूममधून एक माणूस येऊन त्याने क्रॉन्काईटला एक कागद दिला. त्या कागदावरील मजकुराकडे त्याने एक दृष्टिक्षेप टाकला. मग एक फोन उचलून तो हेलिपॅडवर उभ्या असलेल्या हेलिकॉप्टरला लावला. आतमध्ये वैमानिक तयारीत बसला होता. क्रॉन्काईटने त्याला विचारले, "मिस्टर विल्सन, निघायची तयारी झाली?"

"तुम्ही सांगाल त्या क्षणाला निघायला मी तयार आहे."

"मग आत्ताच निघा," असे म्हणून क्रॉन्काईटने एक ऱ्हेओस्टॅट स्वीच ओढला. हेलिकॉप्टरच्या भोवताली एक मंद प्रकाश पडला. तेवढा प्रकाश तिथून नीट उड्डाण करण्यास पुरेसा होता. ते हेलिकॉप्टर सावकाश हवेत उचलले गेले. अर्धवर्तुळातून त्याने एक वळण घेतले आणि जहाजापासून हजार फुटांवर पाण्यावर उतरले. समुद्राचे पाणी शांत होते. हेलिकॉप्टरला खाली दोन मोठ्या पोकळ व लांबट टाक्या असल्याने ते सहज पाण्यावर तरंगू शकत होते.

क्रॉन्काईटने रडार रूमला फोन लावला व तिथल्या ऑपरेटरला विचारले, "तुम्हाला ते स्क्रीनवर मिळाले का?"

"होय. ते आपल्याच दिशेने येत आहे." दुसरे एक हेलिकॉप्टर ठरल्याप्रमाणे *'जॉर्जिया'* जहाजाकडे येत होते. फक्त उपकरणांच्या साहाय्याने त्याने *'जॉर्जिया'* जहाजाचा रोख धरला होता.

"ठीक आहे, ते तीन मैलांवर आले की मला सांगा."

नंतर मिनिटभरातच रडार ऑपरेटरने तसे कळवले. मग क्रॉन्काईटने तो ऱ्हेओस्टॅट स्वीच पूर्णपणे ओढला. हेलिपॅडवर प्रकाश पाडणारे दिवे आता प्रखरतेने जळू लागले. हेलिपॅड उजळून निघाले.

नंतर एक-दोन मिनिटात आकाशातून एक हेलिकॉप्टर खाली उतरले. त्याचे लॅन्डिंग लाईट्स लावलेले होते. उत्तरेकडून ते भर पावसात आले होते. बघता बघता ते जहाजाच्या हेलिपॅडवर अलगद टेकले. एखादा भुंगा जसे आपले पाय अलगद टेकवतो तेवढ्या काळजीपूर्वक रीतीने ते हेलिकॉप्टर खाली टेकले. वैमानिकाला तेवढी खबरदारी घेणे भाग होते. कारण हेलिकॉप्टरमध्ये तसाच महत्त्वाचा माल होता. त्याला धक्का पोहोचायला नको होता.

ताबडतोब हेलिकॉप्टरमध्ये इंधन भरण्यासाठी होज पाईप लावले गेले. हेलिकॉप्टरचे दार उघडून आतून तीन व्यक्ती खाली उतरल्या. त्या तीन व्यक्ती म्हणजे तथाकथित कर्नल फर्कहर्सन, लेफ्टनंट-कर्नल ड्युईंग्ज आणि मेजर ब्रँकले या होत्या. 'नेटल रोवन आर्मरी' लुटून दोन अणुबॉम्ब त्यांनीच पळवले होते. मग त्या तिघांनी त्या दोन अणुबॉम्बच्या अवजड सूटकेसेस काळजीपूर्वक बाहेर काढण्यास मदत केली. क्रॉन्काईट तिथे येऊन पहाणी करीत होता. कोणतीही हालचाल जोरात होऊ नये, आदळआपट टाळावी म्हणून तो सारखा ताकीद देत होता. शेवटी अणुबॉम्बच्या दोन्ही पेट्या सुरक्षित स्थळी नेऊन ठेवण्यात त्यांना यश प्राप्त झाले.

दहा मिनिटांतच ते आलेले हेलिकॉप्टर उडाले व परतीच्या मार्गाने निघून गेले.

नंतर पाच मिनिटांनी जहाजापासून ३०० फुटांवर पाण्यावर थांबलेले ते पहिले हेलिकॉप्टर उडाले व ते पुन्हा जहाजावरील हेलिपॅडवर येऊन थांबले. हेलिपॅडवरचे सारे दिवे बंद केले गेले. तिथे आता काळोख पसरला.

# ९

ते जे घडले ते केवळ क्रूर दुर्दैवामुळे घडले, तसेच ते घाबरलेल्या ड्युरान्डमुळेही घडले. रूमर आणि मेलिंडा हे दोघेही त्यामुळे डॉ. ग्रीनशॉ यांचे *सीविच* तेलविहिरीवरील पहिले रुग्ण ठरले.

ड्युरान्ड मनातून खूप हादरलेला होता, घाबरलेला होता. त्याच्या मनाच्या या स्थितीचा परिणाम त्याच्या चारही मदतनीस ठगांवर साहजिकच झाला होता. तेही बिचकत बिचकत वावरू लागले होते. जरी ड्युरान्डने *सीविच*वर आपला ताबा प्रस्थापित केला होता तरी त्याला ठाऊक होते की, हा ताबा चालू ठेवणे हे एक तणावपूर्ण काम आहे. पालेर्मो आणि त्याची ती गळेकापू मंडळी *सीविच*वर कुठे दडून बसली आहेत याबद्दल त्याने लार्सनकडे आग्रह धरला नाही की, त्यासाठी कसलीही तडजोड केली नाही. तेलविहिरीवर खोदकाम करणारे कर्मचारी हे 'ॲक्सिडेन्टल क्वार्टर्स'मध्ये होते, तर पालेर्मो आणि त्याची माणसे 'ओरिएन्टल क्वार्टर्स'मध्ये होती. त्या दोन्ही क्वार्टर्सना ड्युरान्डने बाहेरून दोन कुलपे घालून त्याच्या किल्ल्या आपल्याजवळ ठेवल्या होत्या. दोन्ही क्वार्टर्सना भरपूर खिडक्या होत्या. त्या खिडक्यांतून कुणीही निसटून जाऊ शकत होते; परंतु ड्युरान्डकडे चारच माणसे असल्याने सर्व निसटण्याच्या मार्गावर लक्ष ठेवणे त्याला शक्य नव्हते. त्याची दोन माणसे सतत प्लॅटफॉर्मवर गस्त घालीत होती. लॉर्ड वर्थ, त्याचे दोन शास्त्रज्ञ आणि त्याच्या दोन्ही मुली यांची त्याला भीती वाटत नव्हती, अन् हीच माणसे महत्त्वाची होती. त्यांना नीट बंदोबस्तात ठेवले की बास! शिवाय त्या पाचही जणांजवळ कसलेच शस्त्र नव्हते. मग कशाला त्यांची फार चिंता करायची? त्याने आपल्या एका माणसाला लॉर्ड वर्थची खोली, लॅबोरेटरी आणि दवाखाना यांच्या दारांवर नजर ठेवण्यासाठी ठेवले होते. त्या तिन्ही खोल्या आतून वेगवेगळ्या दारांनी जोडलेल्या होत्या.

परंतु दुर्दैवाने या तिन्हीही खोल्यांतील माणसांनी ड्युरान्डने लाऊडस्पीकरवरून प्रसारित केलेली सावधगिरीची सूचना ऐकली नव्हती. किंबहुना ते आत असल्याने त्यांना ऐकू येणे शक्यच नव्हते. कारण या तीनही खोल्या ध्वनिप्रतिबंधक होत्या.

बाहेरचे आवाज आत शिरू शकत नव्हते. तेलविहिरीवर चाललेल्या कामाचे आवाज एवढे मोठमोठ्याने होत असतात की, कोठेही निवांतपणा नसतो. म्हणून महत्त्वाच्या खोल्या या ध्वनिप्रतिबंधक केलेल्या होत्या. दवाखाना, प्रयोगशाळा व लॉर्ड वर्थची खोली एवढ्याच फक्त पूर्ण ध्वनिप्रतिबंधक केल्या होत्या.

लॅबोरेटरीत एक क्युबिकल ऊर्फ छोटी खोली होती. तिथे आता मिशेल बसला होता. तो तेलविहिरीचा नकाशा अभ्यासत होता. त्याने पुन:पुन्हा तो नकाशा पाहून मनात पाठ करून ठेवला. तो त्याच्या मनात आता एवढा ठसला की, त्याचे डोळे जरी बांधले तरी तो बरोबर हव्या त्या ठिकाणी सहज जाऊ शकेल. नकाशा पाठ करण्यात त्याची वीस मिनिटे गेली होती. पहिल्या पाच मिनिटांनंतर बाहेर गोळीबार झालेला त्याला ऐकू आला नव्हता. कारण लॅबोरेटरी ध्वनिप्रतिबंधक होती.

त्याने तो नकाशा ड्रॉवरमध्ये ठेवला आणि तो उठला. तेवढ्यात लॅबोरेटरीचे दार उघडून मरीना थरथरत आत आली. तिचा चेहरा पांढरा पडला होता आणि डोळ्यांतून पाण्याच्या धारा बाहेर पडत होत्या. त्याच्याजवळ पोहोचल्यावर तिने त्याला एकदम मिठी मारली व घट्ट पकडून ठेवले. समुद्रात बुडणारा माणूस जसा मिळेल ती तरंगणारी वस्तू घट्ट पकडतो तसे तिने त्याला पकडले. ती हुंदके देत म्हणत होती, "तुम्ही तिथे का नव्हता? का नव्हता? का त्यांना वाचवले नाही? तुम्ही त्यांना थोपवले असते. वाचवले असते."

काहीतरी भयंकर घडले आहे हे त्याच्या ताबडतोब लक्षात आले. आजवर तो अशा अनेक प्रसंगांतून गेलेला होता. त्याने तिला थोपटत हळुवारपणे म्हटले, "कोणाला थोपवले असते? कोणाला वाचवले असते?"

"मेलिंडा आणि जॉन यांना. ते दोघे जबरदस्त जखमी झालेले आहेत."

"कसे?"

"त्यांच्यावर गोळ्या झाडल्या गेल्या"

"गोळ्या झाडल्या? पण मला कसे ऐकू आले नाही?"

"कारण इथल्या खोल्या साऊंडप्रूफ आहेत. म्हणून तर मेलिंडा आणि जॉन यांना लाऊडस्पीकरवरच्या सूचना ऐकू गेल्या नाहीत."

"हे बघ, तू काय म्हणते आहेस ते मला नीट समजले नाही. नीट सावकाश सारे काही मला सांग बघू."

मग ती त्याला सांगत गेली. सावकाश व जमेल तितक्या सुसंगत रीतीने. ड्युरान्डने प्लॅटफॉर्मवरील लाऊडस्पीकर्सवरून अशी सूचना जारी केली होती की, कोणीही आपापल्या रहाण्याच्या जागेतून बाहेर पडू नये. तसे केल्यास त्यांना दिसताक्षणी गोळ्या घातल्या जातील. त्याचे हे निवेदन लॉर्ड वर्थची खोली, लॅबोरेटरी व दवाखाना येथे असलेल्यांना आतमध्ये ऐकू येणे शक्य नव्हते. त्यावेळी

बाहेर पडत असलेला पाऊस तात्पुरता थांबलेला होता. मिशेल लॅबोरेटरीत जाऊन तेलविहिरीचा नकाशा अभ्यासत होता. अशा वेळी मेलिंडा व रूमर यांनी पाय मोकळे करण्याचे ठरवले व ते दोघे बाहेरच्या विशाल प्लॅटफॉर्मवर गेले. प्लॅटफॉर्मवरून जिथे समुद्रतळापर्यंत खोदकाम करणारा ड्रिलिंग शाफ्ट गेला होता तिथे ते पोहोचले. आता ते काम ड्युरान्डने थांबविल्याने तिथले दिवे बंद केलेले होते. तिथे पोहोचल्यावर त्या दोघांवर गोळ्या झाडण्यात आल्या होत्या. कसलीही पूर्वसूचना न देता गोळ्या झाडल्या होत्या.

ती हकिकत ऐकून मिशेलने विचारले, "तू म्हणालीस की, ते दोघे जबरदस्त जखमी झालेले आहेत. म्हणजे नक्की कितपत जखमी झाले आहेत?"

"ते मला ठाऊक नाही. डॉ. ग्रीनशॉ त्यांच्यावर दवाखान्यात उपचार करीत आहेत. मी तिथे थांबले नाही. तशी मी भित्री नाही, पण तिथे एवढे रक्त सांडलेले आहे की, ते दृश्य मला सहन होत नाही. म्हणून मी निघून आले."

दवाखान्यात गेल्यावर मिशेलने तिथली परिस्थिती पाहिली. मरीनाने म्हटलेले बरोबर आहे, असे त्याच्या लक्षात आले. मेलिंडा आणि रूमर हे दोन कॉटवर निजलेले होते. त्या दोघांचे कपडे रक्ताने माखलेले होते. मेलिंडाचा डावा खांदा बॅन्डेजमध्ये बांधलेला होता. रूमरच्या मानेला सर्वत्र बॅन्डेजेस होती. डॉ. ग्रीनशॉ त्याची छाती तपासत होते.

लॉर्ड वर्थ एका खुर्चीवर बसलेले होते. त्यांच्या चेहऱ्यावर संताप व कडवटपणा प्रगटला होता. ड्युरान्डही तिथे दारामध्ये उभा होता. त्याचा चेहरा मात्र निर्विकार होता. मिशेलने त्या दोघांकडे प्रश्नार्थक नजरेने पाहिले, पण कोणीच काही बोलले नाही. शेवटी तो डॉ. ग्रीनशॉ यांना म्हणाला, "डॉक्टर, यांच्या प्रकृतीबद्दल तुमचे आता काय मत झाले आहे? आता तुम्ही काय करायचे ठरवले आहे?"

रूमर अत्यंत खोल आवाजात त्याला म्हणाला, "अरे बाबा, तू सरळ डॉक्टरशी बोलतो आहेस. आम्हाला कसे काय वाटते आहे याची चौकशी करशील की नाही?"

"मी लवकरच तुझ्याकडे वळतो. तर मग बोला डॉक्टर!"

डॉक्टर सांगू लागले, "लेडी मेलिंडा यांच्या डाव्या खांद्याच्या आडव्या हाडाला, शोल्डर-ब्लेडला फार धक्का बसला असून, तिथे मोडतोड झालेली आहे. तिथे घुसलेली गोळी मी बाहेर काढली, पण तिच्यावर ताबडतोब शस्त्रक्रिया करायला हवी. मी एक सर्जन आहे; परंतु मी हाडांवर शस्त्रक्रिया करण्यातला तज्ज्ञ नाही. तिला ऑर्थोपेडिक सर्जनची गरज आहे. बाकी ती ठीक आहे, पण तिच्याइतके रूमर सुदैवी नाहीत. त्यांना दोन गोळ्या बसल्या. एक गोळी मानेत घुसून बाहेर पडली. डोक्याला व मेंदूला रक्तपुरवठा करणाऱ्या रक्तवाहिनीपासून, म्हणजे

कॅरॉटॉईड आर्टरीपासून अगदी केसाच्या अंतरावरून ती गोळी गेली म्हणून बरे झाले. तेव्हा त्या जखमेची फारशी काळजी करू नका. पण छातीला झालेली जखम मात्र गंभीर आहे. त्यामुळे वाईट घडणार नाही. त्याचा जीव बचावला आहे. तरीही ती जखम गंभीरच आहे. डाव्या फुप्फुसात गोळी घुसली. त्यामुळे अंतर्गत रक्तस्राव झाला आहे, पण तो फारसा नाही. थोडक्यात निभावले आहे असे समजा. ती गोळी पुढे जाऊन मणक्याच्या हाडात रुतली असावी."

"तो आपले पाऊल हलवू शकतो का?" मिशेलने डॉक्टरांना विचारले.

रूमर कण्हत म्हणाला, "माय गॉड, काय चौकशी चालवली आहे?"

"होय, हलवू शकतो," डॉक्टर सांगू लागले, "पण तिथे रुतलेली गोळी मात्र शक्य तितक्या लवकर काढली पाहिजे. मी ते काम करू शकतो, पण येथे क्ष-किरण यंत्र नसल्याने माझा नाइलाजा आहे. आता मी लगेच त्यांना रक्त देणार आहे."

"त्या दोघांना येथून ताबडतोब हॉस्पिटलमध्ये हलवावे लागेल? एखाद्या हेलिकॉप्टरने?"

"अर्थातच! त्याखेरीज दुसरा कोणताच मार्ग नाही."

मिशेलने मग दारात उभ्या असलेल्या ड्युरान्डकडे पाहिले व प्रश्नार्थक स्वरात म्हटले, "मग?"

"नाही." तो ठामपणे म्हणाला.

"पण यात त्या दोघांचा अजिबात दोष नाही. तुमची लाऊडस्पीकरवरची सूचना त्यांना आत कशी ऐकू येईल?"

"मग हे त्यांचे दुर्दैव आहे असे समजा. किनाऱ्यावर नेण्यासाठी माझ्याकडे कोणतेच वाहन नाही, अन् समजा तिकडे त्यांना पाठवून दिले, तर येथली घडामोड तिथे कळून लगेच नौदलाचे सैनिक काही तासांत येथे पोहोचतील."

"मग हे दोघे मरण पावले तर ते तुमच्यामुळे मरण पावले असे होईल. त्याचा दोष तुमच्यावर येईल."

"नाहीतरी कधी ना कधी प्रत्येकाला मरावेच लागणार आहे." एवढे बोलून ड्युरान्ड तिथून निघून गेला. जाताना आपल्या मागे त्याने धाडकन दार लावून टाकले.

रूमर आपले डोके वेदनेमुळे हलवित म्हणाला, "त्याने असे म्हणायला नको होते."

मिशेल आता लॉर्ड वर्थकडे वळून म्हणाला, "सर, आता तुमची आम्हाला मदत लागणार आहे. तुमच्या खोलीतून थेट वायरलेस रूमला कनेक्शन आहे. तुम्हाला त्या रूममध्ये काय बोलले जाते आहे, हे प्रत्यक्ष ऐकता येईल?"

"त्यात काहीही अडचण नाही. दोन बटणे दाबली की, मी दोन्ही बाजूंचे संभाषण ऐकू शकतो. मग ते टेलिफोनवरचे असो, इंटरकॉमवरचे असो किंवा वायरलेसवरचे असो."

"मग तुम्ही ताबडतोब आपल्या खोलीत जाऊन ते काम सुरू करा. ऐकण्याच्या कामात एक सेकंदही थांबू नका." एवढे म्हणून मिशेल, मेलिंडा व रूमर यांच्याकडे पाहून म्हणाला, "तुम्हाला अर्ध्या तासात येथून हॉस्पिटलमध्ये हलवण्याची व्यवस्था होईल."

"पण ते कसे शक्य आहे?"

"ते मला ठाऊक नाही," मिशेल गूढपणे म्हणाला, "मला यावर काहीतरी तोड काढलीच पाहिजे."

लॉर्ड वर्थ तिथून निघून गेला. मग मिशेलने एक पेन्सिलसारखी छोटी बॅटरी बाहेर काढली व ती चालू-बंद, चालू-बंद असे करून पाहू लागला. त्याच्या चेहऱ्यावर वेगळे रंग उमटले होते. बॅटरी धरलेला हात किंचित थरथरत होता. मरीनाने ते सारे पाहिले, पण तिला त्याचा काहीच बोध झाला नाही. ती गोंधळली. शेवटी तिला राग येऊ लागला. मग न राहवून ती त्याला म्हणाली, "तुम्हाला भीती वाटू लागली आहे का?"

तिच्या बोलण्याकडे दुर्लक्ष करून मिशेल रूमरला म्हणाला, "तुझे पिस्तूल कुठे आहे?"

त्यांनी गोळ्या झाडल्यानंतर ते मदत आणायला तिथून गेले. मग मी खुरडत खुरडत कठड्यापाशी गेलो आणि कमरेचा पट्टा व पिस्तूल काढून कठड्यावरून खाली समुद्रात भिरकावून दिले."

"छान केलेस. म्हणजे त्यांना अजून आपला संशय आलेला नाही." आपला हात कंप पावतो आहे असे मिशेलच्या आता लक्षात आले. त्याने बॅटरी खिशात घातली व आपला हातही तसाच खिशात घालून ठेवला. मग तो कॉटवरील मेलिंडाकडे वळून म्हणाला, "तुमच्यावर कोणी गोळ्या झाडल्या?"

"ती दोन ठग माणसे दिसायला चांगली नव्हती. त्यांना कोवेन्स्की आणि रिन्डलर अशा नावाने हाका मारल्या जातात. या आधी त्यांच्याशी आमचे भांडण झाले होते."

"कोवेन्स्की आणि रिन्डलर," एवढे हळू आवाजात बोलून मिशेल तेथून शांतपणे निघून गेला.

मिशेल खवळून काहीतरी करेल अशी मरीनाची अपेक्षा होती, पण त्याची थंड प्रतिक्रिया पाहून ती दुःखाने व कडवटपणे म्हणाली, "अन् हा माझा आदर्श पुरुष शेवटी मातीच्या पायाचा निघाला. अखेर त्याने कच खाल्ली."

यावर रूमर खालच्या आवाजात म्हणाला, "प्रथम दिवे विझवा व नंतर दिवे मालवा!"

"तुम्ही काय म्हणालात?"

"हे मी नाही म्हणालो. शेक्सपिअरच्या नाटकातील ऑथेल्लो हे म्हणाला आहे. तुझ्यासारखीला हे समजणार नाही. श्रीमंतांच्या मुलींच्या बाबतीत नेहमी हीच अडचण येते. तुम्ही खूप अर्थाने निरक्षरच रहाता. प्रथम मिशेल दिवे विझवेल. त्याला मांजरासारखे अंधारात दिसते. ठार काळोखातही त्याला दिसते. हे ठाऊक आहे?"

"नाही."

"याचा त्याला फार फायदा होतो. मग तो दुसऱ्या प्रकारचा दिवा मालवतो. तो दिवा अंत:करणातील असतो."

"तुम्हाला काय म्हणायचे आहे ते समजले मला. पण मी स्वत: त्यांचे हात-पाय थरथरताना पाहिले आहे. त्यामुळे तुमच्या बोलण्यावर माझा बिलकूल विश्वास नाही."

"वेडी, मूर्ख, बावळट पोरगी आहेस तू. तू त्याच्या लायकीचीच नाहीस." तो एकेरीवर येत चिडून व खेदाने म्हणाला.

तिने त्याच्याकडे अविश्वासाने टक लावून पहात म्हटले, "तुम्ही काय म्हणालात?"

"मी जे म्हणालो ते तुम्हाला व्यवस्थित ऐकू गेले आहे." रूमर कंटाळवाण्या स्वरात म्हणाला. डॉक्टर त्याच्याकडे 'त्याचे मत मान्य नाही' अशा अर्थाने पाहू लागले. तो पुढे गंभीर आवाजात म्हणाला, "कोवेन्स्की आणि रिन्डलर आता मेल्यात जमा आहेत. त्यांचे आयुष्य आता काही मिनिटांचेच उरले आहे. त्याचा तुमच्या बहिणीवर लोभ आहे आणि मी लहानपणापासूनचा त्याचा मित्र आहे व व्यवसायातील भागीदार आहे. ज्यांना एकदा तो आपले मानतो त्यांची तो नेहमीच काळजी घेतो." मग किंचित हसून तो पुढे म्हणाला, "पण कधीकधी तो त्या प्रश्नाचा कायमचा निकाल लावूनही काळजी घेतो."

मरीना चाचरत म्हणाली, "पण... पण ते थरथरत होते. मी स्वत: ते पाहिले."

"त्याला कोणत्याही जिवंत प्राण्याची भीती वाटत नाही, अन् थरथरण्याबद्दल म्हणत असाल तर माणूस भीतीने जसा थरथरतो, तसाच तो रागानेही थरथरतो. त्याला मघाशी आलेला राग काबूत ठेवण्याचा तो प्रयत्न करीत होता. नेहमी तो हसतमुख असतो, अन् भित्रेपणाबद्दल म्हणाल तर आतापर्यंत अनेकांची तशी गैरसमजूत झालेली होती. पण त्यांच्या आयुष्यातील तो अखेरचा समज होता. त्या क्षणानंतर त्यांचे जीवन समाप्त झाले होते." मग तो हसून म्हणाला, "अरेच्या, तुम्ही आता का थरथरू लागला आहात?"

ती यावर काहीही बोलली नाही.

रूमर तिला म्हणाला, "दवाखान्याच्या दारात एक कपाट आहे. ते उघडून त्यात जे काही असेल ते इकडे आणा."

तिने त्याच्याकडे अनिश्चित नजरेने पाहिले. मग ती तेथून गेली. काही सेकंदांतच ती परतली. तिच्या हातात मिशेलचे बूट होते. त्या बुटांकडे ती भयभीत नजरेने पहात राहिली. एखादा नाग पाहिल्यावर जशी भीती माणसाच्या चेहऱ्यावर उमटते तशी भीती तिच्या चेहऱ्यावर उमटली होती.

त्याचा अर्थ अगदी स्पष्ट होता. आपल्या सावजाची शिकार करण्यासाठी अनवाणी पायाने गेले तर आवाज होत नाही. सावजाला कळत नाही. मिशेल शिकारीला बाहेर पडला होता.

रूमर तिला म्हणाला, "मिशेलचेच आहेत ना ते?"

"होय."

"ते जिथून आणले तिथेच नेऊन ठेव. तो लगेचच परत येईल. त्यावेळी त्याला ते लागतील."

जेव्हा ती परत आली तेव्हा मेलिंडा तिला म्हणाली, "दुसऱ्यांना ठार मारणाऱ्या माणसाशी लग्न करायला तुला खरंच आवडेल?"

यावर मरीना शहारली. ती काहीच बोलली नाही. मग रूमर तिला उपरोधाने म्हणाला, "मला वाटते की, भित्र्या, नेभळट माणसाशी लग्न करण्यापेक्षा अशा धाडसी माणसाशी लग्न करणे केव्हाही चांगलेच ना?"

मिशेल जनरेटर रूममध्ये गेला. तिथे त्याला जे हवे होते ते सापडले. तो एक ब्रेकर स्वीच होता. त्यावर लिहिले होते DECK LIGHTS. प्लॅटफॉर्मवरील दिव्यांचा वीजपुरवठा करणारा किंवा तोडणारा तो भलामोठा स्वीच होता. त्याने त्या स्वीचचा दांडा खाली खेचला आणि तो बाहेर आला. बाहेर प्लॅटफॉर्मवर सर्वत्र काळोख पसरलेला होता. अर्धा मिनिट तो अंधारात उभा राहिला. आपले डोळे त्याने काळोखाशी सरावू दिले. मग तो डेरिक क्रेनच्या दिशेने चालू लागला. तिकडून दोन माणसांचे दबक्या आवाजातील संभाषण ऐकू येत होते. ती माणसे कोणाला तरी शिव्याशाप देत होती. मिशेलच्या पायात बूट नव्हते, फक्त पायमोजे होते. त्यामुळे चालताना अजिबात आवाज होत नव्हता. अंधारात शिकारी सावजाकडे दबकत जाऊ लागला. शेवटी तो त्या माणसापासून अवघ्या सहा फुटांवर आला. तरीही त्यांना मिशेल जवळ आल्याचा पत्ता लागला नाही.

मग त्याने आपले सायलेन्सर लावलेले पिस्तूल बाहेर काढले व उजव्या हातात धरले. मग एकदम त्याने डाव्या हातात धरलेल्या पेन्सिल टॉर्चचे बटण

दाबून त्याचा प्रकाश पिस्तुलावर सोडला. ते दोघेही दचकले व एकदम गर्रकन मागे वळून पाहू लागले. त्या दोघांनी एकाच वेळी ती कृती केली होती. त्यांचे हात आपापल्या पिस्तुलाकडे जात होते.

मिशेल म्हणाला, "हे काय आहे ते समजले ना?"

त्यांना ते केव्हाच कळून चुकले होते. पॉइंट ३८ कॅलिबरचे सायलेन्सर लावलेले गर्द निळ्या रंगाचे ते पिस्तूल होते. स्मिथ अॅन्ड वेसन कंपनीने बनवलेले ते पिस्तूल त्या दोघांच्या परिचयाचे होते. आता त्यांचे हात वाटेतच थांबले. आपापल्या पिस्तुलाकडे गेले नाहीत. मुळात ते पिस्तूल अत्यंत ताकदवान होते व चमकत होते. त्या भोवती सारा अंधार होता. अंधारातून एकदम एक प्रकाशगोल प्रगट होऊन त्यात ते पिस्तूल उगवले होते. ते दृश्य कोणालाही घाबरवणारे होते.

मिशेलने त्यांना हुकूम सोडला, "तुमचे दोन्ही हात मानेमागे ठेवा, पाठ फिरवा आणि समोर चालायला लागा."

त्यांना तसे करणे भाग पडले. ते चालत निघाले. अंधारात कोठे जात आहोत हा विचार त्यांच्या डोक्यात आला नाही. शेवटी ते प्लॅटफॉर्मच्या कठड्यापाशी येऊन पोहोचले. पलीकडे मेक्सिकोचे आखात होते. तिथून ते २०० फूट खाली होते. मिशेलने पुन्हा एक हुकूम सोडला, "तुमचा हात तसेच मानेभोवती घट्ट पकडून ठेवा आणि वळून माझ्याकडे तोंड करा."

त्यांनी मुकाट्याने तसे केले.

"तुम्हीच कोवेन्स्की आणि रिन्डलर ना?"

त्यांच्याकडून काहीही उत्तर आले नाही.

"तुम्हीच लेडी मेलिंडा आणि मिस्टर रूमर यांच्यावर गोळ्या झाडल्या ना?"

पुन्हा काहीही उत्तर आले नाही.

जेव्हा माणसाला सत्याचे दर्शन होते तेव्हा त्याचे घशातील स्वरयंत्र काही क्षण बधिर होऊन जाते. ते काम करीत नाही. त्यावेळी असे वाटते की, काळ थांबून राहिला आहे. मिशेलने शांतपणे आपल्या पिस्तुलाचा चाप दोनदा दाबला. त्या कठड्यावरून ते दोघे खाली कोसळू लागले. पण तिकडे न पहाता मिशेल परत निघाला. त्या दोघांचा पाण्यात पडल्याचा आवाज ऐकू येण्याच्या आत त्याने माघारी चालण्यास सुरुवातही केली होती.

तो चार पावले पुढे चालला असेल, तोच त्याच्या तोंडावर एका टॉर्चचा झोत पडला. कोणीतरी त्या टॉर्चमागून म्हणाले, "वेल, वेल, वेल! हे शास्त्रज्ञ कसले, हे तर हुशार, अतिहुशार मिशेल महाशय आहेत." कोण बोलत आहे ते मिशेलला दिसेना. पण त्याने आवाजावरून ओळखले की, तो ड्युरान्डचा एक माणूस आहे. त्या माणसाचा चेहराही त्याला आठवला. अत्यंत कुरुप चेहरा, टोकदार नाक व

घुशीसारखे दात होते त्याचे. याच माणसाने आपल्यावर टॉर्चमागून पिस्तूल रोखले आहे हे मिशेलने ओळखले. तो माणूस म्हणत होता, "अन् मिशेल महाशयांच्या हातात सायलेन्सर असलेले पिस्तूल कुठून उगवले? काय महाराज, काय बेत आहे आपला?"

त्या माणसाने एक फार मोठी चूक केली होती. ती चूक सर्व अकार्यक्षम माणसे करतात. संधी मिळताच ते पिस्तूल रोखून छद्मी संभाषण करू लागतात. त्याऐवजी त्याने आधी पिस्तूल झाडून समोरच्या व्यक्तीला जायबंदी करून मग संभाषण सुरू करायला हवे होते. मिशेलने या चुकीचा फायदा घेतला. त्याने डाव्या हातातील पेन्सिल टॉर्च लावून तो समोर हवेत वर भिरकावला. एखाद्या काजव्यासारखा हवेत तो गरगर फिरला. बिचारा ड्युरान्डचा माणूस! शेवटी तोही एक माणूस होता. त्याने हवेत स्वत:भोवती फिरणाऱ्या त्या छोट्या टॉर्चच्या प्रकाशशलाकेकडे पाहिले. त्याचे लक्ष तिकडे क्षणभरच गेले असेल. तेवढ्या वेळात मिशेलने ही कसली कृती केली असावी असा विचार त्याच्या डोक्यात येऊन गेला. पण तेवढा क्षणकाळ मिशेलला पुरला. त्याने आपले पिस्तूल झाडले. त्या व्यक्तीच्या हातातील टॉर्च खाली प्लॅटफॉर्मवर पडायच्या आत ती व्यक्ती मरण पावली होती. मिशेलने खाली पडलेला टॉर्च उचलला. पडला तरी तो अजूनही चालू होता. मग त्या माणसाच्या पायाला पकडून त्याने फरफटत कठड्यापाशी नेले आणि त्याला त्यावरून खाली सोडून दिले. आपल्या आधी पडलेल्या दोन मित्रांना भेटायला तो निघून गेला. मग मिशेल दवाखान्यात परतला. त्याने तिथले कपाट उघडून आपले बूट काढून घेतले व पायात चढवले. दवाखान्यात डॉ. ग्रीनशॉ याने आपल्या दोन्ही रुग्णांना रक्त देण्याचे काम सुरू केले होते. त्यांना लावलेल्या रक्ताच्या बाटल्यांतून रक्त सावकाश नळीत ठिबकत होते.

रूमरने आपल्या हातातील घड्याळात पाहून मिशेलला म्हटले, "सहा मिनिटे. इतका वेळ का लागला तुला?"

मिशेल म्हणाला, "सॉरी, वाटेत ड्युरान्डचा एक माणूस दुर्दैवाने माझ्या अंगावर आदळला."

"म्हणजे त्याच्या दुर्दैवाने तो आदळला, अन् ज्यांना तू भेटायला गेलास ते मित्र कुठे आहेत?"

"ते नक्की कुठे आहेत हे सांगणे कठीण आहे."

"आले लक्षात. इथल्या समुद्राची नक्की खोली कुठे किती आहे ते समजणे कठीण असते."

"जाऊ दे ते," मिशेल म्हणत होता, "डॉ. ग्रीनशॉ, तुम्हाला स्ट्रेचर्स सापडलीत का? त्या स्ट्रेचर्सना पट्टे असायला हवेत." यावर ग्रीनशॉ यांनी मान डोलवली. मग

मिशेल म्हणाला, "चला तयार करा ते. त्यावर या दोघांना झोपवा. रक्त भरण्याचे काम आपल्याला हवाई प्रवासातही करावे लागणार आहे."

"तशी काहीही अडचण येणार नाही. मी या दोघांबरोबर जायला हवे का?"

"गेलात तर फार बरे पडेल. किनाऱ्यावर गेल्यावर तुम्ही या दोघांना योग्य डॉक्टरांच्या हातात सोपवा. मग तुम्ही परत इकडे यावे असे मला वाटते."

"माझी तशीच इच्छा आहे व तयारीही आहे. मी आता सत्तर वर्षांचा झालो आहे. आता गमावण्याजोगे काय उरले आहे माझ्याकडे? कसलाही नवीन अनुभव मला घ्यायचा नाही. काहीही साध्य करायचे नाही. तुमच्याविषयीचे माझे सारे अंदाज चुकले."

मरीना ते सर्व पहात होती. रागाने थरथरत गेलेला मिशेल सहा मिनिटांत तीन ठगांना संपवून परत आला यावर तिचा विश्वास बसणे कठीण जात होते. इतकेही करून ही तीन पुरुष मंडळी किती शांत आहेत याचे तिला नवल वाटत होते. मेलिंडावर आता झोपेचा अंमल चढू लागला होता. तिला एक झोपेचे तीव्र औषध दिले होते.

मरीना शेवटी म्हणाली, "हा सारा वेड्यांचा बाजार आहे."

यावर मिशेल म्हणाला, "वेड्यांच्या इस्पितळातील वेडे बाहेरच्या जगाला पाहून नेमके असेच म्हणतात, अन् कदाचित तेच बरोबर असेल. पण ते जाऊ दे. यावर वाद घालण्याची ही वेळ नाही. मरीना, तू यांच्याबरोबर किनाऱ्यावर जा. तिथे तू अत्यंत सुरक्षित रहाशील. तुझे वडील त्यासाठी मोठ्या प्रमाणात सुरक्षा व्यवस्था तुझ्यासाठी तैनात करतील. तसली तैनात आजवर कोणत्याही अमेरिकी अध्यक्षाला मिळालेली नसेल."

"वाऽ! किती झकास कल्पना आहे! मग मी सर्वांच्या आकर्षणाचे केंद्र ठरेन. किती मजा येईल! परंतु तुमच्या या योजनेत एक त्रुटी राहून गेली आहे. ती म्हणजे, मी मुळीच किनाऱ्यावर जाणार नाही. मी इथेच डॅडींच्या बरोबर थांबणार आहे."

"नेमक्या याच मुद्द्यावर मी त्यांच्याशी आता चर्चा करणार आहे."

"म्हणजे नंतर तुम्ही परत कोणाला तरी ठार करणार? ते मला आवडत नाही म्हणून मला तुम्ही परत पाठवणार?"

यावर मिशेलने आपले दोन्ही हात हवेत आडवे पसरले, खांदे उडवले व चेहरा चमत्कारिक केला. त्या सर्व हावभावांचा अर्थ असा होता की, 'पुढचे काहीही सांगता येत नाही, काहीही घडू शकेल.'

रूमर म्हणाला, "पुढची गोष्ट बाजूला ठेवा. आता माईकच्या मनात काहीतरी वेगळेच शिजते आहे."

मिशेल तिथून शांतपणे निघून गेला. मग मरीना रूमरकडे वळून म्हणाली,

"तुम्हीही त्यांच्यासारखेच वाईट आहात."

"मी आता आजारी आहे आणि आजारी माणसाची मन:स्थिती बिघडवायची नसते."

"होय. तुम्हाला आणि त्यांच्या पिसाट वृत्तीला कोणीही डिवचायचे नसते. काहीही असो, माईक हा एक माणसांना ठार करणारा माणूस आहे," ती रागावून म्हणाली.

रूमरच्या चेहऱ्यावर कोणतीही प्रतिक्रिया उमटली नाही. तो शांतपणे म्हणाला, "मानसिकदृष्ट्या मागासलेली व्यक्ती माझी मेहुणी व्हावी यामध्ये मला कसलाही आनंद होत नाही."

ते ऐकून मरीनाला धक्का बसला. तो धक्का तिच्या चेहऱ्यावर स्पष्ट उमटला. मग ती पुटपुटत म्हणाली, "छे! मला तुम्ही लोक नीट कळलेच नाहीत. हो ना?"

"नाही. तसे नाही. आम्ही कसे आहोत ते मी सांगतो. अंधारात काळी कृत्ये करणाऱ्यांच्या मागे आम्ही जातो. त्यांच्यावर नजर ठेवतो. वेळप्रसंगी त्यांना शिक्षाही करतो. तुम्हाला ठाऊक आहे का तुमच्या वडिलांनी तुम्हाला परत घरी आणण्याबद्दल आम्हाला किती रक्कम देऊ केली होती ते?" मग रूमर स्मित करून म्हणाला, "माझे गणित कच्चे असल्याने मी ते आकडे आता सांगत बसत नाही. पण माईक ही गोष्ट तुम्हाला नीट समजावून सांगू शकेल."

"डॅडींनी किती पैसे तुम्हाला देऊ केले होते?"

"कितीही! या जगातील काहीही मागितले तरी ते आम्हाला द्यायला तयार झाले होते. तुम्हाला सोडवून परत घरी आणण्यासाठी १० लाख डॉलर्स? १० कोटी डॉलर्स? कितीही! आम्ही जो आकडा सांगू तेवढे पैसे द्यायला ते तयार झाले होते."

"पण मग शेवटी तुम्ही किती पैसे मागितलेत?" तिने विचारले. हे विचारताना तिने आपल्या मनातील भावना चेहऱ्यावर उमटू दिल्या नाहीत.

रूमरने एक सुस्कारा सोडला. त्याची प्रकृती आता ठीक नसली तरीही तेवढा सुस्कारा टाकण्यास त्याला फारशी अडचण पडली नाही. तो सांगू लागला, "बिचारा माईक! तो तुम्हाला परिकथेतल्याप्रमाणे इंद्रधनुष्याखाली असलेले एक सोन्याचे भांडे समजत होता व समजत आहे. तुमच्या वडिलांची तुम्हा दोघींवर माया आहे. आम्हीही तुम्हा दोघींचे चाहते आहोत. तेव्हा असा सौदा कसा काय होऊ शकेल? ज्याची कधी किंमत ठरवता येणार नाही असे मौल्यवान मोती तुम्ही आहात. तेव्हा मरीना, स्वत:ला ओळखा आणि अस्सल मोत्यांचे रूपांतर कृत्रिम मोत्यात होऊ देऊ नका. अन् परत अशा प्रकारे आमचा अपमान करू नका. पण आम्हालाही या व्यवहारी जगात जगायचे असल्याने झाल्या खर्चाचे बिल तुमच्या

वडिलांना आम्ही नक्की पाठवू.''

''कसले बिल? कसला खर्च?''

''पिस्तूल झाडल्याने जेवढ्या गोळ्या वापरल्या गेल्या तेवढ्या गोळ्यांच्या खर्चाचे बिल.'' तो गालातल्या गालात हसला.

ते ऐकल्यावर तिचा भ्रमनिरास झाला. आपल्याला सोडविण्यासाठी वडिलांनी वाटेल तेवढे पैसे देऊ केले होते. या दोघांनी ते नाकारले. आपला जीव धोक्यात घालून ते आपल्याला या संकटातून वाचवत आहेत, अन् तरीही आपण नाना तऱ्हेच्या शंका बेधडक घेतो आहोत. तिला एकदम पश्चात्ताप झाला. आपली चूक तिला कळून आली. ती रूमरच्या कॉटपाशी गेली. जमिनीवर गुडघे ठेवून बसली आणि तिने रूमरच्या कपाळावर आपले ओठ हलकेच टेकवले.

ते पाहून डॉ. ग्रीनशॉ तिला म्हणाले, ''लेडी मरीना, पेशंटचा रक्तदाब वाढेल असे काहीही करू नका.''

यावर रूमर म्हणाला, ''पण मला काहीही त्रास होत नाही.'' तिने पुन्हा कृतज्ञतेने त्याच्या कपाळावर आपले ओठ टेकवले आणि म्हटले, ''अशा रीतीने कबूल केलेली चूक पुरेशी नाही का?''

रूमर त्यावर नुसता हसला. नंतर थोड्या वेळाने तिला शांतपणे म्हणाला, ''तुम्ही माईकला 'पिसाट' म्हणालात. जर तो तसा असेल तर त्याला कधी थांबवता येईल? मलाही ते जमणार नाही.''

''खरे आहे. पण एखाद्या दिवशी जमेल.''

''ते थांबवणे तुम्हालाच जमेल. फक्त तुम्हालाच! हो ना?''

''होय. पण तुम्ही त्याला का थोपवले नाही?''

''कारण ज्यांच्याशी सामना करायचा असतो त्यांच्याकडे पिस्तुले असतात.''

''तुम्हीही पिस्तूल बाळगता ना?''

''होय. पण आम्ही दुष्ट प्रवृत्तीची माणसे नाहीत. दुष्ट कृत्ये करण्यासाठी आम्ही पिस्तुले बाळगत नाही.''

''बस्स! एवढंच?''

''असं पहा, जर कोवेन्स्की व रिन्डलर यांनी आणखी वाटेल तशा गोळ्या चालवल्या असत्या तर मेलिंडा नक्की मरण पावली असती,'' तो म्हणाला.

''म्हणून तुम्ही मायकेलला बाहेर जाऊ दिलेत?''

''अर्थातच!''

''रूमर, तुम्ही मेलिंडाशी लग्न करणार?''

''अर्थातच!''

''विचारलेत तिला तसे?''

"नाही."

"तशी विचारायची गरज नाही. ते काम दोन्ही बहिणी आपसात बोलून करतील." "अन् तुम्ही माईकशी लग्न कराल?"

"ते मला आता सांगता येणार नाही. त्यांच्यापुढे मी एक भित्री, पळपुटी अशी ठरली आहे. शिवाय ते सहज माणसांना ठार करू शकतात."

"मग तसे तर मीही काहीजणांना ठार केले आहे."

"पण ते यापुढेही ठार करीत रहातील."

त्याने तिला जवळ बोलावले. ती त्याच्या कॉटवर जाऊन बसली. तिच्या डोक्यातील एक काळा केस चमकत होता. तो अवखळ केस कपाळावर व आजूबाजूला उडत होता. त्याने तो हाताने काढून टाकला. मग तिला म्हटले, "जा, फार वेळ घालवू नका. हे कपडे बदलून चांगले कपडे घाला व माईककडे पळा. समजले?"

त्याच्या बोलण्यामागचा अर्थ तिला कळला. ती ताबडतोब तेथून निघालीच आणि अर्ध्या मिनिटात परतली. आता तिने वेगळ्या रंगाचे कपडे अंगात घातले होते. पूर्वीपेक्षा ती अधिक आकर्षक दिसू लागली होती.

लॉर्ड वर्थ याच्या आलिशान खोलीत तो व मिशेल हे दोघेही आरामखुर्चीत बसून चर्चा करीत होते. खोलीतील भिंतीवर लावलेले स्पीकर्स चालू ठेवले होते. त्यामुळे वायरलेस रूममधील दोन्ही बाजूंचे संभाषण सहज येथे स्पीकर्समधून उमटू शकत होते. जेव्हा मरीना तिथे गेली तेव्हा मिशेलने तिच्याकडे पाहून आपल्या तोंडावर बोट ठेवून गप्प बसण्याबद्दल सुचवले.

स्पीकर्समधून आता ड्युरान्डचा आवाज येऊ लागला. तो कोणाला तरी म्हणत होता, "मला एवढेच ठाऊक आहे की, डेकवरचे सर्व दिवे अचानक विझले. काही मिनिटांपूर्वीच ते विझले. दोन-तीन मिनिटांत ते परत आले." ते ऐकून मरीनाने मिशेलकडे पाहिले. त्याने तिच्या मनातला प्रश्न ओळखून आपली मान डोलवली.

"तुम्ही ते रडार स्कॅनर अजून बंद केले की नाही?" पलीकडून ड्युरान्डला विचारले गेले.

तो आवाज मरीनाने यापूर्वी कधीही ऐकला नव्हता. पण लॉर्ड वर्थचे ओठ एकदम आवळले गेल्याने तो आवाज क्रॉन्काईटचा आहे हे तिला कळून चुकले.

"ते रडार बंद करण्याची आता तशी गरज नाही असे मला वाटते," ड्युरान्ड म्हणाला.

"हे बघा, ती तुमचीच कल्पना होती. करा पाहू तसे. आम्ही येथून आता दहा मिनिटांत निघतो आहोत. तेथपर्यंत उडत यायला पंधरा मिनिटे लागतील."

"आम्ही निघतो? म्हणजे तुम्ही स्वत: इकडे येणार?"

"नाही. मला येथे इतर महत्त्वाची कामे आहेत." त्यानंतर एक खट्ट आवाज ऐकू आला. याचा अर्थ क्रॉन्काईटने तिकडून आपला वायरलेस सेट बंद केला होता.

लॉर्ड वर्थ अस्वस्थ होऊन म्हणाला, "त्या सैतानाच्या मनात काय आहे ते समजत नाही."

"तेच तर आपल्याला शोधायचे आहे," असे म्हणून मिशेलने मरीनाकडे पाहिले. त्याने तिला विचारले, "तुझ्या पायातील सॅन्डल्स कुठे आहेत?"

ती यावर गोड हसून म्हणाली, "मला निरीक्षण करायचे आहे. पायात काही असले की, *सीविच*च्या प्लॅटफॉर्मवर चालताना आवाज होतो."

"पण तू प्लॅटफॉर्मवर कशाला जाते आहेस?"

"जाणार. तिथे तुम्ही काय करता, कसे करता, याचा मला अभ्यास करायचा आहे."

मिशेल चिडून म्हणाला, "मी कोणालाही ठार करायला जात नाही. तुझे सामान बॅगेत भर. निघायची तयारी कर. तुला लवकरच निघायचे आहे."

"मी निघणार नाही. इथेच रहाणार, तुमच्याजवळ रहाणार, डॅडींजवळ रहाणार. हे नैसर्गिक नाही का ठरणार?"

"तुझे मग हातपाय बांधून नेले पाहिजे."

"पण तुम्ही माझी जीभ कशी बांधून ठेवणार? मिसिसिपी आर्मरीमधली शस्त्रास्त्रे कुठे आहेत हे मी शोधून काढले तर कायदा खाते खूष नाही का होणार?"

ते ऐकताच लॉर्ड वर्थ हे किंचित दचकले. ते तिला म्हणाले, "तू काय माझ्याविरुद्ध वागायचे ठरवले आहेस काय? तुझ्या बापाविरुद्ध वागणार?"

"मग तुम्ही आपल्या स्वत:च्या मुलीचे हातपाय बांधून तिला हेलिकॉप्टरने कसे काय पाठवून देता आहात?"

मिशेल आपली मान खेदाने हलवित म्हणाला, "लॉर्ड वर्थ, आपण खरोखर एका हट्टी मुलीला वाढवले आहे. जर तुम्हाला असे वाटत असेल की–"

भिंतीवरच्या स्पीकर्समधून परत आवाज उमटू लागला. तो क्रॉन्काईटचा आवाज होता. तो म्हणत होता, "उगाच इकडेतिकडे भटकू नका. ते रडार पहिले बंद करा."

"पण कसं बंद करणार? तो डेरिक टॉवर सबंध चढून वर जायचे?" ड्युरान्डचा माणूस विचारीत होता.

"मूर्खासारखे बोलू नको. रडार-रूमकडे जा. तिथल्या कन्सोलवर एक लाल रंगाचा खटका आहे. तो नुसता खाली खेचा."

"हे मी लगेच करतो." ड्युरान्डच्या माणसाच्या आवाजात सुटकेची भावना होती.

त्यानंतर वायरलेस-रूमचे दार बंद होतानाचा आवाज ऐकू आला. ते ऐकताच मिशेलने ताबडतोब आपल्या पायातील बूट झटकून टाकले, खोलीतील दिवे विझवले व खोलीचे दार किलकिले करून त्यातून तो बाहेर पाहू लागला. तो माणूस जाताना दिसला. त्याची पाठ मिशेलकडे होती. शेजारच्या रडार-रूमचे दार त्याने उघडले व तो आत शिरला. मिशेल हलक्या पावलाने त्याच्या मागोमाग गेला. आपले सायलेन्सर लावलेले पिस्तूल त्याने बाहेर काढून डाव्या हातात घेतले. त्याच्या मागोमाग नाजूक आवाजात मरीना म्हणाली, ''तुम्ही डावखुरे नाहीत असे मला वाटले होते.''

ते ऐकून मिशेलला राग आला. पण तो मागे वळून न पहाता एवढेच म्हणाला, ''मी तसा आहे.'' आत शिरलेला माणूस तो लाल खटका खाली ओढत होता. मिशेल त्याच्या मागे जाऊन म्हणाला, ''वळून पाहू नकोस.''

मिशेलच्या आवाजातील धमकी त्या माणसाला पुरेपूर समजली होती. तो अजिबात वळला नाही.

''तुझे दोन्ही हात मानेवर मागे ठेव. नंतर हळूहळू वळ आणि इकडे ये.''

त्या माणसाने तसे केले व तो म्हणाला, ''मिशेल?''

''उगाच फार हुषारी करू नकोस. मी आज रात्री तुमची तीन माणसे ठार केली आहेत. चौथ्या माणसाला मारून आज रात्रीची माझी झोप घालवायची नाही. आहे तिथेच थांब आणि पुन्हा वळून माझ्याकडे पाठ कर.''

मिशेलने म्हटल्याप्रमाणे त्या माणसाने केले. मिशेलने मग आपल्या कोटाच्या खिशात घालून ठेवलेला आपला उजवा हात बाहेर काढला. त्याच्या हातात एक कातडी पट्टा होता. साधारणपणे सहा इंच लांबीचा तो होता. त्यावर धातूचे जाड मणी लावलेले होते. जेव्हा त्या कातडी पट्ट्याचा फटका त्या माणसाच्या मानेवर बसला तेव्हा तो काहीही न बोलता खाली कोसळू लागला. मिशेलने झटकन पुढे होऊन त्याला धरले व सावकाश खाली जमिनीवर पडू दिले.

मरीनाने ते सारे पाहिले. ती म्हणाली, ''हे असेच करायला हवे होते?'' पण ती पुढे बोलायची एकदम थांबली. कारण मिशेलने आपल्या हाताने एकदम तिचे तोंड दाबले. अगदी घट्ट दाबले. त्याने तिच्या डोळ्यांपुढे तो पट्टा हलवताच तिची धडपड थांबली.

तो कुजबुजत, पण हिंस्रपणे तिला म्हणाला, ''उगाच मोठ्याने बोलू नकोस. हळू आवाजात बोल.''

मग तो ड्युरान्डच्या माणसावर वाकला. त्याचे पिस्तूल काढून घेतले व आपल्या खिशात घातले.

''हे असे करायलाच हवे?'' ती हळू आवाजात विचारीत होती, ''त्याऐवजी

त्याचे हातपाय बांधून त्याच्या तोंडात बोळा कोंबला असता तर?''

''जेव्हा मला अज्ञानी व हौशी लोकांकडून सल्ल्याची गरज भासेल तेव्हा मी ताबडतोब तुझ्याकडे येईन बरं. मला आता नवीन प्रयोग करायचे नाहीत. या माणसाला आता चांगली अर्धा तास विश्रांती मिळेल. नंतर त्याला फार तर ॲस्पिरिनची गरज भासेल.''

''आता आणखी काय करायचे?''

''आता ड्युरान्डकडे वळायचे.''

''का?''

''भोळसट आहेस तू.''

''मला सगळेजण भोळसट का म्हणतात? जॉननेही मला मघाशी तसेच म्हटले होते. त्यांनी मला मानसिकदृष्ट्या मागासलेले म्हटले, कृत्रिम मोती म्हटले.''

''जॉन हा माझा पार्टनर अत्यंत परखडपणे सत्य तेच बोलतो. आपला माणूस अजून का परतला नाही, हे पहाण्यासाठी ड्युरान्ड आता येईल. मग तो वायरलेसवर कळवेल की, इकडे हेलिकॉप्टर इतक्यात पाठवू नका.''

मग तिथले दिवे बंद करून मिशेल तिथून निघाला. मरीनाही त्याच्या मागून निघाली. ते दोघे लॉर्ड वर्थच्या खोलीत गेले. वाटेत एक छोटी खोली होती. ती वेटिंग-रूम होती. मरीना तिथेच थांबली. ती पुढे लॉर्ड वर्थच्या खोलीत जाईना. मग तो आवाजात जरब आणीत म्हणाला, ''मुकाट्याने आत चल. तू म्हणजे एक जोखीम आहेस आणि कामात अडथळाही आहे. तू जवळ असलीस की, मला काम नीट करता येत नाही.''

''तुम्ही काम करताना मी काहीही बोलणार नाही. एक अक्षर उच्चारणार नाही. अगदी वचन देते.''

पण त्याने तिला अधिक काहीही बोलू न देता सरळ दंडाला धरून ओढत ओढत दार उघडून लॉर्ड वर्थ यांच्या खोलीत ढकलले. मग तो लॉर्ड वर्थना म्हणाला, ''ही तुमची सतावणारी कन्या. हिला येथेच नीट स्वत:जवळ डांबून ठेवा. जर ती बाहेर पडली तर त्याबद्दल मी तुम्हाला जबाबदार धरेन.'' त्यावर लॉर्ड वर्थने आपली मान हलवली. मिशेल पुढे म्हणाला, ''मी आता प्लॅटफॉर्मवरचे सर्व दिवे मंद करणार आहे. माझ्या परवानगीवाचून जर कोणी तिथे दिसले तर त्याला ताबडतोब दिसताक्षणी गोळी घातली जाईल. मी हे शपथपूर्वक बोलतो आहे असे समजा. यात कसलीही हयगय नाही की, कोणावरही दयामाया नाही. ही जागा लहान मुलांना खेळण्यासाठी नाही.'' एवढे बोलून तो निघून गेला. जाताना आपल्या मागे धाडकन दार बंद करून गेला.

मरीना खाली बसली. आपले दोन्ही हात जुळवित म्हणाली, ''एक नवरा

म्हणून मिशेल पुढे कसे काय वागतील ते समजत नाही.''

लॉर्ड वर्थ तिला म्हणाला, ''तो एक अत्यंत आदर्श नवरा ठरेल. असं बघ पोरी, मायकेलकडे किंवा तुझ्या भाषेत माईककडे अनेक गुण आहेत. त्यातील एक गुण म्हणजे त्याला धोक्याची जाणीव अगदी सूक्ष्मपणे जरी झाली तरी तो तात्काळ प्रतिसाद देतो. त्यावेळी तू जवळ असलीस की, त्याची ही संवेदनशीलता बोथट होते. त्याचबरोबर त्याचे तुझ्यावर प्रेम असल्याने संकटात तू जवळ असली की, तुझ्या काळजीने तो व्यग्र होतो. त्यामुळे त्याच्या हातून चुका होण्याची शक्यता असते. मला सांग, नवरा जर कोळशाच्या खाणीत काही काम करण्यासाठी गेला तर त्याच्याबरोबर त्याची पत्नी जाते? किंवा युद्धात बॉम्बफेक करायला निघालेल्या वैमानिकाबरोबर त्याची बायको कधी विमानात त्याच्याबरोबर असते? मिशेल तर सर्व कामे एकट्याने पार पाडणाऱ्यातील आहेत.''

यावर तिला आपला राग व्यक्त करायचा होता, कपाळाला आठ्या घालायच्या होत्या. पण तिचा सुंदर चेहरा त्यासाठी योग्य नव्हता. म्हणून तिने शेवटी एक पश्चात्ताप दर्शवणारे ओशाळवाणे स्मित चेहऱ्यावर आणले. मग ती उठली व आपल्या वडिलांचा ग्लास तिने पुन्हा व्हिस्कीने भरला.

बेशुद्ध पाडलेल्या ड्युरान्डच्या खिशातून दोन मोठ्या किल्ल्या मिशेलने हस्तगत केल्या. त्याचे पिस्तूलही त्याने काढून घेतले. मग तो ओरिएन्टल क्वार्टर्सच्या मुख्य प्रवेशद्वारापाशी गेला. किल्ली चालवून ते दार उघडले. बाहेरच्या कॉरिडॉरमधील दिव्यांची बटणे दाबली आणि तो लार्सन व पालेर्मो यांच्या नावाने हाका मारू लागला.

''कमांडर लार्सन. पालेर्मो.''

भराभर दारे उघडली गेली आणि आतून लार्सन व पालेर्मो बाहेर आले. लार्सन म्हणाला, ''मिशेल! तुम्ही येथे काय करता आहात?''

''मी येथे एक निरुपद्रवी भूकंपशास्त्रज्ञ म्हणून आलो आहे.''

''पण मघाशी लाऊडस्पीकरवर दिलेला इशारा ऐकला नाही का? जो कोणी प्लॅटफॉर्मवर दिसेल त्याला लगेच गोळी घातली जाईल.''

''तो आता इतिहास झाला. मी आता तुम्हाला तीन बातम्या देतो. पहिली बातमी वाईट आहे, तर दुसऱ्या दोन बातम्या चांगल्या आहेत. वाईट बातमी अशी आहे की, रूमर आणि मिस मेलिंडा यांना गोळ्या घातल्या गेल्या. त्यांना लाऊडस्पीकरवरचा इशारा आत ऐकू आला नाही. कारण त्या खोल्यांत बाहेरचे आवाज शिरत नाहीत. म्हणून ते दोघे फिरायला बाहेर पडले. ते दोघे जखमी झालेले आहेत. मेलिंडाचा डावा खांदा फुटला आहे, तर रूमरला मानेत एक व छातीत एक

गोळी लागली. एक गोळी मणक्यात रुतली आहे असे डॉक्टरांना वाटते. त्या दोघांना ताबडतोब हॉस्पिटलमध्ये हलवायला पाहिजे. लॉर्ड वर्थ यांचा वैयक्तिक वैमानिक कोण आहे?''

''चेम्बर्स. तोच नेहमी त्यांचे हेलिकॉप्टर चालवतो?

''मग तुम्ही कोणाला तरी पाठवून त्याला शोधा व हेलिकॉप्टरमध्ये पेट्रोल भरायला त्याला सांगा. आता चांगली बातमी ऐका. ड्युरान्ड हा वायरलेस रूममध्ये आहे. त्याचा उजवा हात असलेला माणूस हा रडार रूममध्ये आहे. दोघेही पडलेले आहेत.'' मग तो पार्लेमोकडे वळून म्हणाला, ''जेव्हा ते शुद्धीवर येतील –अजून काही वेळ आहे त्यासाठी – त्यावेळी तुम्ही पहाल त्यांच्याकडे? त्यांची कशी काळजी घ्यायची हे तुम्हाला सांगायला नकोच.''

''होय.''

''अन् ड्युरान्डबरोबरची बाकीची तीन माणसे? ती कुठे आहेत?'' लार्सनने विचारले.

''मरण पावली,'' मिशेल शांतपणे म्हणाला.

''म्हणजे तुम्ही...?''

''होय. मीच ते केले.''

''पण आम्हाला गोळीबाराचे आवाज ऐकू आले नाहीत!''

मिशेलने त्यांना आपले सायलेन्सर लावलेले पिस्तूल दाखवले. लार्सन विचारात पडलेला दिसला. तो म्हणाला, ''लॉर्ड वर्थ यांनी आम्हाला तुमच्याबद्दल बरेच सांगितले होते. आम्हाला वाटले की, ते अतिशयोक्ती करीत असावेत.''

मिशेल म्हणाला, ''ती दुसरी चांगली बातमी आता सांगतो. क्रॉन्काईट हेलिकॉप्टरने काही माणसे ड्युरान्डच्या मदतीला पाठवीत आहे. आठ-नऊ माणसे असतील असा माझा अंदाज आहे. ते आता लगेच निघत आहेत. हेलिकॉप्टरने यायला त्यांना पंधरा मिनिटे लागतील. याचा अर्थ त्यांची बोट ही लगेच क्षितिजापलीकडे असावी. आपल्या रडारच्या कक्षेच्या बाहेर आहे.''

पालेर्मो उत्साहित होऊन म्हणाला, ''आपण ते हेलिकॉप्टर आकाशातच खतम केले तर?''

''प्रथम मलाही तसे करावेसे वाटले होते. पण आपण जरा अधिक हुषारी दाखवूया. त्यांना खाली उतरू देऊ, मग आपण त्यांच्यावर ताबा मिळवू. त्यांच्या म्होरक्याला 'येथे सर्व ठीक आहे' असा निरोप क्रॉन्काईटला पाठवायला भाग पाडू.''

''पण त्याने तसे करायला नकार दिला तर? किंवा ऐन वेळी वायरलेसवर तो ओरडला तर?''

''त्यासाठी आपण तो निरोप आधी कागदावर लिहून काढू व तो त्याला

वाचायला लावू. जर बोलताना एक शब्द जरी चुकीचा बोलला गेला तर आपण त्याला गोळी घालू. माझ्या पिस्तुलाला सायलेन्सर लावलेले आहे. तेव्हा गोळीचा आवाज होणार नाही.''

''पण गोळी लागताना तो ओरडला तर?''

''जेव्हा पॉइंट थर्टिएटची गोळी कवटीच्या खालून व मागून वर मेंदूत शिरते तेव्हा माणूस ओरडण्याच्या पलीकडे जातो.''

''म्हणजे तुम्ही त्याला ठार मारणार?'' लार्सनने विचारले.

ठार केले जाण्याचे त्याला आश्चर्य वाटत नव्हते. पण मिशेल कोणाला ठार करेल असे त्याला वाटले नव्हते. लॉर्ड वर्थ यांनी 'वेळप्रसंगी गुंडाविरुद्ध मिशेल क्रूरपणा धारण करतो' असे लार्सनला सांगितले नव्हते.

''आणखी एक गोष्ट,'' मिशेल सांगू लागला, ''मला ते हेलिकॉप्टर हवे आहे. क्रॉन्काईटसाठी आपल्याला एक थाप मारली पाहिजे. 'खाली उतरत असताना शेवटच्या क्षणी हेलिकॉप्टरचे इंजीन फेल झाले. त्यामुळे ते खाली आदळले व त्यामुळे त्याचे अंडरकॅरेज, तळाचा भाग मोडला आहे. नादुरुस्त झाला आहे. त्याची दुरुस्ती करायला काही तास लागतील' अशी ती थाप असेल. आपल्याजवळ एक जादा हेलिकॉप्टर असलेले नेहमीच बरे असते; परंतु क्रॉन्काईटला त्या हेलिकॉप्टरचा उपयोग करू न देणे हे अधिक महत्त्वाचे आहे.'' मग पालेर्मोकडे पाहून तो म्हणाला, ''ते हेलिकॉप्टर आल्यावर त्याचे स्वागत करायचे काम मी तुमच्यावर सोपवतो.''

''जरूर, जरूर! आणखी काही सूचना?''

''मला तसे तुमच्यासारखे व्याख्यान देणे जमत नाही, पण–''

''म्हणजे मी तुम्हाला ठाऊक आहे?''

''मी पोलीस खात्यात होतो. या तेलविहिरीवर पोर्टेबल सर्चलाईट बरेच असणार. हेलिकॉप्टरमधून उतरलेली माणसे ॲडमिनिस्ट्रेशन इमारतीकडे जाऊ लागतील. त्यावेळी तुम्ही आधी जवळच लपलेले असाल. मी आधी प्लॅटफॉर्मवरचे दिवे मंद करून ठेवीन. जेव्हा ते सर्वजण इमारतीजवळ येतील तेव्हा वाटेत ठेवलेले सर्व सर्चलाईट लावा. त्यामुळे त्यांचे डोळे दिपून जातील. त्यांना तुम्ही दिसणार नाही.''

''पण एखादा माणूस आततायी असला आणि त्याने काही केले तर?''

''त्याचा तुम्ही सहज समाचार घेऊ शकाल. मला खात्री आहे त्याची.'' असे म्हणून मिशेल त्याच्याकडे पाहून थोडेसे हसला. एक पोलीस एका माजी ठगाकडे पाहून हसत होता. ते सर्वजण तिथून निघाले. पालेर्मो भराभरा आपल्या माणसांना सूचना देऊ लागला होता. लार्सन मिशेलला म्हणाला, ''तुमच्या डोक्यातील योजना

लॉर्ड वर्थ यांना ठाऊक आहे?"

"त्यांना समजावून सांगण्यासाठी तेवढा वेळ मला मिळाला नाही. शिवाय त्यांना असल्या डावपेचातील काय समजणार? जसे तेलामधून अब्जावधी डॉलर्स उभे करायचे मला कुठे समजते?

लार्सन आणि मिशेल वाटेत वायरलेस रूममध्ये डोकावले. तिथे ड्युरान्डचा बेशुद्ध झालेला देह वेडावाकडा पडला होता. ते पाहून लार्सन म्हणाला, "त्यांनी नेमकी माझी अशीच अवस्था केली असती."

मग ते दोघे दवाखान्यात गेले. मेलिंडाची शुद्ध हरपली होती. रूमर मात्र सताड जागा होता. त्याच्या हातांच्या मुठी वळलेल्या होत्या. रूमर हसून म्हणाला, "मला समजले सारे, पण तुम्हाला बराच वेळ लागला. इथले पाणी किती खोल आहे?"

"नऊशे फूट."

"मग क्रॉन्काईट आणि त्याचे गुंड यांच्यापर्यंत पोहोचण्यासाठी एक तर पाणबुडी हवी आहे किंवा एखादी डायव्हिंग बेल हवी आहे." मग थोडे थांबून तो पुढे म्हणाला, "तुमचे कसे काय चालले आहे, कमांडर लार्सन? आमच्या भोवती इथली काय परिस्थिती आहे ते तुम्ही पहाताच आहात." रूमर म्हणाला.

"मी विश्रांती घेत होतो. मिशेल यांनी इथली परिस्थिती काबूत आणली आहे. त्यांनी तीन माणसांना समुद्रतळावर पाठवले. ड्युरान्डच्या डोळ्यांसमोर दिवसा तारे दाखवण्याची माझी संधी मात्र हुकली. माझा तो आनंद मिशेलमुळे गेला. ड्युरान्डचा उरलासुरला माणूसही बंदोबस्तात ठेवला आहे. म्हणजे माझी तीही संधी गेली."

रूमर म्हणाला, "थोडेसे इतरांनाही काम करू द्यावे हे मिशेल यांना अजून समजत नाही, तर मग *सीविच* आता आपल्या ताब्यात आली आहे ना?"

"काही वेळापुरती!"

"काही वेळापुरता?'"

मिशेल सांगू लागला, "क्रॉन्काईटसारखा माणूस इतक्या सहजासहजी आपला लढा सोडून देणार नाही. त्यातून त्याने आपली पाच माणसे गमावली आहेत आणि कदाचित आणखी आठ-नऊ माणसे तो गमावेल. एक कोटी डॉलर्स त्याने या कामासाठी लावलेले आहेत. शिवाय त्यातून त्याचा लॉर्ड वर्थ यांच्यावर राग आहे. त्यांचा तो मनापासून द्वेष करतो. तेव्हा आपला हेतू साध्य करण्याकरिता तो *सीविच* मोडकळीस आणेल किंवा नष्टही करेल. *सीविच*वरची माणसे त्यात नाश पावली तरी त्याला त्याचे सोयरसुतक नाही. क्रॉन्काईटकडे अजिबात सदसद्विवेकबुद्धी नाही." मग तो डॉ. ग्रीनशॉ यांच्याकडे वळून म्हणाला, "आता तुम्ही स्ट्रेचर्सवर पेशंटना ठेवण्याची तयारी चालू करा. कमांडर, तुमच्या कामगारांपैकी चारजणांना इकडे मदतीला पाठवून द्या. त्यांच्याकडून ती दोन्ही स्ट्रेचर्स हेलिकॉप्टरमध्ये चढवून

द्या.'' मग मिशेलकडे वळून तो म्हणाला, ''तुम्ही ड्युरान्ड आणि त्याचा माणूस यांनाही बांधून हेलिकॉप्टरमधून पाठवा. त्यांना येथे ठेवणे धोक्याचे आहे.''

''बरोबर आहे. ही सूचना योग्यच आहे.'' रूमर म्हणाला.

''तुमच्यासारखाच मी कधीकधी बेभान होतो. क्रॉन्काईटला *सीविच*वर येऊ न देण्यासाठी मी काय वाटेल ते करेन. तरी तो कसा येथे पोहोचेल त्याची कल्पना करता येत नाही. पण जेव्हा दुष्ट माणूस पेटून उठतो तेव्हा त्याला पाहिजे ते तो वाटेल ते करून मिळवतो. जेव्हा क्रॉन्काईट येथे पोहोचेल तेव्हा ड्युरान्ड आणि त्याच्या माणसाने माझ्याकडे बोट दाखवून माझ्यावर आरोप करता कामा नये. या प्रकरणात मी एक निरुपद्रवी असा भूकंपशास्त्रज्ञ आहे, असे मला भासवायचे आहे.'' मिशेलने खुलासा केला.

लार्सनने फोनवरून काही हुकूम सोडले. मग तो व मिशेल लॉर्ड वर्थ यांच्या खोलीत जाण्यासाठी निघून गेले. लॉर्ड वर्थ फोनवर बोलत होता, ऐकत होता आणि कपाळाला आठ्या घालीत होता. मरीनाने आपल्या वडिलांसारखेच चिडक्या मुद्रेने मिशेलकडे पाहिले. ती त्याला म्हणाली, ''मला वाटले की, तुम्ही बाहेर प्लॅटफॉर्मवर माणसे मारून त्यांचा सडा पाडत असाल.''

''असे बोलून तू माझ्यावर एक गंभीर अन्याय करते आहेस. मारण्यासाठी त्यांच्यापैकी कोणीच उरले नाही.'' ते ऐकून तिने आपले अंग शहारल्यासारखे केले व दुसरीकडे पाहिले.

लार्सन तिला म्हणाला, ''लेडी मरीना, *सीविच* आता आपल्या हातात आहे. दहा मिनिटांत येथे मोठी गडबड उडण्याची शक्यता आहे. क्रॉन्काईटची माणसे हल्ला करतील. पण आम्ही त्याची काळजी घेऊ.''

लॉर्ड वर्थ फोन खाली ठेवीत म्हणाला, ''काय भानगड आहे?''

''क्रॉन्काईट हा हेलिकॉप्टरने काही माणसे पाठवत आहे. ती आठ-नऊ माणसे असतील. यापेक्षा जास्त नसतील. त्याला अजूनही वाटते आहे की, *सीविच*वर ड्युरान्डचा ताबा आहे.''

''प्रत्यक्षात काय परिस्थिती आहे?''

''ड्युरान्डला बेशुद्ध केले आहे आणि व्यवस्थित बांधून ठेवलेले आहे. त्याच्या दुसऱ्या माणसालाही तसेच केले आहे.''

लॉर्ड वर्थने विचारले, ''क्रॉन्काईट स्वत: येणार आहे काय?''

''नाही.''

''अरेरे! केवढे आपले दुर्दैव! मला एक वाईट बातमी आता कळली आहे. 'टॉर्बेलो' जहाज नादुरुस्त झाले आहे.''

''घातपात?''

"नाही. इंजिनाकडे जाणाऱ्या इंधनाचा पाईप वाटेत फुटला आहे. त्यामुळे दुरुस्तीसाठी तात्पुरते ते वाटेत थांबलेले आहे. त्यात काही तास जातील. पण तशी काही काळजी करण्याचे कारण नाही. त्यांच्याकडून येणारे दर अर्ध्या तासाचे अहवाल तसेच पाठवले जातील."

लॉर्ड वर्थ बोलायचे थांबला. त्याला अस्वस्थ करणारी अजून एक बातमी समजली होती. लंडनमधील लॉईडस कंपनी किंवा कोणतीही जहाजांचे विमे उतरवणारी अन्य कंपनी यांनी *'क्यूस्टार'* नावाच्या जहाजाबद्दल आपल्या कानावर हात ठेवले होते. या नावाचे जहाज त्यांच्या मते अस्तित्वात नव्हते. आणखी एक बातमी अशी होती की, त्यामुळे लॉर्ड वर्थ अधिक अस्वस्थ झाला होता. भूकंप लहरींच्या साहाय्याने समुद्रतळाखालची पहाणी करणारे एक जहाज फ्री पोर्ट बंदरातून अदृश्य झाले होते. त्या जहाजाचे नाव होते *'हॅमन्ड.'*

अमेरिकी नौदलाकडून लॉर्ड वर्थला दोन बातम्या कळवण्यात आल्या होत्या. नौदलातील बाद झालेल्या पाणबुड्या या मोडून, तुकडे करून भंगारात विकल्या जायच्या किंवा एखाद्या परक्या देशाला विकल्या जायच्या; परंतु कोणतीही पाणबुडी ही व्यापारी कंपनीला किंवा खासगी व्यक्तीला विकली गेलेली नाही. तसेच संशोधनासाठी असलेल्या खासगी पाणबुड्या किंवा तत्सम प्रकार हे मेक्सिकोच्या आखातात आता कोठेही नाहीत. लॉर्ड वर्थला या बातम्या दिलासा देणाऱ्या वाटत होत्या.

टेलिफोनची घंटी वाजू लागली. लॉर्ड वर्थने भिंतीवरचे स्पीकर्स चालू केले. पलीकडून एक वायरलेस ऑपरेटर संक्षिप्तपणे मोजकेच बोलत होता, "हेलिकॉप्टर निघाले. कमी उंचीवरून उडते आहे. वायव्येची दिशा. पाच मैल गेले आहे."

लार्सन म्हणाला, "चला, कामाला लागले पाहिजे. मिशेल, येणार ना?"

"एक मिनिट. मला एक मजकूर लिहायचा आहे. आठवते ना?"

"अं, होय! ते मात्र आधी लिहून काढले पाहिजे," असे म्हणून लार्सन निघून गेला.

मिशेल एका कागदावर मजकूर लिहू लागला. मोठ्या अक्षरात व सुट्या अक्षरांत नीट लिहू लागला. वाचताना कुठलेही दुसरे किंवा भलतेच अक्षर वाटणार नाही याची तो काळजी घेऊ लागला. लिहून झाल्यावर त्याने तो कागद घडी करून खिशात घातला व तो दाराकडे गेला.

लॉर्ड वर्थने त्याला विचारले, "मी आलो तर चालेल का?"

मिशेल म्हणाला, "अंऽ, तसा धोका काहीच नाही. पण मला वाटते की, तुम्ही येथेच बसून रडार, वायरलेस, फोन वगैरेंवर लक्ष ठेवावे. तसेच या तेलविहिरीच्या पायांना त्या ताणाच्या केबल्स लावलेल्या आहेत त्याला काही यंत्रे जोडलेली

आहेत. कोणी जर पाण्यात येऊन तिथे गडबड करीत असेल तर त्या यंत्रावाटे कळते. त्यावरही लक्ष ठेवा.''

''ठीक आहे. त्या आधी परराष्ट्र खात्याच्या प्रमुखाला फोन करून मी त्या युद्धनौकांना थोपवले की नाही ते विचारून घेतो.''

मरीना गोड आवाजात मिशेलला म्हणाली, ''जर बाहेर काही धोका नसेल तर मी तुमच्याबरोबर येते.''

''नको.''

''तुमच्या शब्दकोशात फार थोडेच शब्द आहेत. 'नको' शब्द तुम्ही सारखा वापरता.''

''हे बघ, बाहेर येऊन उगाच हिरॉईन बनण्याचा प्रयत्न करू नकोस. त्याऐवजी फ्लॉरेन्स नाईटिंगेलसारखे काम कर. दवाखान्यातील त्या दोन पेशंटकडे बघ जरा.''

''तुम्हाला माझे कधी पटतच नाही. माझ्यावर नेहमी शिरजोरी करता.''

''आजच्या भाषेत 'पुरुषी वर्चस्व गाजवता' असे म्हण वाटल्यास.''

''तुमच्याशी लग्न करण्याचा विचार मी कसा काय करीत असेन, याची तुम्हाला काही कल्पना आहे?''

''तुझे विचार ही तुझी खासगी बाब आहे. शिवाय– 'लग्न करशील का?' असे मी तुला कधीही विचारले नव्हते.''

''ठीक आहे!'' असे म्हणून तिने आपल्या वडिलांकडे पाहिले. पण लॉर्ड वर्थने आपला राग खूपच काबूत ठेवला होता. त्याने फोन उचलून प्लॅटफॉर्मवरची ख्रिसमस ट्री चालू करायचा हुकूम दिला. तसेच खोदकामही सुरू करण्यास सांगितले.

शेवटी क्रॉन्काईटने पाठवलेले ते हेलिकॉप्टर उगवले. एक चक्कर मारून ते हेलिपॅडवर उतरण्यासाठी उंची कमी करू लागले. मिशेल, लार्सन, पालेर्मो आणि पालेर्मोची माणसे अंधारात लपून बघू लागली. प्लॅटफॉर्मवरील सर्व दिवे अत्यंत मंद जळत ठेवले होते, तर हेलिपॅड मात्र झगमगीत प्रकाशात उजळून निघाले होते. पालेर्मोने सहा पोर्टेबल सर्चलाईट योग्य ठिकाणी ठेवून दिले होते. वेळ येताच ते एकदम चालू केले जाणार होते. मिशेलने खूण करताच पालेर्मो हेलिकॉप्टरकडे चालत निघाला. तो सावकाश रमतगमत चालत होता. त्याने हातात एक कागदाचे पाकीट धरले होते.

हेलिकॉप्टर हेलिपॅडवर उतरले. त्याचे दार उघडून आतून विविध प्रकारची स्वयंचलित शस्त्रे घेऊन माणसे बाहेर पडली. पालेर्मो त्या माणसांना म्हणाला, ''मी मरीनो. तुमचा लीडर कोण आहे?''

"मिस्टर मॉर्टेनसन!" एकजणाने बोट दाखवित म्हटले. तो एक जाडजूड माणूस होता, पण तरुण होता. जरी तो गुंड होता तरी तसा तो वाटत नव्हता. तो पुढे येऊन म्हणाला, "मला वाटले की, येथे ड्युरान्ड यांच्या ताब्यात सारे आहे."

"होय. तसेच आहे. पण आता ते लॉर्ड वर्थ यांच्याबरोबर जराशी वेदनादायक बोलणी करीत आहेत. लॉर्ड वर्थ यांच्या खोलीतच तुम्हाला त्यांनी बोलावले आहे. तुमची ते वाट पहात आहेत," पालेर्मो म्हणाला.

"पण डेकवरचे दिवे एवढे मंद का?"

"व्होल्टेज ड्रॉप! दुरुस्ती चालू आहे. हेलिपॅडसाठी स्वतंत्र जनरेटर्स आहेत." मग बोटाने दाखवित पालेर्मो पुढे म्हणाला, "त्या तिकडे तुम्ही गेलात तर लॉर्ड वर्थ यांची रहाण्याची जागा सापडेल."

मॉर्टेनसनने आपली मान हलवली व तो त्या दिशेने आपल्या माणसांना घेऊन जाऊ लागला. पालेर्मो त्याला हातातील पाकीट दाखवित म्हणाला, "मी तिथे येऊन भेटतोच तुम्हाला. एवढा हा क्रॉन्काईट साहेबांचा निरोप पायलटला दिला की, आलोच तिकडे."

पालेर्मो हेलिकॉप्टरमध्ये चढला व वैमानिकापाशी जाऊन त्याने म्हटले, "हॅलो! क्रॉन्काईट साहेबांकडून तुम्हाला हा निरोप आहे."

ते ऐकल्यावर त्या वैमानिकाच्या चेहऱ्यावर थोडेसे आश्चर्य प्रगटले. तो म्हणाला, "मला साहेबांचा असा हुकूम आहे की, इथे सर्वांना सोडल्यावर ताबडतोब सरळ माघारी निघून यावे."

"फार वेळ लागणार नाही. मला वाटते की, लॉर्ड वर्थ आणि त्यांच्या मुलींना घेऊन येण्यास सांगितले असावे." तो वैमानिक दात विचकून हसला आणि त्याने ते पाकीट पालेर्मोच्या हातून घेतले. पाकीट उघडून आतला कागद त्याने बाहेर काढला. कागद उलटून त्याची मागचीपुढची बाजू त्याने पाहिली. तो संपूर्ण कागद दोन्ही बाजूने कोरा होता. तो म्हणाला, "हा कसला निरोप?"

"खरा निरोप हा आहे!" असे म्हणून पालेर्मोने त्याच्यावर आपले पिस्तूल रोखले. ते पिस्तूल बऱ्यापैकी मोठे होते. पालेर्मो पुढे म्हणाला, "मला माणसे मारायला आवडत नाहीत."

बाहेर प्लॅटफॉर्मवरचे सर्व दिवे एकदम मालवले गेले. ते सहा सर्चलाईटस एकदम लागले. त्यांच्या झोतात ती नऊ माणसे आली. त्यांचे डोळे दिपून गेले. सर्वत्र काळोख व समोर झगझगीत प्रकाश यामुळे ती गोंधळून गेली. लार्सन आपल्या खणखणीत आवाजात ओरडून त्यांना म्हणाला, "तुमच्याजवळची हत्यारे खाली टाका. दुसरा पर्याय नाही."

मॉर्टेनसनच्या माणसांपैकी एकाच्या मनात मात्र वेगळाच विचार आला.

आत्महत्येसारखा तो एक धोकादायक विचार होता. त्याने झटकन खाली आपले अंग झोकून दिले व एका सर्चलाईटवर सबमशीनगनच्या गोळ्यांची फैर त्याने झाडली. एक सर्चलाईट त्याने यशस्वीपणे बंद पाडला. त्याला या यशाचा आनंद झाला असला तरी तो फक्त सेकंदभरच टिकला असेल. नंतर त्याच्यावर पालेर्मोच्या माणसांनी अनेक ठिकाणांहून गोळ्या झाडून त्याला संपवले. इतक्या झटपट संपवले की, तो मेला तरी त्या सर्चलाईटच्या दिव्याच्या फुटलेल्या काचा अजून खाली पडत होत्या. बाकीच्या आठहीजणांनी मुकाट्याने आपल्या हातातील शस्त्र खाली टाकून आपले हात वर केले.

ते पाहून पालेर्मोने सुस्कारा टाकला व तो वैमानिकाला म्हणाला, "पाहिलेत? तुम्हाला असला मरण पावलेला हिरो व्हायचं आहे का? चला, उठा. माझ्याबरोबर या."

ती आठ माणसे व नववा वैमानिक यांना मेंढरासारखे हाकलीत पालेर्मोने एका स्टोअर-रूममध्ये कोंडले व बाहेरून दार लावून टाकले. त्या खोलीला कुठेही खिडकी नव्हती. त्या गुंडांच्या म्होरक्याला, म्हणजे मोर्टेनसन याला वायरलेस-रूमकडे चालवत नेले. काही वेळातच तिथे मिशेल उगवला. त्याने आपल्या अंगावर एक बॉयलर सूट चढवला होता. त्याच्या डोक्यावर त्या सुटाचीच एक कापडी टोपी मागून आली होती. ती त्याने खूप पुढे ओढून घेतली होती. त्यामुळे त्याचा बराचसा चेहरा झाकला गेला होता. शिवाय त्याचा आवाजही टोपीमुळे वेगळाच बाहेर उमटत होता. आपली ओळख पटू नये म्हणून त्याने असे केले होते.

मिशेलने आपल्या खिशातून तो लिहिलेला कागद बाहेर काढला आणि मॉर्टेनसनच्या समोर धरला. त्याच्या मानेला आपले पॉइंट थर्टिएटचे पिस्तूल लावले. पिस्तुलाच्या नळीचा रोख तिरपा वरच्या दिशेने होता. जर गोळी सुटलीच तर ती मानेतून मेंदूत तिरपी वर शिरली असती. त्याने मॉर्टेनसनला क्रॉन्काईटशी संपर्क साधण्यास सांगितले आणि कागदावरील मजकूर जसाच्या तसा वाचण्यास सांगितले. जर का मजकुराखेरीज अन्य काही बोलले तर तत्काळ मेंदूच्या चिंधड्या उडवल्या जातील, अशी धमकी दिली. मोर्टेनसन हा मूर्ख नव्हता. या व्यवसायात त्याने अनेकवार मृत्यू समोर उभा राहिल्याचे पाहिलेले होते. किंचित जरी चलाखी केली तर आपल्याला नक्की ठार केले जाईल याची त्याला खात्री पटली होती. त्याने क्रॉन्काईटशी संपर्क साधला आणि सांगितले, "सारे काही ठीक आहे. आपण आणि ड्युरान्ड यांच्या ताब्यात संपूर्ण *सीविच* तेलविहीर आली आहे. पण हेलिकॉप्टर परतायला वेळ लागणार आहे. उतरताना शेवटच्या क्षणी त्याचे इंजीन फेल झाल्याने अंडरकॅरेजची खूप मोडतोड झालेली आहे. त्याची दुरुस्ती चालू आहे."

क्रॉन्काईटला हे सारे पटले व त्याने समाधानाने संपर्क बंद केला!

लार्सन आणि मिशेल मोठ्या समाधानाने लॉर्ड वर्थच्या खोलीत गेले. लॉर्ड वर्थ तिथे आनंदात बसला होता. पेन्टॅगानने त्याला नुकतेच कळवले होते की, क्यूबा व व्हेनेझुएलाच्या युद्धनौकांना पुढे जाण्यासाठी अमेरिकेने मनाई केली असून, त्या युद्धनौका आपल्या देशांकडून पुढील सूचना येण्याची वाट पहात तिथेच थांबल्या आहेत.

'टॉर्बेलो' हे तेलवाहू जहाज पुन्हा प्रवास करू लागले असून, ते गॅल्व्हस्टन बंदराकडे दीड तासात पोहोचण्याची अपेक्षा आहे, असे त्याच जहाजावरून लॉर्ड वर्थला कळवले गेले होते. म्हणूनही लॉर्ड वर्थ खुशीत आला होता. बिचाऱ्याला काय ठाऊक की, प्रत्यक्षात ते तेलवाहू जहाज खिळखिळे झालेले असून, आता ते नैर्ऋत्य दिशेने, म्हणजे नेमक्या उलट दिशेने जात आहे. ते जहाज क्रॉन्काईटचा साथीदार मलहूनीच्या ताब्यात होते आणि तो उगाच भटकत नव्हता. त्याने एक नेमकी दिशा धरली होती. लॉर्ड वर्थला हे कळले असते तर त्याचा सारा आनंद निघून गेला असता.

आत आलेल्या मिशेलवर आरोप करीत मरीना त्याला म्हणाली, ''मला बाहेर गोळीबाराचे आवाज ऐकू आले.''

''तो नुसता धमकीची सूचना देणारा हवेत केलेला गोळीबार होता.''

''मग तुम्ही त्या सर्वांना कैदी केले?''

लॉर्ड वर्थला आपल्या कन्येचे हे प्रश्न आवडले नाहीत. तो चिडून म्हणाला, ''उगाच मूर्खासारखी बडबड करू नकोस, अन् आता तू अगदी गप्प बस. अजिबात मधेमधे बोलायचे नाही. कमांडर लार्सनबरोबर मला आता महत्त्वाच्या विषयावर चर्चा करायची आहे.''

मिशेल म्हणाला, ''आम्ही जाऊन येतो.'' मग मरीनाकडे पाहून तो म्हणाला, ''चल, पेशंट्सची पाठवणी करायची आहे.''

दोन स्ट्रेचर्सवरून रूमर व मेलिंडा यांना हलवले जात होते. त्यांना हेलिकॉप्टरमध्ये ठेवले गेले. त्यांच्या मागोमाग ड्युरान्ड व त्याच्या माणसाला चालवत नेले जात होते. दोघांचे हात मागे नेऊन बांधलेले होते. त्यांच्या पायात फास बांधलेले होते. त्यामुळे त्यांना आपले एकेक पाऊल फार तर नऊ इंचच पुढे टाकता येत होते. पालेर्मोचा एक माणूस त्या दोघांवर लक्ष ठेवण्यासाठी त्यांच्या मागून चालत होता. त्याच्या हातात एक शॉटगन होती. तिची नळी कापून पिस्तुलाएवढी लहान केली होती. शेवटी डॉ. ग्रीनशॉ होते. ते सर्वजण हेलिकॉप्टरमध्ये चढले.

मिशेल मरीनाला म्हणाला, ''बघ, अजून विचार कर. त्यांच्याबरोबर किनाऱ्यावर जायची शेवटची संधी आहे.''

"नाही. मी नाही जाणार."

त्या दोघांनी हेलिकॉप्टरमधील सर्वांना हात हलवून निरोप दिला. हेलिकॉप्टर हवेत उचलले गेले व उत्तरेकडे निघून गेले.

# १०

जेव्हा मिशेल व मरीना परत लॉर्ड वर्थकडे आले तेव्हा लॉर्ड वर्थ आणि लार्सन हे दोघे वेगवेगळ्या फोनवर बोलत होते. त्या दोघांचे चेहरे गंभीर दिसत होते. ते दोघेहीजण तेलवाहू बोटी मिळवण्याच्या खटपटीत होते. *सीविच* तेलविहिरीजवळ असलेल्या तरंगत्या तेलटाकीमधील तेल हलविण्यासाठी त्यांचे प्रयत्न चालले होते. तेलविहिरीवर जर क्रॉन्काईटने हल्ला केला तर त्या तेलटाकीमधील तेल जळून जाईल किंवा समुद्रात गळून जाईल. तसे होऊ नये म्हणून ती धडपड चालू होती. तेलटाकीमधील तेल नष्ट व्हायच्या आत ते हलवून त्याची विक्री केली तर होणारे नुकसान टळणार होते. नेहमीची 'टॉर्बेलो' तेलवाहू बोट वेळेत न आल्याने लॉर्ड वर्थ सचिंत झाला होता. जिथून कुठून मिळतील तेवढे जादा रिकामे तेलवाहू टँकर भाड्याने आणण्यासाठी लॉर्ड वर्थ व लार्सन धडपड करीत होते. पण त्यांना प्रत्येक ठिकाणाहून नकारघंटा मिळत होती.

प्रत्यक्षात अमेरिकेच्या पूर्व व पश्चिम किनाऱ्यावर अर्धा डझन रिकामे ५० हजार टनी तेलवाहू टँकर उपलब्ध होते. पण ते निरनिराळ्या तेल कंपन्यांच्या मालकीचे होते, अन् त्या कंपन्या लॉर्ड वर्थच्या हडसन ऑईल कंपनीला आपली तेलवाहू जहाजे किंवा टँकर अजिबात देऊ इच्छित नव्हते. कारण लॉर्ड वर्थची कंपनी स्पर्धक कंपनी होती. तिच्यामुळेच त्यांना आपल्या तेलाच्या किमती वाढवता येत नव्हत्या.

शेवटी ब्रिटन, नॉर्वे व भूमध्य समुद्र येथे लॉर्ड वर्थचे लक्ष गेले. त्या भागात अनेकदा टँकर उपलब्ध असतात; परंतु इतक्या लांबून, अटलांटिक महासागर ओलांडून ती तेलवाहू जहाजे येथे येण्यास खूप वेळ जाणार होता. त्यामुळे फारसे पैसे वाचणार नव्हते, अन् पैसे न वाचणारी कोणतीही गोष्ट लॉर्ड वर्थला पटणारी नव्हती.

लॉर्ड वर्थने व लार्सनने मग सुपर टँकर आणण्याचा विचार केला. पण लवकरच तोही विचार त्यांनी सोडून दिला. कारण सुपर टँकरची तेल धारण करण्याची क्षमता एवढी मोठी होती की, तोटाही मोठा होणार होता. शिवाय *'क्रुसेडर'* तेलवाहू जहाजाला जे झाले, तसेच जर त्या सुपरटँकरला झाले तर? जरी

त्या जहाजांचा विमा लॉईड्स कंपनीकडे उतरवला असला तरीही त्या कंपनीचे इन्व्हेस्टर हे अति चिकित्सक होते, दूरदर्शी होते, धोरणी होते. इतकेही करून जरी त्यांनी पैसे देण्याचे मान्य केले तरीही पैसे देईपर्यंत ते मुद्दाम वेळ लावत. आणखी काही बारीकसारीक मुद्दे गोळा करीत असत.

'टॉर्बेलो' जहाजावरून दर अर्ध्या तासाला ठराविक फोन येत होते. त्यानुसार गॅल्व्हस्टन बंदराला ते जहाज तासाभरात पोहोचणार होते. लॉर्ड वर्थ उदासपणे म्हणाला, "निदान आपल्याकडे दोन तरी तेलवाहू टँकर आहेत आणि त्यांची वाहतूक चालू आहे. त्याच जहाजांच्या साहाय्याने आता मागे पडलेला तेल वाहतुकीचा कार्यक्रम पुढे रेटला पाहिजे."

नंतर अर्ध्या तासाने परत एकदा नेहमीचा निरोप टॉर्बेलोकडून आला. आता फक्त अर्ध्या तासाने ते जहाज गॅल्व्हस्टन बंदराला लागणार होते. या माहितीमुळे लॉर्ड वर्थ मनातल्या मनात जरा विसावला होता. पण जर त्याला आपल्या दुसऱ्या तेलवाहू जहाजाची, म्हणजे *'स्टारलाईट'* जहाजाची अवस्था कळली असती तर तो हादरला असता. क्रॉन्काईटने ते जहाज पळवून आपल्याबरोबर, म्हणजे 'जॉर्जिया' जहाजाबरोबर आणले होते, अन् आता तेच जहाज घेऊन तो *सीविच* तेलविहिरीकडे निघाला होता. त्या जहाजाच्या इंजिनाचा आवाज होऊ नये म्हणून इंजीन बंद करून विजेच्या बॅटरीवर ते चालवले होते. अंतर थोडे असल्याने थोड्या काळासाठी बॅटऱ्या पुरणार होत्या. शेवटी वाघोबा आपल्या गुहेतून शिकार करण्यास बाहेर पडला. *सीविच* तेलविहिरीवरून पाण्यात ध्वनीलहरी सोडून येणाऱ्या जहाजाच्या प्रतिध्वनिवरून त्या जहाजाचा व त्यांच्या अंतराचा शोध घेता येत होता; परंतु तशी शक्यता बरीच कमी होती. क्रॉन्काईट येताना भरपूर दारूगोळा घेऊन निघाला होता. बरोबर टीएनटी, ॲमॉटॉल, सुरुंग, लिम्पेट सुरुंग हे होतेच. शिवाय पाण्याखाली सुरुंग लावणारे तज्ज्ञ पाणबुडे मंडळीही त्याच्याकडे होती. एकदा ते सुरुंग तेलविहिरीच्या खांबांना पाण्यात लावले की, लांबूनही वायरलेस लहरींद्वारे त्यांचा स्फोट करता येत होता.

असाच अर्धा तास गेला.

'टॉर्बेलो' जहाजावरून बातमी आली की, गॅल्व्हस्टन बंदरात पोहोचून गोदीमध्ये तिला जागा मिळाली आहे. ती बातमी येताच लॉर्ड वर्थने गॅल्व्हस्टन बंदराच्या अधिकाऱ्यांना फोन लावण्यास लार्सनला सांगितले. आपल्या जहाजावरचे तेल ताबडतोब उतरवून परत पाठवून द्यावे, अशी विनंती तो त्यांना करणार होता. लॉर्ड वर्थचा शब्द खाली पडू देण्याची बंदर अधिकाऱ्यांची हिंमत नव्हती. शिवाय झटपट काम उरकण्यासाठी लॉर्ड वर्थ जादा पैसेही मोजायला तयार होता.

बंदरावरचे फोन कनेक्शन त्याला ताबडतोब दिले गेले. त्याच्यासारख्या माणसाला बंदर-अधिकारी कधीही खोळंबून ठेवत नसत. लॉर्ड वर्थ स्वत: फोनवर चौकशी करीत आहेत हे पाहून हार्बर मास्टरला आश्चर्य वाटले.

तो उत्साहाने म्हणाला, "सर, तुम्ही काय विचारता आहात ते मला समजत नाही."

"पण मी काय बोलतो आहे ते मला नीट समजते."

"सर, पण आत्ता तसे काही मला दिसत नाही. मला असे वाटते आहे की, तुम्हाला कोणीतरी चुकीची माहिती पुरवली असावी किंवा फसवणूक केली असावी. तुमची 'टॉर्बेलो' बोट येथे अजिबात उगवलेली नाही."

"डॅम इट! मी असे ऐकले आहे की –"

"एक मिनिट, प्लीज!"

त्या एका मिनिटाची पाच मिनिटे झाली. तेवढ्या काळात मिशेलने लॉर्ड वर्थसाठी स्कॉचचे ग्लासभर ड्रिंक तयार केले आणि त्यांना दिले. त्यांनी तो अर्धा ग्लास एका दमात गटगट करीत पिऊन टाकला. मग परत पलीकडून फोनवर आवाज आला.

तो हार्बर मास्टर म्हणत होता, "सर, अस्वस्थ करणारी बातमी आहे. तुमच्या बोटीचा कुठेही मागमूस लागत नाही. रडार स्कॅनरवरही पत्ता लागत नाही. चाळीस मैलांच्या परिसरात कुठेही एकसुद्धा तेलाचा टँकर समुद्रात नाही किंवा त्या आकाराची बोटही नाही."

"मग त्या आमच्या जहाजाला झाले तरी काय? मी तीन-चार मिनिटांपूर्वी त्यांच्याशी वायरलेसवर बोललो होतो."

"पण त्यासाठी कोणती कॉल-साईन वापरली होती? त्याच बोटीची का दुसरी कोणती तरी?"

"त्याच बोटीची!"

"याचा अर्थ ती तुमची बोट सुखरूप आहे हे नक्की!"

यावर लॉर्ड वर्थने फोन खाली ठेवला. त्यावेळी नेहमीप्रमाणे 'थॅन्क यू' म्हणण्याचा प्रघात त्याने पाळला नाही. तो मनातून खूप अस्वस्थ झाला होता, सैरभैर झाला होता. त्याने रागाने मिशेल व लार्सनकडे पाहिले. जणू काही तेच टॉर्बेलो बोटीच्या नसण्याला जबाबदार होते. शेवटी लॉर्ड वर्थ त्यांना म्हणाला, "मला यावरून एकच निष्कर्ष काढता येतो. तो म्हणजे टॉर्बेलोच्या कॅप्टनचे डोके फिरले असावे."

यावर मिशेल म्हणाला, "पण माझा निष्कर्ष वेगळा आहे. त्यानुसार त्या कॅप्टनला कोंडून ठेवलेले आहे. त्याच्याच जहाजावर कोंडले आहे."

लॉर्ड वर्थ उपरोधाने म्हणाला, "आत्तापर्यंत तुम्हाला यश मिळत गेले आहे. ते यश तुमच्या डोक्यात शिरलेले असल्याने तुम्ही काहीतरी भलतेच निष्कर्ष

काढता आहात.''

''नाही. पण मला काय वाटते ते स्पष्टपणे मांडणे हे माझे कर्तव्य आहे. त्यानुसार मी असे सांगतो की, तुमचे ते टॉर्बेलो जहाज पळवले गेले आहे! त्याचे अपहरण झालेले आहे!''

''अपहरण? अन् एका तेलवाहू टँकर जहाजाचे? असे कोणी आजवर ऐकले नसेल,'' लॉर्ड वर्थ धुसफुसत म्हणाला.

''असं? जम्बो जेट बोईंग विमानाचे पहिले अपहरण होईपर्यंत कोणालाच असा प्रकार कधी घडेल याची कल्पना आली नव्हती. पण शेवटी ते प्रकार घडू लागलेच ना? तुमचे *'क्रुसेडर'* जहाज गॅल्व्हस्टनमध्ये उडवून देण्यात आल्यानंतर टॉर्बेलोच्या कॅप्टनला परक्या व्यक्तींना आपल्या जहाजावर प्रवेश देण्याबद्दल खूप सावधगिरी बाळगावी लागली असणार. तो कोणालाही जवळ येऊ देत नसणार आणि जहाजावर चढू देत नसणार. याला अपवाद तो फक्त नौदल किंवा तटरक्षक दलाच्या माणसांनाच करू शकत होता. कारण या दलाची माणसे अपहरणासारखी कृत्ये कधीच करणार नाहीत याची त्याला खात्री होती. मरीन गल्फ कार्पोरेशनचे पहाणी करणारे जहाज चोरीस गेल्याचे आपल्या कानावर आले होते. त्या कंपनीने तटरक्षक दलाची बरीचशी जुनी जहाजे विकत घेऊन आपल्या ताफ्यात सामील केलेली होती. कारण त्या जहाजांवर हेलिपॅडची सोय असल्याने हेलिकॉप्टर वापरता येते. समुद्रतळावर छोटे छोटे कृत्रिम भूकंप निर्माण करणारे बॉम्ब पेरून आतील खडकांच्या थरांची पहाणी केली जाते. त्यासाठी हेलिकॉप्टरची गरज लागते. म्हणून हेलिकॉप्टर उतरविणारी जहाजे मरीन गल्फ कार्पोरेशनने तटरक्षक दलाकडून विकत घेतली. त्यापैकी एक *'हमॉन्ड'* नावाचे जहाज होते. त्या जहाजाचे काय झाले याची माहिती तुम्ही तुमच्या ओळखी वापरून काही मिनिटांत काढू शकता.''

लॉर्ड वर्थने ते काम ताबडतोब केले. म्हणाला, ''तुमचा अंदाज बरोबर निघाला आहे.'' पण त्याला त्या बातमीचा एवढा धक्का बसला होता की, आपला तर्क चुकल्याची कबुली मिशेलला देण्याइतपत भान राहिले नाही. तो पुढे म्हणाला, ''*क्यूस्टार* जहाजावरून क्रॉन्काईटने गॅल्व्हस्टन बंदर सोडले. म्हणजे नक्की तेच पूर्वीचे *'हमॉन्ड'* जहाज असणार. आता पुन्हा त्या जहाजाचे नाव बदलून त्याने काय ठेवले असेल ते देव जाणे. आता पुढे काय होणार ते समजत नाही.''

''पुढे तुम्हाला क्रॉन्काईटकडून एक फोन येणार. दुसरे काहीही नाही,'' मिशेल म्हणाला.

''फोन? मला कशाला तो करेल?''

''काहीतरी जबरदस्त मागण्या करण्यासाठी. कोणत्या मागण्या करेल ते काही सांगता येत नाही.''

लॉर्ड वर्थ थोडा वेळ विचारात पडला. त्याचे अनेक मित्र सर्व सरकारी खात्यांत होते. ते सर्वजण वरिष्ठ पदांवर होते. त्याने लगेच वॉशिंग्टनमध्ये नौदलाच्या मुख्यालयाला फोन लावला आणि *सीविच* तेलविहिरीच्या आसपासच्या परिसराची ताबडतोब विमानातून पहाणी करावी असे सांगितले. मग तिथल्या वरिष्ठांनी सांगितले की, त्यांच्या कमांडर-इन-चीफ कडून, म्हणजे अमेरिकेच्या राष्ट्राध्यक्षांकडून तशी परवानगी मिळाल्या खेरीज काहीही करता येणार नाही. राष्ट्राध्यक्ष तशी परवानगी देणार नाहीत हे उघड होते. आधीच अमेरिकन काँग्रेसचा तेल उत्पादकांवर रोष होता. वेळोवेळी या उत्पादकांनी आपल्या तेलाचे भाव वाढवून सरकारशी असहकार्य केले होते. त्यातून ती हवाई पहाणी अमेरिकेपासून खूप दूर असलेल्या आंतरराष्ट्रीय पाण्यात करायची होती. म्हणजे थोडीशी कायदेशीर गुंतागुंत आली. शिवाय मेक्सिकोच्या आखातात सारखा पाऊस चालू होता. काळोखी रात्र पडलेली होती. इतकेही करून वरून दिसणारे जहाज हे नेमके कसे ओळखता आले असते?

मग लॉर्ड वर्थने सीआयए या केंद्रीय गुप्तहेर संस्थेला फोन लावला. त्यांनाही लॉर्ड वर्थच्या समस्येत कसलाही रस नव्हता. गेल्या अनेक वर्षांत सीआयएची जनतेमध्ये नाचक्की झालेली होती. आता आणखी काही नवीन आरोप ओढवून घेण्याची त्यांची इच्छा नव्हती.

मग लॉर्ड वर्थने एफबीआयला फोन लावला. त्यावर त्यांचे म्हणणे पडले की, सारी बाब ही तेल उत्पादकांमधली अंतर्गत बाब आहे. शिवाय समुद्रावर कामे करण्याचा त्यांना अनुभव नव्हता.

मग लॉर्ड वर्थने युनोकडे आपले गाऱ्हाणे नेण्याचे ठरविले. पण लार्सन व मिशेल यांचे म्हणणे पडले की, युनोमध्ये मेक्सिकोच्या आखाताभोवतालची अनेक राष्ट्रे आहेत. शिवाय ज्याला थर्ड वर्ल्ड म्हणतात अशा राष्ट्रांचे युनोमध्ये बहुमत आहे. त्यातून अशा समस्येत लक्ष घालण्यासाठी युनोकडे कोणतेही कायदेशीर अधिकार नाहीत. शिवाय आता युनोतील सारे सभासद रात्र असल्याने झोपलेले असणार.

लॉर्ड वर्थला आपल्या आयुष्यात पुन्हा एकदा पराभव पत्करावा लागत होता. एवढ्या ओळखी असूनही तो एकटा पडला होता, काहीही करू शकत नव्हता. वेळ आली की, आपण एक अत्यंत सामान्य माणूस बनू शकतो हे सत्य त्याला आता उमगले.

फोन वाजला. मिशेलने अंदाज केल्याप्रमाणे तो फोन क्रॉन्काईट याच्याकडून आला होता. फोनवर त्याने सांगितले की, टॉर्बेलो जहाजाची काळजी करू नका. ते सुरक्षितपणे त्याच्या ताब्यात आहे.

"पण ते आहे कुठे?" लॉर्ड वर्थने विचारले. जर मरीना तिथे हजर नसती तर हाच प्रश्न लॉर्ड वर्थने अनेक शेलकी विशेषणे वापरून विचारला असता.

क्रॉन्काईट म्हणाला, "ते ठिकाण नेमके कुठे आहे ते मी सांगणार नाही. पण ते जहाज मध्य अमेरिका खंडातील एका देशातील बंदरात नांगर टाकून उभे आहे. तो देश अत्यंत गरीब असून, त्या देशाला तेलाची नितांत गरज आहे. म्हणून मी टॉर्बेलोतील तेल त्या देशाला देऊन टाकणार आहे." त्या देशाला ते तेल निम्म्या किमतीला विकणार हे मात्र क्रॉन्काईटने सांगितले नाही. त्यामुळे त्याला काही लाख डॉलर्स मिळणार होते. क्रॉन्काईट पुढे म्हणाला, "मग मी ते जहाज भर समुद्रात नेऊन बुडवून टाकणार. तुम्ही जर एक गोष्ट केली नसेल तर मी तसे नक्की करणार."

"कोणती गोष्ट?" लॉर्ड वर्थने विचारले.

"तुम्ही तुमच्या तेलविहिरीवरची ती ख्रिसमस ट्री बंद केली नसेल आणि खोदकाम बंद केले नसेल तरच!"

"महामूर्ख!" लॉर्ड वर्थ चिडून म्हणाला.

"काय म्हणालात?"

"महामूर्ख! ते काम तुमच्या गुंडांनी केव्हाच केलेले आहे. त्यांनी तुम्हाला सांगितले नाही का?"

"मला तसा पुरावा हवा आहे. मॉर्टेनसन यांना फोनवर बोलवा."

लॉर्ड वर्थ कंटाळून म्हणाला, "थोडे थांबा."

मिशेल तेथून गेला आणि त्याने मॉर्टेनसनला बरोबर आणले. मात्र मिशेलने पुन्हा मघाचा बॉयलर सूट चढवला होता व टोपीने अर्धा चेहरा झाकून घेतलेला होता. फोनवर काय बोलायचे ते त्याने मॉर्टेनसनला नीट सांगितले होते. मॉर्टेनसनने क्रॉन्काईटला तेलविहिरीवरील तेल उत्पादन करण्याचे काम आणि खोदकाम बंद केल्याची ग्वाही दिली. ते ऐकून क्रॉन्काईटला समाधान वाटले. त्याने फोन बंद केला. मग मिशेलने मॉर्टेनसनच्या डोक्याला मागे लावलेले पिस्तूल काढून घेतले. पालेर्मोच्या दोन माणसांनी मॉर्टेनसनला तेथून बाहेर नेले. मिशेलने आपल्या डोक्यावर ओढून घेतलेली टोपी पहाताच मरीनाने त्याच्याकडे भीती व नापसंती या भावनेने पाहिले.

ती कुजबुजत म्हणाली, "तुम्ही त्यांना ठार करण्यासाठी तयारीत होता ना?"

"अजिबात नाही. उलट मी त्याच्या डोक्यावर थोपटून त्याला म्हणणार होतो, 'वा वा! काय छान पोरगा आहेस रे तू.' मी तुला आधीच सांगितले होते की, तू येथून किनाऱ्यावर निघून जा. आता जे काही घडेल ते मुकाट्याने बघत बस."

# ११

लॉर्ड वर्थ हुश्श करीत खाली बसत होता. आपला चेहरा तो पुसत असतानाच दोघेजण घाईघाईने त्याच्या खोलीत शिरले. त्यातील एकजण पालेर्मो होता आणि दुसरा सिम्पसन नावाचा कर्मचारी होता. *सीविच* तेलविहिरीच्या पायावर पाण्यात काही उपकरणे लावली होती, तसेच पायांना आधार देणाऱ्या तणावाच्या केबल्स लावल्या होत्या. त्या उपकरणांमुळे त्या राक्षसी पायांची आणि केबल्सची सुरक्षितता समजून येत होती. सिम्पसनचे काम अधूनमधून त्या उपकरणांची वर आलेली गेजेस तपासणे हे होते. आता सिम्पसन हा गडबडून गेला होता.

लॉर्ड वर्थ त्या दोघांना म्हणाला, "आता नवीन काय भानगड उपटली आहे?"

"सर, कोणीतरी खाली पाण्यात नक्की आलेले आहे. माझ्या उपकरणांच्या डायल्सवर तसे दाखवले जात आहे. सर, काहीतरी धातूचा भाग हा सारखा अधूनमधून पश्चिमेकडच्या पायावर चिकटतो आहे. कोणीतरी नक्की तिथे पोहोचलेले आहे. क्रॉन्काईटच्या माणसांखेरीज दुसरे कोण असणार? पण मला कळत नाही की, त्यांना जर या तेलविहिरीवर ताबा हवा आहे, तर आपली माणसे येथे असताना ते कशाला तेलविहिरीच्या पायाला धक्का पोहोचवतील?"

मिशेल म्हणाला, "कदाचित त्यांना *सीविच* बुडवायची नसेल. फक्त एका पायाचे नुकसान करून त्या पायात पाणी भरू द्यायचे असेल. मग बाकीच्या दोन्ही पायांवर भार येऊन ते झुकतील. त्यामुळे तेल उत्पादन व खोदकाम ही दोन्ही कामे बंद पडावीत, असा त्यामागचा उद्देश असेल किंवा दुसरा एखादा उद्देश असू शकेल किंवा कदाचित आपली माणसे मेली तरी चालतील, पण लॉर्ड वर्थ आपल्याला शरण आले पाहिजेत असाही एक उद्देश असू शकेल." मग मिशेल पालेर्मोकडे वळून म्हणाला, "तुमच्याकडे पाणबुड्या माणसांसाठी असलेली ती स्क्युबा डायव्हिंगची साधने असतील ना? ती घेऊन या बरे इकडे."

पार्लेमो, सिम्पसन व मिशेल तेथून निघून गेले.

मरीना म्हणाली, "मला वाटते की, आता आणखी कोणाचा तरी खून पाडला जाणार आहे. मिशेल हे खरोखरीच अमानुष आहेत असे दिसते. हो ना?"

लॉर्ड वर्थने तिच्याकडे थंडपणे पाहिले आणि म्हटले, "जर ते अमानुष असतील तर ते तुला मरू न देण्यासाठी का धडपडत आहेत? तसे असेल तर ते अमानुष असले म्हणून कुठे बिघडले? या तेलविहिरीवर फक्त एकच व्यक्ती तुला जपायला पहाते आहे आणि तू त्या व्यक्तीला समजून घेत नाहीस. खरोखर, तू माझी मुलगी आहेस याची मला लाज वाटते."

पालेर्मोकडे दोन तरबेज पाणबुडे होते. पण त्यातील एक जणाऐवजी मिशेलने स्वत: जायचे ठरवले. पालेर्मोवर सहजासहजी कोणाची छाप पडणे अवघड असे; परंतु आता मिशेलच्या निर्णयामुळे तो त्याच्याबद्दल भारावून गेला. मिशेलचा कोणताही निर्णय हा वादातीत असतो असे त्याचे मत झाले. अवघ्या काही मिनिटांत मिशेल आणि दुसरा पाणबुड्या यांनी आपल्या अंगावर स्क्युबा डायव्हिंगचे खास पोषाख चढवले. प्रत्येकाने चाकू व हार्पून बरोबर घेतले. हार्पून म्हणजे एक हलका भाला होता व तो एका नळीत घातलेला होता. त्यात दाबाखालची हवा सोडल्यावर फटकन तो भाला नळीतून सुटून आपल्यावर चाल करून येणाऱ्या माशाच्या अंगात घुसत असे. एका जाळीदार पिंजऱ्यात त्या दोघांना घालून वरून पाण्यात सोडण्यात आले. त्या पिंजऱ्याचा दोर डेरिक टॉवरला जोडलेला होता. पाण्यापाशी गेल्यावर त्या दोघांनी पिंजऱ्याचे दार उघडले व ते पाण्यात पोहत पश्चिमेच्या पायाकडे जाऊ लागले. पाण्यात बुडी मारून हळूहळू ते खाली जात राहिले.

शेवटी त्यांना खरे काय ते कळले. सिम्पसनच्या उपकरणांनी अजिबात चूक केली नव्हती. तेलविहिरीच्या पश्चिमेच्या पायाला वीस फूट खाली दोन माणसे लागलेली होती. ती काहीतरी काम करण्यात गर्क झालेली होती. त्यांच्या पोषाखातून एकेक हवेची नळी बाहेर येऊन ती वर गेली होती, तसेच त्यांना केबलनेही जोडलेले होते. त्यांच्यातून बाहेर निघालेल्या हवेच्या नळ्या व केबल्स या वर एका मोटरबोटीत गेलेल्या होत्या. ती माणसे क्रॉन्काईटची होती आणि काही घातपाताची कृत्ये ती करीत होती हे उघडच होते. त्यांच्या डोक्यावर एकेक प्रखर दिवा होता. लिम्पेट सुरुंग, चुंबकीय सुरुंग आणि ॲमॉटॉलची गुंडाळी अशी तिन्ही स्फोटके तेलविहिरीच्या राक्षसी पायाला लावण्यात ते दोघे मग्न झालेले होते. ते एवढे मग्न झालेले होते की, आपल्या दिशेने दोन मृत्युदूत पाण्यात पोहत पोहत येत आहेत हे त्यांना समजलेही नाही. त्यांच्यापाशी भरपूर दारूगोळा आहे असे मिशेलच्या लक्षात आले. याचा अर्थ तेलविहिरीच्या तिन्ही पायांना स्फोटके लावण्याचा त्यांचा बेत असला पाहिजे. मिशेलने आणि त्याच्या सहकाऱ्याने आपापल्या चेहऱ्यावरील मुखवटे एकमेकांना चिकटवले. मुखवट्याच्या काचेमधून त्यांनी एकमेकांकडे पाहून आपल्या माना हलवल्या. स्फोटके लावणारे ते दोघे नक्कीच खुनी होते. आजवर त्यांनी अनेकांचे

खून पाडले होते आणि आता तेलविहीर उडवून देऊन बऱ्याच जणांचा नरसंहार ते करणार होते. अशा खुन्यांच्या बाबतीत कसलीही दयामाया करायची नसते, त्यांना खुलाशाचीही संधी द्यायची नसते. झटकन त्यांना ठार करणे हेच एकमेव कर्तव्य ठरते. अन्यथा तीच माणसे आपला बळी घेत असतात. मिशेलला हे ठाऊक होते. मग त्याने व त्याच्या सहकाऱ्याने आपल्या हातातील हार्पूनचा नेम धरून ते छोटे भाले ऊर्फ पाणतीर सोडले. स्फोटके लावण्यात मग्न झालेल्या माणसांच्या पाठीत ते दोन्ही पाणतीर कचकन घुसून पोटातून बाहेर आले. त्यांना मृत्यू फार झटकन आला. मिशेल व त्याच्या सहकाऱ्याने जवळच्या नळकांड्यात पुन्हा पाणतीर भरले व ते सज्ज केले. मग त्या बळी पडलेल्यांच्या श्वासोच्छ्वासासाठी हवा घेण्याच्या रबरी नळ्या त्यांनी चाकूने कापून टाकल्या. पाण्याखालील अशा युद्धातला हा नेहमीचा प्रघात होता. जर त्या व्यक्तीमध्ये थोडी धुगधुगी असेल तर त्याला लवकर मृत्यू होण्यासाठी तसे केले जात होते. त्या नळ्यांबरोबरच त्यांनी त्या दोघांपासून वर गेलेल्या फोनच्या वायर्सही कापल्या. त्या वायर्स वर एका मोटरबोटीत गेलेल्या होत्या आणि त्यांना मदत करणारी क्रॉन्काईटची दोन माणसे त्यात बसली होती.

काहीतरी खाली गडबड झाली आहे, फार मोठ्या प्रमाणात काहीतरी चुकले आहे, अशी जाणीव मोटरबोटीतील माणसांना झाली. ते ताबडतोब केबल्स ओढायला लागले. त्या केबल्सची टोके पाण्यात शिरलेल्या माणसांना बांधलेली होती. पाठीत पाणतीर घुसलेल्या अवस्थेतील पाण्यातील ते दोन मृतदेह त्यांनी वर ओढून घेतले. मोटरबोटीच्या काठावरून आत ओढून घेताना ती दोन माणसे एकदम कळवळून ओरडली. पाण्यातून मिशेल व त्याचा सहकारी प्रगट झाले होते आणि त्यांनी आपल्या हातातील हार्पूनमधून त्यांच्या अंगावर पाणतीर उडवले. त्या दोघांतील एकाच्या पाठीत पाणतीर आरपार गेला. तो तात्काळ मरण पावला. दुसऱ्याला पाणतीर लागून तो जखमी झाला. त्याने भयाने मोटरबोट सुरू केली व तो तेथून वेगाने निघून गेला. समुद्रावर एवढा काळोख होता की, त्याचा पाठलाग करणे अशक्य होते, तसेच तेलविहिरीच्या प्लॅटफॉर्मवरून मशीनगनने त्याचा वेध घेणेही अशक्य होते. वेगाने गेल्याने त्या मोटरबोटीच्या इंजिनाचा जरी मोठा आवाज झाला तरीही त्या काळोखात ती मोटरबोट शोधणे अशक्य होते.

मिशेल व त्याच्या सहकाऱ्याने आता आपल्या डोक्यावरील दिवे लावले व पुन्हा खाली पाण्यात बुडी मारली. तेलविहिरीच्या खांबाला ज्या ठिकाणी ती स्फोटके लावली होती तिथे ते गेले. खांबाला बांधलेल्या व चिकटवलेल्या काही स्फोटकांचे फ्यूज काढून ते पाण्यात सोडून दिले. समुद्रतळावर जाऊन ते पडले. त्याचबरोबर त्यांनी डिटोनेटर्सही काढून टाकले. फ्यूज चटकन पेटत असतो व त्यामुळे डिटोनेटरही पेटतो. पण तो सावकाश जळत रहातो; परंतु त्याच्यातील

उष्णतेमुळे मुख्य स्फोटक मात्र पेटते, वेगाने पेटते आणि स्फोट घडतो. जे फ्युजेस काढले होते ते सुरू करून दिलेले होते व काही वेळाने ते पेटणार होते. ते टाईम फ्यूज होते. आता फ्यूज व डिटोनेटर यांच्यावाचून स्फोटके उडू शकणार नव्हती. त्यांनी स्फोटकेही काढली व पाण्यात सोडून दिली; परंतु सुरुंग मात्र काढले नाहीत. सुरुंग हे फार धोकादायक असतात. ते बेभरवशाचे असतात. कधी उडतील ते सांगता येत नाही. त्यांच्यात मुख्य दारू ही टीएनटी, किंवा ॲमॉटॉल किंवा तत्सम प्रकारची असते. या दारूच्या मध्यभागी एका नळीत 'प्रायमर' म्हणजे प्रथम व हळू जळणारी दारू असते. त्याच्या माथ्यावर एक डिटोनेटर असतो. बहुधा त्यात मर्क्युरी फल्मिनेट हे रसायन असते. समुद्राच्या पाण्याच्या दाबानेही ते पेटण्याचा संभव असतो. म्हणून जरी प्रायमर व डिटोनेटर काढून टाकले तरी हे सुरुंग समुद्राच्या पाण्याचा दाब वाढत गेल्यास स्फोट पावू शकतात. जर ते सुरुंग काढून पाण्यात सोडून दिले तर ते समुद्रतळाशी जाऊन पडतील व तिथे असलेल्या पाण्याच्या अफाट दाबामुळे ते उडाले तर तेलविहिरीच्या पायाला तळाशी धोका पोहोचला असता. शिवाय तणावाच्या केबल्सनाही धोका पोहोचला असता. त्यापेक्षा आता जिथे ते तेलविहिरीच्या पायाला बांधले आहेत तिथेच राहू देणे योग्य आहे, असा शहाणपणाचा विचार मिशेलने केला.

आपले काम आटोपल्यावर ते पाण्यात सोडलेल्या पिंजऱ्यात शिरले. मग त्यांना वर खेचून घेण्यात आले. वर आल्यावर ते दोघे लॉर्ड वर्थच्या खोलीकडे गेले. लॉर्ड वर्थ वायरलेस फोनवर बोलत होता. फार महत्त्वाचे बोलणे चालले असल्याने त्या दोघांना थांबावे लागले. क्रॉन्काईटने लॉर्ड वर्थला फोन केला होता व आता त्याच्याशी संभाषण चालले होते. मरीना जवळ बसली होती. तिचा चेहरा पडला होता. तिने मिशेलकडे पाहिले व आपली दृष्टी दुसरीकडे वळवली.

क्रॉन्काईट खूप चिडलेला असावा. तो लॉर्ड वर्थला म्हणत होता, ''यू मर्डरस बास्टर्ड, अरे खुन्या, अरे xxx! माझ्या चांगल्या तीन माणसांचा तुम्ही बळी घेतलात. त्यांच्या पाठीत हार्पून मारले.'' क्रॉन्काईटचे बोलणे भिंतीवरील स्पीकरमधून सर्वांना ऐकू येत होते. मरीनाने आपली नजर ताबडतोब मिशेलकडे वळवली. तिच्या चेहऱ्यावर असे काही भाव उमटले की, जणू काही मिशेल हा एक आकाशातून अवतरलेला राक्षस असावा किंवा पाण्यातून उगवलेला क्रूर प्राणी असावा.

क्रॉन्काईट जेवढा संतापलेला होता त्याच्यापेक्षा लॉर्ड वर्थ त्या मानाने खूपच शांत होता. त्याने म्हटले, ''अशी घटना पुन्हा घडविण्यात मला आनंदच वाटेल, अन् त्यामुळे तुम्हीही येथे आलात तर फारच छान होईल.''

ते ऐकताच क्रॉन्काईटचा आवाज क्षणभर बंद पडला. मग तो बोलू लागला, ''तुमची तेलविहीर तात्पुरती बंद पाडायचा माझा हेतू होता. *सीविच*वरील कोणालाही

इजा पोहोचू नये अशी माझी इच्छा होती. पण तुम्हाला जर माझ्याविरुद्ध दंड थोपटून उभे राहायचे असेल तर मात्र मी असे पहीन की, चोवीस तासांत तुमची *सीविच* नाहीशी होईल. मग जर तुम्ही सुदैवी असाल तरच दुसरी तेलविहीर उभी करू शकाल. मी तुम्हाला पाण्यातून पार निपटून काढणार आहे.'' क्रॉन्काईटच्या बोलण्यात नक्कीच तथ्य होते.

लॉर्ड वर्थ मात्र पूर्वीपेक्षाही अधिक शांतपणे म्हणाला, ''तुम्ही ही गोष्ट कशी साध्य करता ते पहाणे खूपच मनोरंजक ठरणार आहे. मला मिळालेल्या माहितीनुसार तुमच्या त्या अमोल युद्धनौकांना आता परत तळाकडे फिरण्याचे हुकूम दिले गेले आहेत.''

''तुम्हाला पाण्यावरून निपटून काढण्याचे एकापेक्षा अनेक मार्ग आहेत.'' क्रॉन्काईटच्या स्वरात आत्मविश्वास प्रगट होत होता. तो पुढे म्हणाला, ''दरम्यान, तुमच्या त्या टॉर्बेलो टँकरमधील सारे तेल मी ओतून देणार आहे आणि नंतर तो टँकर बुडवणार आहे.'' क्रॉन्काईट जरी असे म्हणाला तरी प्रत्यक्षात तसे करणार नव्हता. टॉर्बेलो तेलवाहू जहाज हे पनामा देशात रजिस्टर केलेले होते. त्या देशात क्रॉन्काईटचे सरकारात बरेच मित्र होते. तो तेलवाहू टँकर खूप चांगल्या किमतीला सहज विकला गेला असता. क्रॉन्काईटचा तोच इरादा होता. यानंतर मात्र तो बोलेनासा झाला व हे जहरी संभाषण एकदम थांबले.

मिशेल म्हणाला, ''एक गोष्ट मात्र नक्की, ती म्हणजे क्रॉन्काईट हा सफाईने खोटे बोलतो. तो मेक्सिकोपाशी नाही. तो ड्युरान्डशी जे बोलला ते आपण ऐकले आहे. त्यावरून त्याचे हेलिकॉप्टर पंधरा मिनिटांत येथे पोहोचू शकते. क्षितिजापलीकडेच तो घुटमळत थांबलेला आहे.''

''आता क्रॉन्काईट काय करेल?'' लॉर्ड वर्थने विचारले.

''तो पुन्हा तसलीच कृती करेल. आपली माणसे पाठवून *सीविच*च्या पायाला स्फोटके बांधेल.''

''त्याचा आत्ताचा प्रयत्न अयशस्वी झाला तरी?''

''जे अनपेक्षित वाटेल तेच तो करू पहील; परंतु तो हीच गोष्ट जरा वेगळ्या युक्तीने करू पहील. तो आकाशातून किंवा पाणबुडीतून आपल्याकडे येणार नाही. काहीतरी वेगळेच करेल. त्याच्याकडे तज्ज्ञ माणसे बरीच आहेत. तेव्हा आपल्या रडारवर किंवा पाण्यात ध्वनिलहरी सोडणाऱ्या 'सोनार' यंत्रावर अवलंबून रहाण्यात अर्थ नाही. तेव्हा आता तुमच्या वायरलेस ऑपरेटरला विश्रांती द्यायला हरकत नाही. त्याच्याजवळ एखादे गजराचे घड्याळ असेलच. मी सिम्पसन यांना ड्युटीवर ठेवतो. कुणी सांगावे, पुन्हा एकदा तेलविहिरीच्या दुसऱ्या एखाद्या पायाला स्फोटके बांधण्याचा प्रयत्न केला जाईल.''

पालेर्मो म्हणाला, "पण यावेळी ते अधिक सावध असतील. पाण्यात फार खोल जाणार नाहीत. पृष्ठभागालगत आपली स्फोटके लावतील. त्यांची माणसे आपली शस्त्रे तयारीत ठेवून पाणबुड्या लोकांना संरक्षण देतील. कदाचित ते इन्फ्रारेड किरणांचे सर्चलाईट वापरतील. त्याचा वेध आपल्याला प्लॅटफॉर्मवरून घेता येणार नाही. तुम्हाला त्यांचा पहिला प्रयत्न उधळून लावता आला तो केवळ नशिबाने, अन् नशीब हे बरेचसे अचानकपणावर, आश्चर्याच्या धक्क्यावर अवलंबून असते. यावेळी ते सावध असल्याने तसले नशीब आपल्या वाट्याला येणार नाही."

"आपल्याला नशिबाच्या साथीची अजिबात गरज नाही. आपल्याजवळ पाण्याखालचे बॉम्ब, म्हणजे डेप्थ चार्जेस आहेत. तुमच्याजवळ ते बॉम्ब टाकण्यातला तज्ज्ञ माणूस नक्कीच असणार. म्हणून तर लॉर्ड वर्थने डेप्थ चार्जेसची चोरी केली."

पालेर्मो म्हणाला, "होय, आमच्याकडे एक माजी पेटी-ऑफिसर आहे. तो यातला तज्ज्ञ आहे. पण तुम्ही याबद्दल का विचारता?"

"तो माणूस त्या डेप्थ चार्जेसचे डिटोनेटर असे जुळवून ठेवेल की, ते बॉम्ब पाण्याला स्पर्श झाल्याबरोबर किंवा पाण्यात जरा खाली गेल्यावर स्फोट पावतील. *सीविच*च्या प्रत्येक पायापासून, प्लॅटफॉर्मवर साधारण ७० फूट अंतरावर तीन तीन डेप्थ चार्जेस अगदी कडेला ठेवा. हे अंतर कदाचित चुकीचे असेल. डेप्थ चार्जेसमधल्या तुमच्या तज्ज्ञ माणसाला विचारून ते ठरवा. जेव्हा सिम्पसनच्या यंत्रावर आपल्याला पाण्याखालील हालचाल कळेल तेव्हा ते तिन्ही डेप्थ चार्जेस पाण्यात ढकलून द्या. पाण्यात पडल्यावर ते बॉम्ब फुटतील. त्याचा परिणाम तेलविहिरीच्या पायावर बिलकूल होणार नाही, तसेच त्यांच्या मोटरबोटीवरही फारसा परिणाम होणार नाही. ती फक्त हादऱ्याने जोरजोरात हलेल, डुचमळेल. पण पाण्यात उतरलेल्या पाणबुड्या मंडळींना मात्र त्या बॉम्बचे स्फोट घातक ठरतील."

पालेर्मो त्याच्याकडे बघत राहिला. तो कौतुकाने मिशेलकडे पहात म्हणाला, "तुम्ही खरोखरीच कायद्याच्या बाजूला राहून काम करीत राहिले पाहिजे. तुमची बुद्धिमत्ता अफलातून आहे."

"तुम्हाला मरायचे असेल तर असा आदर्शवाद ठीक आहे. तेव्हा आता चला, कामाला लागा."

ते काम कसे केले जाईल ते पहायला मिशेलही बाहेर गेला. काही वेळाने त्याच्यापाशी मरीना गेली व त्याला म्हणाली, "म्हणजे आता आणखी माणसे मरण पावणार. हो ना?"

"तसे होणार नाही अशा मला आशा आहे."

"पण तुम्ही तर येणाऱ्या माणसांना ठार करायला तयार झाला आहात ना?"

"मी स्वत:ला आणि या प्लॅटफॉर्मवरील सर्वांना वाचविण्यासाठी तयार झालो

आहे. त्यासाठी सज्ज रहात आहे.''

तिने त्याच्या दंडाला धरून विचारले, ''तुम्हाला माणसे मारायला आवडतात का?''

''नाही!''

''मग तुम्ही या विषयात तज्ज्ञासारखे कसे वागू शकता?''

''कोणीतरी तसे वागावे लागते.''

''म्हणजे, ते मानवजातीसाठी, वगैरे वगैरे, हो ना?''

''तू माझ्याशी बोलू नये हेच उत्तम आहे.'' मग थोडे थांबून तो सावकाश म्हणाला, ''पोलीस गुन्हेगारांना ठार करतात. सैनिक शत्रूला ठार करतात. वैमानिक बॉम्ब टाकून माणसे मारतात. त्यांना ही कामे करणे आवडत नाही. पहिल्या महायुद्धात मार्शल फोक नावाच्या अधिकाऱ्याचा फार मोठा सन्मान झाला. सुमारे १० लाख माणसांच्या मृत्यूला तो जबाबदार होता. मरण पावलेल्यातले कित्येक लोक त्याच्याच बाजूचे होते. मी आपण होऊन कोणालाही इजा करीत नाही, कोणालाही गोळ्या घालीत नाही की, कोणालाही मी उगाचच कशात अडकवित नाही. एखाद्या गरीब व सामान्य माणसाप्रमाणे रहायला मला आवडते. अन् जरी नाइलाजाने मी एखाद्याला मारायचे ठरवले तर मी त्याच्या गळ्यात एक हूक घालून त्याला अर्धा तास फरफटत नेऊन वेदनामय मृत्यू त्याला देणार नाही. फक्त समाजकंटक मंडळी हे माझे लक्ष्य असतात. माझ्या मते जी हिंसक माणसे आहेत, मग भले ती सशस्त्र असो वा नि:शस्त्र असो, ती समाजकंटक आहेत.

''म्हणून तुम्हाला आणि रूमर यांना पोलीस खात्यातून काढून टाकले?''

''त्याबद्दल मी पुन्हा सांगितले पाहिजे का?''

''आतापर्यंत तुम्ही कधीतरी एखाद्या चांगल्या व्यक्तीला ठार केले आहे का?''

''नाही. पण आता तू जर बोलायचे थांबली नाहीस –''

''असे हे सारे असले तरीही मी तुमच्याशी लग्न करण्याचा विचार करेनही.''

''त्याबद्दल मी तुला कधीच विचारलेले नाही.''

''मग आता कशाची वाट पहात आहात?''

यावर मिशेलने एक उसासा सोडला व स्मित करीत तो म्हणाला, ''मिस लेडी मरीना वर्थ, मला जरा सन्मानपूर्वक –''

त्यांच्या मागे कोणीतरी खाकरल्याचा आवाज ऐकू आला. तो लॉर्ड वर्थ होता. मरीनाने गर्रकन वळून मागे पाहिले. तिच्या चेहऱ्यावर असे भाव होते की, केवळ खानदानी संस्कार झाल्यामुळे तिने आपला राग काबूत ठेवला होता. ती म्हणाली, ''डॅडी, तुम्हाला नको त्या वेळी हजर रहाण्याची अफलातून सवय आहे.''

लॉर्ड वर्थ शांतपणे म्हणाला, ''नको त्या वेळी नव्हे, तर 'योग्य वेळी' असे

तू म्हणायला हवे आहेस. ठीक, मी राखून ठेवलेले तुमचे अभिनंदन करतो.'' मग मिशेलकडे वळून तो म्हणाला, ''छान! तुम्ही तुम्हाला पाहिजे तेवढा वेळ घेतलात तर! आज रात्रीसाठी येथे नीट बंदोबस्त झालेला आहे ना?''

''क्रॉन्काईटच्या मनातील मी जर बरोबर ओळखले असेल तर बंदोबस्त झाला आहे, असे म्हटले पाहिजे.'

''माय बॉय, माझा तुमच्यावर विश्वास आहे, अगदी पूर्णपणे आहे. बरं, आता मी खूप दमलो आहे.''

मरीना म्हणाली, ''मी पण दमले आहे. मीही झोपायला जाते. गुडनाईट स्वीट हार्ट!'' मिशेलशी एवढे बोलून ती वडिलांबरोबर निघून गेली. मिशेलच्या हातून एक छोटीशी चूक झाली होती. त्याने वायरलेस ऑपरेटरला झोप घेऊ देण्याची परवानगी दिली होती. जर तो ड्यूटीवर असता तर त्या ऑपरेटरला दोन अणुबॉम्ब चोरीस गेल्याची बातमी रेडिओवर सहज कळली असती. मिशेलला ते कळल्यावर पुढे काय होईल याचा तर्क तो सहज करू शकला असता.

लॉर्ड वर्थ निद्रेच्या आधीन झाला. गाढ झोपला. त्यानंतर तीन तासाने क्रॉन्काईटचा मदतनीस गुंड मलहूनी कामात गर्क झाला होता. त्याने *टॉर्बेलो* जहाजातील ५० हजार टन तेल समुद्रात सोडून दिले आणि दूर खुल्या समुद्रात ते जहाज नेले. तासाभराने तो आपल्या दोन सहकाऱ्यांसह परतला. *टॉर्बेलो*वर फक्त एकच मोटरबोट होती. त्यातून ते तिघे परतले होते. आल्यावर तो सांगू लागला की, ते तेलवाहू टँकर बुडताना त्याच्यावर स्फोट झाला व सारेजण त्यात ठार झाले. फक्त आपण तिघेच कसेबसे जीव वाचवून या लाईफबोटीतून परत येऊ शकलो. प्रत्यक्षात 'स्फोटात जळून गेलेले' कर्मचारी *टॉर्बेलो* बोटीला तिच्या पोटातील उरलेल्या तेलासह दक्षिणेकडे पनामा देशाच्या दिशेने नेत होते. मग - *टॉर्बेलो*च्या नावाचे अधिकृत शोकप्रदर्शन नाविक जगात वायरलेसवर होत गेले. त्यात खरेपणा कमी व ढोंग जास्त होते. जेव्हा एखाद्या तेलवाहू जहाजाला आग लागते व स्फोट होतो, तेव्हा त्यावरची लाईफबोटही जळून जाते. पनामा देशाचे अमेरिकेबरोबर राजनैतिक संबंध नव्हते. त्यामुळे आपल्याकडे आश्रयाला आलेल्या मलहूनीच्या गुन्हेगार मंडळींना अमेरिकेच्या ताब्यात देण्याचा प्रश्नच येत नव्हता. पनामा देशाने आजवर अमेरिकेला दोनच गोष्टी आनंदाने सुपूर्द केल्या होत्या. त्या म्हणजे कॉलरा आणि प्लेग! पनामा देशातील एका छोट्या विमानतळावर एक खासगी जेट विमान उभे होते. मलहूनी आणि त्याचे सहकारी यांच्या पासपोर्टवर सरकारी शिक्के मारले गेले आणि ते सर्वजण त्या जेट विमानात बसून निघून गेले. त्या विमानाने आपल्या उड्डाणाचे शेवटचे थांबण्याचे ठिकाण ग्वाटेमाला देश हे निवडले होते. तसा आपला

फ्लाईट प्लॅन रजिस्टर केला होता.

काही तासांनी त्यांचे विमान अमेरिकेतील ह्यूस्टन इंटरनॅशनल विमानतळावर उतरले. क्रॉन्काईटने बराच खर्च केला असला तरी त्याच्याकडे अजूनही त्या एक कोटी मधले डॉलर्स उरले होते, अन् तो कोणत्याही खर्चाला मागेपुढे पहाणारा नव्हता. मलहूनी आणि कंपनीने ताबडतोब एक खूप अंतर काटणारे हेलिकॉप्टर भाड्याने घेतले आणि ते मेक्सिकोच्या आखाताकडे निघाले.

लॉर्ड वर्थ झोपून तीन तास झाले होते. जवळच पाण्याखाली डेप्थ चार्जेसचे स्फोट झालेले होते. तरीही त्याला ते ऐकू गेले नव्हते. त्याची झोप त्यामुळे चाळवली गेली नाही. पण एका फोनमुळे त्याला उठावे लागले. फोनवर क्रॉन्काईट होता. तो चिडला होता, संतापला होता, रागाने वेडा झाला होता. त्याची आणखी दोन माणसे डेप्थ चार्जमुळे मारली गेली होती. आपण आता कडकडून सूड घेऊ, अशी धमकी तो फोनवर देत होता. लॉर्ड वर्थ त्यावर काहीही बोलला नाही. त्याने शांतपणे फोन खाली ठेवून दिला. *सीविच* तेलविहिरीच्या पश्चिमेकडील पायावर त्याच्या माणसांनी पुन्हा स्फोटके लावण्याचा प्रयत्न केला होता; परंतु वरून डेप्थ चार्जेस पाण्यात पडल्यावर त्यांच्या स्फोटात ते ठार झाले होते. जेव्हा *सीविच*वरून सर्चलाईट मारले तेव्हा त्या माणसांचे मृतदेह पाण्यावर तरंगताना दिसले. ज्या मोटरबोटीतून आले त्या मोटरबोटीचे नुकसान झालेले नसावे. कारण त्या मोटरबोटीच्या इंजिनाचा आवाज ऐकू आला होता. ते दोन्ही मृतदेह त्या मोटरबोटीतून नेले गेले. पण तिथून एकदम पळ काढण्याऐवजी ती मोटरबोट तेलविहिरीच्या प्लॅटफॉर्मखाली शिरली होती. वरून गोळीबार झाला तर त्यापासून संरक्षण घेण्यासाठी त्यांनी तसे केले होते. मग काही वेळाने ते दुसरीकडून बाहेर पडून मिट्ट काळोखात पसार झाले. त्यावेळी पाऊसही जोरात पडत असल्याने तेलविहिरीच्या प्लॅटफॉर्मवरून त्यांचा शोध लागू शकला नाही.

त्यावेळी लॉर्ड वर्थने खुषीत एक स्मितहास्य केले होते. तो कुशीवर वळून झोपी गेला होता.

तो झोपून चार तास होऊन गेले होते. आता लॉर्ड वर्थच्या झोपेचा पाचवा तास चालू होता. तो झोपेत स्मितहास्य करीत होता. पण जर त्याला किनाऱ्यावर चाललेली एक घटना कळली असती तर त्याची झोप खाडकन उडाली असती. किनाऱ्यावर एक 'लुझियाना मोटेल' नावाचे हॉटेल होते. लॉर्ड वर्थची तेल कंपनी ते नेहमी वापरायची. जणू काही ते हॉटेल फक्त लॉर्ड वर्थसाठी चालवले जात होते. इतरांना त्यात सहसा प्रवेश दिला जात नसे. *सीविच*वरील कर्मचाऱ्यांना दोन

दिवसांची साप्ताहिक सुट्टी मिळे. ती सुट्टी ते या हॉटेलात घालवित. ते हॉटेल एका बाजूला निवांत स्थळी होते. तिथे आसपास काहीही नव्हते. हॉटेलात खाण्यापिण्याची चंगळ असे. भरपूर व रुचकर अन्न होते. भरपूर मद्य होते. चित्रपट पहायची सोय होती. टेलिव्हिजन सेट होते आणि उच्च प्रतीच्या वारांगनाही तिथे असायच्या. त्या जागेच्या मालकिणीचा तो फार पूर्वीपासूनचा उद्योग होता. पण आता ती वृद्ध झाली होती. त्या जागेत नुसती इच्छा व्यक्त करताच सुखाची सारी साधने हात जोडून उभी राहीत. तेलविहिरीवरचे कर्मचारी या जागेवर खूष होते. एकदा तिथे प्रवेश केला की, त्यांना पुन्हा फाटक ओलांडून बाहेर जावेसे वाटत नसे. त्या जागी एवढा एकांतवास, एवढा खासगीपणा ठेवला जाण्याचे कारण तेलविहिरीवरच्या कर्मचाऱ्यांपैकी दहातील नऊजण तरी पोलिसांच्या फरारी लोकांच्या यादीत असत.

शेवटी तिथे क्रॉन्काईटची माणसे पोहोचली. मध्यरात्री पोहोचली. ते एकूण वीसजण होते. त्यांचा म्होरक्या म्हणजे मानवी रूप धारण केलेला एक सैतान होता. क्रॉन्काईटपासचा तो सर्वांत जवळचा व क्रूर वृत्तीचा माणूस होता. नीतिमत्ता त्याच्या आसपासही फिरकत नव्हती. दया, माया, करुणा वगैरे शब्द त्याला ठाऊक नव्हते. जबरदस्त दातदुखी होत असताना एखादा रागीट राक्षस जसा वागेल तसा तो वागायचा. त्याच्या नेतृत्वाखाली त्या वीसजणांनी घाला घातला. तेलविहिरीवर काम करणाऱ्या कर्मचाऱ्यांवर ते झोपेत असताना घाला घातला. मात्र त्या आधी त्यांनी त्यांच्या नाकाला क्लोरोफॉर्म लावून त्यांना बेशुद्ध केले होते.

तेलविहिरीवर दारूला बंदी होती. मग पुन्हा कामावर परतण्यापूर्वी ते कर्मचारी यथेच्छ मद्यप्राशन करीत. परत ही संधी आठवड्याने येणार असल्याने ते मुक्तपणे पीत. प्यायल्यानंतर काहीजण गाढ झोपेत होते, तर काहीजण जणू काही पक्षाघात झाल्यासारखे झालेले होते. त्या सर्वांना क्रॉन्काईटच्या माणसांनी कसेबसे गोळा करून आपापल्या पायावर उभे केले होते. काहीजण उभे राहिले तरीही झोपलेले होते, घोरत होते. दोन कर्मचारी मात्र आपल्यावर जबरदस्ती केली जात आहे एवढे समजण्याइतपत शुद्धीवर आले होते. ते विरोध करू लागताच त्यांना लगेच पिसाळलेली कुत्री समजून पिस्तुलाच्या गोळ्या घालण्यात आल्या.

त्या सर्वांना एका व्हॅनमध्ये चढविण्यात आले आणि ताबडतोब तेथून हलविले गेले. दूरवर गावाबाहेरच्या एका निर्जन ठिकाणी एक रिकामे गोदाम होते तिथे त्यांना डांबून टाकण्यात आले. त्यांच्यावर दोन माणसे मशीनगन घेऊन पहारा करू लागली. पण त्या पहाऱ्याची अजिबात गरज नव्हती. ती माणसे विरोध करण्यापलीकडे गेली होती. कैद्यांचे हातपाय बांधले गेले नव्हते किंवा त्यांची तोंडे बांधली गेली नव्हती. तशी गरजच नव्हती. एका प्रदीर्घ निद्रेच्या गर्तेत ते सारेजण कोसळले होते. तिथे स्वप्नेसुद्धा प्रवेश करीत नसत.

लॉर्ड वर्थ पाच तास झोपला होता. आता त्याच्या निद्रेचा सहावा तास चालू होता. त्यालाही स्वप्ने पडत नव्हती. लॉर्ड वर्थचे किनाऱ्यावरील आणखी एक हेलिकॉप्टर क्रॉन्काईटच्या ठगांनी जबरदस्तीने ताब्यात घेतले. सोबत लॉर्ड वर्थचे दोन वैमानिकही बरोबर घेतले. पण त्यांना प्रवासी म्हणूनच हेलिकॉप्टरमध्ये डांबून ठेवले. असे करायला ते नाखूष होते; परंतु माणसाचे मन हे पिस्तुलामुळे सहज वळवता येते.

लॉर्ड वर्थच्या निद्रेचा सातवा तास चालू झाला. मलहूनी आणि त्याचे दोन सहकारी *'जॉर्जिया'* जहाजाच्या हेलिपॅडवर हेलिकॉप्टरने उतरले. क्रॉन्काईटचे स्वतःचे हेलिकॉप्टर हे *सीविच*वर अडकून पडल्याने त्याला एका हेलिकॉप्टरची नितांत गरज होती. ती गरज त्याच्या माणसांनी लॉर्ड वर्थचे हेलिकॉप्टर उचलून आणून भागवली होती.

अगदी नेमके त्याच वेळी, आणखी एक हेलिकॉप्टर *सीविच*वर उतरले. त्यात असलेला एकमेव उतारू आणि त्या हेलिकॉप्टरचा वैमानिक बाहेर आले. तो उतारू डॉ. ग्रीनशॉ होता. त्याचा चेहरा थकलेला भागलेला दिसत होता. तो सरळ आपल्या दवाखान्याकडे चालत गेला आणि तिथल्या कॉटवर त्याने आपले अंग टाकून दिले. मेलिंडा आणि रूमर यांच्यावर उपचार चालू झाले असून, ते आता धोक्याच्या बाहेर आहेत, ही बातमी त्याने आल्या आल्या लॉर्ड वर्थला द्यायला हवी होती. पण डॉ. ग्रीनशॉ याला झोप अनावर झाली होती, अन् चांगली बातमी ही उशिरा दिली तरी चालण्याजोगे आहे, असा विचार त्याने केला होता.

# १२

लॉर्ड वर्थची झोप चालू होती.

रात्र थोडीच उरली होती आणि लवकरच पहाट होणार होती.

सात तासांनंतर त्याची झोप संपली. प्रसन्न मनाने तो उठला. आपले हातपाय ताणून त्याने सुखाने आळस दिला. उत्तम भरतकाम केलेला एक गाऊन अंगावर त्याने चढवला आणि खोलीतून बाहेर पडून तो प्लॅटफॉर्मवर गेला. आपल्या राज्याची हालहवाल पहाण्यासाठी तो गेला. पाऊस थांबलेला होता. अंधार होता तरीही ती वेळ एवढी सुरेख होती की, येणारा दिवस चांगलाच जाणार असे कोणीही सांगितले असते. रात्रीभरात काहीही अघटित घडले नसावे असे समजून त्याने मनातल्या मनात स्वत:लाच धन्यवाद दिले. तसे काही घडणार नाही असा अंदाज त्याने झोपण्यापूर्वी केला होता. मग थोड्या वेळाने तो आपल्या खोलीत गेला.

परंतु लॉर्ड वर्थचा अंदाज कच्चा ठरला होता. झोप काढून ताजातवाना झालेला वायरलेस ऑपरेटर १५ मिनिटांपूर्वी आपल्या ड्यूटीवर हजर झाला होता. त्याने रेडिओवरची एक बातमी ऐकली आणि तो हादरून गेला. टेली टाईपवरचा एक कागद त्याने काढून घेतला व तो तेथून उठला. ताबडतोब त्याने मिशेलकडे धाव घेतली. आणीबाणीसारखी परिस्थिती निर्माण झाली तर मिशेलकडे धाव घ्यावी, हे त्याला कोणीही सांगितले नव्हते. प्लॅटफॉर्मवरील प्रत्येक माणसाने, अगदी पालेर्मो व लार्सन यांनीही, तसेच केले असते. लॉर्ड वर्थला ही बातमी द्यावी, असे त्याच्या डोक्यातही शिरले नाही.

मिशेल आपल्या खोलीत दाढी करीत होता. तो दमलेला वाटत होता. जवळजवळ संपूर्ण रात्र त्याला जागावे लागले होते. मिशेल त्या वायरलेस ऑपरेटरला पाहून म्हणाला, ''आता आणखी कसलीही अडचण नाही की, संकट नाही, अशी मी आशा करतो.''

''ते मला ठाऊक नाही,'' असे म्हणून ऑपरेटरने त्याच्या हातात वायरलेसवरून टेलिटाईपवर आलेल्या बातमीचा एक कागद ठेवला. त्या बातमीत म्हटले होते, *काल दुपारी 'नेटले रोवन आर्मरी' या शस्त्रागारात युद्धात वापरण्यासाठी असलेली*

*दोन अणुशस्त्रे चोरीस गेली. हेरखात्याच्या संशयानुसार ती अणुशस्त्रे ही विमानातून किंवा हेलिकॉप्टरने दक्षिणेकडील मेक्सिकोच्या आखातामधील एखाद्या अज्ञात स्थळी पोहोचवली असावी. यामुळे एक जागतिक धोक्याची सावधगिरीची सूचना प्रसारित करण्यात आलेली आहे. खबरदारीसाठी या संबंधात जर कोणाला काही माहिती असेल तर ती पुढील नंबरवर फोनने विचारावी.*

मिशेल म्हणाला, "बापरे! सरकारी शस्त्रागार कोणीही उठावे आणि पाहिजे तसे लुटावे. मी आलोच तुमच्याबरोबर." असे म्हणून त्याने त्या ऑपरेटरला थोपवून धरले.

मिशेलने अर्ध्या मिनिटात आपली दाढी उरकली. तो ऑपरेटरबरोबर वायरलेस रूममध्ये गेला. बातमीत म्हटल्याप्रमाणे त्याने माहितीसाठी त्यात दिलेल्या नंबरवर फोन लावला. वायरलेस ऑपरेटर म्हणाला, "त्याचा काहीही उपयोग होणार नाही. ती माणसे कसलेही सहकार्य देत नाहीत. मी यापूर्वी अशा अनुभवातून गेलो आहे."

फोन लागला. मिशेल म्हणाला, "माझे नाव मिशेल आहे. त्या बातमीत हा फोन नंबर दिला होता म्हणून लावलेला आहे. आपण कोण बोलत आहात, प्लीज?"

"कर्नल प्रायसी." बोलणाऱ्याच्या स्वरात निर्विकारपणा होता. लष्करी अधिकारी एखाद्या नागरिकाशी जसा बोलेल तसे तो बोलत होता.

मिशेल सांगत गेला, "मी लॉर्ड वर्थ यांच्यासाठी काम करतो. लॉडरडेल गावातील पोलीस खाते, पेन्टॅगॉन व परराष्ट्र खात्याचे सेक्रेटरी यांना विचारून तुम्ही याची खात्री करून घेऊ शकता." मग त्याने जवळ असलेल्या ऑपरेटरला मुद्दाम मोठ्याने म्हटले, "लॉर्ड वर्थना ताबडतोब इकडे घेऊन या. ते जरी अंघोळीला बसले असले तरी पर्वा नाही. ताबडतोब त्यांना इकडे फोनपाशी आणा." कर्नल प्रायसीला हे बोलणे नक्की ऐकू गेले याची मिशेलला खात्री होती. तो पुढे त्याला म्हणाला, "कर्नल प्रायसी, तुमच्यासारख्या पदावरील अधिकाऱ्याला हे ठाऊक असेल की, लॉर्ड वर्थ यांच्या दोन मुलींचे अपहरण केले गेले आहे. त्यांच्या मुलींना सोडवून आणण्याच्या कामावर मला नेमलेले आहे आणि माझे काम मी पूर्ण केले आहे. पण त्याहीपेक्षा महत्त्वाचे म्हणजे मी ज्या तेलविहिरीवरून बोलतो आहे ती तेलविहीर *'सीविच'* या नावाने प्रसिद्ध आहे. लॉर्ड वर्थ यांची ही तेलविहीर उडवून देण्याची धमकी त्यांना देण्यात आली आहे, अन् तसे दोन प्रयत्नही झाले. पण ते प्रयत्न अयशस्वी ठरले. तुम्ही जर या संबंधात पेन्टॅगॉनला विचारलेत तर ते तुम्हाला याची खात्री पटवतील. त्यांनी *सीविच*च्या विनाशासाठी इकडे येणाऱ्या दोन परकीय युद्धनौका थोपवून परतवून लावल्या. मला त्या पळवल्या गेलेल्या टॅक्टिकल अणुशस्त्रांबद्दल माहिती हवी आहे, अन् याबद्दल मी आपणास हेही सांगतो की, जर तुम्ही ती माहिती दिली नाहीत तर त्याचा अर्थ तुमची आपल्या कर्तव्यात फार मोठी

कसूर झाली आहे असे लॉर्ड वर्थ समजतील, अन् लॉर्ड वर्थ हे किती जबरदस्त असामी आहे व त्यांच्या वरपर्यंत किती ओळखी आहेत हे तुम्ही जाणत असालच.''

कर्नल प्रायसी यावर म्हणाला, ''मला धमकी देण्याची बिलकूल गरज नाही.'' तो असे म्हणाला खरा, पण त्याच्या स्वरात पूर्वीपेक्षा थोडा बदल झाला होता.

''एक मिनिट. लॉर्ड वर्थ आले आहेत. त्यांच्याशीच तुम्ही बोला.'' असे म्हणून मिशेलने आत्तापर्यंत आपले कर्नल प्रायसी यांच्याशी काय बोलणे झाले ते थोडक्यात लॉर्ड वर्थ यांना सांगितले. आपल्या या बोलण्यातील शब्दन्‌शब्द कर्नल प्रायसीला ऐकू गेला याची मिशेलला खात्री होती.

''न्यूक्लिअर ब्लडी ब्लास्ट! म्हणून तर क्रॉन्काईटने आपल्याला पाण्यावरून तेलविहीर पुसून टाकण्याची धमकी दिली.'' लॉर्ड वर्थ फोन हातात घेता घेता म्हणाला. मग तो फोनमध्ये बोलू लागला, ''लॉर्ड वर्थ हिअर. माझ्याकडे येथे परराष्ट्र खात्याच्या सेक्रेटरीशी जोडणारी थेट हॉटलाईन आहे. मी त्यांना पंधरा सेकंदांत फोनवर बोलावू शकतो. मी तसे करावे असे तुम्हाला वाटते काय?''

''लॉर्ड वर्थ, तसे करण्याची काहीही गरज नाही.''

''मग आम्हाला त्या छोट्या अण्वस्त्रांची माहिती द्या. शक्य तितकी तपशीलवार द्या.''

कर्नल प्रायसी आता उत्साहाने बोलू लागला, ''ती दोन अण्वस्त्रे किंवा ते दोन छोटे अणुबॉम्ब हे बातमीत म्हटल्याप्रमाणेच आहेत. कॅप्टन मार्टिन याने त्या बोगस कर्नल फर्कहर्सनला सांगितल्याप्रमाणे आहेत; परंतु मार्टिन हा एक नवीन अधिकारी होता. त्याला त्या अण्वस्त्रांबद्दल नीट सांगता आले नाही. त्या अण्वस्त्राची शक्ती प्रत्यक्षात त्याने सांगितल्यापेक्षा दुप्पट आहे. चोरणाऱ्यांनी चुकून जास्त शक्तीची अण्वस्त्रे चोरली. त्यांना आणीबाणीच्या परिस्थितीत बंद करण्याचे काळे बटण नाही. एकदा सुरू केले की, ते अण्वस्त्र उडण्यासाठी ९० मिनिटे लागतात. साठ मिनिटे नाही. अण्वस्त्रावरचे बटण न दाबता तो रिमोट कंट्रोलनेही उडवता येतो.''

''म्हणजे काहीतरी गुंतागुंतीची वायरलेस रचना आली. एखादा व्हेरी हाय फ्रिक्वेन्सीचा नंबर किंवा तसलेच काहीतरी?''

''ते जे काहीतरी आहे ते गुंतागुंतीचे नाही. युद्धाच्या धामधुमीत एखाद्या सैनिकाला तसली गुंतागुंत व तो नंबर आठवणे शक्य नसते. तो रिमोट कन्ट्रोल म्हणजे एक हातात मावण्याजोगा गोळा आहे. त्याचा वरचा भाग थोडासा निमुळता आहे. त्याला प्लॅस्टिकचे सील आहे. ते सील तोडल्यावर एक काळे बटण दिसेल. ते ३६० अंशातून, म्हणजे एका संपूर्ण वर्तुळातून फिरवावे लागते. हेच बटण उलट फिरवले तर अणुबॉम्ब उडण्याची क्रिया थांबवली जाते. तसे केव्हाही करता येते.''

"जर ते अणुबॉम्ब आमच्या विरुद्ध वापरले गेले तर? आमच्या शेजारी एक तेलाची प्रचंड टाकी आहे. त्यात पुरेपूर तेल भरलेले आहे. ती टाकी फुटून त्यातील तेल समुद्रात सांडेल काय?" लॉर्ड वर्थने विचारले.

"तेल हे पेट घेणारे आहे आणि लोखंडापेक्षाही तेलाची वाफ लवकर होईल."

"थॅन्क यू!"

"तुमच्या बोलण्यावरून असे वाटते की, तुम्हाला सुपरसॉनिक फायटर-बॉम्बर विमानांच्या एका स्क्वाड्रनची गरज आहे. पण त्यासाठी मला पेन्टॅगॉनकडून आधी परवानगी काढावी लागेल."

"थॅन्क यू अगेन!"

लॉर्ड वर्थ व मिशेल तिथून निघून लॉर्ड वर्थच्या खोलीत गेले. लॉर्ड वर्थ म्हणाला, "दोन गोष्टी. आपण फक्त तसे धरून चाललो आहोत. अर्थात तसे न धरून चालणे हेही धोक्याचे आहे म्हणा. पण आपण ते अणुबॉम्ब आपल्यावर टाकले जातील असे समजतो आहोत. शिवाय आपण आपल्या माणसांकडून रडार, सोनार यंत्र आणि अन्य प्रकारे वेध घेणारी यंत्रे याद्वारे नजर ठेवून असताना क्रॉन्काईट कसा येथे येईल व ते अणुबॉम्ब आपल्यावर सोडेल?"

"तो कसा येईल याची कल्पना करणे अवघड आहे. त्या सैतानाचा मेंदू कसा चालेल हे सांगता येत नाही."

लॉर्ड वर्थच्या पळवलेल्या हेलिकॉप्टरमधून त्या आडदांड म्होरक्याने क्रॉन्काईटशी *जॉर्जिया* बोटीवर संपर्क साधला व म्हटले, "आम्ही *सीविच*पासून पंधरा मैलांवर पोहोचलो आहोत."

क्रॉन्काईट म्हणाला, "आम्ही दहा मिनिटांत इकडून निघू."

लॉर्ड वर्थच्या खोलीतील भिंतीवरील स्पीकरमधून ऑपरेटरचा आवाज उमटला, "ईशान्येकडून हेलिकॉप्टर्स येत आहेत."

लॉर्ड वर्थ बेफिकिरीने म्हणाला, "काही काळजी करू नका. आपले सुट्टीवर गेलेले कर्मचारी परत येत आहेत."

लॉर्ड वर्थ जेव्हा अंघोळ करण्यासाठी बाथरूममध्ये गेला तेव्हा एक हेलिकॉप्टर तेलविहिरीच्या प्लॅटफॉर्मला स्पर्श करून उतरत होते. मिशेल प्रयोगशाळेत गेला होता. त्याने आपल्या अंगावर एक पांढरा कोट चढवला होता व डोळ्यांवर चष्माही चढवला होता. डॉ. ग्रीनशॉ अजूनही झोपलेले होते.

हेलिकॉप्टरच्या वैमानिकांच्या तोंडावर चिकटपट्टी लावणे आणि त्यांचे हात बांधणे याखेरीज कोणताही त्रास त्यांच्या प्रवाशांनी त्यांना दिला नाही. ते प्रवासी

शांतपणे व ओळीने हेलिकॉप्टरमधून उतरले. त्यांच्याकडे तेलविहिरीवर कामे करणाऱ्या कर्मचाऱ्यांनी फारसे लक्ष दिले नाही. आपण बरे नि आपले काम बरे अशा वृत्तीने ते कामे करीत होते. शिवाय उतरलेले प्रवासी हे अनोळखी होते. त्यांच्याबद्दल काहीच ठाऊक नव्हते. त्यामुळे त्यांच्याशी मैत्री करण्याचा विचार डोक्यात येणे शक्यच नव्हते. किनाऱ्याजवळ समुद्रात लॉर्ड वर्थच्या नऊ तेलविहिरी होत्या. त्यातल्या काही त्याने करारावर चालवायला घेतल्या होत्या. पण सर्व तेलविहिरींवरील कर्मचाऱ्यांची ठराविक दिवसांनी दुसऱ्या तेलविहिरीवर बदली होत असे. अशा रीतीने ते सर्व कर्मचारी सर्व तेलविहिरींवर आळीपाळीने फिरत होते. असे ठरवून देण्यामागे लॉर्ड वर्थचा काय स्वार्थ होता देव जाणे! त्या नवीन प्रवाशांच्या खांद्यावर शबनम पिशव्या होत्या. ह्या पिशव्याही ठराविक होत्या. त्यात आपल्या दैनंदिन गरजेच्या वस्तू आणि कपडे ठेवून कर्मचारी प्रवास करीत. पण आताच्या प्रवाशांच्या पिशव्यांत कपडे थोडे होते. त्याखाली शस्त्रास्त्रे होती. ती झाकण्यासाठी त्यावर कपडे ठेवले गेले होते.

त्या सर्व प्रवाशांचा म्होरक्या एक धिप्पाड व क्रूर माणूस होता. तोच तो माणूस की, ज्याने आपल्या वीस माणसांसह किनाऱ्यावर सुट्टी घालवणाऱ्या लोकांना पकडून एका गोदामात कोंडले होते. त्या म्होरक्याचे नाव ग्रेगसन असे होते. पण त्याच्या मागे सर्वजण त्याला राक्षस म्हणत. *सीविच* तेलविहिरीच्या प्लॅटफॉर्मवर उतरल्यावर नेमके काय करायचे याच्या सूचना ड्युरान्डकडून पूर्वीच मिळाल्या होत्या. त्यामुळे कुठे जायचे ते आधीच ठरले होते. त्या म्होरक्याने ऊर्फ राक्षसाने दोन माणसे हातात शस्त्रे घेऊन पहारा देत आहेत हे हेरले होते. त्यांना ठार मारण्याचे त्याने लगेच मनात ठरवून टाकले होते.

त्याने आपल्या वीस माणसांना ओरिएन्टल क्वार्टरकडे नेले. तिथे सर्वांनी आपापल्या पिशव्या खाली ठेवल्या व त्यांच्या चेन्स ओढून तोंडे खुली केली. मग झटकन त्यातून शस्त्रे बाहेर काढली गेली. ओरिएन्टल क्वार्टर्सच्या खिडक्यांच्या काचा त्यांनी दस्त्याने फटाफट फोडल्या. त्यानंतर जे काही घडले तो प्रकार म्हणजे एक हिंस्रपणे केलेली माणसांची कत्तल होती. आधी आतमध्ये अश्रुधुराचे गोळे फेकले गेले. नंतर दहा-बारा सेकंद मशीनगन्स धडधडत होत्या, बझूका कडाडत होत्या आणि फ्लेम थ्रोअरमधून आत आगीचे लोळ फेकले जात होते. आतमध्ये किंकाळ्या उमटल्या होत्या. पण काही सेकंदांत सर्व किंकाळ्या बंद झाल्या. लांबवर पहारा करणारी ती दोन माणसे हातात पिस्तुले घेऊन धावली. पण त्यांना वाटेतच गोळ्या घालून संपविण्यात आले. या सर्व धुमश्चक्रीत फक्त लार्सन वाचला. याचे कारण तो आपल्या मागच्या खोलीत गेला होता. पालेर्मो आणि त्याची सर्व माणसे मारली गेली होती.

ओरिएन्टल क्वार्टर्सच्या एका टोकाला असलेल्या रहाण्याच्या जागेतून चार माणसे एकाच वेळी बाहेर पडली. त्यांची रहाण्याची जागा ही ध्वनिप्रतिबंधक असली तरी बाहेरचे गोळीबाराचे आवाज हे अत्यंत भेदक असल्याने त्यांच्या कानावर ते पोहोचले होते. त्या चौघांत पांढऱ्या कोटातील दोन माणसे होती. एका माणसाने जपानी किमिनो अंगावर चढवला होता आणि एका काळ्या केसांच्या पहारेकऱ्याने आपल्या अंगावर काहीतरी गुंडाळून घेतले होते. त्या वीस ठगांपैकी एकाने पांढऱ्या कोटाच्या माणसापाशी दोन गोळ्या दाणदाण करीत झाडल्या. मिशेल थोडासा पुढे अडखळत चालत गेला व तो आपल्या पाठीवर पडला. ते पाहून त्या ठगांच्या म्होरक्याने, त्या राक्षसाने, ज्याने क्रूरपणे गोळ्या झाडल्या होत्या त्याचे मनगट जोरात पिरगाळले व म्हटले, "यू इडियट बास्टर्ड! क्रॉन्काईटने म्हटले होते ना की, फक्त शस्त्रे घेतलेल्यांवर गोळ्या झाडा." त्या माणसाच्या हातून पिस्तूल गळून पडले. मनगट पिरगाळल्यामुळे तो कळवळून ओरडला.

मग त्या ग्रेगसन नावाच्या म्होरक्याने दोन माणसांचे पाच गट तयार केले. एका गटाने सर्व कर्मचाऱ्यांना गोळा करून ओरिएन्टल क्वार्टर्समध्ये आणले. दुसऱ्या, तिसऱ्या व चौथ्या गटाने सेन्सरी-रूम, रडार-रूम व सोनार रूम येथील ऑपरेटर्सना तिथल्या तिथेच बांधून टाकले. तिथली सर्व यंत्रसामुग्री मशीनगनने गोळ्या झाडून निकामी करून टाकली. त्यामुळे *सीविच* तेलविहीर एक प्रकारे आंधळी, बहिरी व बधिर झाली. पाचव्या गटाने वायरलेस-रूममधील ऑपरेटरला बांधले. पण तिथल्या यंत्रसामुग्रीचा नाश केला नाही.

डॉ. ग्रीनशॉ हे त्या म्होरक्याकडे गेले व म्हणाले, "तुम्हीच या माणसांचे प्रमुख आहात?"

"होय."

"मी एक डॉक्टर आहे," असे म्हणून त्यांनी मिशेलकडे मान हलवून पाहिले. मिशेलच्या कोटावर खूप मोठे रक्ताचे डाग पडले होते. त्याला खूप वेदना होत असल्या पाहिजे. कारण जमिनीवर पडला तरी तो लोळू पहात होता. मरीना त्याच्यावर वाकली होती. तिच्या गालावरून अश्रूंच्या धारा ओघळत होत्या. डॉक्टर त्या म्होरक्याला उद्देशून म्हणाले, "त्यांना जबरदस्त लागलेले दिसत आहे. मी त्यांना दवाखान्यात नेऊन बॅन्डेज बांधू का?"

"खुशाल बांधा! आमचे काही तुमच्याशी भांडण नाही." त्या राक्षसी म्होरक्याला, ग्रेगसनला काय ठाऊक की, आपण असे बोलून एका घटनेला वळण देत आहोत.

डॉक्टरांनी खाली पडलेल्या व अशक्त झालेल्या मिशेलला आधार देऊन उठून उभे रहाण्यास मदत केली. मिशेल अडखळत चालत डॉक्टरांबरोबर कण्हत कण्हत दवाखान्यात गेला. दवाखान्याचे दार आतून लावल्याबरोबर त्याचे कण्हणे एकदम

थांबले. तो नीट उभा राहिला. त्याचे दुखणे एकदम बरे झाले. मरीना त्याच्याकडे आश्चर्याने पहात राहिली. मग ती थोड्याशा रागाने म्हणाली, "ही कसली फसवणूक आहे?"

"आजारी माणसाशी असे बोलू नये," असे म्हणून मिशेलने आपला पांढरा कोट काढला, जाकीट काढले व शर्टही काढला. तो तिला म्हणाला, "अग, तुला रडताना मी कधी पाहिले नव्हते. तू त्यावेळी किती सुंदर दिसत असतेस. ही खरी तुझी ओळख आहे." मग तो डॉक्टरांकडे वळून म्हणाला, "डाव्या खांद्यावर ओझरती जखम आहे, उजव्या हातावर एक ओरखडा आहे. एवढेच मला लागले आहे. तेव्हा आता माझ्यावर असे झकास बॅन्डेज बांधा की, मी खूप गंभीर जखमी झालो आहे, असे पहाणाऱ्याला वाटले पाहिजे. उजव्या हाताला कोपरापासून मनगटापर्यंत बॅन्डेज करा. डाव्या हाताला खांद्यापासून कोपरापर्यंत बॅन्डेज करा. शिवाय तो हात एका मोठ्या कापडी झोळीच्या आधारात ठेवा. मरीना, तू सुंदर असली तरीही तू जवळ टाल्कम पावडर ठेवतेस ना? सगळ्या बायका असेच करतात. तूही त्याला अपवाद नसणार."

ती म्हणाली, "माझ्याकडे बेबी टाल्कम पावडर आहे."

"ठीक आहे. आण ती इकडे."

पाच मिनिटांनंतर मिशेल सर्व उपचार घेऊन सज्ज झाला. तो खूप जखमी झाला आहे हे पहाणाऱ्याला सहज पटावे. त्याचा डावा हात एका मोठ्या झोळीत होता. ती झोळी गळ्यात अडकवली होती, तर उजव्या हाताला जाडजूड बॅन्डेज होते. त्याचा चेहरा पांढरा फटफटीत पडला होता. तो आपल्या खोलीत गेला आणि मिनिटभरात परतला.

"कुठे गेला होतात?" मरीनाने संशयाने विचारले.

त्याने आपल्या हातातील झोळीतून पॉइंट थर्टिएटचे पिस्तूल काढून तिला दाखवले. त्या पिस्तुलाला सायलेन्सर बसवलेले होते. "पूर्ण भरलेले," असे म्हणून त्याने पुन्हा ते झोळीत ठेवून दिले.

"तुम्ही कधीही माघार घेणार नाही." तिने आश्चर्य व कडवटपणा अशा मिश्र स्वरात म्हटले.

"जेव्हा माझी वाफ व्हायची पाळी येईल तेव्हा मी कशाला माघार घेईन?"

डॉक्टरांनी त्याच्याकडे रोखून पहात म्हटले, "तुम्ही काय करायचे ठरवले आहे?"

"आपले दोस्त क्रॉन्काईट महाशय यांनी दोन अण्वस्त्रे पळवून आणली असून, त्याच्या साहाय्याने या *सीविच*चा एक भुईनळा करायचा आहे. ह्या तेलविहिरीची वाफ करून टाकायची आहे. क्रॉन्काईट आता येथे केव्हाही येईल. तेव्हा डॉक्टर,

आता माझ्यासाठी एक गोष्ट करा. तुमच्याकडे असलेली सर्वांत मोठी मेडिकल बॅग घ्या आणि त्या ग्रेगसन नावाच्या म्होरक्याला सांगा की, ओरिएन्टल क्वार्टर्समध्ये जर कोणी वाचले असेल किंवा मरायला टेकले असेल किंवा जखमी झाले असेल तर त्यांना मानवतावादी भूमिकेतून वैद्यकीय मदत द्यायची आहे. निदान मरताना त्या लोकांच्या वेदना तरी कमी करता आल्या तर पहायच्या आहेत. मला ठाऊक आहे, पार्लेमोच्या माणसांकडे बरेच हातबॉम्ब आहेत. त्यातले मला काही मिळाले तर हवे आहेत.''

''ठीक आहे. आता त्या कामाला लागतो, अन् तुम्ही मला एवढे भयंकर जखमी झालेले दिसत आहात की, डॉक्टर असून माझा या मेक-अपवर विश्वास बसत नाही.''

मग ते दोघे बाहेर गेले. क्रॉन्काईटचे हेलिकॉप्टर खाली उतरत होते. क्रॉन्काईट प्रथम बाहेर पडला. त्याच्या मागून मलहूनी आला. मग ते तीन नकली लष्करी अधिकारी बाहेर पडले. त्यांनीच ते दोन अणुबॉम्ब चोरले होते. मग हेलिकॉप्टरचा वैमानिक बाहेर पडला. सर्वांत शेवटी ईस्टन नावाचा क्रॉन्काईटचा मदतनीस बाहेर आला. ईस्टन हा फारसा कोणाला ठाऊक नव्हता. हाच ईस्टन आपली मोटरबोट घेऊन *सीविच*च्या पायाला स्फोटके लावण्यासाठी आला होता. त्याची मोटरबोट डेप्थ चार्जेसमुळे जागोजागी मोडली होती, चेपली होती. ती आता दुरुस्त होण्यापलीकडे गेली होती. चार मैलांवर तटरक्षक दलाची एक कटर बोट आली होती. ती सरळ *सीविच*कडे येत होती. तटरक्षक दलाची चोरलेली हीच ती *'हमॉन्ड'* बोट होती. नंतर तिचे नाव *'क्यूस्टार'* ठेवले गेले, अन् शेवटी तिचे नाव *'जॉर्जिया'* केले गेले.

डॉक्टर ग्रीनशॉ त्या म्होरक्यापाशी जाऊन त्याला म्हणाले, ''मिस्टर ग्रेगसन, मला त्या क्वार्टरमध्ये जाऊन कोणी वाचले आहे का ते पहायचे आहे. कदाचित कोणी मरायला टेकले असेल. त्यांना काही मदत करता आली तर पहायचे आहे. तेवढेच मरण्यापूर्वीचे त्यांचे चार क्षण वेदनारहित करता येतील.''

परंतु त्या राक्षसी ग्रेगसनने एका पोलादी दाराकडे बोट करून म्हटले, ''पण मला त्या आधी या दारापलीकडे काय आहे त्यात रस आहे.'' मग आपल्या एका माणसाला हाक मारून त्याने त्याला म्हटले, ''त्या दाराच्या बोल्टवर बझूकाचा एक शॉट मार.''

डॉक्टर ग्रीनशॉ यावर म्हणाला, ''ते दार उघडण्यासाठी बझूकाची गरज नाही. मी ते ठोठावले तरी उघडले जाईल. तिथे कमांडर लार्सन आहे. त्याला निवांतपणा हवा आहे म्हणून तो पलीकडे झोपला आहे.'' एवढे बोलून डॉक्टर पुढे गेला व त्याने दारावर ठोठावले. तो म्हणाला, ''कमांडर लार्सन, मी डॉक्टर ग्रीनशॉ आहे. आता सारे काही ठीक आहे. कृपा करून बाहेर या. तुम्ही जर बाहेर आला नाहीत

तर येथे जमलेली काही माणसे ते दार उडवून द्यायला निघाली आहेत. कमॉन मॅन, मी हे बळजबरी केल्यामुळे बोलत नाही. प्लीज, माझे ऐका.''

मग पलीकडून दाराच्या लॅचमध्ये किल्ली घातल्याचा व कुलूप उघडल्याचा आवाज ऐकू आला. दार उघडले गेले व लार्सन बाहेर आला. त्याला खूप धक्का बसलेला दिसत होता. तो विचारीत होता, ''येथे काय चालले आहे?''

यावर क्रॉन्काईटच्या माणसांचा म्होरक्या त्याला म्हणाला, ''आम्ही ही तेलविहीर ताब्यात घेतली आहे.''

लार्सनने आपल्या अंगात एक ढगळ जाकीट घातले होते. ते पाहून डॉक्टरला मनातून खूप आनंद झाला. ग्रेगसन आपल्या माणसाला ओरडून म्हणाला, ''त्याची झडती घ्या.'' त्यांनी त्याप्रमाणे केले. पण लार्सनकडे कोणतेच शस्त्र सापडले नाही.

लार्सनने विचारले, ''स्कॉफिल्ड कुठे आहे?''

डॉ. ग्रीनशॉने उत्तर दिले, ''दुसऱ्या खोलीत. तो बहुतेक ठीक असावा.''

''आणि पालेर्मो?''

''मरण पावला. त्याची सारी माणसे खतम झाली. निदान मला तसे वाटते आहे. मी आता तिकडे जाऊन पहाणी करणार आहे.'' डॉ. ग्रीनशॉचे खांदे पडलेले होते. तो सत्तरीला आला होता तरी तो आता ऐंशी वर्षांचा वाटू लागला होता. उद्‌ध्वस्त झालेल्या कॉरिडॉरमधून तो वाट काढीत आत गेला. पहिल्या काही पावलांतच त्याला कळून चुकले की, येथे कोणीही जिवंत राहिलेले नाही. एका मोठ्या हॉलमध्ये अनेक कॉट्स होत्या. त्यांच्यावर बाहेरून अश्रुधूर, मशीनगनच्या गोळ्या, बझूकांचा मारा आणि शेवटी फ्लेम थ्रोअरचा जाळ यांचा मारा केल्यावर कोणीही जिवंत राहू शकणार नव्हते. बहुतेक प्रेते एवढी वेडीवाकडी व विकृत झाली होती की, ती ओळखण्याच्या पलीकडे गेली होती. त्याने हातबॉम्ब शोधायला सुरुवात केली. त्याच्या सुदैवाने ते त्याला लवकर सापडले. कोपऱ्यात एक पेटी पडली होती. पेटी उघडल्यावर ती हातबॉम्बने भरलेली आहे हे त्याला दिसले. भराभरा काही हातबॉम्ब त्याने आपल्या मेडिकल बॅगमध्ये तळाशी कोंबले. त्या हॉलच्या मागे थोडीशी रिकामी जागा होती. नंतर मात्र प्लॅटफॉर्म संपून तिथे कठडा सुरू झाला होता. त्याने मागच्या बाजूची खिडकी उघडली व काही हातबॉम्ब हळूच खाली जमिनीवर वाकून ठेवले. त्या ठिकाणी सावली पडलेली असल्याने अंधार होता. हातबॉम्ब शोधतानाच त्याला दोन श्मायसर पिस्तुले सापडली होती. तीही त्याने बाहेर हळूच हातबॉम्बशेजारी सोडून दिली. एवढे झाल्यानंतर मात्र तो तेथून झटपट बाहेर पडला.

क्वार्टर्सच्या बाहेर क्रॉन्काईट व ग्रेगसन एकमेकांशी हसत हसत बोलत होते. बोलताना कोणाची तरी नक्कल करीत होते.

क्रॉन्काईट व लॉर्ड वर्थ हे दोघे एकमेकांना भेटले असावे. कारण लॉर्ड वर्थ हा खाली पडलेला होता. त्याची शुद्ध हरपत चालली होती. त्याचे ओठ फाटले होते व त्यातून रक्त गळत होते. दोन्ही गालांवर काहीतरी चिरडल्याच्या खुणा होत्या. मरीना वाकून एका पातळ रुमालाने त्यांचे गळणारे रक्त टिपत होती. क्रॉन्काईट तिथेच उभा होता. त्याच्या चेहऱ्यावर काहीही खुणा नव्हत्या. पण त्याच्या बोटातून रक्त गळत होते. त्याला आता लॉर्ड वर्थमध्ये फारसा रस वाटत नसावा. लॉर्ड वर्थ पुन्हा नीट शुद्धीवर येऊन बोलण्याची तो वाट पहात असावा. पुन्हा तो कदाचित लॉर्ड वर्थवर आपला बलप्रयोग करणार असावा.

लॉर्ड वर्थ आपल्या फाटलेल्या ओठातून काहीतरी पुटपुटत बोलू पहात होता. तो मरीनाला म्हणत होता, "सॉरी, माय डार्लिंग, बेटी, शेवटी सारा दोष माझ्याकडेच जातो. झाले, संपले सारे!"

"होय," मरीना म्हणत होती. पण आश्चर्य असे की, तिच्या डोळ्यांत अजिबात पाणी आले नव्हते. ती पुढे म्हणाली, "पण आपल्यासाठी संपले नाही. जोपर्यंत मायकेल जिवंत आहेत आणि ते धडपडत आहेत तोपर्यंत आपल्याला काही काळजी नाही." ती लॉर्ड वर्थप्रमाणेच अत्यंत हळू आवाजात बोलत होती.

मिशेल तिथेच उभा होता. लॉर्ड वर्थने त्याच्याकडे पहाण्याचा प्रयत्न केला, पण हळूहळू त्याची शुद्ध हरपत चालली असावी. त्याचे डोळे मिटत चालले होते. त्याने कसेबसे मिशेलकडे पाहिले. त्याची बॅन्डेजेस पाहिली आणि अडखळत म्हटले, "पण...पण... ते जायबंदी झाले आहेत... त्यांना कसे जमणार?"

मग ती हळू आवाजात, पण ठामपणे म्हणाली, "ते सरळ क्रॉन्काईट यांना ठार करतील. त्यांच्या दुष्ट मित्रांनाही मारून टाकतील."

लॉर्ड वर्थने यावर हसायचा प्रयत्न केला. पण त्याच्या फाटलेल्या ओठामुळे हसणे जमेना. तो कसेबसे म्हणाला, "मला वाटले... मला वाटले की, तुला... कोणालाही ठार करणे... आवडत नाही."

त्यावर ती म्हणाली, "पण समाजकंटकांना, गुंडांना ठार करण्यास माझी हरकत नाही. त्यातून ज्यांनी माझ्या डॅडींची अशी अवस्था केली त्यांना मारण्यास तर माझी अजिबात हरकत नाही."

मिशेलने हळू आवाजात डॉ. ग्रीनशॉ यांच्याशी बोलणे केले. मग ते दोघेही क्रॉन्काईट व ग्रेगसन यांच्याकडे गेले. क्रॉन्काईट व ग्रेगसन एकमेकांत काहीतरी बोलणी, चर्चा किंवा वादविवाद करीत होते. ते दोघे तेथे गेल्यावर त्यांनी आपले बोलणे एकदम थांबवले. डॉ. ग्रीनशॉ त्यांना म्हणाला, "तुम्ही त्या लोकांचे

हत्याकांड अगदी परिपूर्ण केलेले आहे. मला एकही माणूस जिवंत अवस्थेत सापडला नाही. त्यांची शरीरे ओळखू येणार नाही एवढी चमत्कारिक झाली आहेत.''

क्रॉन्काईटने विचारले, ''हा माणूस कोण आहे?''

''एक डॉक्टर आहे.''

क्रॉन्काईटने मिशेलकडे पाहिले. आता तर मिशेल अधिकच वाईट दिसू लागला होता. ''आणि हा कोण?''

''हा एक शास्त्रज्ञ आहे. याच्यावर चुकून गोळी झाडली गेली.''

डॉक्टर ग्रीनशॉ सांगू लागला, ''त्यांना फार यातना होत आहेत. येथे क्ष-किरण यंत्रसामुग्री नाही. पण खांद्याखाली त्यांचा हात मोडला असावा अशी मला शंका येते आहे.''

क्रॉन्काईट हा अत्यंत आनंदी अवस्थेत होता. तो खुशीत आला होता, अन् म्हणूनच त्याला वस्तुस्थितीचे भान राहिले नव्हते. तो बोलून गेला, ''आत्तापासून एक तासाने त्यांना कसलीच जाणीव होणार नाही.''

डॉ. ग्रीनशॉने विचारले, ''तुम्ही काय म्हणता आहात ते मला कळत नाही. मी यांना इथल्या दवाखान्यात नेऊन काहीतरी वेदनाशामक इंजेक्शन देतो.''

''खुशाल द्या. मला तर येथल्या प्रत्येक माणसाने जे काही घडणार आहे त्याला तयार रहावे, असे वाटते.''

''काय घडणार आहे?'' डॉक्टरने विचारले.

''कळेल. नंतर कळेलच ते!'' क्रॉन्काईट म्हणाला.

डॉ. ग्रीनशॉ व लटपटत चालणारा मिशेल तेथून निघाले. ते दवाखान्यापाशी पोहोचले, आत गेले. दवाखान्याच्या टोकाला पोहोचले. तेथून एक वापरात नसलेला बोळ वायरलेस-रूमकडे जात होता. त्या बोळातून ते दोघेही तिकडे गेले. आत गेल्यावर डॉ. ग्रीनशॉ दारापाशीच लक्ष ठेवण्यास थांबले. तिथे एका बाजूला वायरलेस ऑपरेटरला बांधून ठेवलेले होते. त्याच्याकडे लक्ष न देता मिशेल सरळ वायरलेस यंत्रापाशी गेला व ते चालू करून *'रोमर'* बोटीशी तो संपर्क साधू लागला. *'रोमर'* हे एक समुद्रतळाची पहाणी करणारे जहाज होते. लॉर्ड वर्थच्या मालकीचे होते. त्याने वीस सेकंदांत *'रोमर'* बोटीशी संपर्क साधला. त्याने म्हटले, ''कॅप्टन कॉन्डी प्लीज!''

''मी कॅप्टनच बोलतोय,'' पलीकडून आवाज आला.

''*सीविच*वरून मी मिशेल बोलतो आहे. *सीविच*पाशी असलेल्या समुद्रातील तेलटाकीला वळसा घालून पुढे जा आणि त्या टाकीच्या मागून दक्षिण दिशेने पूर्ण वेगात निघून जा. *सीविच* तेलविहिरीचा ताबा शत्रूने घेतला आहे. येथे प्लॅटफॉर्मवर

ॲन्टी-एअरक्राफ्ट तोफा बसवल्या आहेत. पण त्या तुमच्या जहाजावर झाडता येणार नाही. कारण येथे असलेल्या कोणालाही त्या चालवता येत नाहीत. वीस मैल दूर जाऊन थांबा आणि त्या परिसरातील सर्व जहाजांना व विमानांना सावधगिरीचा इशारा प्रसारित करा. *सीविच* तेलविहिरीपासून वीस मैलांवर कोणीही फिरकू नये. *सीविच*चे अक्षांश रेखांश तुमच्याकडे असतीलच.''

''आहेत. पण का–''

''कारण ही तेलविहीर उडवून दिली जात आहे. एक महास्फोट होणार आहे. सर्व खुलासा करण्यास वेळ नाही.''

''कोणता खुलासा करण्यास वेळ नाही?'' कोणीतरी मिशेलच्या मागून बोलले.

मिशेल आपल्या आसनावर सावकाश वळला. एक माणूस हसत उभा होता. त्याच्या हातात पिस्तूल होते. त्याचे हास्य हे मित्रत्वाचे नव्हते, तर खुनशी होते. डॉ. ग्रीनशॉला त्याने एका बाजूला ढकलून दिले. मग त्याने हातातील पिस्तूल असे काही रोखले की, त्या पिस्तुलाच्या समोर मिशेल व डॉक्टर येत होते. तो माणूस म्हणाला, ''मला असे वाटते की, आपण ग्रेगसन यांच्याकडे जाऊन काय तो खुलासा करू या.''

मिशेल धडपडत उठला. त्याने आपल्या उजव्या हाताने डाव्या हाताला बांधलेली झोळी पकडली. डॉ. ग्रीनशॉ तीव्रपणे म्हणाला, ''तुम्हाला दिसत नाही का हा माणूस किती आजारी आहे ते?''

त्या माणसाने डॉ. ग्रीनशॉकडे एक सेकंदभर नजर फेकली. पण तेवढा तो एक सेकंद मिशेलला पुरेसा होता. सायलेन्सर बसवलेल्या पॉइंट थर्टिएट पिस्तुलातील गोळी एकदम उडाली व तिने त्या माणसाच्या हृदयाचा थेट वेध घेतला. मिशेलने दाराबाहेर डोकावून पाहिले. तिथे दिव्याची सावली पडली होती. अजूनही रात्रीचा अंधार रेंगाळत होता. *सीविच*वरचे दिवे त्यामुळे विझवता येत नव्हते. बाहेर कोणीही नव्हते. वायरलेस रूमच्या मागच्या बाजूला प्लॅटफॉर्मची वीस फुटांवर कड होती. त्या दोघांनी मिळून त्या माणसाचा मृतदेह ओढत ओढत तिकडे नेला व कठड्यावरून खालच्या समुद्रात ढकलून दिला. मग ते दोघे पुन्हा दवाखान्यात आले. तिथून त्यांनी बाहेर पाहिले. क्रॉन्काईट व ग्रेगसन अजूनही एकमेकांशी संभाषण करीत होते. तिथून काही अंतरावर लार्सन उभा होता. तो अत्यंत निराश झालेला दिसत होता. डॉ. ग्रीनशॉ त्याच्याजवळ गेले व त्यांनी त्याला विचारले, ''कसे वाटते आहे?''

''ते आपल्या सर्वांना ठार करणार हे कळल्यावर कसे वाटेल ते तुम्हीच पहा.''

''हळूहळू तुम्हाला बरे वाटू लागेल. या इमारतीच्या मागे वळसा घालून जा. संधी मिळेल तेव्हा जा. तिथे भिंतीलगत काही हातबॉम्ब ठेवले आहेत. तुमच्या या

ढगळ जॅकेटमध्ये मावतील तेवढे भरा. तिथेच तुम्हाला भरलेली दोन श्मायसर पिस्तुले सापडतील. माझ्या जवळच्या मेडिकल बॅगेत काही हातबॉम्ब आहेत, अन् मिशेलजवळ त्याचे सायलेन्सर लावलेले पॉइंट थर्टिएट पिस्तूल आहे. ते त्याने हाताला बांधलेल्या झोळीत लपवलेले आहे.''

ते ऐकताच लार्सनने महत्प्रयासाने आपल्या चेहऱ्यावर उमटणारे भाव रोखून धरले. त्याने पूर्वीसारखाच आपला चेहरा दुःखी व निराश भाव दाखवणारा ठेवला.

लॉर्ड वर्थला आता थोडी हुशारी वाटू लागली होती. आपल्या मुलीच्या मदतीने ते कसेबसे उठून उभे राहिले होते. मिशेल त्यांच्यापाशी गेला आणि त्याने विचारले, ''सर, आता आपल्याला कसे वाटते आहे?''

लॉर्ड वर्थ अत्यंत कडवटपणे म्हणाले, ''मला आता फार बरे वाटते आहे.'' त्यांचा कडवटपणा समजण्याजोगा होता.

''तुम्हाला लवकरच आणखी बरे वाटेल.'' मग तो आपला आवाज खाली आणून मरीनाला म्हणाला, ''मी जेव्हा तुला इशारा करेन तेव्हा तू आपल्याला बाथरूमला जायचे आहे म्हणून सांग. पण तिथे न जाता तू जनरेटर रूममध्ये जा. तिथे तुला एक तांबडा खटका दिसेल. त्यावर पाटी असेल Deck Lights. तो खटका तू ओढ. मग मनात सावकाश वीस आकडे मोज. नंतर तो खटका परत पहिल्यासारखा करून ठेव.''

क्रॉन्काईट व ग्रेगसन यांच्यातील बोलणे संपले असावे. क्रॉन्काईटच्या चेहऱ्यावर स्मित उमटले होते. त्यावरून ग्रेगसनशी वादविवाद करताना त्याच्या दृष्टिकोनाचा जय झाला असावा.

लॉर्ड वर्थ हे मरीनाच्या साहाय्याने बाहेर गेले. आता लॉर्ड वर्थ, मरीना, लार्सन आणि डॉ. ग्रीनशॉ हे एकत्र जमले होते. त्यांचा एक दुर्दैवी गट तिथे तयार झाला होता. त्यांच्या समोरच काही अंतरावर दुसरा गट तयार झाला होता. त्या गटात क्रॉन्काईट, मलहूनी, ईस्टन, तीन बोगस लष्करी अधिकारी, ग्रेगसन आणि त्याची माणसे उभी होती. सर्व माणसे ही पट्टीची मारेकरी होती. एक भयानक गट तयार झाला होता. क्रॉन्काईटने आपल्या शेजारी उभ्या असलेल्या एका माणसाला म्हटले, ''चेक! खात्री करून घ्या.''

मग त्या माणसाने वॉकी-टॉकी सेट उचलला. त्यात तो काहीतरी बोलला व आपली मान हलवली. तो क्रॉन्काईटला म्हणाला, ''उडवून देण्याची तयारी पूर्ण झाली आहे. ते चार्जेस योग्य जागी बसवलेले आहेत.''

''उत्तम! त्यांना सांगा की, उत्तरेकडे आपली मोटरबोट वेगाने घेऊन जा आणि वीस मैलांवर थांबा.'' क्रॉन्काईटने सांगितल्याप्रमाणे त्या माणसाने त्वरित तसे केले.

पश्चिमेच्या बाजूचा समुद्र क्रॉन्काईटला दुर्दैवाने दिसू शकत नव्हता. कारण वाटेत ती ओरिएन्टल क्वार्टरची भग्न इमारत येत होती. त्यामुळे दक्षिण दिशेला चाललेली *'रोमर'* बोट त्याला दिसू शकत नव्हती, अन् जरी ती दिसली असती तरी त्याला त्यावरून फारसे काही कळले नसते. *'रोमर'* बोटीच्या कॅप्टन कॉन्डीने दूरदर्शीपणा दाखवून आपल्या बोटीवरचे सर्व दिवे विझवले होते. अजूनही सर्वत्र काळोख होता नि *सीविच*वरचे दिवे जळत होते.

क्रॉन्काईट हसत हसत लॉर्ड वर्थला म्हणाला, ''वेल, लॉर्ड वर्थ, आता तुम्ही आणि तुमची ही *सीविच* तेलविहीर संपल्यात जमा आहे. माणूस अब्जाधीश असला तरीही तो त्या वर्गातून बाहेर पडू शकतो. तुमच्या या तेलविहिरीच्या पश्चिमेकडेच्या पायाला मी दोन अण्वस्त्रे लावून ठेवली आहेत.'' मग त्याने आपल्या खिशात हात घालून एक पेरूसारखा गोळा बाहेर काढला. तो काळ्या रंगाचा होता व धातूचा होता. क्रॉन्काईट पुढे म्हणाला, ''हा एक किरणोत्सर्गी रिमोट कंट्रोल आहे. यामुळे ती अण्वस्त्रे सहज उडवता येतात. एकदा ती यंत्रणा सुरू करून दिली की, ९० मिनिटांनी अण्वस्त्रांचा स्फोट होतो. त्यातील चाळीस मिनिटे तर एव्हाना आधीच खर्च झाली आहेत. रिमोट कंट्रोलमधील छोटा स्वीच मी कधीच सुरू केलेला आहे. तुम्हाला तो लांबूनही दिसेल. अजून पन्नास मिनिटे गेली की, एकदम धुडूम्! मग ही *सीविच* तेलविहीर, तुम्ही स्वतः आणि येथे असलेला प्रत्येकजण एकदम नाहीसे होतील. त्यांची वाफ होऊन जाईल. तुम्हाला त्याची जाणीवसुद्धा होणार नाही. मी त्याची अगदी हमी देतो बघा.''

लॉर्ड वर्थ म्हणाला, ''म्हणजे या तेलविहिरीवरच्या सर्व निष्पाप कर्मचाऱ्यांचा तुम्ही बळी देणार? क्रॉन्काईट तू पुरता वेडा झाला आहेस. अगदी ठार वेडा झाला आहेस.''

''अन् मी होतो कधी शहाणा? आम्ही केलेल्या या कृत्याला कोणी साक्षीदारही उरणार नाही. येथे असलेल्या चार हेलिकॉप्टरपैकी दोन हेलिकॉप्टरचा विनाश आम्ही जाण्यापूर्वी करू. तुमची ही डेरिक क्रेनही नादुरुस्त करून ठेवू. तुमच्या वायरलेस-रूमचा विध्वंस करू आणि उरलेल्या दोन हेलिकॉप्टरमधून आम्ही आरामात पळून जाऊ. कदाचित जीव वाचवण्यासाठी समुद्रात उड्या टाकण्याची कल्पना तुमच्या मनात येईल. पण २०० फूट उंचीवरून पाण्यात उडी टाकल्यावर कोण वाचणार आहे?''

मिशेलने मरीनाला खूण केली. तिने हळू आवाजात क्रॉन्काईटला विचारले, ''मला बाथरूमला जायचे आहे. जाऊ का?''

क्रॉन्काईट आनंदाने व उदारपणे म्हणाला, ''जरूर जा. पण लवकर उरकून परत या.''

त्यानंतर पंधरा सेकंदांनी *सीविच* तेलविहिरीच्या प्लॅटफॉर्मवरील दिवे विझले. तिथे अंधार झाला.

क्रॉन्काईटच्या दुर्दैवाने मिशेलला अशा अंधारात दिसू शकत होते. तो पळत पळत त्या भग्न ओरिएंटल क्वार्टर इमारतीच्या मागे गेला आणि तिथे असलेली ती दोन श्मायसर पिस्तुले आणली. तिथे पडलेले हातबॉम्ब उचलायच्या भानगडीत तो पडला नाही. परत आल्यावर त्याने लार्सनच्या हातात एक पिस्तुल खुपसले. एव्हाना बारा सेकंद उलटून गेले होते. आता फक्त आठ सेकंद उरले होते. त्या आठ सेकंदांत मिशेल व लार्सन यांनी अभूतपूर्व असा धुमाकूळ घातला. लार्सन अंदाजाने गोळ्या झाडत होता, तर मिशेलला अंधारात दिसू शकत असल्याने तो नेम धरून गोळ्या झाडत होता. डॉ. ग्रीनशॉ हा वाटेल तिथे हातबॉम्ब भिरकावून देत होता. त्यामुळे तिथे आणखीनच गोंधळ माजला.

विसाव्या सेकंदाला दिवे आले. सर्वत्र मघासारखाच प्रकाश पडला.

समोरच्या गटातील फक्त सातजण जिवंत राहिलेले होते. क्रॉन्काईट, मलहूनी, ईस्टन, ग्रेगसन आणि ते तीन बोगस लष्करी अधिकारी. त्या सातजणांना उद्देशून मिशेल म्हणाला, ''मुकाट्याने आपल्या जवळची शस्त्रे खाली टाका.'' क्रॉन्काईट आणि कंपनी हादरली होती, सुन्न झाली होती. पण मुकाट्याने ऐकण्याइतपत त्यांच्यात तेवढे शहाणपण उरले होते. साऱ्यांनी शस्त्रे टाकली. हात वर करून ते शरण आले.

मरीना मागून उगवली. समोरचा देखावा पाहून ती हादरून गेली.

मिशेल क्रॉन्काईटकडे चालत गेला व त्याने त्याला म्हटले, ''मला तो रिमोट कन्ट्रोल द्या.''

क्रॉन्काईटने तो गोळा खिशातून सावकाश बाहेर काढला आणि अचानक त्याचा स्वीच फिरवला आणि आपला हात उंचावून तो गोळा समुद्रात भिरकावण्यासाठी मागे नेला. त्याने तसे केले असते तर *सीविच*चा विनाश झाला नसता. त्याने हुशारीने ते बटण उलटे फिरवून स्फोट थांबवला होता. कारण मिशेल आपल्याला या तेलविहिरीवर डांबून ठेवेल याचा त्याला अंदाज आला होता. तेवढ्यात क्रॉन्काईट वेदनेमुळे किंचाळला. त्याचे उजवे कोपर मिशेलच्या पॉइंट थर्टीएट पिस्तुलातील गोळीने फोडले होते. त्याच्या हातातून तो गोळा पडला. पण खाली डेकवर पडायच्या आत मिशेलने तो झेलला, अन् ते बटण पुन्हा फिरवून थोपवलेला अणुस्फोट चालू केला.

मग लार्सनकडे वळून मिशेलने विचारले, ''येथे कुठे दोन भक्कम खोल्या आहेत का? त्या खोल्यांना खिडक्या नको आहे, पोलादी दारे हवीत. ती दारे, बाहेरून पक्की बंद करता आली पाहिजेत आणि आतून अजिबात उघडता येता

कामा नयेत."

"आहेत. तशा फक्त दोनच खोल्या आहेत. अगदी फोर्ट नॉक्स किल्ल्याएवढ्या भक्कम आहेत." फोर्ट नॉक्स हा किल्ला अमेरिकी सरकारच्या ताब्यात असून, तिथे राष्ट्राचा खजिना ठेवलेला असतो. तिथली सुरक्षा व्यवस्था कमालीची कडक असते. लार्सनने म्हणूनच ती उपमा देऊन सुरक्षिततेची मिशेलला ग्वाही दिली.

मग मिशेलने लार्सनला सांगितले, "त्या सर्वांची झडती घ्या. कोणाजवळही बारीकसासुद्धा चाकू रहाता कामा नये.

लार्सनने ते काम झटपट उरकले. मग तो त्या सर्वांना घेऊन दोन पोलादी खोल्यांकडे गेला. मिशेलने व त्याने मिळून सातहीजणांना आत ढकलले.

क्रॉन्काईट हादरला होता. ऐनवेळी बाजी पलटल्याने तो दुःखी झाला होता. तरीही तो म्हणाला, "बाप रे, तुम्ही आम्हाला येथे सोडून जाणार? असे करू नका."

"त्यात विशेष काही नाही. तुम्ही आम्हाला जसे करणार होता तसेच आम्ही तुम्हाला करतो आहोत." एवढे म्हणून मिशेल थोडा थांबला व सहानुभूती दर्शवित पुढे म्हणाला, "अन् तुम्हीच म्हणाल्याप्रमाणे तुम्हाला त्यावेळी काही कळणारसुद्धा नाही." एवढे बोलून त्याने ते पोलादी दार दाणकन लावले. त्या दाराला बाहेरून दोन कुलपे घातली. त्याच्या किल्ल्या आपल्या खिशात ठेवल्या. "आता दुसरी खोली," मिशेल लार्सनला म्हणाला.

"येथेच शेजारी आहे," लार्सन म्हणाला.

"पण हा शुद्ध वेडेपणा आहे!" लॉर्ड वर्थ जीव एकवटून म्हणाला, "*सीविच* आता सुरक्षित आहे. मग उगाच का तिचा विनाश होऊ द्यायचा? त्या रिमोट कंट्रोलचा स्वीच फिरवून तो स्फोट थांबवा."

मिशेलने लॉर्ड वर्थच्या बोलण्याकडे दुर्लक्ष केले. तासाभरापूर्वी मिशेलने सुरुवातीला बटण फिरवून त्या स्फोटाची वेळ चालू केली होती. आता मिशेलने पुन्हा स्फोट होण्यासाठी बटण फिरवले; परंतु पहिल्या तासानंतर आतील घड्याळ चालू झाले होते. त्याने त्या गोळ्यावरील टायमिंग किती उरले आहे ते पाहिले. तो ओरडून म्हणाला, "फक्त २९ मिनिटे उरली आहेत. आपल्याला येथून घाईने निघाले पाहिजे." मग त्याने तो रिमोट कंट्रोलचा गोळा दुसऱ्या पोलादी खोलीत ठेवला. खोलीचे दार बंद केले आणि वर कुलूप घातले. त्या कुलपाच्या किल्ल्या त्याने समुद्राच्या दिशेने भिरकावून दिल्या. गरगरत जात त्या समुद्रात पडल्या, बुडल्या. मग तो ओरडून म्हणाला, ओरिएंटल इमारतीमधील माणसांना बाहेर काढा. सेन्सॉरी-रूम, रडार-रूम, वायरलेस-रूम येथे बांधून ठेवलेल्या माणसांना सोडवा. हेलिकॉप्टरच्या वैमानिकांकडे लक्ष द्या." आपल्या हातातील घड्याळाकडे पहात तो परत ओरडला, "फक्त पंचवीस मिनिटे उरली आहेत."

आता मात्र प्रत्येकजण कमालीच्या वेगाने धावपळ करू लागला.

लॉर्ड वर्थ म्हणाला, "पण एवढी धावपळ का करायची?"

मिशेल म्हणाला, "त्या रिमोट कंट्रोलवरची सेटिंग्ज बरोबर आहेत की नाहीत हे आपल्याला कसे कळणार? कदाचित आणखी कमी वेळ उरला असेल."

माणसे आता पिसाळल्यासारखी धावाधाव करू लागली. भराभरा हेलिकॉप्टरमध्ये जाऊन बसू लागली. बांधून ठेवलेल्या सर्वांना सोडवून आणले गेले. हेलिकॉप्टरचे चारही वैमानिक आपापल्या हेलिकॉप्टरमध्ये जाऊन बसले. एकामागून एकेकजण उड्डाणे करून ती तेलविहीर त्यांनी सोडली. शेवटचे हेलिकॉप्टर उडाले तेव्हा अणुस्फोटाला फक्त १३ मिनिटे उरली होती.

सर्व हेलिकॉप्टर्सनी दक्षिणेची दिशा धरली. *'रोमर'* बोटीवर पहिले जे हेलिकॉप्टर उतरले, त्यामध्ये मिशेल, लार्सन, लॉर्ड वर्थ व मरीना होती. शिवाय डॉक्टर ग्रीनशॉ व काही कर्मचारी होते. इतर हेलिकॉप्टर्स वर घिरट्या घालीत पुढे सरकत होती. *रोमर* बोटीने *सीविच*पासून आत्तापर्यंत फक्त १४ मैल अंतर कापले होते. कमालीच्या वेगाने कॅप्टन कॉन्डी आपल्या बोटीला पळवित होता. मिशेलने मुद्दामच थोडासा वेळ कमी करून सांगितला होता. सर्व काही वेळेत पुरे होऊन *सीविच*पासून वीस मैलांवर सारेजण पोहोचणार होते.

मिशेलने कॅप्टन कॉन्डीशी बातचीत केली. त्याने त्या परिसरातील सर्व बोटींना व विमानांना सावधगिरीची सूचना प्रसारित करून ठेवली होती. त्या धोक्याच्या क्षेत्रात आता कोणीही नव्हते.

शेवटी *सीविच* तेलविहिरीचा स्फोट झाला. अगदी वेळेवर झाला. ते दृश्य खरोखरीच नयनरम्य होते. त्या अणुस्फोटातून एक छोटा भूछत्रासारखा आग व धुराचा लोळही वर उठला. सर्व छायाचित्रांत, चित्रपटात दाखवितात त्याप्रमाणे तो हुबेहूब होता. अणुस्फोटानंतर १७ सेकंदांनी *'रोमर'* बोटीवरील लोकांना त्या स्फोटाचा गंभीर गडगडाट ऐकू आला. त्यानंतर थोड्याच वेळाने *सीविच*च्या जागेकडून सर्वत्र लाटा पसरल्या. त्या लाटा तशा हानिकारक नव्हत्या, पण त्यामुळे *'रोमर'* बोट थोडा वेळ डुचमळत राहिली. जे काय घडले ते सर्व विमाने व बोटी यांना प्रसारित करून सांगावे, अशी विनंती मिशेलने कॅप्टनला केली.

कॅप्टनशी बोलून तो जेव्हा खोलीतून बाहेर आला, तेव्हा त्याच्यासमोर मरीना उभी होती. तिचा चेहरा फत्तरासारखा झाला होता.

ती त्याला म्हणाली, "तुम्ही शेवटी डॅडींच्या *सीविच*चा विनाश घडू दिलात. तुम्हाला त्याने समाधान लाभले असेल ना?"

"बापरे, किती कडवटपणे बोलतेस तू. होय, ती कामगिरी एक प्रकारे समाधानकारक होती खरी. निदान मला तरी तशी वाटली."

"पण का? का असे तुम्ही केलेत?"

"तिथे स्फोटात मरण पावलेला प्रत्येक माणूस हा खुनी होता. प्रत्येकाने कित्येक माणसे बेधडक मारली होती. काहींनी तर कत्तली घडवून आणल्या होत्या. त्या स्फोटातून ते खुनी गुंड वाचले असते तर ते अशा देशात पळून गेले असते की, त्या देशांचे अमेरिकेशी कैद्यांच्या देवाणघेवाणीचे करार झालेले नाहीत. जरी ते खुनी पकडले गेले असते तरी त्यांच्यावरचे खटले हे कैक वर्षे चालले असते. त्यांच्याविरुद्ध पुरावे गोळा करणे हे कठीण काम आहे. शिवाय काही वर्षांनी ते पॅरोलवर सुटले असते व मग फरारी झाले असते. पण आज ते स्फोटात सापडल्याने येथून पुढे ते कोणाचीही हत्या करू शकणार नाहीत हे आपल्याला खात्रीने वाटते. तेव्हा त्या दृष्टीने तो स्फोट योग्य होता."

"पण त्या स्फोटामुळे डॅडींचा अभिमान व आनंद नाहीसा झाला त्याचे काय?"

"मूर्ख पोरी, ऐक आता. माझे हे भावी सासरे–"

"ते कधीच तुमचे सासरे होणार नाहीत."

"ठीक आहे! ते जरी वयस्कर असले तरी इतर गुन्हेगारांएवढेच दोषी आहेत. त्यांनी अट्टल गुन्हेगारांना हाताशी धरून माणसे मारण्यासाठी सरकारी शस्त्रागारांवर डाके घातले. त्यातील शस्त्रे लुटून ती आपल्या हेलिकॉप्टरमधून आपल्या तेलविहिरीवर नेऊन ठेवली. जर *सीविच*चा विनाश झाला नसता तर केंद्र सरकारची माणसे मागोवा घेत येथे काही तासांत येऊन पोहोचली असती. मग तुझ्या वडिलांना अटक होऊन, खटला भरला जाऊन पंधरा ते वीस वर्षे तुरुंगात काढावी लागली असती. कदाचित त्यांचा मृत्यू तुरुंगात झाला असता." बोलताना मिशेलचे डोळे अधूनमधून भीतीने विस्फारित होत होते. तो पुढे म्हणाला, "पण आता त्यांच्याविरुद्ध असलेला प्रत्येक पुरावा हा वाफारून गेला, अदृश्य झाला, समुद्राच्या तळाशी गेला. मागे उरला तो फक्त एक छोटा किरणोत्सर्गी ढग! तोही विरून जाईल. त्यांच्याविरुद्ध आता काहीही या जगात राहिलेले नाही."

"म्हणून तुम्ही *सीविच*चा विनाश होऊ दिलात?"

"याचे उत्तर मी माझ्या माजी प्रेयसीला कशासाठी देऊ?"

"होय, मी आता तुमची माजी प्रेयसी आहे. मी येथून पुढे मिसेस मायकेल मिशेल या नावाने जगणार आहे." मग खट्याळपणे ती पुढे म्हणावी, "हे नाव तसे चांगले नसले तरीही माझे यापुढचे आयुष्य सुखाने जाईल असे मला वाटते."

**ए का सै ता नी वि षा णू ची द ह श त !**

# द सेटन बग

**ॲलिस्टर मॅक्लीन**

अनुवाद

**अशोक पाध्ये**

---

त्या लष्करी संशोधन केंद्राभोवती ६०० फूट रुंदीचा मोकळा पट्टा. त्यानंतर अत्यंत उच्च दाब असलेल्या पाच विजेच्या तारा. त्यानंतर काटेरी तारांचे दुहेरी कुंपण. बाहेरच्या जगापासून ते संशोधन केंद्र वेगळे झाले होते.

पण इतके असूनही त्या केंद्राच्या 'ई' इमारतीमध्ये असलेल्या एका कुलूपबंद दारापलीकडे एक शास्त्रज्ञ मृत झाला होता. तिथेच एक नवीन लस संशोधित केली होती. ती लस लक्षावधी माणसांचे बळी घेऊ शकत होती. पण ती नवीन संशोधित लस तिथून गायब झाली...

त्या अति गूढ रहस्याचा छडा लागत नव्हता. ते सैतानी विषाणू अखिल मानवजातीचा बळी घेऊ शकत होते.

अंगावर काटा आणणारी रहस्यमय कादंबरी अशोक पाध्ये यांनी आपल्या खास शैलीत अनुवादित केली आहे.

# पपेट ऑन ए चेन

**ॲलिस्टर मॅक्लीन**

अनुवाद

**माधव कर्वे**

---

ॲलिस्टर मॅक्लीननी अनेक नायक रंगवले.
त्यातलाच एक म्हणजे पॉल शेर्मन.
इंटरपोलच्या अमली द्रव्यविरोधी विभागाचा एक जबाबदार अधिकारी.
पॉलवर हॉलंडमध्ये जाऊन ॲमस्टरडॅममधल्या संशयास्पद अमली द्रव्यांच्या व्यवहाराचा शोध घेण्याची कामगिरी सोपवली जाते.
पॉल ॲमस्टरडॅममधे उतरताक्षणीच त्याच्या एका सहकाऱ्याची हत्या होते आणि त्यानंतर सुरू होते संकटांची मालिका...
ॲमस्टरडॅममधले रस्ते, कालवे, चर्च, इमारती कळत-नकळत त्याला काही सुचवू लागतात. अंधारातल्या गूढसावल्या त्याला खुणावत राहतात.
वाक्यावाक्याला खिळवून ठेवणारी पॉलच्या आक्रमक कामगिरीची ही थरारकथा काळजाचा ठोकाच चुकवते.
हीच तर मॅक्लीनच्या लेखणीची खासियत!